अभिप्राय

मरणानंतरही 'जगणारी' – ॲन फ्रँक

साहित्य-कला २५-११-८८

दुसऱ्या महायुद्धाच्या काळात ज्यू लोकांवर खूप अत्याचार झाले. तो अघोरी छळ, वाट्याला आलेली ही निरागस मुलगी ॲन फ्रँक. ॲननं नियमितपणे आपली डायरी लिहिली व आपल्या दैनंदिन जीवनातल्या चांगल्या-वाईट घडामोडी लिहिल्या.

या पुस्तकातून ॲनने कोणताही आडपडदा न ठेवता आपल्या भावभावनांना वाट करून दिली आहे.

सकाळ, पुणे, ४-५-२०१०

जगात गाजलेली अनमोल डायरी...

झी मराठी दिशा – १३-१९ जुलै २०१९

डायरी ऑफ ॲन फ्रँक

अनुवाद
मंगला निगुडकर

मेहता पब्लिशिंग हाऊस

DIARY OF ANNE FRANK

HET ACHTERHUS DAGBOKBRIEVEN
14 JUNI 1941 - AUGUSTS 1944
ONLY AUTHORIZED VERSION : OTTO H.FRANK AND MIRJAM PRESSLER
Translated into Marathi Language by Mangala Nigudkar

डायरी ऑफ ॲन फ्रँक / अनुभवकथन

अनुवाद : मंगला निगुडकर

Email : author@mehtapublishinghouse.com

प्रकाशक : सुनील अनिल मेहता, मेहता पब्लिशिंग हाऊस,
१९४१, सदाशिव पेठ, माडीवाले कॉलनी, पुणे – ४११०३०.

मुद्रक : पार्कसन्स ग्राफिक्स

मुखपृष्ठ : चंद्रमोहन कुलकर्णी

प्रकाशनकाल : मार्च, १९८८ / ऑक्टोबर, १९९६ / फेब्रुवारी, २००१ /
ऑगस्ट, २००५ / डिसेंबर, २००६ / मार्च, २००९ /
ऑक्टोबर, २०११ / फेब्रुवारी, २०१५ /
पुनर्मुद्रण : डिसेंबर, २०२०

किंमत : ₹ २२०

P Book ISBN 9788177661422
E Book ISBN 9788184985979
E Books available on : amazonkindle Apple Books Google Play Books

---

वडील बहिणींप्रमाणे वागणाऱ्या माझ्या दोन नणंदा

श्रीमती कमलाताई सरपोतदार

व

मोती निगुडकर

यांस सादर अर्पण

प्रस्तावना

ॲन फ्रँक १२ जून, १९४२ पासून १ ऑगस्ट, १९४४ पर्यंत रोजनिशी लिहीत होती. सुरुवातीस ती केवळ स्वतःसाठीच लिहीत होती. त्यानंतर डच् शासनसंस्थेतल्या लंडन येथे राजकीय आश्रय घेतलेल्या एका गेरिट बोल्केस्टीन नावाच्या सभासदाने, लंडनच्या रेडिओवरून एक घोषणा केली. ते म्हणाले,

''युद्धसमाप्तीनंतर डच् लोकांना जर्मनांच्या आक्रमणानंतर जो छळ सोसावा लागला, त्याचा वृत्तांत जमवून तो डच् जनतेला उपलब्ध करून दिला जाईल. वृत्तांत म्हणजे पत्रे, रोजनिश्या वगैरे.''

या भाषणाने प्रभावित होऊन ॲन फ्रँकने ठरवले, की युद्ध संपल्यावर आपल्या या रोजनिशीच्या आधाराने एक पुस्तक छापायचे. म्हणून तिने आपल्या रोजनिशीचे संकलन आणि पुनर्लेखन सुरू केले. त्यातले मनोरंजक न वाटणारे भाग गाळून टाकले आणि आठवून आठवून काही मजकुराची भर घातली. पण आपण पूर्वी लिहिलेली मूळ रोजनिशीही तिने ठेवली.

१९८९ मधे छापलेल्या तिच्या रोजनिशीत, तिच्या मूळ रोजनिशीला 'रोजनिशी अ' व तिने सुधारून संपादित केलेल्या रोजनिशीला 'रोजनिशी ब' असे म्हटले आहे.

तिच्या रोजनिशीतला शेवटचा मजकूर १ ऑगस्ट, १९४४ रोजी लिहिला आहे. ४ ऑगस्टला त्या गुप्तनिवासात लपून राहिलेल्या आठ लोकांना पकडण्यात आले. मिएप गाईस व बेप् व्हॉस्कुइज्ल या दोन सेक्रेटरींना ॲनच्या रोजनिशीचे कागद जमिनीवर विखरून टाकलेले सापडले. मिएपने ते सर्व गोळा करून मेजाच्या खणात सुरक्षित ठेवले. युद्धसमाप्तीनंतर, ॲन वारल्याचे तिला कळले. तेव्हा तिने त्या दोन्ही रोजनिश्या न वाचता, ॲनचे वडील ऑटो फ्रँक यांच्या स्वाधीन केल्या.

बराच विचार करून अखेर ऑटो फ्रँक यांनी ॲनच्या इच्छेनुसार तिची रोजनिशी

प्रकाशित करण्याचे ठरवले. तिची मूळची रोजनिशी व तिने संपादित केलेली रोजनिशी यांतील मजकूर निवडून एक तिसरीच आवृत्ती 'रोजनिशी सी' त्यांनी तयार केली आणि जगातल्या लाखो वाचकांना ती 'एका बालिकेची रोजनिशी' या नावाने माहीत आहे.

रोजनिशीतला मजकूर निवडताना ऑटो फ्रँक यांनी बऱ्याच गोष्टी विचारात घेतल्या. डच् प्रकाशकाला सोयीस्करपणे त्याची एक लेखमालिका बनवता येईल, एवढी ती लहान, आटोपशीर केली. ॲनने स्त्री-पुरुष संबंधा विषयी लिहिलेला मजकूर गाळून टाकला. कारण १९४७ साली जेव्हा प्रथम ही रोजनिशी प्रकाशित झाली, तेव्हा लैंगिक-संबंधा विषयीचा उल्लेख इतक्या स्पष्टपणे आणि तेही एका शाळकरी मुलीने करणे सभ्यपणाचे मानले जात नव्हते. त्याचप्रमाणे ॲनने आपल्या आईविषयी व गुप्तनिवासात राहणाऱ्या इतर व्यक्तिंविषयी केलेले टीकात्मक परिच्छेद त्यांना योग्य वाटले नाहीत, म्हणून तेही त्यांनी गाळले. आपल्या तेराव्या वर्षी लिहावयास सुरुवात केलेल्या व पंधराव्या वर्षी जबरदस्तीने ती लिहिणे थांबवाव्या लागलेल्या ॲनने, आपल्या आवडीनिवडी फारच स्पष्टपणे लिहिल्या होत्या.

१९८० साली ऑटो फ्रँकना मृत्यू आला. त्यांनी इच्छापत्र (वुईल) करून आपल्या मुलीच्या रोजनिशीचे हस्तलिखित युद्धाचे दस्तऐवज संभाळून ठेवणाऱ्या नेदर्लंडच्या संस्थेकडे द्यावे, असे लिहून ठेवले. ही संस्था ॲम्स्टरडॅम गावी आहे. ही रोजनिशी प्रकाशित झाल्यापासून अनेकांनी तिच्या खरेपणाविषयी संशय व्यक्त केला. तेव्हा युद्धविषयक दप्तर संभाळणाऱ्या संस्थेने त्याची कसून शहानिशा करवली. ही रोजनिशी खरी असल्याचे सिद्ध झाल्यावर तीतला कोणताही मजकूर न गाळता, त्यावरील अभ्यासू दृष्टीने केलेल्या चिकित्सेसह ती प्रकाशित केली गेली. या नव्या आवृत्तीत अ, ब, क अशा तिन्ही रोजनिश्यांतील मजकूर तर आहेच, पण शिवाय फ्रँक कुटुंबाची पार्श्वभूमी, त्यांना कोणत्या परिस्थितीत, कशी अटक झाली, त्यांना कोठे नेऊन डांबून ठेवले याविषयीचे लेखही आहेत. ॲनचे हस्ताक्षर, तिने वापरलेली लेखनसामग्री याचीही तपशीलवार माहिती आहे.

ऑटो फ्रँक यांनी स्वित्झरलंडमधील बॅसेल गावच्या ज्या 'ॲन फ्रँक असोसिएशन' या संस्थेकडे सर्व हक्क सुपूर्द केले आहेत, त्यांनी, या सर्व आवृत्त्यांचा समावेश असलेले एक मोठेच पुस्तक वाचकांसाठी प्रकाशित केले. ऑटो फ्रँक यांनी १९४७ साली प्रकाशित केलेल्या रोजनिशीला या नव्या आवृत्तीने कोणत्याही प्रकारची बाधा आलेली नाही. तिन्ही रोजनिश्यांचे संकलन करून वाढीव आवृत्ती तयार करण्याचे काम मिरजॅम प्रेस्लर या लेखिकेकडे सोपवले. 'ॲन फ्रँक असोसिएशन' या संस्थेने प्रेस्लर यांच्या संमत केलेल्या आवृत्तीत, आता तीस टक्के मजकूर जास्त

आला आहे. त्यामुळे ॲन फ्रँकच्या स्वभावावर व तिला आलेल्या अनुभवांवर जास्त प्रकाश पडून, आपल्याला तिचे नेटके स्वभावदर्शन घडणार आहे.

स्वतः ॲनने जेव्हा दुसरी आवृत्ती तयार केली, तेव्हा तीतल्या व्यक्तींना टोपणनावे योजिली. तिला स्वतःचे नाव ॲन ऑलिस, किंवा ॲन रॉबिन असे ठेवायचे होते. परंतु तिच्या वडिलांनी पुस्तक प्रकाशित करताना स्वतःच्या कुटुंबातील व्यक्तींची खरी नावेच वापरली. इतरांना ॲनच्या इच्छेप्रमाणे टोपणनावे दिली. ज्या लोकांनी या कुटुंबाला मदत केली होती, त्यांची खरी नावे आता सर्वांना समजलीच आहेत, म्हणून आताच्या आवृत्तीत त्या सर्वांचा उल्लेख त्यांच्या खऱ्या नावांनीच केला आहे. ज्यांना आपल्या खऱ्या नावांचा उल्लेख नको होता, त्यांना फक्त आद्याक्षरांनी संबोधले आहे. इतरांचा उल्लेख, त्यांना ॲनने दिलेल्या टोपण-नावांनी केला आहे.

फ्रँक कुटुंबाखेरीज गुप्तनिवासात लपून राहिलेल्यांची नावे अशी

जर्मनीतील द व्हॅन पेल्स कुटुंब (गाव ऑस्नब्रुक)

१) ऑगष्टे व्हॅन पेल्स (जन्म ९-९-१८९०)

२) हरमान व्हॅन पेल्स (जन्म ३१-३-१८८९)

३) पीटर व्हॅन पेल्स (जन्म ८-११-१९२६.)

या तिघांना ॲनने आपल्या रोजनिशीत पेट्रोनेला, हॅन्स आणि आल्फ्रेड व्हॅन डॅन असे उल्लेखले होते, तर तिच्या वडिलांनी पेट्रोनेला, हरमान आणि पीटर अशी नावे दिली आहेत.

फ्रिट्झ फेफर (जन्म ३०-४-१८८९)

जर्मनीतील गिसेन या गावी जन्म

ॲनने याचा उल्लेख आपल्या रोजनिशीत आल्फ्रेड डसेल् असा केला आहे.

वाचकांनी कृपया ध्यानात घ्यावे, की हे पुस्तक ॲनने अदमासे पंधराव्या वर्षी प्रसिद्ध करण्याच्या हेतूने जी दुसरी प्रत तयार केली होती, तीवर आधारलेले आहे.

मधेच काही ठिकाणी ॲनने प्रथम लिहिलेल्या हस्तलिखिताचे उतारे उद्धृत करून त्यांवर भाष्य केले आहे. असे उतारे या आवृत्तीत वेगळ्या तऱ्हेने छापले आहेत. तसे करताना ॲनने केलेल्या स्पेलिंगच्या व व्याकरणाच्या चुका दुरुस्त केल्या आहेत. पण याव्यतिरिक्त तिने लिहिलेल्या मजकुरात कसलाही फरक केला नाही. कारण ऐतिहासिक दस्तऐवजाच्या बाबतीत तसे करणे योग्य ठरले नसते.

* * *

Please contact us at **Mehta Publishing House,** Pune 411030.
✆ +91 020-24476924 / 24460313 / Mob. No. 9545000513
Email : production@mehtapublishinghouse.com
Website : www.mehtapublishinghouse.com

- *या पुस्तकातील लेखकाची मते, घटना, वर्णने ही त्या लेखकाची असून त्याच्याशी प्रकाशक सहमत असतीलच असे नाही.*

१२ जून १९४२

आजपर्यंत कुणालाही सांगू शकले नव्हते ती गुपिते तुला सांगणार आहे. तू मला धीर, समाधान देऊ शकशील अशी आशा करते.

सप्टेंबर २८, १९४२ ला वरील अर्पणपत्रिकेला ॲनने जोडलेले टिपण.

आजपर्यंत तू खरोखरच मला समाधान देणारी ठरली आहेस. त्याचप्रमाणे जिला उद्देशून नियमितपणे मी लिहिते ती किटीही. अशा तऱ्हेने रोजनिशी लिहिणे खूप छान वाटते. केव्हा एकदा लिहायला मिळेल असे होते.

या गुप्तनिवासात येताना तुला बरोबर आणले हे फार शहाणपणाचे झाले.

रविवार १४ जून १९४२

तू माझ्या हातात पडल्यापासूनच सुरुवात करते. माझ्या वाढदिवशी मला ज्या भेटी मिळाल्या त्यातच तूही होतीस. तशी डॅडींनी तुला विकत घेतली तेव्हा मी त्यांच्याबरोबर होतेच.

शुक्रवारी १२ जूनला सकाळी सहा वाजताच जाग आली. बरोबर... आज माझा वाढदिवस... तेव्हा लवकर जाग येणारच! पण इतक्या लवकर मला उठू देत नाहीत, म्हणून पावणे सातपर्यंत मला माझी उत्सुकता दाबून ठेवावी लागली. मग अगदी राहवेनाच तेव्हा उठून जेवणघरात गेले. तेथे मूर्जी या माझ्या मांजरीने माझ्या पायाशी अंग घासून माझे स्वागत केले.

सात वाजून गेल्यावर मी डॅडी आणि ममाकडे गेले आणि त्यांना भेटून तडक बैठकीच्या खोलीकडे धावले. बक्षिसे उघडून पाहिली. त्यात पहिली तूच हातात आलीस. इतर बक्षिसे म्हणजे गुलाबाच्या फुलांचा गुच्छ, काही पियोनीची फुले, कुंडीसकट एक रोप, डॅडीममींनी दिलेला एक निळा ब्लाउज, खेळणी, बाटलीभर द्राक्षाचा रस (हा चवीला मद्यासारखा वाटला, नाहीतरी मद्य द्राक्षापासूनच बनवतात

ना!), एक कोडे, कोल्डक्रीम, अडीच गिल्डर्स आणि दोन पुस्तके विकत घेण्यासाठी एक कुपन. 'कॅमेरा ऑब्सक्यूरा' नावाचे एक पुस्तकही कुणी दिले होते. पण ते मारगॉटकडे आहेच म्हणून मी ते मग बदलून घेतले. आजकाल मी कूकीज बनविण्यात पटाईत झाले आहे. त्यामुळे मी एक ताट भरून कुकीज स्वत: बनवल्या होत्या. ममाने स्ट्रॅबेरीचा मुरंबा केला होता. आजीकडून नेमके आजच पत्र आले होते.

मग हॅनेली मला बोलवायला आली आणि, आम्ही दोघी मिळून शाळेला गेलो. मधल्या सुट्टीत मी शिक्षकांना आणि वर्गातल्या सर्वांना कुकीज वाटल्या. शाळा सुटल्यानंतर सर्वांबरोबर तालमीत गेले. परंतु माझे खांदे फार चटकन निखळतात व कंबरेलाही त्रास होतो म्हणून मला व्यायाम करायची परवानगी नाही. आज माझा वाढदिवस असल्याने मुलामुलींनी कोणता खेळ खेळावा हे ठरवायला मला सांगितले. त्यानुसार व्हॉलीबॉल हा खेळ मी सुचवला. तो खेळून झाल्यावर सर्वांनी माझ्याभोवती नाचून Happy Birthday हे गाणे म्हटले. मी घरी पोचण्याआधी सॅनी लेडरमन आली होती. एल्सी वॅगनेर, हॅनेली गॉसलर आणि जॅकलिन् व्हॅन मार्सेन माझ्याबरोबरच आल्या. या सगळ्या माझ्याच वर्गात आहेत. हॅनेली व सॅनी माझ्या जिवलग मैत्रिणी. आम्हाला तिघींना एकत्र पाहिलं की लोक म्हणायचे, "त्या पहा ॲनी, हॅनी आणि सॅनी निघाल्या." जॅकलिन् व्हॉन मार्सेनची माझी ओळख मी ज्यूईश लिसियम्मध्ये जायला लागल्यावर झाली, आणि आता ती माझी जिवलग मैत्रीण बनली आहे. एल्सीची हॅनेलीशी दाट मैत्री आहे. आणि सॅनी दुसऱ्या शाळेत जाते तिथे तिने नव्या मैत्रिणी मिळवल्या आहेत.

माझ्या मैत्रिणींनी मला 'डच् वीरकथा व आख्यायिका' हे पुस्तक भेट म्हणून दिलं. पण चुकून त्यांनी दुसरा खंड दिला. म्हणून मग मी दुसरी दोन पुस्तके देऊन त्याच्या बदल्यात पहिला खंडही घेतला. हेलन् मावशीनी एक कोड्याचे पुस्तक दिले तर लेनी मावशीनी 'डेझी पर्वतराजीवर जाते' नावाचे पुस्तक दिले. स्टेफनी मावशीनी एक सुंदर ब्रूच दिला.

आज सकाळी स्नान करत असतांना वाटलं 'रिन्-टिन्-टिन्'सारखा एक कुत्रा आपल्याजवळही असता तर किती मजा आली असती! आपणही त्याचे नाव रिन्-टिन्-टिन् असेच ठेवले असते. त्याला शाळेत नेले असते. शाळा सुटेपर्यंत तो पहारेकऱ्याच्या खोलीत बसला असता किंवा हवा चांगली असली तर सायकलच्या स्टॅंडपाशी खेळत राहिला असता.

सोमवार १५ जून १९४२

रविवारी संध्याकाळी माझा वाढदिवस साजरा केला. 'रिन्-टिन्-टिन्' हा सिनेमा दाखवला. माझ्या वर्गातल्या मुलामुलींना तो फार आवडला. दोन ब्रूच, दोन पुस्तके व पुस्तकात खुणेकरता ठेवण्यासाठी दोन बुकमार्कस् मला भेट म्हणून मिळाले.

आता जरा माझी शाळा, माझा वर्ग व वर्गातली मुलेमुली यांच्याविषयी सांगते.

बेटी ब्लूएमेंडाल गरीब घराण्यातली असावी असे वाटते. ॲम्स्टरडॅमच्या पश्चिम भागात कुठेसे तिचे घर आहे. ते नक्की कुठाय ते आम्हाला कुणालाच माहीत नाही. शाळेत ती हुषार गणली जाते कारण ती अभ्यासावर खूप मेहनत घेते, एरवी शांत, अबोल आहे.

जॅकलिन् व्हॅन मार्सेनला माझी जिवलग मैत्रीण मानतात. मलाही पूर्वी तसे वाटत होते. पण आता पटलंय की तसे समजण्यात माझी चूक होती.

डी. क्यू. फार घाबरट मुलगी आहे. ती सारखी काही ना काही विसरत राहाते. मग शिक्षक तिला शिक्षा म्हणून जादा गृहपाठ देतात. तशी ती फार प्रेमळ आहे. खास करून जी. झेड्शी वागतांना.

इ. एस् अतिशय बडबडी आहे. त्यामुळे कंटाळा येतो. तिला तुमच्याकडून काही हवे असले म्हणजे तुमच्या केसांवरून हात काय फिरवेल, तुमच्या बटणांशी चाळा काय करत राहील. शी! तिला म्हणे मी आवडत नाही. नसे ना! मलाही ती आवडत नाही.

ज्या व्यक्तींना आपली नावे प्रसिद्ध व्हायला नको होती त्यांच्या करता मनांत येतील ती आद्याक्षरे वापरली आहेत.

हेन्नी मेट्स आनंदी स्वभावाची, चांगली मुलगी आहे. पण ती फार मोठ्या आवाजात बोलते. आम्ही कंपाउंडात खेळतो तेव्हा फार पोरकटपणे वागते. दुर्दैवाने बेप्पी नावाच्या एका असभ्य, घाणेरड्या मुलीशी तिची मैत्री जमली आहे आणि हेन्नीच्या स्वभावावर त्या मैत्रीचा वाईट परिणाम होतोय.

जे. आर. विषयी तर एक ग्रंथ लिहिता येईल. ती एक भ्याड, दुतोंडी, थापाडी मुलगी आहे. आपण फार शहाणे आहोत असे तिला वाटते. दुःखाची गोष्ट म्हणजे जॅकलिन् तिच्या खूपच आहारी गेली आहे. जरा काही झाले की ही जे. आर. आकांडतांडव करते, रडायला लागते. मोठी नाटकी आहे! नेहमी आपलेच म्हणणे आणि वागणे बरोबर असते असे तिला वाटते. ती खूप श्रीमंत आहे आणि तिच्याकडे एक कपाटभर चांगले कपडे आहेत. आपण खूप भपकेदार, रुबाबदार आहोत असे तिला वाटते पण ते मुळीच खरं नाही. तिचे, माझे अजिबात जमत नाही.

इल्सी वॅगनेर आनंदी, पण फार चोखंदळ आहे. त्यामुळे कोणत्याही गोष्टीसाठी तासन्तास कुढत बसते. इल्सीला मी खूप आवडते. ती चुणचुणीत आहे. पण

तेवढीच आळशीही.

हॅनेली गॉस्लर (हिला शाळेत लीस म्हणून ओळखतात.) जरा विचित्र स्वभावाची आहे. घरी स्पष्टवक्तेपणाने, धीटपणाने बोलते, पण इतरांशी बोलतांना बुजरी आहे. तुम्ही तिच्याशी जे काय बोलाल ते सगळे घरी जाऊन आईला सांगते. पण जे खरे वाटेल तेच बोलते. अलीकडे मला ती खूप आवडायला लागली आहे.

नॅनी व्हॅन प्रागसिगर ही एक छोटीशी, मजेशीर पण समजूतदार मुलगी आहे. चुणचुणीत आणि चलाख आहे. तिच्याविषयी एवढंच सांगता येईल.

एफी-दी-जाँग ही माझ्या मते एक भन्नाट मुलगी आहे. स्वत: बाराच वर्षांची आहे. पण वागते आजीबाईसारखी आणि मला कुकुल्या बाळासारखी वागवते. मदत करायला नेहमी तयार असते. मला आवडते. जी. झेड् ही आमच्या वर्गातली सर्वांत सुंदर मुलगी. पण भारी मुखदुर्बल. मला वाटते तिला यंदा याच वर्गात ठेवणार आहेत. अर्थात मी काही तिला हे सांगितलेले नाही.

नंतर केलेली नोंद.

आश्चर्याची गोष्ट म्हणजे जी. झेड्. ला पुढच्या वर्गात घातलं. परत याच वर्गात बसवलं नाही.

जी. झेड्च्या शेजारी बसणारी मी म्हणजे वर्गातली शेवटची, बारावी मुलगी.

मुलांच्याविषयी खूप सांगता येईल असं वाटतं किंवा फारसं सांगण्यासारखं काही नाही असंही वाटतं. मॉरीस कॉस्टर हा एक माझा प्रशंसक! पण मला त्याची कटकट वाटते.

सॅली स्प्रिजर तसा मजेशीर आहे. पण अतिशय घाणेरड्या, ओंगळ विचाराचा. अशी वंदता आहे की तो फार पुढे पोचलेला मुलगा आहे.

एमील बोनेविट्ला जी. झेड्चं फार कौतुक आहे. पण तो कंटाळवाणे बोलतो म्हणून तिला आवडत नाही.

रॉब कॉहेन माझ्या प्रेमात पडला होता. पण मला तो मुळीच आवडत नाही. तो एक दुतोंड्या, खोटारडा, स्वत:ला फार शहाणा समजणारा मुलगा आहे. चीड येते त्याची मला.

मॅक्स व्हॅन डी व्हेल्डे हा मेडेंब्लिकमधून आलेला एक शेतकऱ्याचा मुलगा आहे. मारगॉटच्या मते फार चांगला.

हरमान कूपमन हाही एक घाणेरड्या विचाराचा, मुलींच्या मागे लागणारा, जॉपी डी वीरसारखा, एक उल्लू मुलगा आहे.

लीओ ब्लॉम हा जॉपी डी वीरचा परममित्र. असभ्य, घाणेरडा, बिघडलेला मुलगा.

अल्बर्ट डी मिस्क्विटा मॉंटेसरी शाळेतून आला आहे. दोन इयत्तांचा अभ्यास

एका वर्षात करून या वर्गात आला आहे. खरोखर हुषार, चलाख आहे.

लिओ स्लेजरही त्याच शाळेतून आला आहे. पण अल्बर्टसारखा बुद्धिवान नाही.

रु स्टॉपल्‌मन्‌ अल्मेटोहून मध्येच बदलून या शाळेत आला आहे. सी. एन्‌ नेहमी जे करू नये तेच करतो.

जॅक्वीस कॉसरनूट आमच्या मागे, सी जवळ बसतो. मी आणि जी खूप हसतो, खिदळतो.

हॅरी स्कॅप हा वर्गातला सर्वांत चांगला सज्जन मुलगा. तसाच वेरनेर जोसेफही! पण अलीकडे जे राजकारण चाललंय त्यामुळे तो एकदम्‌ शांत, गंभीर, अबोल झालाय. त्यामुळे त्याच्या सहवासाचाही कंटाळा येतो.

सॅम सॉलोमन दणकट, गुंड. ॲपी रिएस जरा जुन्या सनातनी वळणाचा. पण गुंडच.

शनिवार २० जून, १९४२

माझ्यासारखीच्या दृष्टीने रोजनिशी लिहिणे म्हणजे एक विचित्र अनुभवच आहे. केवळ मी यापूर्वी कधी रोजनिशी लिहिली नव्हती म्हणून नव्हे. तर एका तेरा वर्षांच्या मुलीच्या मनातले चिंतन आणि विचार वाचावे असे इतरांनाच काय पण काही वर्षांनी मलाही वाटणार नाही. न वाटू दे! आत्ता मला लिहावंस वाटतंय आणि लिहिण्याने माझ्या मनावरचा भार उतरल्यासारखा होतो ना? झाले तर मग!

त्या दिवशी मला अगदी उदास वाटत होतं. बेचैनही झाले होते मी. घरीच बसावे की कुठेतरी बाहेर जावे हेही सुचत नव्हते. तळहातावर हनुवटी टेकून स्वस्थ बसले होते.

खरे सांगायचे तर मी रोजनिशी लिहायचे ठरवले आहे याचे कारण हितगूज सांगावे अशी मला कोणीही मैत्रीण नाही.

तेरा वर्षांची एखादी मुलगी जगात अगदी सर्वस्वी एकाकी असेल हे कुणाला पटेल तरी का? आणि मी स्वत: तशी एकाकी मुळीच नाही. मला प्रेमळ मातापिता आहेत. एक मोठी बहीण आहे. प्रेमळ आत्या, मावश्या आहेत. चांगले घर आहे. आमचे कुटुंब सज्जन आहे. ज्यांना मी स्नेही म्हणू शकेन अशी तीसेक तरी मुले मुली आहेत.

त्यांना माझ्यावर नजर लावून बसावेसे वाटते आणि कधीकधी वर्गात एखादा आरशाचा फुटका तुकडा घेऊन हळूच माझ्याकडे पाहात बसणारेही बरेच आहेत. वरवर पाहाता जिवलग मैत्रिणीखेरीज माझ्यापाशी सर्वकांही आहे. मैत्रिणींसमवेत मी फक्त साध्यासुध्या गप्पा मारते, वेळ आनंदात घालवते. पण यापलीकडे हितगूज सांगण्याजोगी जास्त मैत्री कुणाशी जमत नाही. हीच तर माझी अडचण आहे.

कदाचित् यात दोष माझाच असेल. पण आहे ही वस्तुस्थिती अशी आहे. यात काही बदल होईलसे लक्षण दिसत नाही दुर्दैवाने. म्हणून मी रोजनिशी लिहायला सुरूवात केली आहे.

मी इतरांप्रमाणे या रोजनिशीत उठले, तोंड धुतले, जेवले अशा प्रकारच्या फालतू कार्यक्रमाची जंत्री लिहिणार नाही. तर या रोजनिशीला माझी मैत्रीण समजणार आहे. तिचे नाव मी किटी ठेवणार आहे.

आता थोडं माझ्या जीवनाचे वर्णन.

माझ्या वडिलांसारखे आदरणीय वडील मी कुठे पाहिले नाहीत. त्यांनी छत्तिसाव्या वर्षी माझ्या आईशी लग्न केले. तेव्हा ती पंचवीस वर्षांची होती. १९२६ साली जर्मनीतल्या फ्रॅंकफुर्ट या गावी माझी मोठी बहीण मारगॉट हिचा जन्म झाला. माझा जन्म १२ जून १९२९ चा. मी चार वर्षांची होईपर्यंत आम्ही फ्रॅंकफुर्ट येथे राहिलो.

आम्ही ज्यू असल्याने १९३३ साली माझे वडील फ्रॅंकफुर्ट सोडून हॉलंडला येऊन स्थायिक झाले. डच् ऑपेक्टा कंपनीचे ते मॅनेजिंग डायरेक्टर झाले. ही कंपनी मुरंबे तयार करण्यासाठी लागणाऱ्या वस्तूंचे उत्पादन करत असे. माझी आई एडिथ हॉलंडर फ्रॅंक, माझ्या वडिलांबरोबर सप्टेंबरमध्ये हॉलंडला गेली. मला व मारगॉटला आजीकडे आशेन या गांवी पाठवले. पुढे डिसेंबर महिन्यांत मारगॉट व फेब्रुवारी महिन्यांत मी अशा हॉलंडला गेलो.

तिथे मी मॉंटेसरीच्या बालवर्गात दाखल झाले आणि सहाव्या वर्षी पहिलीत गेले. मी सहाव्या इयत्तेत असतांना मिसेस कुपेरस या मुख्याध्यापिकाच आमच्या वर्गाला शिकवत. सहावीनंतर तिथून बाहेर पडून ज्यूईश लिसियम्‌मध्ये प्रवेश घेतांना मला व त्या मुख्याध्यापिकाबाईंना फार वाईट वाटले. मारगॉट त्याच शाळेत जात होती.

इथे राहात असतांनाही आमची चिंता संपली नव्हती. कारण आमचे बरेच नातेवाईक हिटलरच्या ज्यू विरोधी कायद्यामुळे जर्मनीत हाल सोसत होते.

१९३८ नंतर माझे दोन मामा पळून उत्तर अमेरिकेस गेले. त्यावेळी त्र्याहत्तर वर्षांची असलेली माझी आजी मग आमच्याकडे राहायला आली.

१९४० सालानंतर सुखासमाधानाचे दिवस क्वचितच आले. प्रथम युद्ध. मग शरणागती. त्यानंतर जर्मनांचे इथे आगमन. आणि एकदा जर्मन इथे शिरल्यावर ज्यूंचे हाल काय विचारतां? ज्यू विरोधी अनेक कायदे करून आमच्या स्वातंत्र्यावर बंधने घातली गेली. ज्यूंनी आपल्या कपड्यावर पिवळ्या ताऱ्यांचा बिल्ला लावला पाहिजे. त्यांनी आपल्या दुचाक्या परत दिल्या पाहिजेत. ज्यूंनी सार्वजनिक बसमधून हिंडता कामा नये. स्वत:च्या मोटारीही वापरायच्या नाहीत. आपली खरेदी दुपारी तीन ते पाचच्या दरम्यानच उरकली पाहिजे. आपले केस ज्यूंच्या सलूनमधूनच कापून

घेतले पाहिजेत. आपले सौंदर्य प्रसाधनही अशाच ठिकाणी करून घ्यायचे. रात्री आठ ते सकाळी सहा वाजेपर्यंत ज्यूंनी घराबाहेर पडायचे नाही. सिनेमा, नाटके इत्यादी करमणुकीसाठी त्यांना थिएटर्स आणि नाटकगृहे वर्ज्य. जलतरण तलाव, टेनिस कोर्ट, हॉकी ग्राउंड किंवा व्यायाम, खेळ याकरता त्यांच्यावर बंदी होती. कोणत्याही कसरतीच्या खेळात त्यांनी भाग घ्यायचा नाही. रात्री नऊ नंतर स्वत:च्या किंवा स्नेह्यांच्या बागेत बसायचे नाही. आपल्या ख्रिश्चन मित्रांना भेटण्यासाठी त्यांच्या घरी जायचे नाही. शिक्षण, ज्यूंसाठी असलेल्या शाळेतच घ्यायचे. ज्यूंनी हे करायचे नाही, ते करायचे नाही असे सत्राशे साठ निर्बंध असूनही आम्ही आपले जगतोच आहो. जॅकी तर म्हणते "असल्या या बंधनामुळे मला काहीच करायचा धीर होत नाही."

१९४१ च्या उन्हाळ्यात आजी आजारी पडली. तिच्यावर शस्त्रक्रिया करावी लागली. त्यामुळे माझा वाढदिवस साध्या रीतीनेच झाला. १९४० मधला वाढदिवसही साधाच केला होता कारण हॉलंडमधले युद्ध तेव्हां नुकतेच संपले होते. १९४२ च्या जानेवारीत आजी वारली. माझं तिच्यावर खूप प्रेम होतं त्यामुळे मला बरेच वेळा तिची आठवण येते. यावर्षी म्हणजे १९४२ मध्ये गेल्या दोन वर्षांची भरपाई करायची होती. आजीच्या नावाची एक मेणबत्ती पेटवून ठेवली होती.

शनिवार २० जून १९४२

प्रियतम किटी,

सगळीकडे छान शांतता आहे. डॅडी ममी बाहेर गेले आहेत. मारगॉट, ट्रीज नांवाच्या मैत्रिणीकडे पिंगपाँग खेळायला गेली आहे. हल्ली मी सुद्धा पिंगपाँग खेळायला बऱ्याच वेळा जाते. आम्ही पांच जणींनी एक मंडळ स्थापलं आहे. त्याचे नाव 'लिट्ल डिपर उणे २' आहे. आहे का नाही नाव खुळचटासारखं? अग पण ते चुकीच्या समजुतीवर आधारलेले आहे. आमच्या मनातून मंडळाला अगदी खास नाव द्यायचं होतं. 'दि लिटल् डिपर' या ताऱ्यांच्या समूहात पाच तारे असतात. आम्ही नेमक्या पाचजणीच आहो. म्हणून हे नाव दिलं. मग कळलं की तो सात ताऱ्यांच्या समूह आहे. म्हणून मग त्यात उणे दोन हे शब्द घातले. इल्से वॅगनेरकडे, तिच्या प्रशस्त मोठ्या जेवणघरातल्या टेबलावर, वाटेल तेव्हा खेळायला तिच्या घरची मंडळी आम्हाला परवानगी देतात. आम्हां पाचीजणींना आइस्क्रीम खूप आवडतं. उन्हाळ्यात खेळून तहान लागते, मग आम्ही, ज्यू लोकांना परवानगी असलेल्या 'डेल्फी' किंवा 'ओॲसिस' या दुकानात जाऊन आइस्क्रीम चापतो. आजकाल आम्ही पर्सेस न्यायच्या भानगडीत पडत नाही. त्या दोन्ही दुकानांत इतकी अफाट गर्दी असते की कुणीतरी ओळखीचा किंवा चहाता भेटतो आणि तो भरपूर

आइस्क्रीम खाऊ घालतो.

इतक्या लहान वयात मी आमच्या चाहत्याचा किंवा प्रशंसकाचा उल्लेख केलेला ऐकून तुला जरा आश्चर्य वाटेल. पण सुदैवाने म्हण किंवा दुर्दैवाने, पण आमच्या शाळेत असे चाहते भरपूर आहेत. एखादा मुलगा तुझ्याबरोबर सायकलवरून येऊ का असे विचारतो आणि त्याच्याशी चारदोन वाक्ये बोले तोवरच तो माझ्या प्रेमात पडतो. कालांतराने त्याचे ते प्रेम ओसरते कारण त्यांच्या त्या प्रेमविव्हल नजरेला मी दाद देत नाही. त्यातूनही कुणी अगाऊपणाने 'तुझ्या डॅडींना' भेटायला येतो' म्हणण्यापर्यंत मजल मारली तर मी मुद्दाम माझ्या सायकलवरची पुस्तकांची पिशवी खाली पाडते. बरोबरचा मुलगा लगेच खाली उतरून ती पिशवी माझ्या हातात देईपर्यंत मी तो विषय बदलून दुसरेच बोलणे सुरू करते. कांहीजण या पुढे जाऊन हात हातात घेण्याचा प्रयत्न करतात. अशा वेळी मी सायकलवरून उतरते आणि त्यांची सोबत नाकारते किंवा माझा घोर अपमान झाल्याचा देखावा करते. कळलं?

तुझी, ॲन.

रविवार २१ जून १९४२

प्रियतम किटी,

आमच्या वर्गातून कुणाला वरच्या वर्गात घालायचे व कुणाला याच वर्गात ठेवायचे हे ठरवण्यासाठी लौकरच शिक्षकांची बैठक भरायची आहे. त्यामुळे आमचा वर्ग जरा घाबरला आहे. वर्गातली मुले त्यावर पैजा लावताहेत. आमच्या मागे बसणाऱ्या जी. झेड् आणि जॅक्वीस कॉसरनूट या दोघांनी तर, साऱ्या सुट्टीसाठी मिळालेले पैसे, या पैजेवर लावले आहेत. दिवसभर हे दोघे याच विषयावर बोलत असतात. माझ्या दटावण्याला किंवा जी. च्या विनवणीला ते मुळीच दाद देत नाहीत.

माझ्या मते वर्गातली १/४ मुले इथेच राहाण्याच्या लायकीची आहेत. पण शिक्षकांची लहर कशी फिरेल सांगता येत नाही.

मला माझ्या मैत्रिणींच्या व माझ्या यशाची तशी खात्री आहे. फक्त माझे गणित दगा देईल का काय अशी भीती वाटते. वाट बघणे तेवढे हातात आहे. तोपर्यंत एकमेकीला धीर देण्याचे काम चालू आहे.

माझे आमच्या सर्व शिक्षकांशी छान जमते. दोन शिक्षिका आणि सात शिक्षक मिळून नऊ जण आहेत. कीजिंग हे शिक्षक बराच काळ माझ्यावर राग धरून होते. कारण मी वर्गात फार बडबड करते. मला बऱ्याच वेळा ताकीद देऊनही मी ऐकत

नाही हे पाहिल्यावर त्यांनी मला जादा गृहपाठ देणे सुरू केले. एकदा त्यांनी मला 'वायफळ वटवट' या विषयावर निबंध लिहून आणण्याची शिक्षा दिली. आता या विषयावर काय लिहिणार? जाऊ दे. त्याची चिंता आतापासून कशाला म्हणून मी स्वस्थ बसले.

त्या दिवशी संध्याकाळी इतर गृहपाठ झाल्यावर माझे लक्ष त्या शिक्षेच्या गृहपाठाकडे गेले. मोठाले अक्षर काढून, मोठे समास सोडून, पानभर काहीतरी भरकटता आले असते. पण त्यामुळे सरांना बोलण्याचे महत्त्व कसे पटवून देता आले असते? विचार करता करता एक झकास कल्पना सुचली आणि मग तीन पाने भरून निबंध लिहिला.

'बोलणे हे स्त्रियांचे वैशिष्ट्य आहे. अर्थात तो गुण माझ्यातही असणारच. त्यातूनही मी तो आटोक्यात ठेवण्याचा प्रयत्न करते. पण तो संपूर्ण नष्ट होणार नाही. शिवाय माझी आईही खूप बोलकी आहे. आता हा अनुवंशिक गुण कसा काय नष्ट होणार इ. इ.'

माझा निबंध वाचून कीजिंगसर खूप हसले. पण मी पुढच्या तासाला परत बोलणे सुरू केले तेव्हा त्यांनी आणखी एक निबंध लिहायला दिला. या वेळी विषय होता 'न सुधारु शकणारी बडबडमावशी.' त्या विषयावरही मी निबंध लिहून दाखवला. त्यामुळे त्यांना काही तक्रार करता येईना. पण मी तिसऱ्या तासालाही बोलणे सुरू केले तेव्हां त्यांनी, 'बदकमावशी करते क्वॅक, क्वॅक, क्वॅक' हा विषय दिला. ते ऐकतांच सर्व मुलामुलींनी हसून वर्ग डोक्यावर घेतला. त्या सर्वांच्याबरोबर नाईलाजाने मलाही हसावे लागले. पण आता याविषयावर आणखी काही लिहिणे मला सुचेलसे वाटेना. खास नाविन्यपूर्ण असे काहीतरी लिहायला हवे होते. सुदैवाने माझी मैत्रीण सॅनी माझ्या मदतीला आली. ती कविता करते. सरांना माझी फजिती करायची होती नाही का? ठीक आहे. घ्या म्हणावे आता! माझ्या मैत्रिणीने बदकआई, हंसबाबा आणि सारा दिवस क्वॅक, क्वॅक ओरडणारी त्यांची तीन पिले, त्यांच्या ओरडण्याने वैतागून हंसबाबांनी पिलांना घेतलेले चावे या विषयावर फार सुंदर कविता केली. सुदैवाने कीजिंग सरांनी तो विनोद अपमानकारक मानला नाही. उलट ती कविता साऱ्या वर्गाला स्वत:च्या रसग्रहणासकट वाचून दाखविली. आमच्याच वर्गाला नव्हे तर इतर वर्गांनाही. त्यानंतर मात्र त्यांनी मला वर्गात बडबड करण्याबद्दल शिक्षा दिली नाही. उलट माझ्याशी जास्तच प्रेमाने वागू लागले.

तुझी, ॲन.

बुधवार २४ जून १९४२

प्रियतम किटी,

आज भयंकर उकडते आहे. उन्हाने सगळे वितळून जाईल की काय असे वाटते आहे. आणि अशा उन्हात पायी हिंडावे लागते आहे. ट्रॅमचे महत्त्व आता कळतंय! आम्हा ज्यूंना ट्रॅममध्ये बसायला बंदी आहे. काल मधल्या सुट्टीत मला जॅन ल्यूकेनस्ट्रॅट येथे दंतवैद्याकडे जायचे होते. हे ठिकाण आमच्या शाळेपासून खूपच लांब आहे. तिथे जाऊन येऊन मी इतकी दमले की मधल्या सुट्टीनंतर वर्गात मला झोपच लागली. सुदैवाने दंतवैद्याची मदतनीस प्रेमळ आहे. तिने मला ग्लासभर सरबत दिले होते.

आम्हाला फक्त होडीचा उपयोग करता येतो. आमच्यावर इतके निर्बंध आहेत, त्यात बिचाऱ्या डच लोकांचा काय दोष?

एवढ्या उन्हातून शाळेला जाणेही नकोसे वाटते. ईस्टरच्या सुट्टीत माझी सायकल चोरीला गेली. डॅडींनी आईची सायकल सुरक्षित राहावी म्हणून एका ख्रिश्चन कुटुंबाकडे ठेवायला दिली आहे. आता उन्हाळ्याची सुट्टी लवकरच सुरू होईल एवढं बराय. एक आठवड्याने आम्हाला सुट्टी लागेल.

काल सकाळी अनपेक्षित असे काहीतरी घडले. मी सायकल स्टँडजवळून जात असताना, मला कुणीतरी हाक मारली. वळून पाहाते तो विल्माच्या घरी काल संध्याकाळी भेटलेला छानसा मुलगा. तो विल्माचा चुलत भाऊ लागतो. विल्मा फार चांगली मुलगी आहे असे मला वाटायचे आणि तशी ती आहेही. पण सारा वेळ मुलांच्याविषयीच बोलत राहते, त्यामुळे कंटाळा येतो. ते असो! तर हा तिचा भाऊ पुढे आला आणि त्याने लाजत स्वत:ची ओळख करून दिली. त्याचे नाव हेलो सिल्बरबर्ग आहे. त्याचे माझ्याकडे काय काम असावे याचा मला प्रश्न पडला. पण त्याने तुझ्यासोबत शाळेपर्यंत येऊ का एवढेच विचारले. ''तू त्याच वाटेने निघाला असलास तर ये.'' असे मी उत्तर दिल्यावर तो बरोबर चालायला लागला. तो सोळा वर्षांचा आहे आणि मजेशीर बोलतो.

आजही तो माझी वाट पाहात थांबला होता. मला वाटते आता तो रोजच माझ्याबरोबर येणार.

तुझी, ॲन.

बुधवार १ जुलै १९४२

प्रियतम किटी,

आत्ता कुठे वेळ झाला तुला लिहायला. गुरुवारी दिवसभर मी मित्रमैत्रिणींच्यात होते. शुक्रवारीही मैत्रिणी होत्याच. आजपर्यंत असाच वेळ गेला.

गेल्या आठवड्यात माझी आणि हेलोची ओळख चांगलीच वाढली आहे. त्याने मला स्वत:विषयी खूप सांगितले. तो गेल्शेनकिरचेन्चा आहे. इथे आजी आजोबांकडे राहतो. त्याचे आईवडील बेल्जियममध्ये राहातात. पण तो त्यांच्याकडे जाऊ शकत नाहीये. त्याची उर्सुला नावाची मैत्रीण होती. मी ओळखते तिला. ती फार गोड आहे पण अति कंटाळा आणते. माझी ओळख झाल्यापासून हेलोच्या हे लक्षात आलंय. म्हणतो ''ती बोलायला लागली की झोप येते. माझा स्वभाव म्हणजे त्यावर उतारा आहे असं त्याला वाटतं. म्हणजे बघ माझ्या स्वभावाचा आणि वागण्याचा हा उपयोग!''

जॅकी शनिवारी रात्री आमच्याकडे राहिली. रविवारी दुपारी हॅनेलीकडे गेली. मला अगदी वैताग आणलान.

त्या दिवशी संध्याकाळी हेलो येणार होता. पण त्याचा सहा वाजता फोन आला.

''मी हेल्मथ सिल्बरबर्ग बोलतोय. कृपया ॲनशी बोलू शकेन का?''

''मी ॲनच बोलतेय.''

''हॅलो ॲन, कशी आहेस?''

''उत्तम. थँक्यू.''

''मी फोन अशासाठी केला की आज रात्री मी येऊ शकत नाही. पण मला तुझ्याशी बोलायचंय. मी आत्ता दहा मिनिटांत तुमच्याकडे आलो तर माझ्याबरोबर बाहेर येशील का?''

''येईन. बाय बाय.''

''ठीक आहे. मी येतो. बाय बाय.''

फोन ठेऊन मी लगेच कपडे बदलले. केस सारखे केले. आणि खिडकीत त्याची वाट पाहात उभी राहिले. एवढ्यात तो आलाच. नवल म्हणजे नेहमीच्या उतावळ्या स्वभावास अनुसरून मी धावत खाली न जाता घंटेची वाट पाहात थांबले. दार उघडताच तो बोलायला लागला.

''ॲन, माझ्या आजीला वाटते की तू फार लहान आहेस. तिच्या मते मी लोवेनबॅश यांच्याकडेच जावं. पण तुला आता माहितंच आहे की यापुढे मी उर्सुलाबरोबर, हिंडणार फिरणार नाही.''

मी म्हटलं, ''नाही. मला नव्हतं हे काही माहीत. तुमचे दोघांचे भांडण झाले का?''

''नाही. भांडणबिंडण काही नाही झालं. पण मी उर्सुलाला सांगितलं की आपले स्वभाव एकमेकांना अनुरूप नाहीत. तेव्हां यापुढे एकत्र हिंडणेफिरणे थांबवलेले बरे. अर्थात याचा अर्थ तिने आणि मी एकमेकांकडे जाणेयेणे सोडायचे असा नाही. खरे सांगायचे तर उर्सुला दुसऱ्या कुणा मुलाब्रोबर हिंडते फिरते असे मला वाटले होते.

पण माझा तो संशय बरोबर नव्हता. म्हणून माझे मामा मला म्हणाले की मी तिची माफी मागावी. पण मला नाही माफी मागावेसे वाटत. म्हणून मी तिचा संबंध सोडला. अर्थात अनेक कारणांपैकी हे एक.

माझ्या आजीला वाटतं की मी तुझ्याशी मैत्री न करता उर्सुलाशी करावी. पण मी आजीचे ऐकणार नाहीये. म्हाताऱ्या माणसांची मते, कल्पना जुनाट असतात. पण मी काय म्हणून तिच्या कलाने वागायचे? मला माझे आजी-आजोबा हवे आहेत. पण तशी त्यांनाही माझी गरज आहेच. यापुढे मी बुधवारी संध्याकाळी मोकळाच असणार आहे. आजी-आजोबांनी, लाकडात कोरीव काम करायला शिकण्यासाठी एका वर्गात माझे नाव घातलंय. पण प्रत्यक्षात मी तिथे न जाता झिऑनिस्टांनी संघटित केलेल्या एका क्लबमध्ये जातो. हे दोघे झिऑनिस्टांच्या विरूद्ध असल्यामुळे मी तिथे जावेसे त्यांना वाटत नाही. मला त्या संघटनेत रस वाटतो. पण मी काही माथेफिरू झिऑनिस्ट नाहीये. आता तिथेही गोंधळ-घोटाळे सुरू झालेत त्यामुळे तो संघ सोडायचा माझा विचार आहे. पुढच्या बुधवारच्या बैठकीस मी हजर राहाणार तो शेवटचा. त्यानंतर मी दर बुधवारी, शनिवारी दुपारी, संध्याकाळी, रविवारी दुपारी, शिवाय इतर वारी जमेल तेव्हा तुला भेटायला मोकळा असेन.''

''पण तुझ्या आजीआजोबांना आवडत नसेल तर त्यांना फसवून असे भेटणे बरोबर नाही.''

''प्रेमात सगळं काही क्षम्य असतं.''

बोलत बोलत आम्ही ब्लँकेव्हूर्टच्या पुस्तकाच्या दुकानावरून चालतो होतो. तिथे आणखी दोन मुलांबरोबर पीटर शिफ् उभा होता. त्याने मला प्रथमच 'हॅलो' म्हटले. मला फार आनंद वाटला.

सोमवारी हेलो डॅडीममीला भेटायला आला. तो येण्यापूर्वी मी केक, कँडी, कुकीज आणून ठेवले होते. चहा, खाणे झाल्यावर मी आणि हेलो बाहेर फिरायला गेलो. आठ वाजून दहा मिनिटांनी त्याने मला घरी पोचवले. डॅडी फारच संतापले होते. वेळेवर घरी न आल्याबद्दल मला बरेच बोलले. मग मी यापुढे आठला दहा मिनिटे कमी असतांनाच घरी परतेन असे कबूल केले. शनिवारी मला हेलोच्या घरी बोलावले आहे.

एकदा हेलो विल्माच्या घरी गेला असतांना तिने त्याला ''तुला उर्सुला आवडते का ॲन?'' असे विचारले. त्यावर ''तुला काय करायचंय त्याच्याशी?'' असे उत्तर त्याने दिले. पण घरी निघतांना ''ॲन आवडते परंतु सांगू नको कुणाला.'' असे बजावले.

त्याच्या वागण्या बोलण्यावरून स्वारी माझ्या प्रेमात पडलेली दिसते. मारगॉटच्या दृष्टीने तो अगदी, योग्य चांगला मुलगा आहे. दिसायला देखणा, वागायला नम्र

म्हणून ममीलाही आवडतो. फक्त माझ्या मैत्रिणींना फारसा आवडत नाही. त्यालाही माझ्या मैत्रिणी पोरकट वाटतात आणि त्या तशा आहेतही. जॅकी मला त्याच्यावरून चिडवते पण मी खरोखरी त्याच्या प्रेमात पडलेली नाही. हां! आता मित्र म्हणून ठीक आहे तो.

मी मोठी झाल्यावर कुणाशी लग्न करेन हे ममी सारखी विचारत राहाते. माझे पीटरवर प्रेम आहे असा तिला कधी संशयही येणार नाही. तो इतर मुलींबरोबर हिंडतो ते केवळ त्याला माझ्यावरचे प्रेम लपवून ठेवायचे आहे म्हणून असे मी समजते. कदाचित् मी हेलोच्या प्रेमात पडले आहे असे पीटरला वाटत असेल. पण ते खरे नाही. तो माझा फक्त मित्र आहे. किंवा ममीच्या शब्दात प्रियकर.

तुझी, ॲन.

रविवार ५ जुलै, १९४२

प्रिय किटी,

शुक्रवारी ज्यूईश थिएटरमध्ये झालेला पदवीदान समारंभ अपेक्षेप्रमाणेच झाला. माझे निकालपत्र ठीक आहे. मला एका विषयांत डी दर्जा, बीजगणितात उणे सी आणि इतर विषयांत बी, दोन विषयांत बी+ अशा श्रेणी मिळाल्या. डॅडी ममी तेवढ्यावर खूष आहेत. इतर पालकांप्रमाणे ते माझ्या श्रेणीची आणि निकालपत्राची काळजी करत बसत नाहीत. मी निरोगी, आनंदी, खेळकर आहे, उलट उत्तरे देत नाही, यातच त्यांना आनंद वाटतो. त्यांच्या मते या तीन गोष्टी असल्या म्हणजे झाले.

पण माझे समाधान मात्र एवढ्यावर होत नाही. मला अगदीच सुमार बुद्धीची ढ विद्यार्थिनी असणं आवडत नाही. मॉंटेसरीत मला सातवीत बसण्याच्या अटीवरच प्रवेश मिळाला होता. पण जेव्हा ज्यू मुलामुलींनी ज्यूईश शाळेतच गेले पाहिजे असा कायदा झाला तेव्हा बरेच आढेवेढे घेऊन श्री. एल्टेंनीं. मला आणि लाईस गॉस्लरला शाळेत घेण्याचे कबूल केले. लीसही यावर्षी पास झाली. पण तिला भूमितीच्या परिक्षेला परत बसावे लागणार आहे.

बिचाऱ्या लीसचा घरी अभ्यास होत नाही. तिची दोन वर्षांची लाडावलेली बहीण दिवसभर तिच्या खोलीत खेळत राहाते. जरा तिच्या मनाविरूद्ध काही झाले की जोरात किंचाळत सुटते. आणि लीसने तिला नीट चुचकारून सांभाळून घेतले नाही तर तिची आई तिच्यावर ओरडत राहाते. त्यामुळे लीसचा गृहपाठ पुरा होणे कठीण असते. गॉस्लर कुटुंब म्हणजे मासलेवाईक नमुना आहे एक! लीसच्या आईचे आईवडील शेजारीच राहातात आणि जेवणखाण लीसच्या घरी करतात. एक मुलगी लीसच्या घरी वरकामाला आहे. छोटी द्वाड बहीण आहेच शिवाय लीसची आई परत

गरोदर आहे. ती कायम चिडलेली, कावलेली असते. आणि लीसचे विसरभोळे वडील घरात क्वचितच असतात. अशा या वातावरणात लीस नेहमी बावरलेलीच वाटते. असो!

माझी मोठी बहीण मारगॉट हिचे निकाल कार्डही मिळाले. नेहमीप्रमाणे तिला उत्तम श्रेणी सर्व विषयांत मिळाल्या आहेत. ती फार हुशार आहे.

आजकाल डॅडी बराच वेळ घरीच असतात. ऑफिसात फारसे कामच नसते. आपली ऑफिसात काही गरज नाही हा विचारच किती भयंकर वाटतो नाही? श्री क्लीमन्‌नी ऑपेक्टा कंपनी घेतली आहे. श्री. कुगूलरनी मसाल्याचे सामान आणि त्याच प्रकारचा दुसरा माल विकणारी १९४१ मध्ये स्थापन झालेली गाईस आणि कंपनी घेतली आहे.

काही दिवसांपूर्वी आम्ही फिरायला गेल्यावर डॅडींनी अज्ञातवासात जायचा विचार बोलून दाखवला. जगापासून सर्व संबंध तोडून असे राहाणे किती कठीण जाईल हेही त्यांनी सांगितले. ''पण आत्ता का सांगताय हे तुम्ही?'' मी विचारले.

''हे पाहा ॲन, गेले वर्षभर आपण आपले फर्निचर, कपडे, अन्नधान्य, लोकांकडे नेऊन ठेवतोय. जर्मनांनी ते सगळे आपल्याकडून लुटून न्यावे किंवा आपण स्वत:ही त्यांच्या तावडीत सापडावे असे मला वाटत नाही. म्हणून त्यांनी आपल्याला ढकलत, फरपटत नेण्याची वाट न पाहाता आपणच इथून जायचंय.''

डॅडींच्या बोलण्यातले गांभीर्य जाणवून मी खूप घाबरले आणि विचारले, ''केव्हा जायचे डॅडी?''

''ते सगळं आम्ही ठरवू. तू काळजी करू नको. जमतंय तोवर मजेत, आनंदात राहा.''

डॅडींचे हे बोलणे खरे न ठरो. खूप खूप काळपर्यंत आम्हाला निश्चिंतपणे राहायला मिळो.

दारावरची घंटी वाजतेय. आता थांबते. हेलो आलेला दिसतोय.

तुझी, ॲन.

बुधवार ८ जुलै १९४२

प्रियतम किटी,

रविवारनंतरचा काळ म्हणजे युगासारखा वाटतोय. या दोन तीन दिवसांत जग अगदी उलटेपालटे होऊन गेलेय. पण मी मात्र अजून जिवंत आहे. डॅडींच्या मते तेच महत्त्वाचे आहे. मी कशी आणि कुठे आहे हे मात्र विचारू नको.

रविवारी दुपारी काय घडले तिथपासून सविस्तर सांगते म्हणजे तुला नीट कळेल.

तीन वाजता दारावरची घंटी वाजली. हेलो नुकताच गेला होता, पण परत येणार होता. मी गॅलरीत वाचत बसलेली होते त्यामुळे मला घंटा ऐकू आली नाही. थोड्या वेळाने मारगॉट स्वयंपाकघराच्या दारात येऊन उभी राहिली. ती खूप घाबरलेली, गोंधळलेली दिसत होती. 'S. S. कडून डॅडींना बोलावणे आलंय' ती हळू आवाजात म्हणाली, ''ममी मिस्टर व्हॅनडॅनना भेटायला गेली आहे.''

व्हॅनडॅन हे डॅडींचे धंद्यातले भागीदार आणि चांगले स्नेही आहेत.

मी ते ऐकून घाबरले. S. S. कडून बोलावणे येणे म्हणजे काय ते सर्वांना माहीत आहे. छलगृहे, अंधार-कोठड्या माझ्या डोळ्यांसमोर उभ्या राहिल्या. अशा ठिकाणी डॅडींना कसे जाऊ द्यायचे?

''छे! त्यांना मुळीच तिथे जाऊ द्यायचे नाही.'' मारगॉटने म्हटले. आम्ही दोघी ममीची वाट पाहात दिवाणखान्यात बसलो होतो. ''आपण उद्याच, ठरवून ठेवलेल्या अज्ञात ठिकाणी जाऊ शकू का हे विचारायलाच ममी व्हॅनडॅन मंडळींकडे गेली आहे. ते कुटुंबही आपल्याबरोबर राहायला येणार आहे. एकूण आपण सातजणं एकत्र राहाणार आहो.'' मारगॉटने पुढे म्हटले.

डॅडी ज्यूईश इस्पितळातल्या कुणा परिचित आजारी गृहस्थांना भेटायला गेले होते. त्यांच्यामागे इथे काय घडलेय याची त्यांना कल्पना नव्हती. ममी केंव्हाची श्री व्हॅनडॅन यांच्याकडे गेली होती. ती केव्हा येईल याची काळजी, आपल्या सर्वांचे आता काय होईल ही भीती, हवेतला असह्य उकाडा, या सर्वांमुळे बावरून आम्ही दोघी अगदी गप्प बसलो होतो.

एवढ्यात अचानक घंटा वाजली.

''हेलो आला असेल.'' मी म्हटले. पण मारगॉट मला दरवाजा उघडू देईना. खरे तर घाबरण्याचे काही कारण नव्हते, कारण ममी, व्हॅनडॅन आणि हेलो यांचे बोलण्याचे आवाज ऐकू येत होते. हेलो गेला आणि ममी व व्हॅनडॅन आत आले, व त्यांनी दरवाजा बंद केला. प्रत्येक वेळी घंटी वाजली की मी आणि मारगॉट हळूच जाऊन चाहूल घेत होतो. आता डॅडींच्याखेरीज आम्ही कुणालाही घरात घेणार नव्हतो.

ममी व मि. व्हॅनडॅन यांना काही महत्त्वाचे बोलायचे होते म्हणून आम्ही दोघी आमच्या खोलीत गेलो. तिथे मारगॉटने सांगितले की 'बोलावणे' डॅडींना नसून तिलाच होते. हे ऐकल्यावर तर मला रडायलाच आले. एवढ्या लहान मुलीला नेऊन काय करतील? ममी तिला पाठवेल तरी कशी? म्हणून का डॅडी अज्ञातवासात जायच्या गोष्टी करत होते? अज्ञातवासात जायचे म्हणजे कुठे? कसे? कधी? एखाद्या गावी का खेड्यात? घरात का झोपडीत? असले प्रश्न विचारायची परवानगी नव्हती. पण ते विचारले नाही तरी डोक्यातून जात नव्हते.

मग मी आणि मारगॉट जायच्या तयारीला लागलो. आमच्या शाळेला न्यायच्या

बॅगेत ही रोजनिशी, केस कुरळे करण्याचे चिमटे, पिना, हातरुमाल, फण्या, शाळेची पुस्तके, काही जुनी पत्रे भरली. अज्ञातवासात जायच्या कल्पनेनी मी इतकी बावरून, गोंधळून गेले होते की वाटेल त्या वस्तू बॅगेत भरल्या. कपड्यांपेक्षाही इतर वस्तू मला महत्त्वाच्या वाटल्या.

अखेर डॅडी पाच वाजण्याच्या सुमारास घरी आले. त्यानंतर त्यांनी क्लिमन्ना बोलावले. श्री. व्हॅनडॅन जाऊन मिएप्ला घेऊन आले. ती जाताना एका बॅगेत, चप्पल, बूट, कपडे, अंतर्वस्त्रे, पायमोजे जॅकेट्स वगैरे भरून घेऊन, रात्री परत येण्याचे कबूल करून गेली. ती गेल्यावर घर एकदम शांत झाले. कुणालाच जेवण्याखाण्याची इच्छा उरली नव्हती. उकाडा खूप होत होता, आणि कसेसेच वाटत होते.

आमच्या घरातील वरच्या मजल्यावरची एक खोली आम्ही गोल्डस्मिथ नावाच्या एका घटस्फोटित माणसाला भाड्याने दिली आहे. त्याला त्या दिवशी बहुतेक काही काम नव्हते. तो जो एकदा येऊन बसला तो आडून आडून कितीही सुचवले तरी रात्री दहा वाजेपर्यंत हलता हलेना.

मग परत मिएप् आणि जॅन गाईस आले. मिएप् १९३३ पासून डॅडींच्या कंपनीत काम करत होती. ती आणि तिचा नवरा जॅन आता आमचे चांगलेच स्नेही झालेले आहेत. त्या दोघांनी परत आमचे कपडे, पायमोजे, पुस्तके वगैरे सामान बॅगेत भरून नेले.

दिवसभराच्या दगदगीने मी इतकी थकून गेले होते की या घरातली व या सुखद बिछान्यांतली ही अखेरची रात्र आहे हे कळत असूनही तात्काळ झोपी गेले, ती पहाटे साडेपाच वाजता ममीने हाक मारली तेव्हाच उठले. सुदैवाने हवेत कालच्यासारखा उकाडा नव्हता. उलट झिमझिम पाऊसच पडत होता. आम्ही चौघांनी इतके कपडे अंगावर चढवले होते की जणू काही सारी रात्र आम्हाला फ्रीजमधे काढायची होती. आमच्या परिस्थितीतला कोणताही ज्यू राजरोस एखाद्या सूटकेसमधे कपडे नेऊ शकला नसता म्हणून हा व्याप! मी, आत तीन अंडरवेअर्स त्यावर दोन अंडरशर्टस्, त्यावर एक ड्रेस, वरती एक स्कर्ट एक जॅकेट, रेनकोट, पायमोज्यांचे दोन जोड, जड बूट, टोपी, गळपट्टा आणि अनेक कपडे अंगावर चढवले होते त्यामुळे गुदमरल्यासारखे होत होते.

पण सांगते कुणाला?

मारगॉटने आपल्या शाळेच्या बॅगेत पुस्तके भरून घेतली व मिएप्च्या मागून ती सायकलवरून गेली. आमची लपून राहाण्याची जागा मला अद्याप माहीत नसल्याने मला तरी विचित्र वाटत होते.

साडेसात वाजता घर बंद करून आम्हीही निघालो. मला निरोप द्यायला फक्त

मूर्जी मांजरी होती. तिला शेजाऱ्यांकडे पोचवावे अशी चिठ्ठी गोल्डशिमिट् यांना लिहून ठेवली.

जेवणाचे टेबल, पलंग, गाद्या, कपाटे सर्व अस्ताव्यस्त टाकून आम्ही बाहेर पडलो. स्वयंपाकघरात मूर्जीसाठी एक मांसाचा गोळा ठेवला होता. आम्ही अगदी घाईघाईने घर सोडल्याचा कुणाचाही समज झाला असता. पण इतरांचा समज काय होईल याची आम्हाला पर्वा नव्हती. इथून निसटून एकदाचे सुरक्षित ठिकाणी पोचायचे एवढीच चिंता आम्हाला होती.

आता यापुढचे उद्या लिहीन.

तुझी, ॲन.

गुरुवार ९ जुलै १९४२

प्रियतम किटी,

खरेदीसाठी बाजारात नेण्याच्या व शाळेच्या बॅगमधून काठोकाठ सामान भरून मी, डॅडी, ममी भर पावसातून निघालो. सकाळी कामाला निघालेले लोक आमच्याकडे सहानुभूतीने पाहात होते. पण आमच्या कपड्यावरच्या पिवळ्या ताऱ्याकडे पाहून, आपल्या मोटारीतून लिफ्ट द्यायला कुणी धजत नव्हते.

रस्त्याला लागल्यावर डॅडीममींनी मला थोडी माहिती दिली. गेले कित्येक दिवस आमचे सामान हळूहळू या अज्ञात स्थळाकडे रवाना होत होते. जुलैच्या सोळा तारखेस आम्ही तिथे राहायला जाणारच होतो. पण मधेच मारगॉटला बोलावणे आल्यामुळे घाईने दहा दिवस आधीच निघावे लागले. म्हणून आमचे तिथले ठिकाण पूर्ण तयार नव्हते.

हे आमचे लपून राहाण्याचे ठिकाण डॅडींच्या ऑफिसच्या इमारतीतच आहे. बाहेरच्या माणसांना आमचा पत्ता मुळीच कळणार नाही. कसा ते सांगते हं! मुळात डॅडींच्या ऑफिसात क्लीमन् कुग्लर, मिएप् आणि तेवीस वर्षांची बेप् व्हॉसकुजल् नावाची एक टंकलेखिका एवढीच माणसे काम करतात. या चौघांना आम्ही इथे राहायला येणार हे माहीत होते. श्री. व्हॉसकुजल् हे बेप्चे वडील आणखी दोघां सहकाऱ्यांसह खालच्या गुदामात काम करतात. पण त्या तिघांना आम्ही वर राहाणार हे सांगितलेलं नाही.

आता आमच्या नव्या घराचे वर्णन.

तळमजल्यावरच्या भल्या मोठ्या गुदामात वस्तूंचा साठा व इतर काम केले जाते. यात अनेक विभाग आहेत. एकात दालचिनी, लवंग, मिरे यांची पूड केली जाते.

या गुदामाच्या दारालगत आणखी एक दरवाजा आहे. इथून ऑफिसात स्वतंत्रपणे जाता येते. ऑफिसच्या दरवाज्याच्या आतल्या बाजूस आणखी एक दरवाजा आहे आणि त्याच्या पलीकडे जिना. जिन्याच्या शेवटाशी आणखी एक दरवाजा आहे. त्यावर 'ऑफिस' असे काळ्या रंगाने लिहिले आहे. हे ऑफिस मोठे आहे. त्यात भरपूर प्रकाश आहे. बेप्, मिएप्, क्लीमन् दिवसा इथे बसून काम करतात. एक भला मोठा कोनाडा आहे त्यात तिजोरी, कपड्याचे कपाट आणि इतर वस्तूंचे एक कपाट आहे. तो कानोडा ओलांडून गेल्यावर आत एक छोटेसे अंधारे ऑफिस आहे. पूर्वी या ऑफिसात कुग्लर आणि व्हॅनडॅन बसत. आता फक्त कुग्लरच तेथे काम करतात. दुसऱ्या वाटेने पण कुग्लरच्या ऑफिसात पोचता येते. तिथे फक्त आतून उघडणारे काचेचे दार आहे. कुग्लरच्या ऑफिसपलीकडे बोळकांडीतून बरेच पुढे गेल्यावर चार पायऱ्या चढून खाजगी ऑफिसात जाता येते. हे ऑफिस म्हणजे संपूर्ण इमारतीतील उत्तम जागा. इथले फर्निचर शिसवी लाकडाचे, जमिनीवर लिनोलियम्, त्यावर गालिचा. रेडिओ, शोभिवंत दिवा, सगळे उत्कृष्ट प्रतीचे. त्याच्या शेजारी स्वयंपाकघर. त्यात गॅसच्या दोन शेगड्या, हीटर वगैरे सामान. त्याला लागून नहाणीघर. हे झाले दुसऱ्या मजल्याचे वर्णन.

खालच्या बोळातून एक लाकडी जिना थेट तिसऱ्या मजल्यावर जातो. जिन्याच्या शेवटी एक तबकडी आहे. त्याच्या दोन्ही बाजूस दरवाजे आहेत. डाव्या दरवाजाने आत गेल्यावर मसाल्याचे सामान ठेवण्याची जागा आहे आणि त्यावर पोटमाळा. हे सारे इमारतीच्या दर्शनी भागात. एक अगदी खड्या पायऱ्यांचा जिना पुढच्या भागातून रस्त्यावर पोचणाऱ्या दुसऱ्या दरवाजापर्यंत आहे. असला दरवाजा ही खास डच् फॅशन आहे.

तबकडीच्या उजव्या दरवाजातून आत गेल्यावर इमारतीच्या मागच्या बाजूस आमचा गुप्तनिवास आहे. ह्या साध्यासुध्या दारामागे बऱ्याच खोल्या आहेत याचा संशयसुद्धा कुणाला येणार नाही. उजव्या दरवाजातून आत शिरल्यावर फक्त एक छोटी पायरी चढून आत जायचे. समोरच आणखी एक उंच खड्या पायऱ्यांचा जिना आहे. डाव्या बाजूच्या बोळातून आत गेलं की, फ्रँक कुटुंबाचा दिवाणखाना आणि झोपायची खोली. त्याच्या शेजारची जरा छोटीशी खोली अभ्यासाची व झोपण्याची. जिन्याच्या उजव्या बाजूस एक बिनखिडकीची खोली. इथे धुणे-यात एक बेसिनपण आहे. कोपऱ्यातल्या दरवाजातून आत गेल्यावर एका बाजूस संडास, दुसऱ्या बाजूस माझी व मारगॉटची खोली. इथल्या जिन्यावरून वर गेलं की एक प्रशस्त खोली लागते. कालव्या शेजारच्या अशा एका जुनाट इमारतीत इतकी सुंदर खोली असेल यावर विश्वास नाही बसत. या खोलीत एक स्टोव्ह आणि हात धुण्यासाठी छोटी मोरी आहे. ही श्री. कुग्लरांची प्रयोगशाळा होती. आता व्हॅनडॅन कुटुंबाची झोपण्याची

खोली, स्वयंपाकघर, सार्वजनिक दिवाणखाना, जेवणघर आणि सर्वांची अभ्यासाची खोली. शेजारची छोटी खोली पीटर व्हॅनडॅनची झोपण्याची खोली. पुढच्या भागात तसाच एक माळा आणि पोटमाळा मागच्या भागात आहे. हे आमचे यानंतर राहाण्याचे ठिकाण.

तुझी, ॲन.

शुक्रवार १० जुलै १९४२

प्रियतम किटी,

कंटाळा नाही ना आला, आमच्या घराचे लांबलचक वर्णन वाचून? पण आम्ही कुठे, कसे, राहात होतो हे तुला कळायलाच हवे म्हणून सारे स्पष्ट, सविस्तर लिहिले आहे.

आम्ही इथे येऊन पोचल्यावर मिएप्ने चटकन् आम्हाला आमच्या 'गुप्तनिवासात' नेऊन पोचवले आणि दार लावून घेतले. मारगॉट आधीच आलेली होती. सगळ्या खोल्या सामानांनी ठासून भरल्या होत्या. गेल्या काही दिवसांत पाठवलेले पेटारे, खोके, ट्रंका, खोलीभर पसरलेल्या होत्या. आज रात्री अंग टाकायला जागा हवी असली तर आधी हे सर्व आवरून ठेवून घर साफ करायला हवे होते. घडलेल्या गोष्टीचा ममी आणि मारगॉट यांच्या मनावर एवढा ताण पडलेला होता की काहीही काम करण्याच्या मन:स्थितीत त्या नव्हत्या. म्हणून मग मी आणि डॅडींनी आवराआवर आणि सफाईचे काम लगेच सुरू केले.

सारा दिवस आम्ही खिळे उचकटून काढत होतो, पेटारे उघडत होतो आणि त्यातल्या वस्तू कपाटात लावून ठेवत होतो. शेवटी एकदाचे सगळे आवरले, तेव्हा रात्री स्वच्छ बिछान्यावर झोपता आले. सबंध दिवसांत काही ताजे, गरम खायला मिळाले नव्हते. पण त्याची पर्वा आम्ही केली नाही. ममी आणि मारगॉट यांना तर खायची इच्छाच नव्हती.

मंगळवारी उजाडल्यापासून परत आम्ही कामाला लागलो. सर्व दाराखिडक्यांना कागद चिकटवले. लाद्या धुवून काढल्या. अशीच सफाईची कामे रात्रीपर्यंत करत राहिलो. दरम्यान बेप् आणि मिएप्ने आमचे रेशन आणले. या दोन दिवसांत मला विचार करायला वेळ कसा तो मिळाला नाही. आपल्या जीवनात केवढा भयंकर बदल झाला आहे, हे बुधवारपर्यंत माझ्या ध्यानातही आले नाही. आज जरा वेळ मिळाला तशी तुला सगळे सांगायला बसले आहे.

तुझी, ॲन.

शनिवार ११ जुलै १९४२

प्रिय किटी,

आम्ही राहातो इथून जवळच वेस्टरटोरेनचे घड्याळ आहे. त्याचे दर पंधरा मिनिटांनी ठोके पडतात. प्रत्येक वेळी ठोके पडले की डॅडी, ममी, मारगॉट एकदम दचकतात. अजूनही त्यांना या ठोक्यांची सवय होत नाहीये. मला मात्र हे ठोके आवडतात. विशेषत: रात्रीच्या वेळी तर मला त्यांची सोबत, आधार वाटतो.

सध्याचे आमचे लपून राहाण्याचे ठिकाण सोईस्कर आहे. पण काही केल्या घरासारखे वाटत नाही. सुट्टीत आपण एखाद्या हॉटेलात किंवा वसतिगृहात राहातो ना, तसे वाटते. याचा अर्थ ते चांगले नाही असा नाही. उलट साऱ्या ॲम्स्टरडॅम शहरात असे लपून राहायला योग्य ठिकाण मिळायचे नाही. सुरूवातीला इथल्या रिकाम्या भिंती ओक्याबोक्या वाटत. पण सुदैवाने डॅडींनी आधी पाठवलेल्या सामानात माझा चित्रसंग्रह आला आहे. एक दिवस मी खळ करून घेतली आणि त्यातली बरीचशी चित्रे भिंतीला डकवली. आता व्हॅनडॅन कुटुंब आले म्हणजे आणखी दोन-चार कपाटे आणवून घर नीट सजवता येईल.

ममी आणि मारगॉट आता थोड्या पूर्वस्थितीवर यायला लागल्या आहेत. काल तर ममीने सूप पण बनवायला घेतले. पण मग खालच्या मजल्यावर जाऊन बोलत बसली आणि विसरूनच गेली. सूपमधल्या वाटाण्यांना पातेले एवढे आवडले की, ते तळाशी जाऊन पातेल्याला घट्ट चिकटून बसले; काही केल्या बाहेर येईनात.

काल रात्री आम्ही चौघे खालच्या खाजगी ऑफिसात जाऊन बसलो आणि इंग्लंडमधून प्रसारित होणाऱ्या बातम्या ऐकल्या. पण कुणीतरी ऐकेल आणि आपण पकडले जाऊ म्हणून मी इतकी घाबरले की 'परत वर जाऊ या' म्हणून डॅडींची विनवणी करायला लागले. ममीला माझ्या मन:स्थितीची कल्पना आली, मग आम्ही सर्वजण वर आलो. ह्याच काय, पण इतर अनेक बाबतीत आम्ही इतके घाबरट झालो आहो म्हणून सांगू! शेजाऱ्यापाजाऱ्यांना कळेल म्हणून सारा वेळ आम्ही अगदी हळू आवाजात, कुजबुजल्यासारखे बोलतो. सर्व खिडक्यांना घट्ट पडदे बसवून टाकण्याचे काम पहिल्याच दिवशी केले आहे. त्या दिवशी ममी आणि मारगॉट फारच भेदरलेल्या होत्या म्हणून मी आणि डॅडींनी सापडेल त्या रंगाचे आणि डिझाईनचे कापड घेऊन पडदे शिवले आणि मग आमचे हे कलाकौशल्य ड्रॉईंगपिनांनी खिडक्यांना पक्के ठोकून बसवले. आता आम्ही इथून बाहेर पडू तेव्हाच हे पडदे निघतील.

आमच्या घराच्या उजव्या हाताला कसलासा मोठा कारखाना आहे. डाव्या हाताला सुतारकामाचे वर्कशॉप आहे. कामाच्या वेळेनंतर तिथे कुणी नसते. तरीसुद्धा

आवाज बाहेर ऐकू जाईल म्हणून मारगॉटला आम्ही खोकू देत नाही. तिला बराच खोकला झाला आहे. आम्ही तिला मोठाले कोडीनचे डोस प्यायला लावतो. मंगळवारी व्हॅनडॅन मंडळी येणार आहेत. मग जरा सोबत होईल म्हणून मी त्यांची आतुरतेने वाट पाहात आहे. इथल्या शांततेची, स्तब्धतेची मी अगदी धास्ती घेतली आहे. कुठे बाहेर पडायचे नाही, खिडकीतूनसुद्धा बाहेर डोकावयाचे नाही, मोठ्याने बोलायचे नाही, पावलांचा आवाज न करता हळूच चालायचे. आपण पकडले गेलो तर सरळ नेऊन गोळ्या घालतील या विचाराचे असे काही दडपण माझ्या मनावर सतत असते की, तुला सांगून समजणार नाही.

एरवी आम्ही इथे ठीक आहोत. आम्हाला स्वयंपाक करता येतोय. डॅडींच्या ऑफिसात बसून रेडिओ ऐकता येतो. श्री. क्लिमन, मीएप्, बेप् व्हॉस्कुजिल् यांची खूप मदत झाली आहे. रूबर्ब, चेरी आणि स्ट्रॉबेरीजचा भरपूर साठा आम्ही डबाबंद करून ठेवलाय. करमणुकीसाठी भरपूर पुस्तके मासिके आहेतच. आता थोड्या खेळण्याच्या वस्तू पण विकत घेणार आहोत. बाहेर जाणे, खिडकीतून बाहेरचे पाहाणे मात्र वर्ज्य आहे. खालच्या गुदामात काम करणाऱ्यांना संशय येऊ नये म्हणून सारा वेळ आवाज न करता गप्प बसून राहावे लागतेय.

काल दिवसभर कामात होतो. श्री. कुग्लर यांच्यासाठी दोन खोकेभर चेरीज, डबाबंद करण्याचे काम केले. आता त्या रिकाम्या खोक्यांचे पुस्तके ठेवण्यासाठी अलमारे बनवायचे आहेत.

थांबते हं. कुणीतरी मला हाक मारतेय.

तुझी, ॲन.

या पत्राला ॲनने २८ सप्टेंबर १९४२ रोजी जोडलेली पुस्ती.

इथून बाहेर पडता येत नाही याचे दु:ख डायरीत लिहिण्यापलीकडे आहे. कुणीतरी आपल्याला इथून पकडून नेईल व गोळ्या घालेल हा विचार सतत माझे मन कुरतडत असतो.

रविवार १२ जुलै १९४२

गेला महिनाभर सर्वजण माझ्याशी अगदी गोड वागत होते. कारण माझा वाढदिवस नुकताच झाला होता. तरीसुद्धा आपण मनाने ममी आणि मारगॉट यांच्यापासून दूर जात आहो असे मला सारखे वाटते. आज मी चांगले काम केले, म्हणून त्यांनी माझी प्रशंसा केली, पण लगेच पाच मिनिटांनी काहीतरी चूक काढून मला झाडले.

माझ्याशी वागताना आणि मारगॉटशी वागताना, खूपच फरक केला जातो

आणि तो स्पष्टपणे दिसून येतो. उदाहरणार्थ मारगॉटने व्हॅक्यूम क्लिनर मोडला. आणि त्याचा परिणाम म्हणून दिवसभर आम्हाला अंधारात काढावा लागला. त्यावर ममी म्हणाली, ''चालायचंच. मारगॉट, तुला असल्या कामाची सवयच नाही, म्हणून हे झाले. नाहीतर तू वायर हातात धरून ओढून प्लग काढायचा प्रयत्न केला नसतास.'' यावर मारगॉटने काहीतरी उत्तर दिले आणि प्रकरण तिथेच संपले.

ममीने बाजारातून आणायच्या वस्तूंची यादी बनवली होती. ममीचे अक्षर वाचता येण्याजोगे चांगले नाही. म्हणून मी ती यादी परत लिहिणार होते तर तिने मला हुसकूनच लावले आणि मग घरातल्या सर्वांनी एक होऊन मला फैलावर घेतले.

गेल्या काही आठवड्यांत मला पक्कं कळून चुकलेय की माझे यांच्याशी पटायचं नाही. निभाव लागायचा नाही. ती सगळी एखाद्या गोष्टीत इतकी भावनाप्रधान होतात, तितके मला त्याच गोष्टीत नाही होता येत. त्यांना वाटतं की आपल्या कुटुंबात एकोपा आहे आणि आपले चौघांचे छान जमते. मला नाही तसे वाटत.

साधारणपणे डॅडी त्या दोघींच्या बाजूचे असतात. त्यांचा कैवार घेतात. पण ते मलाही समजून घेतात. दुसरे एक या मंडळींचे मला अगदी आवडत नाही. लोकांच्या समोर माझ्याविषयी, माझ्या हट्टीपणाविषयी किंवा मी कशी रडते त्याविषयी बोलतात. कधीकधी माझ्या मांजरीच्या प्रेमाबद्दलही चेष्टा होते. तिला गमावल्याचे दुःख मला किती होतेय याची त्यांना कल्पनाही येत नाही. मला तिची सारखी आठवण येते. ती परत मला भेटेल अशी स्वप्नेही मला पडतात आणि मग माझे डोळे भरून येतात.

तशी माझी अनेक स्वप्ने आहेत पण युद्ध संपेपर्यंत आम्हाला इथेच राहावे लागणार आहे. इथून कुठे बाहेर जाता येत नाही. येऊन जाऊन बाहेरची माणसे म्हणजे मिएप्, तिचा नवरा जॅन, बेप् व्हॉस्कुजिल् आणि तिचे वडील, श्री. कुग्लर आणि क्लिमन एवढीच आम्हाला भेटतात. आमचे पाहुणे तेवढेच.

वरील पत्राला सप्टेंबर १९४२ मध्ये जोडलेली पुस्ती.

डॅडी नेहमी चांगले वागतात. त्यांना माझे मन नीट कळते. त्यांच्याशी एकदा मनमोकळेपणाने बोलावेसे फार वाटते. पण बोलताना मला आपले रडायलाच येते. कदाचित् मी वयाने लहान आहे म्हणून रडायला येत असेल. मला लिहायची खूप इच्छा आहे.

आतापर्यंत मी माझे हितगूज फक्त माझ्या रोजनिशीला सांगितले आहे. व्यक्तिचित्रे लिहिण्याची खूप इच्छा आहे. म्हणजे ती बऱ्याच वर्षांनंतर वाचता येतील आणि वाचूनही दाखवता येतील. पण अजून तरी ते जमलेले नाही. भविष्यात अशा हळवेपणापेक्षा वास्तववादी बनणार आहे.

शुक्रवार १४ ऑगस्ट १९४२

प्रिय किटी,

रोजरोज तुला सांगण्यासारखे काय घडणार? त्यामुळे जवळजवळ महिनाभरात काही लिहिले नाही. व्हॅनडॅन कुटुंब चौदा जुलैला इथे येणार होते. पण धडाधड ज्यू लोकांना 'बोलावणी' यायला लागली जर्मनांकडून. त्यामुळे लोक अस्वस्थ व्हायला लागले आणि मग व्हॅनडॅन कुटुंबाने एक दिवस अगोदरच येण्याचे ठरवले.

आम्ही साडेनऊ वाजता नाश्ता घेत असताना पीटर व्हॅनडॅन आला. सोळा वर्षांचा हा मुलगा लाजरा बुजरा आहे. याच्या सहवासात गंमत वाटेल, आनंद वाटेलसे नाही वाटत. त्याच्यानंतर अर्ध्या तासाने श्री आणि सौ. व्हॅनडॅन आले. गंमत म्हणजे व्हॅनडॅन बाई एका मोठ्या पुठ्ठ्याच्या खोक्यातून एक रोप लावलेली कुंडी घेऊन आल्या. ''या पॉटवाचून मला आपल्या घरी असल्यासारखे वाटणारच नाही.'' आल्याआल्या त्यांनी जाहीर केले. त्यांच्या यजमानांनी एक घडीचे छोटे टेबल आपल्या काखेत धरून आणले होते.

पहिल्यापासून आम्ही सर्वजण मिळूनच जेवणखाण घेत होतो. दोन चार दिवसांतच आपल्या सात जणांचे मिळून एकच मोठे कुटुंब आहे असे वाटू लागले. आमच्यानंतर एका आठवड्याने ते आल्यामुळे त्यांच्याजवळ बाहेरच्या जगातले सांगण्यासारखे पुष्कळच होते. आमच्या घराचे आणि तिथला भाडेकरू गोल्डश्मिट् याचे काय झाले असेल याबद्दल आम्हाला बरीच उत्सुकता होती.

श्री. व्हॅनडॅननी सांगितलेली ही हकीकत : ''सोमवारी सकाळी नऊ वाज़ता श्री. गोल्डश्मिट् यांनी मला (व्हॅनडॅन) फोन करून बोलावले. मी लगेच गेलो. ते बरेच हवालदिल झालेले दिसत होते. फ्रँक कुटुंबाने (म्हणजे तुम्ही) तिथे ठेवलेली चिठ्ठी त्याने मला दाखवली. त्यात लिहिल्याप्रमाणे त्याने मांजरी शेजारी नेऊन पोचवली. तुमच्या घराची झडती घेतील असे त्याला वाटत होते म्हणून आम्ही दोघांनी तुमचे पसरलेले घर आवरून ठेवले. जेवणाचे टेबलही साफ केले. अकस्मात मला सौ. फ्रँक यांच्या डेस्कवर पत्र लिहिण्याच्या नोटपेपरवर मॅस्ट्रिक्टचा पत्ता लिहिलेले एक पत्र सापडले. सौ. फ्रँकने मुद्दामच ते तिथे ठेवले होते ते मला माहीत होते. पण मी चकित झाल्याचा आणि घाबरल्याचा देखावा केला आणि ते पत्र जाळून टाका अशी गोल्डशिमिड्ट यांना विनंती केली. तुम्ही नाहिसे झाला आहात या विषयी मला काडीचीही माहिती नाही असे शपथेवर सांगितले. पण त्या पत्रावरुन मला एक कल्पना सुचल्याचे सांगितले मी म्हटले, ''मि. गोल्डश्मिट् मला आता आठवले. सहा महिन्यांपूर्वी आमच्या ऑफिसात एक उच्च पदस्थ अधिकारी आला होता. त्यांची आणि श्री. फ्रँक यांची चांगली ओळख होती आणि गरज पडली तर श्री.

फ्रँक यांना मदत करण्याचे त्यांनी कबूल केले होते. मला स्मरते आहे की ते गृहस्थ मॅस्ट्रिक्ट येथे नोकरी करत होते. मला वाटते की या अधिकाऱ्याने आपल्या शब्दाला जागून बेलजियम्‌मार्गे त्यांना स्विट्झरलंडला नेले असावे. आता फ्रँक कुटुंबाचे कुणी स्नेही त्यांची चौकशी करायला आले तरी त्यांना हे सांगण्यात काहीही धोका नाही. आता त्यांना (लोकांना) मॅस्ट्रिक्टविषयी सांगण्यात मात्र काही मतलब नाही.'' एवढे सांगून मी तुमच्या घरून बाहेर पडलो. तुमच्या बहुतेक मित्रमंडळींना तुम्ही स्विट्झरलंडला गेल्याचे सांगितले गेले असावे. कारण खुद्द मलाच हे बऱ्याच जणांनी सांगितले.

हे ऐकून आमची खूप करमणूक झाली. पण लोकांच्या कल्पनाशक्तीचे एकेक नमुने ऐकले तेव्हा फारच हसू आले. आमच्या रस्त्यावर राहाणाऱ्या एका कुटुंबाने आम्हा चौघांना, सकाळी लवकर उठून सायकलीवरून जाताना पाहिल्याचे ठासून सांगितले. दुसऱ्या एका स्त्रीने तितकेच ठासून सांगितले की मध्यरात्री आम्हा चौघांना पकडून एका लष्करी वाहनातून नेले.

तुझी, ॲन.

शुक्रवार २१ ऑगस्ट १९४२

प्रिय किटी,

आता मात्र आमचा 'गुप्तनिवास' खऱ्या अर्थी गुप्तनिवास झालाय. लपवून ठेवलेल्या सायकली शोधून काढण्यासाठी जर्मन अधिकारी घराघरांतून झडत्या घेत आहेत. श्री. कुग्लरना त्यामुळे असे वाटले की आमच्या या गुप्तनिवासात शिरण्याच्या दरवाजासमोर एखादी पुस्तकांची अलमारी बसवून घ्यावी. कारण हा दरवाजा स्प्रिंगचा असून आतबाहेर झुलत राहातो. मग श्री. वॉस्कुजिल्‌नी एक छानसे शेल्फ बनवून दिले. आम्ही सातजण इथे लपून राहात आहोत हे आता त्यांना सांगितले आहे आणि ते आम्हाला खूपच मदत करत आहेत.

आता आम्हाला खालच्या मजल्यावर जायचे म्हणजे डोके खाली झुकवून थोडी उडी मारून जावे लागते. पहिल्या दोन तीन दिवसांत लक्षात न राहिल्याने आम्ही डोके न वाकवता खाली जायला लागल्याने प्रत्येकाच्या डोक्याला लागून ही एवढी टेंगळे आली आहेत. शेवटी पीटरने एका टॉवेलात लाकूड काम करताना झालेला भुसा भरून त्याची छोटी उशी करून ती दरवाजाच्या चौकटीला खिळ्याने ठोकून दिली आहे. बहुधा त्याचा उपयोग होईलसे वाटते.

मी शाळेचा अभ्यास फारसा करत नाहीये. सप्टेंबरपर्यंत सुटी घेणार आहे. त्यानंतर डॅडी मला शिकवणार आहेत. पण त्या आधी सर्व पुस्तके विकत घ्यायला लागतील.

आता इथल्या आमच्या जीवनात फारसा बदल होत नाही आहे. काल पीटरचे

केस धुतले पण ते काही फारसे महत्त्वाचे नाही. माझे आणि मि. व्हॅनडॅन यांचे विळ्याभोपळ्यासारखे पटते आहे. ममी मला लहान बाळासारखी वागवते ते मला मुळीच आवडत नाही. बाकी सगळे ठीक चाललेय. पीटरमध्ये फारशी सुधारणा नाही. आळशी ढोण सारा दिवस कॉटवर लोळत असतो. फक्त मधेच थोडा वेळ उठून सुतारकाम करतो आणि परत येऊन झोपतो. वेडपट आहे.

आज सकाळी ममीने उपदेशाचा भला मोठा डोस दिला. प्रत्येक गोष्टीत तिचे आणि माझे विचार अगदी परस्पर विरुद्ध असतात. त्यामानाने डॅडी चांगले आहेत. कधीकधी माझ्यावर संतापतात. पण त्यांचा राग पाच मिनिटांच्यावर टिकत नाही.

बाहेर छान हवा पडली आहे आणि आम्ही सर्व त्रास दृष्टिआड करून मजेत लोळतो आहोत.

तुझी, ॲन.

२१ सप्टेंबरला जोडलेले पुष्टिपत्र.

आजकाल श्री. व्हॅनडॅन माझ्याशी गोड वागताहेत. त्यांची ही गोडी टिकेल तोवर मी तिची मजा लुटते आहे.

बुधवार २ सप्टेंबर १९४२

प्रियतम किटी,

श्री. आणि सौ. व्हॅनडॅनचे खूप मोठे भांडण झाले. माझे डॅडी ममी असे एकमेकांवर ओरडून कधी भांडत नाहीत. त्यामुळे व्हॅनडॅन कुटुंबाचे भांडण ऐकून मला कसेतरीच वाटले. भांडण इतक्या शुल्लक कारणावरून झाले विचारू नकोस. असो. हा ज्याचा त्याचा प्रश्न!

अर्थात मधल्या मधे पीटरची मात्र कुचंबणा होते. पण त्याला कुणी फारसे महत्त्व देत नाही. फार आळशी पण भावनाप्रधान मुलगा आहे. काल राजेश्री आपली जीभ लाल ऐवजी निळी झाली आहे म्हणून चिंता करत बसले होते. पण थोड्याच वेळात ती परत लाल दिसायलाही लागली. आज मान अवघडली आहे म्हणून गळ्याभोवती मफलर बांधून हिंडत होता. उसण भरली आहे कंबरेत, असेही महाराज म्हणत होते. छातीत दुखतंय, घसा दुखतोय अशीही तक्रार आहेच. सारखे त्याला काहीना काही होतच असते.

ममीचे आणि व्हॅनडॅनबाईंचे पण फारसे पटंत नाही. न पटण्याला हवी तेवढी कारणे मिळतात. छोटेसे उदाहरण द्यायचे तर आमच्या सामाईक अंथरुणापांघरुणाच्या कपाटातून व्हॅनडॅनबाईंनी तीन पलंगपोसाखेरीज बाकीचे हलवले आहे. त्यांच्या मते

आमची जी पांघरुणे वगैरे आहेत ती दोन्ही कुटुंबाना मिळून पुरेशी आहेत. आता ममीने असेच काहीतरी केलेले तिला कळेल तेव्हा मात्र तिला धक्का बसेल.

तिची काचेची सर्व भांडीच सध्या वापरात आहेत याचे तिला फार वैषम्य वाटते. पण आमचे सामान माळ्यावरच्या पेटाऱ्यात इतके अडगळीत पडले आहे की आम्ही इथून बाहेर निघताना पुढचे सर्व पेटारे निघतील तेव्हाच ते बाहेर निघेल. पण हे माहीत नसल्यामुळे आमचे काचसामान कुठे असेल याचा शोध, तिची नजर सतत घेत असते. काल माझ्या हातून तिचा काचेचा एक वाडगा फुटला त्याचा तिला भयंकर राग आला.

बरं का किटी, माझी ममी आणि ही बाई अतिशय चुकीची आणि हलक्या प्रतीची डच् भाषा बोलतात. त्यांच्या चुका दाखवणे आता आम्ही सोडून दिलंय. कारण त्याचा काडीइतकाही फायदा होत असलेला दिसत नाही. त्यामुळे या रोजनिशीत त्यांचे जे संवाद मी लिहीन ते मी सुधारूनच लिहिणार आहे.

आमच्या एकसुरी जीवनात काल एक छोटेसे वादळ झाले. पीटर आणि स्त्री-विषयांवरचे एक पुस्तक यावरून! श्री. क्लिमन् आम्हाला आणून देतात ती बहुतेक पुस्तके वाचायची पीटर आणि मारगॉट यांना परवानगी आहे. पण हे विशिष्ट पुस्तक त्या दोघांना द्यायचे नाही असे वडील मंडळींनी ठरवले. साहजिकच पीटर महाशयांचे औत्सुक्य जागे झाले आणि ते वाचायचेच असे त्याने ठरवले. त्याची आई खालच्या मजल्यावर गप्पा मारत बसलेली असताना ते पुस्तक घेऊन स्वारीने माळा गाठला. दोन दिवस कुणालाही त्याचा पत्ता लागला नाही. म्हणजे तसा त्याच्या आईला संशय आला, पण माउली गप्प बसली. शेवटी एक दिवस त्याच्या पिताश्रींना ते कळले. तेव्हा त्यांनी बराच आरडाओरडा केला व त्याच्याकडून ते पुस्तक काढून घेतले. त्यांना वाटले प्रकरण संपले इथेच. पण चिरंजिवांनी पुस्तक पुरे करण्याचे मनावर घेतले होते. त्याने एक बेत आखला.

सौ. व्हॅनडॅनने यावर ममीचे मत विचारले. तेव्हा तिने सांगितले की मारगॉटने इतर पुस्तके वाचण्यास ममीची हरकत नव्हती. परंतु हे पुस्तक मात्र मारगॉटने वाचण्यायोग्य नव्हते.

ममी म्हणाली, "हे पहा मिसेस व्हॅनडॅन, मारगॉट आणि पीटर यांच्यात बराच फरक आहे. पहिली गोष्ट म्हणजे मारगॉट मुलगी आहे आणि मुली मुलांच्या मानाने लवकर प्रौढ होतात. दुसरे म्हणजे मारगॉटने आजवर बरीच गंभीर आशयाची पुस्तके वाचली आहेत. त्यामुळे ती बंदी केलेल्या पुस्तकांमागे लागत नाही. तिसरी गोष्ट मारगॉट एका उत्तम शाळेत चार वर्षे शिकलेली असल्याने जास्त समजूतदार आणि प्रगल्भ बुद्धीची आहे."

सौ. व्हॅनडॅनना ममीचे म्हणणे पटले. परंतु प्रौढांसाठी लिहिलेली पुस्तके

लहानांना वाचू देणे तिच्या मते गैर होते.

दरम्यान पीटरने एक योग्य वेळ शोधून काढली होती, जेव्हा घरच्या मंडळींना, पीटरमध्ये किंवा त्या पुस्तकात स्वारस्य नव्हते. संध्याकाळी सात वाजता सर्व माणसे खालच्या खाजगी ऑफिसात रेडिओ ऐकायला जात त्या वेळी हे राजेश्री ते पुस्तक घेऊन माळ्यावर सटकले. साडे आठ वाजता त्याने खाली उतरायला हवे होते. पण पुस्तक वाचण्यात तो एवढा गुंग होऊन गेला होता की त्याला वेळेचे भान राहिले नाही. शेवटी तो पुस्तकासह खाली उतरतोय तोच समोर पिताजी. पुढे काय घडले असेल ते तुझ्या ध्यानात आले असेलच. पुस्तक टेबलावर टाकून पीटरला गाल चोळत परत माळ्यावर जावे लागले.

थोड्याच वेळात जेवायची वेळ झाली. पीटर माळ्यावरच होता. त्याची कुणीही चौकशी केली नाही. त्याला रात्री जेवल्यावाचूनच झोपावे लागणार होते. आमचे जेवण मजेत गप्पा मारत चालले होते. एवढ्यात कर्णकर्कश शिटी वाजली. हातातले काटे-चमचे खाली ठेवून आम्ही एकमेकांकडे पाहात राहिलो.

तेवढ्यांत धुराड्यातून पीटरचा आवाज ऐकू आला, ''मी आज खाली उतरणारच नाहीये बरं का.''

हे ऐकताच श्री. व्हॅनडॅन ताडकन् उठले. त्यांच्या मांडीवरचा नॅपकिन् खाली पडला, ''हे अतीच झाले.'' ते रागाने लाल होऊन म्हणाले.

डॅडी पण उठले. त्यांनी श्री. व्हॅनडॅन यांचा दंड धरला आणि मग दोघे वरच्या माळ्यावर गेले. बराच प्रतिकार आणि आदळआपट करत पीटरसाहेब एकदाचे खाली उतरले, आणि तडक आपल्या खोलीत गेले. आम्ही आपले जेवण उरकले.

आपल्या लाडक्या चिरंजिवांसाठी एखादा ब्रेडचा तुकडा तरी राखून ठेवावा असे सौ. व्हॅनडॅनना वाटत होते. पण व्हॅनडॅननी ते चालू दिले नाही. पीटरने क्षमा मागितली पाहिजे किंवा माळ्यावरच उपाशी झोपले पाहिजे असे फर्मान त्यांनी काढले.

उपाशी झोपायला लावायची शिक्षा पुरेशी आहे असे आमचे सर्वांचे म्हणणे होते. समजा माळ्यावर झोपून पीटरला सर्दीबिर्दी झाली तर डॉक्टरला बोलावताही आले नसते.

पीटरने क्षमा मागितली नाही. तो माळ्यावर झोपायला गेला. तेवढ्यावर श्री. व्हॅनडॅन गप्प बसले. पण दुसरे दिवशी तो रात्री खालीच झोपला होता हे श्री. व्हॅनडॅन यांच्या लक्षात आले. सकाळी सात वाजता पीटर परत वर जाऊन बसला. शेवटी डॅडींनी त्याला समजुतीचे चार शब्द सांगून खाली यायला लावले. दोन तीन दिवस रागीट चेहरा करून, मौन पाळून पीटरचे गाडे सुरळीत सुरू झाले.

तुझी, ॲन.

सोमवार, २१ सप्टेंबर १९४२

प्रियतम किटी,

माझ्या झोपण्याच्या दिवाणवर एक दिवा बसवला आहे. जेव्हा तोफांचा गडगडाट सुरू होईल तेव्हा दोरी ओढून मी दिवा लावू शकेन. सध्या मी तो दिवा लावू शकत नाही कारण आम्ही खिडकी अगदी किंचित्शी उघडी ठेवतो हल्ली.

व्हॅनडॅन पितापुत्रांनी मिळून एक हलकेसे कपाट अन्न ठेवण्यासाठी बनवले आहे. आत्तापर्यंत हे कपाट पीटरच्या खोलीत होते. पण तिथे फार सामान झालंय म्हणून आता ते माळ्यावर हलवलंय. तिथे आता भिंतीवरचे एक शेल्फ आहे. पीटरला मी सांगितले, "तुझे टेबल त्या शेल्फखाली ठेव आणि त्या टेबलच्या जागी तुझ्या कपड्यासाठी एक टांगते कपाट ठेव. खाली जमिनीवर एक रग् अंथर म्हणजे दिसेलही छान आणि सोईचेही होईल.

मी सारखी बडबड करत राहाते म्हणून सौ. व्हॅनडॅन मला सतत रागवत राहाते. अगदी असह्य होते हे सगळे मला. मग मी तिच्या रागावण्याकडे दुर्लक्षच करते. बाईसाहेबांनी भांडी, तवे वगैरे घासणे टाळण्यासाठी एक नवीनच युक्ती आता काढली आहे. भांड्यात थोडे अन्न उरले तर, ते काढून एखाद्या काचेच्या बशीत किंवा वाडग्यात ठेवण्याऐवजी बाई भांडे तसेच त्या अन्नासकट ठेवून देते. मग रात्री किंवा संध्याकाळी ती सगळी भांडी मारगॉटला घासावी लागतात. तेव्हा बाईसाहेब म्हणतात "च्-च्-च् केवढी थोरली भांडी तुला घासावी लागताहेत मारगॉट?"

आठ पंधरा दिवसांनी श्री. क्लिमन् माझ्या वयाच्या मुलींसाठी लिहिलेली पुस्तके मला आणून देतात. 'जूप टर हेऊल' या मालिकेतली पुस्तके मला आवडतात. सिसी व्हॅन मॅक्सवेल्टची पुस्तकेही छान असतात. 'झॅनिएस्ट समर' हे पुस्तक तर मी चार वेळा वाचलंय. अजूनही त्यातले प्रसंग आठवून मला हसू येते.

मी आणि डॅडी आता आमच्या वंशवृक्षाचा वेध घेतोय. त्यातल्या प्रत्येक व्यक्तीविषयी डॅडी मला माहिती देतात.

माझा शाळेचा अभ्यासही मी सुरू केलाय. फ्रेंच भाषेतली पाच अनवट क्रियापदे मी रोज पाठ करतेय. पण शाळेत शिकलेले पुष्कळसं मी विसरून गेले आहे.

पीटरने अगदी नाखुषीने इंग्लिश भाषेचा अभ्यास सुरू केलाय. शाळेची काही पुस्तके नुकतीच मिळाली आहेत आणि खूपशा वह्या, पेन्सिली, रबरे, लेबल्स मी घरून आणली होती. पिम् (डॅडींचे लाडके नाव) च्या मनातून मी त्यांना डच् भाषा शिकण्यात मदत करावी असे आहे. त्यांनी मला फ्रेंच आणि इतर विषय यात मदत केली तर मी अगदी आनंदाने त्यांना डच् भाषा शिकवेन. पण ते भारी चुका करतात त्या भाषेत.

कधीकधी मी लंडनहून प्रसारित होणाऱ्या डच् बातम्या ऐकते. नुकतेच राजकुमार बर्नहार्ड याने सांगितले की जानेवारी महिन्यात त्याला (म्हणजे युवराज्ञी जुलियाना हिला) बाळ होणार आहे. मला राजघराण्याचे एवढे का कौतुक आणि आवड आहे ते इथे कुणाला कळत नाही.

काही दिवसांपूर्वी सर्वांच्या गप्पा चालल्या होत्या. विषय होता अस्मादिक उर्फ ॲन. शेवटी सर्वजण अशा निष्कर्षावर आले की मी अतिशय अडाणी आहे. म्हणून दुसऱ्या दिवशी मी झटून अभ्यासाला लागले. कारण चौदा पंधराव्या वर्षी मला अगदीच नवशिकी विद्यार्थिनी राहायचे नव्हते. मला फारसे काही वाचायची परवानगी नाही. या विषयावर त्या दिवशी चर्चा झाली. आता ममी Gentlemen, wives & servants हे पुस्तक वाचते आहे. आमच्या अतिहुशार भगिनी मारगॉट यांना ते वाचायची परवानगी आहे. मला अर्थातच नाही! ते वाचायचे म्हणजे आधी माझी बौद्धिक पातळी वाढली पाहिजे. मला तत्त्वज्ञान, मानसशास्त्र, शरीरविज्ञानशास्त्र याविषयी ज्ञान मुळीच नाही असेही चर्चेत निष्पन्न झाले. मी लगेच शब्दकोष काढून त्यात या तीन शब्दांचे अर्थ पाहिले आणि माझ्या लक्षात आले की खरोखरच या विषयात आपल्याला काडीचीही अक्कल नाही. पण कदाचित पुढच्या वर्षापर्यंत मी यात पारंगत होईन.

एकदम् माझ्या लक्षात आले की थंडीच्या दिवसांत घालण्यासाठी माझ्याकडे फक्त एक लांब हाताचा पोषाख आणि तीन कार्डिगन्स आहेत. डॅडींनी मला एक पांढरा लोकरी स्वेटर विणायला परवानगी दिली आहे. लोकर काही फार चांगल्या प्रतीची नाहीये पण उबदार आहे एवढेच सध्यातरी पाहायचे. आमचे काही कपडे स्नेह्यांकडे ठेवले आहेत, पण युद्ध संपेपर्यंत ते मिळण्याची काही आशा नाही. अर्थात तोपर्यंत ते धड असतील तर!

मी सौ. व्हॅनडॅनविषयी लिहिणे संपवते न संपवते तोच बाईसाहेब माझ्या खोलीत शिरल्या. फट्कन मी रोजनिशी मिटवून टाकली. कारण सुरुवातीलाच मी तिच्याविषयी वेडेवाकडे लिहिले होते. लाडात येऊन म्हणाल्या ''आम्हाला नाही का दाखवणार काय लिहिलंय ते?''

''अं हं माफ करा.'' मी उत्तर दिले.

''निदान शेवटचे पान तरी?'' तिने परत विचारले.

बापरे! त्याच पानावर तर या बया-बाईविषयी मी लिहिलंय. ते कसं दाखवू शकेन?

रोज काही ना काही घडतंच असते. पण ते सगळे लिहायचा आळस येतो. थकवाही वाटतो.

तुझी, ॲन.

शुक्रवार २५ सप्टेंबर १९४२

प्रियतम किटी,

डॅडींचे सत्तरी ओलांडलेले ड्रेव्हर नावाचे एक स्नेही आहेत. गरीब, अशक्त आणि कानाने ठार बहिरे. त्यांच्याहून सत्तावीस वर्षांनी लहान अशी त्यांची पत्नी आहे. एकेकाळचे श्रीमंत. आता गरीब. पण त्या श्रीमंती असलेल्या काळातले काही शिल्लक असलेले दागिने म्हणजे अंगठ्या वगैरे सतत घालून ती बसलेली असते. यात काही खोटे दागिने पण असतात. हे श्री. ड्रेव्हर डॅडींना भारी सतावतात. डॅडी ज्या शांतपणे तो उपद्रव सहन करतात त्याचे मला फार कौतुक वाटते. जेव्हा आम्ही घरी राहात होतो तेव्हा ममी म्हणायची की फोनसमोर एक ग्रामोफोन रेकॉर्ड लावून ठेवा. त्यात दर दोन तीन मिनिटांनी 'यस् मि. ड्रेव्हर, नो मि. ड्रेव्हर असे वाजेलसे करा. एवीतेवी या बहिऱ्या गृहस्थांना तुम्ही लांबलचक उत्तरे देता ती ऐकू येत नाहीतच.''

आज श्री. ड्रेव्हर यांनी फोन करून श्री. कुग्लरना भेटायला बोलावले. त्यांना जायचे नव्हते म्हणून त्यांनी मिएप्ला पाठवत असल्याचे सांगितले. तिनेही ही भेट रद्द केली. तेव्हा सौ. ड्रेव्हरनी तीनतीनदा फोन केला. प्रत्येक वेळी मिएप् बाहेर गेली आहे असे तीच बेप्सारखा आवाज काढून सांगायची. ऑफिसातल्या लोकांची, आणि वर आमची सर्वांची या प्रकाराने भरपूर करमणूक झाली. दर वेळी फोनची घंटी वाजली की बेप् म्हणायची ''सौ. ड्रेव्हरचा फोन'' त्याबरोबर मिएप् हसायची आणि पलीकडच्या माणसांना कुणीतरी उर्मटपणे हसून आपले स्वागत करत आहे असे वाटायचे. मला वाटते इतक्या खेळीमेळीने वरिष्ठ अधिकारी आणि हाताखालच्या मुली काम करत असलेले हे एकमेव ऑफिस असेल.

कधीकधी मी व्हॅनडॅन कुटुंबाकडे गप्पा मारायला संध्याकाळी जाते. मग आम्ही डांबराच्या गोळ्यांचा वास येत असलेली मिठाई खातो. ज्या कपाटात ही मिठाई ठेवली होती त्यात डांबराच्या गोळ्या कीटकनाशक म्हणून ठेवलेल्या असल्याने मिठाईला तो वास येतो. परवा सहज पीटरचा विषय निघाला. मी म्हटले, ''तो पुष्कळ वेळा माझ्या गालाला हात लावतो ते मला मुळीच आवडत नाही.'' लगेच ठराविक प्रौढ प्रश्न मला विचारला गेला. ''पीटर तुझ्यावर बहिणीप्रमाणे प्रेम करतो, तूही त्याच्यावर भावासारखे प्रेम नाही का करू शकणार?'' ''नाही.'' मी उत्तरले. पुढे म्हटले, ''पीटर जरा कडक स्वभावाचा आहे. मुळात लाजरा असल्यामुळे असेल किंवा घरात बरोबरीच्या बहिणी नसल्यामुळेही असेल. मुलींच्यात वावरायची सवय नसलेली मुले अशीच वागतात.''

आमच्याकडच्या पुरुषांची डोकी कशी चालतात ते बघ. ऑपेक्टा कंपनीचा

ब्रॉक्स नावाचा एक विक्रेता आहे; तो आमचा स्नेही आहे. आमच्या काही वस्तू दडवून ठेवण्यासाठी आम्ही त्याच्याकडे दिल्या आहेत. त्याला एक निरोप पाठवायचा होता. तर दक्षिण झीलंडमधल्या एका दुकानदाराला एक पत्र टंकलिखित करून पाठवायचे आहे. तो गृहस्थ ऑपेक्टाचा मालही खरीदतो, त्याला एक फॉर्म पाठवणार आहेत तो त्याने भरून, सोबत पत्ता लिहून पाठवलेल्या पाकिटातून पाठवायचा. त्या पाकिटावरचा पत्ता डॅडीच लिहिणार आहेत अशा रीतीने ते पत्र झीलंडहून आले की त्यातला तो फॉर्म काढून घ्यायचा आणि आम्ही सगळी इथे आहोत असे पत्र त्यात लिहून घालायचे. अशा रीतीने डॅडींचे पत्र मि. ब्रॉक्सना पोचेल. झीलंड हा प्रांत निवडायचे कारण तो बेल्जियम्च्या जवळ आहे. तिथे पत्र चोरून पाठवता येईल पण प्रत्यक्ष तिथे जायला खास परवाना लागतो. मि. ब्रोक्ससारख्या एखाद्या सामान्य विक्रेत्याला तिकडे जायला परवाना मिळणार नाही.

आजकाल मुशी मांजरी माझ्याशी नीट वागायला लागली आहे. तरीही अजून मला तिची भीती वाटते.

तुझी, ॲन.

रविवार २७ सप्टेंबर १९४२

प्रियतम किटी,

आज माझी आणि ममीची वादावादी झाली. मला अगदी राहवेना आणि मी रडायला लागले. डॅडी माझ्याशी नेहमी चांगले वागतात. मला समजून घेतात. पण ममीला माझे विचार समजून घेता येत नाहीत. एवढेच नव्हे तर ती मला नीट ओळखते असेही वाटत नाही. मला तर ती परकीच वाटते.

आम्ही मोलकरणींविषयी बोलत होतो. आजकाल त्यांना 'मदतनीस' म्हणायचे असते. युद्ध संपल्यावर तर त्यांना 'मदतनीस' म्हटले पाहिजे असाच आग्रह त्या धरतील. मला नाही पटले हे. यावर ममी म्हणाली, 'तू स्वतःला फार प्रौढ, प्रगल्भ समजतेस आणि नेहमी युद्ध संपल्यानंतरच्या गोष्टी करतेस. पण मला समजत नाही की कल्पनेत, हवेत, मनोरे बांधण्यात एवढे वाईट काय आहे? अर्थात त्यातच रममाण होऊन वास्तव विसरले नाही, त्याचे भान ठेवले म्हणजे झाले. ते काही असो, डॅडी माझ्या साहाय्याला धावून येतात बहुतेक वेळी. डॅडी नसते तर या जागेत, अशा माणसांत माझा निभाव कसा लागला असता देव जाणे!

माझे मारगॉटशी तरी जमते म्हणावे तर तसेही नाही. खरं म्हणजे आमच्या कुटुंबात फारशी भांडणे आणि वादावादी होत नाही. तरीही मला आमच्याकडचे वातावरण फार सुखाचे वाटत नाही. मारगॉट आणि ममी यांच्यापेक्षा माझ्या मैत्रिणी

मला जास्त जवळच्या वाटाव्यात हे लाजिरवाणे आहे.

सौ. व्हॅनडॅन परत घुश्शात आहेत. सारखा त्यांना राग येत असतो. आजकाल आपल्या वस्तू काढून घेऊन त्या स्वत:च्या कपाटात बंद करून ठेवतात. आता ममीही अशाच आमच्या वस्तू आमच्या कपाटात ठेवून द्यायला लागली तर?

काही लोकांना इतरांच्या मुलांना वळण लावायची फार हौस असते. तशी सौ. व्हॅनडॅनना आहे. मारगॉट मुळातच शांत, गरीब, प्रेमळ आणि हुशार आहे. तेव्हा तिला वळण लावायची गरज नाही. त्यामुळे सौ. व्हॅनडॅन तिच्या वाटेला जात नाही. पण आमच्या दोघींच्या वाटचा खोडकरपणा माझ्या एकटीतच आल्यामुळे मला बोलण्याची, रीत लावण्याची संधी व्हॅनडॅनबाईंना हवी तेवढी मिळते. व्हॅनडॅन मला कितीतरी वेळा ताकीद देतात आणि मग मी त्यांना उलट उत्तरे देते. अर्थात अशा प्रसंगी मात्र डॅडी ममी माझ्या बचावाला येतात. त्याखेरीज मी नेहमीच्या शांतपणाने परत भांडणात उडी घेतली नसती. मी जरा कमी बोलावे, ज्यातत्यात नाक खुपसू नये, जरा नम्रतेने वागावे असे ते मला सांगत राहातात, पण माझ्यावर त्याचा फारसा परिणाम होत नाही. डॅडी फार शांत, सहनशील आहेत. ममीडॅडींच्या माझ्याकडून फार अपेक्षा नाहीत. आहेत तेवढ्या पुऱ्या करण्याचा प्रयत्न मी करते ती केवळ डॅडींकडे बघून.

कधी एखादी भाजी माझ्या आवडीची नसली, तर ती अगदी थोडी घेऊन मी जास्त बटाटे घेते. हे पाहिले की व्हॅनडॅनबाईंना माझा फार राग येतो. लगेच ती म्हणते, "चल ॲन, आणखी थोडी भाजी घे."

"नकोय मला. त्या ऐवजी मी भरपूर बटाटे घेतलेत." मी उत्तर देते.

"पण तुझ्या वयाच्या मुलींनी भरपूर भाजी खायला हवी. विचार हवे तर तुझ्या ममीला. ती हेच सांगेल. घे आणखी थोडी." तिचा आग्रह जुलमी व्हायला लागला की डॅडी माझ्या मदतीला धावतात.

मग तिचा अगदी जळफळाट होतो. "तू आमच्या घरात जन्माला यायला हवी होतीस. म्हणजे तुलासुद्धा आमच्यासारखे चांगले वळण लागले असते. नवल वाटते मला किती लाडावून ठेवलंय तुला? तू माझी मुलगी असतीस तर तुझे हे थेर मी मुळीच चालू दिले नसते." हे शेवटचे वाक्य ती सत्रांदा म्हणते. मी तिची मुलगी झाले नाही हे भाग्य माझे!

काल तिचे हे ठराविक बोलणे झाल्यावर डॅडी म्हणाले, "माझ्या मते ॲनला छान वळण आणि रीतभात आहे. निदान तुमच्या असल्या बोलण्यावर प्रत्युत्तर न देता ती गप्प बसते, हे काही थोडे नाही. आणि भाजी खाण्याचे म्हणाल ना मिसेस व्हॅनडॅन, तर तुमच्या स्वत:च्या बशीकडे नजर टाका. किती थोडी भाजी घेतली आहे तुम्ही." या सरळ हल्ल्यामुळे बाई क्षणभर अवाक् झाल्या. मग सावरून घेत

म्हणाल्या, "त्याचे असे आहे मि. फ्रँक, रात्रीच्या वेळी जास्त कोबीची भाजी खाल्ली तर मला गॅसेस होतात." हेच उत्तर मलाही नाही का देता येणार? बाईसाहेब उगाच माझ्या वाटेला गेल्या नसत्या तर अशी सारवासारवी करायची वेळ कशाला आली असती? मला वाटते यापुढे ती माझ्या राशीला लागणार नाही.

या सर्व प्रसंगात मी अगदी शांत होते याचेच बाईंना फार वैषम्य वाटते. कारण त्या स्वत: एकदम् गोंधळल्या होत्या.

तुझी, ॲन.

सोमवार २८ सप्टेंबर १९४२

प्रियतम किटी,

काल तुला सांगत होते ते अर्धवटच राहिले. ही मोठी माणसे शुल्लक कारणावरून भांडतात कशाला देव जाणे! इतके दिवस मला वाटत होते की लहान मुलेच फक्त छोट्या कारणावरून भांडतात आणि मोठी व्हायला लागली की उठसूट भांडायची त्यांची सवय हळूहळू कमी होते. पण माझा हा समज चुकीचा होता म्हणायचा! इथे जी भांडणे होतात ती एकमेकांचे वाभाडे काढण्यासाठी असतात. आता या भांडणांची सवय करून घ्यायला पाहिजे. पण जमत नाहीये ते अजून. कारण इथल्या बहुतेक भांडणाचे मूळ कारण मीच असते. अर्थात वडील मंडळी याला भांडण न म्हणता 'चर्चा' असे गोंडस नाव देतात. या मंडळींना माझे काही म्हणता काही पसंत पडत नाही. माझा स्वभाव, माझे रुप, माझे बोलणे चालणे, माझे रीतिरिवाज, थोडक्यात माझ्या पायाच्या अंगठ्यापासून डोक्यापर्यंत सर्व काही टीकास्पद, आक्षेपार्ह असते. त्यासाठी मग माझ्यावर कठोर शब्दांचा वर्षाव होत असतो. मला असल्या सगळ्या प्रकाराची मुळीसुद्धा सवय नाहीये. पण मी ते सगळे मुकाटपणी सहन करावे अशी अपेक्षा असते. माझ्याच्याने ते काही जमत नाही आणि काय म्हणून मी असा अपमान सहन करायचा? मी काही आता कुकुलं बाळ नाही. एखाद्या दिवशी त्यांना माझा हिसका दाखवेन. मग बसतील गप्प. या वडील मंडळींच्या मूर्खपणाचे आश्चर्य वाटते मला. त्यातल्या त्यात सौ. व्हॅनडॅनचे. तिचे वाग्बाण सहन करायची सवय झाली म्हणजे अहेराची घडी परत करणार आहे– जशीच्या तशी! मग ते माझ्याशी नीट वागायला लागतील. मी खरंच का एवढी हट्टी, मूर्ख, आळशी, पुढे-पुढे करणारी आहे? मला नाही वाटत! माझे दोष, माझ्यातल्या उणीवा मला माहीत आहेत. पण ही माणसे त्याला अवास्तव मोठे स्वरूप देतात. कधीकधी आतल्या आत माझा एवढा संताप होतो की एखाद्या दिवशी तो ज्वालामुखीसारखा बाहेर पडेल.

बरं! आता राहू दे ते. नाहीतर तुला वैताग येईल. आता एका मजेदार चर्चेची हकीकत सांगते हं तुला.

कसा कोण जाणे पण एक दिवशी आमच्या डॅडींच्या शांत, नम्र, सौजन्यशील स्वभावावरून गोष्टी निघाल्या. डॅडींचा स्वभाव भिडस्त, संकोची आहे हे त्यांचा शत्रूसुद्धा कबूल करील. आता यात सौ. व्हॅनडॅनना मधे बोलायचे काही कारण होतं का? पण बाईंनी मधे आपले घोडं पुढे दामटवलंच. ''मी सुद्धा अशीच भिडस्त, संकोची आहे. मि. व्हॅनडॅन त्या मानाने धीट, मोकळ्या मनाचे आहेत.''

बाईंच्या या बोलण्यावरनंच त्या नम्र, संकोची नाहीत हे सिद्ध नाही का होत?

तिने श्री. व्हॅनडॅन भिडस्त नाहीत म्हटल्यावर ते लगेच आपली बाजू मांडायला पुढे सरसावले आणि म्हणाले, ''मला मुळीच सौजन्यशील, नम्र, भिडस्त व्हायची इच्छा नाही. आणि स्वानुभवाने तुला सांगतो ॲन, असे राहून चालत नाही या जगात. माझे ऐक! तू मुळीच अशी होऊ नको. निभाव लागणार नाही अशाने जगात.''

आमच्या ममीने पण आपण श्री. व्हॅनडॅनशी सहमत असल्याचे सांगितले मात्र, सौ. व्हॅनडॅन एकदम उसळल्या. म्हणाल्या, ''नवल वाटते मला तुमच्या विचारसरणीचे. आपल्या मुलांना पुढे पुढे करायला शिकवले म्हणजे संपलंच. आमच्या लहानपणी असे नव्हते बाई! त्यामुळेच तर मी इतकी शालीन झाले आहे. तुम्हा अति सुधारलेल्या लोकांचे सोडले, तर कुणाही खानदानी घराण्यातल्या माणसांना तुमचे हे मत पटणार नाही.''

हा ममी डॅडींना उघड टोला होता. ममी आम्हांला सुधारकी विचारसरणीप्रमाणे वाढवत होती त्यावर ही टीका होती. बाईंच्या या बोलण्यावरही ममी शांत राहिली. पण स्वतः सौ. व्हॅनडॅन मात्र अगदी लाल झाल्या होत्या. अखेर हा विषय संपवावा म्हणून ममी म्हणाली, ''हे पहा या जगात राहायचे तर असे नम्र, भिडस्त असून चालणार नाही. आपल्याला हवे असेल ते या जगात मागितल्याशिवाय मिळणार नाही. आमची मारगॉट, मिस्टर फ्रँक आणि तुमचा पीटर आपल्या अबोल, संकोची स्वभावामुळे मागेमागे राहातात. उलट तुम्ही, श्री. व्हॅनडॅन, मी, आमची ॲन, मागे मागे ढकलली जात नाही. आपण कशीतरी आपली सोय लावून घेतो.''

ममीने आपल्याला स्वतःच्या पंक्तीत बसवले हे सौ. व्हॅनडॅनना मुळीच पटले नाही. त्या लगेच फणकारून म्हणाल्या, ''कमाल आहे हो तुमची! मला तुम्ही आपल्यासारखी पुढे पुढे करणारी कशी समजता हेच कळत नाही मला.''

''अहो, पण मी कुठे तुम्हाला अति धीट म्हटले? पण म्हणून तुम्ही लाजऱ्या, भिडस्त, आहांत असेही कुणी म्हणणार नाही.''

ममीच्या या बोलण्यावर सौ. व्हॅनडॅन चिडून म्हणाल्या, ''एकदा स्पष्टच सांगा

ना, की मी ढालगज, धीट, जहांबाज आहे. पण एक ऐकून ठेवा माझे, मी आता जशी वागते आहे, तशी वागले नाही तर संकोचाने मरायची पाळी येईल माझ्यावर.''

आपल्या बचावासाठी त्यांनी पुढे आणलेला हा मुद्दा ऐकून ममीला हसू लोटले. त्यामुळे सौ. व्हॅनडॅन भडकल्या आणि स्वत:जवळच्या जर्मन आणि डच् भाषेतल्या रागाच्या शब्दांचा साठा संपेपर्यंत बडबडत राहिल्या. बोलणे संपल्यावर ताडकन् उठल्या आणि जायला निघाल्या. एवढ्यात त्यांची नजर माझ्याकडे गेली. दुर्दैवाने नेमकी मी त्यांच्याकडे पाहून हताशपणे मान हलवत होते. अगदी नकळत. जाणूनबुजून मुळीच नव्हे. पण तेवढ्याने आगीत तेल पडल्यासारखे झाले. खालच्या थरातल्या कोळणी माळणी बोलतील तसे त्या मला बोलल्या. मला चित्रकला येत असती तर मी त्या वेळच्या त्यांच्या अवताराचे चित्र रेखाटले असते.

या सर्वांतून मी एक गोष्ट मात्र शिकले आहे. माणसाचे खरे स्वरूप त्याच्याशी भांडण होते तेव्हाच प्रकट होते, तोवर नाही.

तुझी, ॲन.

मंगळवार २९ सप्टेंबर १९४२

प्रियतम किटी,

असे लपून छपून राहायचे म्हणजे नाही नाही त्या अडचणींना तोंड द्यावे लागते. इथे स्नानपात्र नसल्यामुळे कपडे धुण्याच्या टबातच स्नान करावे लागते. खालच्या मजल्यावरच फक्त गरम पाण्याचा नळ असल्यामुळे आम्ही सातजण आळीपाळीने स्नानाचा आनंद उपभोगतो. प्रत्येकाचा स्वभाव वेगळा आणि शालिनतेच्या कल्पना वेगळ्या. त्यामुळे प्रत्येकाने स्नान करण्यासाठी वेगळी जागा निवडली आहे. ऑफिसातल्या स्वयंपाकघराचा दरवाजा काचेचा आहे तरी पीटरने ती जागा पसंत केली आहे. आंघोळ करण्याच्या आधी सर्वांना सांगत हिंडतो स्वयंपाकघराच्या बाजूस कुणी फिरकू नका म्हणून. एवढी सूचना पुरेशी आहे असे त्याला वाटते. मि. व्हॅनडॅन वरच्या मजल्यावर स्नान करणे सुरक्षितपणाचे समजतात. त्यापायी गरम पाणी वर चढून नेणेही त्यांना परवडते. सौ. व्हॅनडॅनना कोणती जागा सुरक्षित आणि सोईची आहे हे अजून ठरवता न आल्यामुळे त्यांनी अद्याप स्नान केलेले नाही. डॅडी खाजगी ऑफिसात आंघोळ करतात. ममी स्वयंपाकघरात. मी आणि मारगॉट पुढच्या ऑफिसात. शनिवारी संध्याकाळी ऑफिसातले पडदे बंद केलेले असल्यामुळे आम्हाला अंधारातच अंग घासावे लागते. जी स्नान करत नाही ती, खिडकीच्या पडद्याच्या फटीतून खालच्या रस्त्यावरच्या रहदारीकडे पाहात बसते.

आताशा ऑफिसची जागा मला आवडेनाशी झाली आहे. दुसऱ्या चांगल्या

जागेच्या शोधात आहे मी. पीटरने मला ऑफिसच्या स्नानगृहात स्नान करायला सुचवले. इथे आतून दार तर बंद करून घेता येईलच, पण कुणाच्याही मदतीवाचून पाणी ओतून घेता येईल. शिवाय कुणाला दिसणारही नाही. रविवारी मी इथे स्नान करून पाहिले आणि ही जागा मला फारच आवडली.

गेल्या आठवड्यांत बुधवारी प्लंबर आला होता. थंडीच्या दिवसांत स्नानगृहातले पाईप्स पाणी गोठून फुटतील म्हणून ते सगळे मधल्या हॉलमध्ये हलवायचे होते. प्लंबर आल्यामुळे दिवसभर आमचे पाणी तर बंद झालेच. पण संडासात जाण्याची पण फार पंचाईत झाली. त्यावर आम्ही काय उपाय योजला ते तुला सांगितले तर म्हणशील काय निर्लज्ज मुलगी आहे. आम्ही इथे आल्यानंतर एकदा मी आणि डॅडींनी एका मोठा पत्र्याचा डबा, या कामासाठी म्हणून रिकामा करून ठेवला होता. प्लंबरचे काम चालू होते तोपर्यंत हा डबाच मग आम्ही संडास म्हणून वापरला. सर्वांना फार अवघड वाटलं हे. पण मला याहीपेक्षा अवघड वाटलं तो प्लंबर असेपर्यंत एक शब्दही न बोलता, कसलाही आवाज न करता, गप्प बसणे. 'बडबडमावशी' हे नाव मिळवणारी मी तो दिवस कसा काढला असेल तूच कल्पना कर. इतर दिवशी आमचे बोलणे म्हणजे नुसते कुजबुजणेच असते.

तीन दिवस असे नुसते गप्प, बसून राहाण्याने माझी कंबर, पाठ इतकी दुखून आली की रात्री झोपही येईना. कॅलिस्थेनिक्सच्या गोळ्यांनी जरा बरे वाटले.

तुझी, ॲन.

गुरुवार १ ऑक्टोबर १९४२

प्रिय किटी,

काल आठ वाजता एकदम दारावरची घंटी जोरात वाजली. मला वाटले आले आपल्याला पकडून न्यायला. पण सर्वांनी अगदी शपथेवर सांगितले की तो पोस्टमन असेल किंवा कुणीतरी माकडचेष्टा केली असेल. पण मी इतकी घाबरुन गेले म्हणून सांगू!

दिवसा इथे शांतता असते. मि. लेव्हिन्सन् नावाचा एक औषधे तयार करणारा ज्यू, श्री कुग्लरांचे काम, त्यांच्या स्वयंपाकघरात करत असतो. त्याला सर्व इमारतीची पुरती माहिती आहे. एखाद्या दिवशी वरच्या प्रयोगशाळेत यायचे त्याच्या डोक्यात आले तर, अशी धास्ती आम्हाला सतत वाटत असते. म्हणून आम्ही अगदी गप्प देवासारखे बसलेले असतो. तीन महिन्यांपूर्वी कुणी स्वप्नात तरी खरे मानले असते का, की सारा दिवस बडबड करणारी, पाऱ्यासारखी अस्थिर, चंचल, ॲन, दिवसचे दिवस मुकाट्याने बसून राहू शकेल असे?

२९ तारखेला सौ. व्हॅनडॅनचा वाढदिवस होता. खूप मोठ्या प्रमाणात तो साजरा नाही केला. परंतु तिला खूप फुले दिली, साध्या भेटी दिल्या आणि चांगले जेवण बनवले. त्यांच्याकडे लाल कार्नेशियन्‌ची फुले देण्याची पद्धत आहे. तिच्या पतिराजांनी तिला ती दिली.

ही बाई आमच्या डॅडींच्या मागे लागते त्याचा फार संताप येतो मला. त्यांच्या गालालाच हात काय लावते, कधी केसावरुन हात फिरवते, त्यांच्यासमोर उगाच मुरकते, आणि डॅडींचे लक्ष वेधून घेण्यासाठी आपल्या दृष्टीने विनोदी बोलते. सुदैवाने डॅडींना ती आकर्षकही वाटत नाही आणि विनोदीही वाटत नाही. त्यामुळे तिच्या त्या चाळ्यांकडे ते दुर्लक्षच करतात. आमची ममी नाही कधी अशी श्री. व्हॅनडॅनशी वागत. मी एकदा चक्क व्हॅनडॅनबाईंच्या तोंडावर हे सरळ सांगितले.

अधुनमधून पीटर स्वत:च्या कोशातून बाहेर येतो आणि मजा करतो. आम्हा दोघांनाही तऱ्हेतऱ्हेचे कपडे घालण्याची हौस आहे. एकदा त्याने आपल्या आईचे तंग कपडे घातले आणि मी त्याचा सूट चढवला. त्याने हॅट घातली तर मी टोपी. आम्हा दोघांच्याकडे पाहून हसता हसता सर्वांची मुरकुंडी वळली. आम्हालाही खूप मजा वाटली.

बेप्‌ने माझ्यासाठी व मारगॉटसाठी स्कर्ट आणले आहेत. त्यांचे कापड पोत्यासारखे जाडेभरडे आहे. माझ्या स्कर्टची किंमत आहे ७.७५ गिल्डर्स तर मारगॉटच्या स्कर्टची २४ गिल्डर्स.

बेप्‌ने मी, मारगॉट आणि पीटर अशा तिघांसाठी पत्रद्वारा करायचा लघुलिपीचा शिक्षणक्रम मागवला आहे. पुढच्या वर्षापर्यंत पहा आम्ही लघुलिपी लिहिण्यात कसे कुशल होऊ ते! एखादी गुप्त लिपी लिहिता येणे किती मजेचे!

माझ्या डाव्या हाताच्या तर्जनीला लागलंय, त्यामुळे मला कपड्यांना इस्त्री करता येत नाहीये.

श्री. व्हॅनडॅन यांना जेवताना मी त्यांच्या शेजारी बसायला हवी आहे. कारण मारगॉट फारच कमी जेवते. तिच्याजवळ बसून आपण भरपूर जेवण त्यांना प्रशस्त वाटत नाही म्हणून. माझी काहीच हरकत नाही. कारण मला बदल आवडतात. आमच्या या आवारात एक छोट्टेसे काळे मांजर वावरत असते. ते पाहिले की मला माझ्या मूर्जी मांजरीची आठवण येते. व्हॅनडॅनसाहेबांच्या शेजारी बसायला मला आवडेल याचे दुसरे एक कारण म्हणजे नेहमी मी ममीजवळ बसते. आणि जेवण होईपर्यंत सारखी ती मला या ना त्या कारणाने रागावत असते. ते रागावून घेण्याचे सुख आता मारगॉटला मिळेल. किंवा नाही मिळणार! कारण मारगॉटच्या वर्तनात ममीला वावगे काही दिसतच नाही. आजकाल मी मारगॉटला सद्गुणांची साक्षात पुतळी म्हणून चिडवत असते. आणि तिला त्याचा फार राग येतो. इतके चांगले

न वागता, थोडी मस्ती करावी, बंडखोरपणाने वागावे असे तिला शिकवायचा माझा विचार आहे.

बाय बाय,
ॲन.

शनिवार ३ ऑक्टोबर १९४२

प्रिय किटी,

मी श्री. व्हॅनडॅन यांच्या शेजारी त्यांच्या बिछान्यावर झोपले म्हणून सर्वांनी माझी खूप थट्टा केली. अचरटासारखी!

काल परत ममीने माझी खूप तासंपट्टी केली. डॅडींसमोर माझ्या सगळ्या चुकांचा, गुन्ह्यांचा आणि दोषांचा पाढा वाचला. आणि शेवटी तिच्या डोळ्यांतून गंगायमुना वाहाण्यात त्याचे पर्यवसान झाले. आधीच माझे डोके दुखत होते त्यात हे सगळे! मग मीही रडायला लागले. आणि डॅडींना म्हटले, ''ममी मला मुळीच आवडत नाही. तुम्हीच मला खूप आवडता.'' यावर ते म्हणाले, ''काही दिवस गेले की कमी होईल ही आवड.'' पण मला नाही पटत हे! डॅडी मला आवडेनासे होतील हे शक्यच नाही. ममीचा मात्र इतका राग येतो की ताडकन् तिला उलट उत्तर द्यावे असे मला सारखे वाटत असते. कधीकधी तर तिला मारावे असेही वाटते. तिच्याविषयी माझ्या मनात इतकी नावड का निर्माण झाली आहे देव जाणे! डॅडी म्हणतात कधी ममीला बरे वाटत नसले किंवा तिचे डोके दुखत असले तर मी आपणहून तिची विचारपूस करावी, तिचे डोके चेपून द्यावे. पण असे करावेसे मला मुळीच वाटत नाही. कारण माझे तिच्यावर मुळीच प्रेम नाही. म्हणून तिची अशी सेवा करण्यात मला मुळीच आनंद वाटत नाही. ममीच्या मृत्यूचा विचार मी सहजपणे करू शकते. पण डॅडींच्या मृत्यूची कल्पनाही मला सहन करता येत नाही. मी असे लिहिणे फार क्षुद्रपणाचे आहे हे समजते मला! पण काय करू? सत्य तेच मी लिहिले आहे. ममीने मी लिहिलेले हे कधीच वाचू नये अशी माझी तीव्र इच्छा आहे.

आताशा मला प्रौढांची पुस्तके (काहीकांही) वाचायला मिळतात. 'इव्हाचे तारुण्य' हे निको व्हॅन सुचलेन यांचे पुस्तक सध्या मी वाचते आहे. हे पुस्तक आणि शाळकरी मुलींच्यासाठी लिहिलेली पुस्तके यात मला तरी फारसा फरक वाटत नाही. इव्हाला वाटत होते की मुले झाडांना लागतात आणि ती पिकली की करकोचा ती तोडून आयांना आणून देतो. पण इव्हाच्या मैत्रिणीकडे एक मांजरी होती. ती वीत असताना इव्हाने पाहिली. तिला वाटले मांजरी अंडी घालते,

कोंबडीसारखी ती उबवते आणि त्यातून पिल्ले बाहेर येतात. तसेच ज्या आयांना मुले हवी असतात, त्या माडीवर जाऊन अंडी घालतात, ती उबवतात मग त्यातून मुले बाहेर येतात. हे उबवण्याचे काम त्रासाचे असते म्हणून आया मुले झाल्यावर अशक्त होतात. एकदा तर इव्हाला स्वत:लाही मूल हवेसे वाटले. लोकरीचा एक गळपट्टा जमिनीवर पसरुन त्यावर उकीडवी बसून राहिली अंडे घालण्यासाठी. पण बराच वेळ झाला तरी अंडे काही बाहेर पडेना. त्याऐवजी सॉसेज मात्र बाहेर पडले. इव्हा भांबावली. तिला वाटले आपल्याला काहीतरी आजार झालाय. मजा आहे की नाही? पुस्तकात स्त्रियांनी आपल्या देहाची विक्री केल्याचेही उल्लेख आहेत. शी! मला तर लाजेनेच मरायला होईल अशा वेळी. इव्हा ऋतुमती झाल्याचेही त्यात लिहिले आहे. माझं ते केव्हा सुरु होईल याची मी वाट पाहाते आहे. ते झाल्यावर मी खरीखुरी प्रौढ, मोठी होईन.

डॅडी रागवून माझी रोजनिशी काढून घेण्याची धमकी देताहेत. बापरे! मला आता तर ती लपवूनच ठेवायला हवी.

ॲन फ्रॅंक.

बुधवार ७ ऑक्टोबर १९४२

मी कल्पना करतेय...

की मी स्विट्झरलंडला गेले आहे. मी आणि डॅडी एका खोलीत झोपतो आहोत. माझी मावस भावंडे बर्नार्ड आणि स्टीफन एलाईस यांच्या अभ्यासाच्या खोलीचे रुपांतर बैठकीच्या खोलीत केले गेले आहे, जिथे मला भेटायला येणाऱ्या पाहुण्यांशी मी बोलत बसू शकते आहे. नवलाची गोष्ट म्हणजे माझ्यासाठी एक चहाचे टेबल, डेस्क, आरामखुर्च्या आणि दिवाण असे फर्निचर त्यांनी विकत घेतले आहे. काही दिवसांनी डॅडींनी मला दीडशे गिल्डर्स (स्विस् चलनात रुपांतर केलेले) दिले आहे. आणि त्यातून मला हवे ते विकत घ्यायला सांगितले आहे. (शिवाय यापुढे मला दर आठवड्याला खर्चासाठी एक गिल्डर मिळणार आहे.) मग मी बर्नार्ड बरोबर जाऊन खालील वस्तू विकत घेत आहे.

३ सुती शर्टस् ०.५० दराने १.५०
३ सुती आतल्या चड्ड्या ०.५० प्रमाणे १.५०
३ लोकरी आतले शर्टस् ०.७५ प्रमाणे २.२५
३ लोकरी आतल्या चड्ड्या ७५ दराने २.२५
२ परकर ०.५० दराने १.००
छोट्या मापाच्या २ ब्रेसियर्स ०.५० दराने १.००
पाच पायजमे १.०० दराने ५.००

उन्हाळ्याचे कपडे २.५० दराने २.५०

हिवाळ्याचे कपडे ३.० दराने ३.००

२ झोपताना घालण्याची जाकिटे ०.७५ दराने १.५०

१ छोटी उशी १.०० दराने १.००

१ जोड हलकेसे स्लिपर्स १.०० दराने १.००

१ जोड गरम स्लिपर्स १.५० दराने १.५०

१ जोड उन्हाळ्याचे बूट (शाळेसाठी) १.५० दराने १.५०

१ जोड उन्हाळ्याचे बूट २ दराने २.००

१ जोड थंडीत वापरण्याचे (शाळेचे) बूट २.५० दराने २.५०

१ जोड थंडीत बाहेर जाताना वापरायचे बूट ३.०० दराने ३.००

२ ॲप्रन्स ०.५० दराने १.००

२५ हातरुमाल ०.०५ दराने १.००

४ जोड रेशमी पायमोजे ०.७५ दराने ३.००

४ जोड गुढग्यापर्यंत पोचणारे मोजे ०.५० दराने २.००

४ जोड पायमोजे ०.२५ दराने १.००

२ जोड जाड मोठे पायमोजे १.०० दराने २.००

३ पांढऱ्या सुताच्या लड्या (अंत:वस्त्र, टोपी) १.५०

३ निळ्या सुताच्या लड्या (स्वेटर, स्कर्ट) १.५०

३ लड्या (मफलर, टोपी वगैरेसाठी) १.५०

स्कार्फ, कंबरपट्टे, कॉलर्स, बटणे १.२५

या शिवाय शाळेचे दोन उन्हाळी आणि दोन हिवाळी कपड्यांचे जोड. दोन समारंभासाठी वापरायचे उन्हाळी व दोन हिवाळी कपडे. १ स्कर्ट उन्हाळी, १ हिवाळी, १ रेनकोट, एक उन्हाळी कोट, १ हिवाळी कोट, २ हॅट्स, २ टोप्या एकूण सगळा खर्च १०८ गिल्डर्स.

२ पर्सेस, १ बर्फावर खेळण्याचा ड्रेस, १ जोड स्केट्स. एका थैलीत पावडर, क्रीम, फौंडेशन क्रीम, क्लीन्सिग क्रीम, उन्हाचे लोशन, कापूस, प्रथमोपचाराच्या वस्तू, रूज, लिपस्टीक, भुवया आखायची पेन्सिल, बाथ सॉल्टस् यू.डी. कोलोन, साबण, पावडर लावण्याचे पफ्.

शिवाय चार स्वेटर्स १.५०

चार ब्लाउज १.००

इतर सटरफटर वस्तू १०.००

पुस्तके भेटी ४.५०

शुक्रवार ९ ऑक्टोबर १९४२

प्रियतम किटी,

आज तुला वाईट बातमी सांगायची आहे. आमची बरीच ज्यू स्नेहीमंडळी पकडली जात आहेत. जर्मन 'गेस्टापो'चे लोक त्यांना अक्षरश: गुरे नेण्याच्या ट्रक्समध्ये कोंबून वेस्टरबर्कला नेत आहेत. तिथून ड्रेंथच्या भल्या मोठ्या कँपमध्ये या ज्यूंची रवानगी होत आहे. तिथून कशीबशी सुटका करून घेऊन आलेल्या एका माणसाची हकीकत मिएप् सांगत होती. तिथे खाण्यापिण्याचे भयंकर हाल आहेत. हजारो लोकांत मिळून एकदोनच संडास आहेत. पाणी दिवसातून फक्त एक तासच मिळते. स्त्री-पुरुषांना एकाच खोलीत झोपावे लागते. बहुतेक स्त्रिया आणि मुले यांचे डोक्यावरचे केस कापून टाकून गोटे केले आहेत. तेथून सुटका होणे अगदी अशक्यच आहे.

हॉलंडसारख्या ठिकाणी जर ज्यूंचे इतके हाल होताहेत तर अत्यंत लांबच्या रानटी भागात ज्यांची रवानगी जर्मन करताहेत, तिथे त्यांचे किती हाल होत असतील? बहुतेकांना मारुनच टाकलं जात आहे. इंग्लिश रेडिओवरून सांगताहेत की त्यांना विषारी वायूच्या खोलीत कोंडून मारताहेत. निदान त्यामुळे मरण लवकर तरी येत असेल.

मिएप्ने सांगितलेली ही वर्णने ऐकून मला फारच भीती वाटतेय. मिएप् स्वत:ही घाबरली आहे. परवा जर्मन गेस्टापोच्या लोकांनी एका अपंग वृद्ध स्त्रीला मिएप्च्या दाराशी सोडली आणि तिला नेण्यासाठी गाडी आणायला ते गेले. ती वृद्धा अतिशय घाबरून गेली होती. आकाशातल्या इंग्लिश विमानांवर, खालून जर्मन लोकांनी तोफांचा मारा सुरू केला होता, त्याचे कानठळ्या बसवणारे आवाज आणि सर्चलाईटचे प्रखर प्रकाशझोत यामुळे त्या स्त्रीला कापरे भरले होते. मिएप्ला हे सारे दिसत होते. पण त्या वृद्ध स्त्रीला घरात घेण्याचे धाडस मिएप्ला करवत नव्हते. कुणालाच करवत नव्हते. कारण असे करणाऱ्यास जर्मन लोक जबर शिक्षा करत होते. त्यात दया-माया दाखवत नव्हते.

बेप्सुद्धा हवालदिल झाली आहे. तिच्या मित्राला जर्मनीत पाठवले जात आहे. आकाशातून विमाने उडताना दिसली की प्रत्येक वेळी तिला वाटते यातून फेकला जाणारा बॉंब आपला मित्र बर्टस् याच्याच डोक्यावर पडणार आहे. "घाबरू नको. सगळे बॉंब काही त्याच्या डोक्यावर पडणार नाहीत. एक बॉंब पुरेसा आहे." अशी अत्यंत अयोग्य, न शोभणारी चेष्टा कुणीतरी केली. बर्ट्स हा काही एकटाच जुलमाने जर्मनीत लढायला पाठवला गेलेला तरुण नाही. हॉलंडमधल्या अनेक तरुणांना रोज गाड्या भरभरून पाठवले जात आहे. गाडी एखाद्या छोट्याशा

स्टेशनवर थांबली की निसटून जाण्याचा प्रयत्न ते करतात पण फार थोड्यांना त्यात यश येतंय.

एवढे एकच दुःख आम्हाला होतंय असे नाही. जे कुणी बंडखोरी करायचा प्रयत्न करतात त्यांना काय शिक्षा मिळते माहीत आहे? बऱ्याच निरपराध, चांगल्या लोकांना ओलीस म्हणून नेऊन ठेवले जाते. एखाद्याने जाळपोळ, लुटालूट अशी काही बंडखोरी केली आणि जर्मनांना ती माणसे पकडता आली नाहीत तर पाच निरपराध माणसांना उभे करून गोळ्या घालतात. दुसऱ्या दिवशीच्या वर्तमानपत्रात, या पाच जणांचा अपघाती मृत्यू झाल्याचे छापून येते.

ही जर्मन माणसे म्हणजे मानव जातीतले उत्कृष्ट नमुने म्हणायला हवीत. मी पण एक जर्मन नागरिक आहे असे म्हणायची सुद्धा मला लाज वाटते. पण आमचे राष्ट्रीयत्व हिटलरने केव्हाच रद्द करून टाकले आहे म्हणा! माझ्या मते खरे शत्रुत्व जर्मन आणि इंग्रज यांच्यामध्ये नसून जर्मन आणि ज्यू यांच्यातच आहे.

तुझी, ॲन.

बुधवार १४ ऑक्टोबर १९४२

प्रिय किटी,

सध्या मी खूप गुंतलेली आहे. 'ला बेले निव्हरनेज' या फ्रेंच पुस्तकातल्या एका प्रकरणाचा अनुवाद केला. त्यात आढळलेले नवीन शब्द टिपून ठेवले. मग एक कंटाळवाणे, कटकटीचे गणित सोडवले. फ्रेंच व्याकरणाच्या पुस्तकातील तीन पानांचे भाषांतर केले. आज फ्रेंच व्याकरण आणि इतिहास केला. रोजच्या रोज गणितशास्त्र करायचा मला अगदी वैताग येतो. डॅडींनाही येतो. खरे सांगायचे तर डॅडींचे गणित माझ्यापेक्षाही कच्चे आहे. आम्ही दोघंही तसे पाहिले तर या विषयात मागासलेलेच आहोत. मारगॉट आम्हाला न सुटलेली गणिते मग सोडवून देते. लघुलिपीचा माझा अभ्यासही चाललेला आहे. तो मात्र मला मनापासून आवडतो. आम्हा तिघांत मी या विषयात जास्त प्रगती केली आहे.

The storm family हे पुस्तक मी वाचले. चांगले आहे! पण Joop ter Heul च्या इतके नाही. ही दोन्ही पुस्तके एकाच लेखकाची आहेत. सिसी व्हॅन मार्कस व्हेल्डट् फारच छान लेखिका आहे. माझ्या मुलांना मी तिची पुस्तके वाचायला देईन नक्की.

त्याशिवाय कोर्नोरची नाटकेही बरीच वाचली. त्याची लेखनशैली मला आवडते. त्याची Hedwig, The cousin from Bremen, The Governess, The Green Domino, etc.

आता परत माझे, मारगॉटचे आणि ममीचे छान जमायला लागले आहे. त्यामुळे मनाला कसे प्रसन्न वाटते. काल रात्री मी आणि मारगॉट माझ्या बिछान्यावर शेजारी शेजारी पडलो होतो. त्यामुळे अडचण जरूर होत होती. तरी पण छान वाटत होते. माझी रोजनिशी कधीमधी वाचायची परवानगी मारगॉटने मागितली. मी म्हटले, "त्यातला काही काही भाग वाच. आणि तू देशील तुझी रोजनिशी मला वाचायला?"

"हो देईन." तिने उत्तर दिले.

मग आमच्या गप्पा भविष्यकाळाकडे वळल्या. पुढे कोण होण्याचा तिचा विचार आहे याची मी पृच्छा केली. पण तिने स्पष्टपणे काहीच उत्तर दिले नाही. पण माझा असा तर्क आहे की ती शिक्षकी पेशा पत्करेल. अर्थात खोदून खोदून चौकशा करणे ठीक दिसत नाही.

काल पीटर माझ्यावर चिडला होता. मी खोटे कारण सांगून त्याला त्याच्या पलंगावरून उठवून स्वत: तिथे झोपले. तिथून आकाश दिसते थोडेसे, ते मला पाहायचे होते. तशी मी पीटरच्या चिडण्याला मुळीच किंमत देत नाही. जरा गोडी गुलाबीने वागला तर काही बिघडेल का? तरी बरं! कालच मी माझ्या वाटचे सफरचंद त्याला दिले होते.

"मी फार कुरुप आहे का ग?" मी एकदा सहज मारगॉटला विचारले.

"छे! ग" ती म्हणाली, "उलट गोड दिसतेस! डोळे छान आहेत तुझे!"

ॲन फ्रँक.

ता. क. : आज सकाळी आम्ही सर्वांनी आमची वजने केली. मारगॉट आता १३२ पौडांची झाली. ममीचे वजन १३६ पौंड भरले. डॅडींचे १५५, माझे ९६, पीटरचे १४८. सौ. व्हॅनडॅनचे ११७ तर श्री. व्हॅनडॅनचे १६५. इथे राहायला आल्यापासून या तीन महिन्यांत माझे वजन १९ पौंडाने वाढले. खूप वाढले नाही?

मंगळवार २० ऑक्टोबर १९४२

प्रियतम किटी,

ती घटना घडून गेल्याला दोन तास लोटले तरी अजून हे लिहिताना माझा हात कापतोय. आमच्या या इमारतीत पाच अग्निशामके आहेत. खालच्या ऑफिसातले लोक आम्हाला सांगायला विसरले की कुणी कामगार ती अग्निशामके भरून ठेवायला येणार आहे. त्यामुळे अगदी गप्प बसून राहायला पाहिजे, आवाज करता कामा नये, याचे भान आम्ही ठेवले नाही आणि ठोकाठोकीचा आवाज खालून ऐकू आला तेव्हा मी एकदम सावध झाले. त्यावेळी बेप् आमच्याकडेच जेवायला बसली

होती. तिला एवढ्यात खाली जाता येणार नाही असा इशारा मी तिला दिला. मी आणि डॅडी दाराशी उभे राहिलो. तो माणूस गेल्याचे कळले की मग तिला जाता आले असते. आणखी पंधरा वीस मिनिटे काम केल्यानंतर त्याने आपली हातोडी व इतर हत्यारे आमच्या पुस्तकांच्या आलमारीवर ठेवली. (असे आम्हाला वाटले) आणि तो आमच्या दरवाजावर थापा मारू लागला. भीतीने आम्ही पांढरे फटक पडलो. त्याला वरचे आमचे आवाज ऐकू आल्याने त्याची शहानिशा करून घेण्याचा खटाटोप त्याने चालवला होता का? त्याला तिथे पुस्तकांचे शेल्फ का ठेवले आहे असा संशय आला असेल का? तसेच असावे बहुधा! म्हणून तो त्या दरवाजावर थापा मारत होता. ते ढकलण्याचा, ओढण्याचा आणि धक्के मारण्याचा प्रयत्न करत होता.

आमची लपून राहाण्याची ही सोईस्कर जागा शोधून काढण्यात या माणसाला अखेर यश आले म्हणजे आमची 'अखेर' आता जवळ आली या विचाराने मी बेशुद्ध पडण्याच्या बेतात होते. एवढ्यात श्री. क्लिमन यांचा आवाज ऐकू आला 'दार उघडा– मीच आलोय.'

आम्ही लगेच दार उघडले. झाले होते काय, की शेल्फची कडी पार घट्ट बसली होती. त्यामुळे ती पलीकडून उघडून, वर येऊन, कामगार येणार असल्याचा इशारा आम्हाला देणे खालच्या ऑफिसातल्या लोकांना जमले नव्हते. तो माणूस गेल्यानंतर श्री. क्लिमन बेप्ला बोलवायला आले, पण त्यांना ते शेल्फमागचे दार उघडता येईना. हे सगळे ऐकल्यानंतर एखादाचा माझा जीव भांड्यात पडला.

सोमवारी आम्ही खूप मजा केली. मिएप् आणि तिचा नवरा जॅन त्या रात्री आमच्याकडे राहिले होते. मी आणि मारगॉट त्या रात्री डॅडी ममींच्या खोलीत झोपलो आणि आमची खोली मिएप् आणि जॅनना दिली. त्या दिवशीचा जेवणाचा बेत, खास त्यांच्या सन्मानार्थ होता. जेवण फार रुचकर झाले होते. त्या दिवशीच्या, किंवा रात्रीच्या म्हणा, आनंदात एक मिठाचा खडा पडला. डॅडींच्या दिव्याचे शॉर्टसर्किट झाल्यामुळे एकदम् सर्वत्र अंधार पसरला. आमच्याकडे फ्यूज वायर होती, पण ती ज्यात ठेवली होती, ते खोके अडगळीच्या खोलीत अंधारात, मागच्या बाजूस ठेवलेले; परंतु सगळे पुरुष पुढे सरसावले आणि त्यांनी ते खोके आणि त्यातली फ्यूजवायर शोधून काढली. शेवटी एकदाचे दिवे लागले आणि मग आम्ही मेणबत्त्या विझवल्या.

त्या दिवशी सकाळी मी लवकर उठले. जॅन केव्हाच उठून कपडे घालून तयार झाला होता. त्याला साडेआठ वाजता निघायला हवे होते. त्यामुळे त्याचा नाश्ता चालू होता. मिएप्पण कपडे करत होती. मी आणि मारगॉट घालतो तसाच लांब अंडरशर्ट तिच्याही अंगात होता. मी आणि मारगॉटपण झटपट कपडे चढवून

लवकर वर गेलो. मजेत नाश्ता झाल्यावर मिएप् खाली ऑफिसात गेली. बाहेर धो धो पाऊस पडत होता. पण पावसातून सायकल चालवत ऑफिसात येण्याचे मिएप्चे कष्ट आज वाचले होते म्हणून ती खूष होती.

ती गेल्यावर मी आणि डॅडींनी, बिछाने आवरले. मग मी पाच फ्रेंच अनवट क्रियापदे पाठ केली. आहे की नाही मी अभ्यासू?

पीटर आणि मारगॉट आमच्या खोलीतल्या दिवाणवर वाचत बसली होती. जवळच मुशी मांजरी शरीराचे वेटोळे करून पडली होती. माझा अभ्यास झाल्यावर मीही तिथे गेले व The woods are singing for All Eternity हे पुस्तक त्यांच्याबरोबर वाचायला लागले. सुंदर पुस्तक आहे. चाकोरीबाहेरचे! माझे आता संपतच आले आहे.

पुढच्या आठवड्यात बेप् रात्री आमच्याकडे राहाणार आहे.

तुझी, ॲन.

गुरुवार २९ ऑक्टोबर १९४२

प्रियतम किटी,

डॅडी आजारी आहेत. त्यामुळे मला फार काळजी वाटते आहे. ताप फार चढलाय, आणि अंगावर पुरळ उठले आहे. गोवर असावा, पण आम्ही डॉक्टरला बोलावू शकत नाही. तूच कल्पना कर आमचा जीव कसा तडफडत असेल याची! त्यांना खूप घाम यावा, म्हणजे ताप उतरेल म्हणून ममी त्यांच्यावर उपचार करते आहे.

आज मिएप् सांगत होती की, व्हॅनडॅन कुटुंबाचे झीडर- ॲम् स्टेलन येथल्या घरातले सगळे फर्निचर जप्त करून नेले. आम्ही हे व्हॅनडॅनबाईंच्या कानावर जाऊ दिले नाही. आधीच बाई हल्ली बऱ्याच नर्व्हस झाल्या आहेत. त्यात वर त्यांचे फर्निचर व सुंदर काचसामान गेलेले कळताच त्या जो शोक करतील तो ऐकायची तयारी नाही आमची! आम्हाला सुद्धा आमच्या बऱ्याच चांगल्या वस्तू तिथेच सोडून याव्या लागल्या. आता त्यांच्यासाठी शोक, दुःख करून काय मिळणार आहे?

हेबेल आणि इतर जर्मन लेखकांची पुस्तके वाचायची सुरुवात मी आता करावी असे डॅडींचे मत आहे. आता मला जर्मन भाषा चांगली वाचायला येते, पण मी ती मनातल्या मनात न वाचता पुटपुटत वाचते, पण तो दोष हळूहळू जाईल. डॅडींनी मोठ्या पुस्तकांच्या मोठ्या शेल्फमधली 'गटे व शिलर' यांची नाटके खाली काढली आहेत आणि रोज रात्री ती मला वाचून दाखवायचे ठरवले आहे. 'डॉन कार्लोस' हे पुस्तक वाचायला आम्ही सुरूवातही केली आहे. डॅडींचे बघून ममीनेही प्रार्थनेचे तिचे पुस्तक मला दिले. केवळ तिला बरे वाटावे म्हणून मी त्यातल्या काही जर्मन

प्रार्थना वाचल्या. चांगल्या आहेत! पण त्यांचा अर्थ मला मुळीच समजला नाही. मला भाविक बनवण्याचा का प्रयत्न करते आहे ती?

उद्या आम्ही प्रथमच इथे शेगडी पेटवणार आहोत. धुराडे कित्येक वर्षात साफ केलेले नाही. त्यामुळे नक्कीच खोलीभर धूर कोंडेल. तसे काही न होवो अशी इच्छा आहे.

तुझी, ॲन.

सोमवार २ नोव्हेंबर १९४२

प्रिय किटी,

शुक्रवारी रात्री बेप् आमच्याकडे राहिली. मजा आली. पण तिने मद्य घेतले होते म्हणून तिला नीट झोप लागली नाही. बाकी खास काही सांगण्याजोगे झाले नाही. काल माझे डोके फार दुखले म्हणून लवकर झोपले. मारगॉट परत कटकट करायला लागलीय.

आज सकाळी मी सूचिपत्रे वेगवेगळी करून ती योग्य त्या फाईल्समध्ये लावणे सुरू केले. यापूर्वी ती सगळीच एकत्र झाल्याने गोंधळ झाला होता. थोडा वेळ हे काम केल्यानंतर मी मारगॉट आणि पीटर यांना मदतीला बोलावले, पण त्या दोघांना कंटाळा आला होता. मग मीही ते काम ठेवून दिले. अगदी सगळे एकटीने करायचे माझे काय अडलेय!

ॲन फ्रँक.

ताजा कलम : मला वाटते मी लवकरच बाहेरची बसायला लागणार आहे, तशी चिन्हे दिसताहेत. ममीलाही तेच वाटतेय. केव्हा एकदा पाळी सुरू होईल असे मला झालेय. दुर्दैवाने मला सॅनिटरी नॅपकिन्स वापरता येणार नाहीत कारण हल्ली ते मिळत नाहीत. ममाजवळ टँपून्स आहेत. पण लेकुरवाळ्या स्त्रियांनीच ते वापरायचे असतात.

२२ जानेवारी १९४४ ला जोडलेले पुष्टिपत्र

त्या तऱ्हेचा मजकूर परत माझ्याच्याने लिहविणार नाही. आता जवळजवळ दीड वर्षांनी परत ही रोजनिशी वाचताना माझ्या पोरकटपणाचे मला नवल वाटतेय. किती निष्पाप होते मी तेव्हा. परत तशी होणे मला मनापासून कितीही हवेसे वाटले तरी होता येणार नाही. मारगॉट, डॅडी आणि ममी यांच्यावरचे अभिप्राय आणि इतर गोष्टी किती खुलेपणाने लिहिल्या आहेत मी! काही काही गोष्टी, ज्या मी चांगल्या

समजत होते त्या तेवढ्या चांगल्या नव्हत्या हे आता कळून मन गोंधळल्यासारखे होते. मी केलेली वर्णने फार स्पष्टपणे, परखडपणे लिहिली आहेत, पण पुरे आता हे पुराण.

मला मूर्जीची खूप आठवण येते आणि घरी जावेसे वाटते. तसेच इतरांनी मला समजून घ्यावे, प्रेमाने वागावे, कधी जवळ घ्यावे असेही वाटते. आता हे वाटणे सध्या खूप तीव्र आहे तितके पुढे कदाचित वाटणार नाही, पण प्रेमाची ही भूक कायमच वाटतेय.

गुरुवार ५ नोव्हेंबर १९४२

प्रिय किटी,

अखेर ब्रिटिशांनी आफ्रिकेत काही ठिकाणी जय संपादित केले आहेत आणि स्टॅलिनग्राड अद्याप पडलेले नाही. यामुळे पुरुषमंडळी खूष आहेत. या आनंदाप्रित्यर्थ आम्ही सकाळी चहा, कॉफी घेतली.

या आठवड्यात मी खूप वाचले. काम मात्र फारसे केले नाही. असेच व्हायला हवे, नाही का?

ममीचे आणि माझे हल्ली जरा बरे जमतेय. पण जी जवळीक वाटायला हवी ती मला वाटत नाही. डॅडी आपल्या भावना, विचार उघडपणे फारशा दाखवत नाहीत, तरीही ते मला पूर्वीसारखेच खूप आवडतात. काही दिवसांपूर्वी आम्ही शेगडी पेटवली. अजूनही खोली धुराने भरल्यासारखी वाटते. यापेक्षा विजेचा उपयोग केलेला मला बरा वाटतो. इतरांनाही माझ्यासारखेच वाटत असणार.

मारगॉट सतत त्रास देत राहाते. चीड येते मला!

अॅन फ्रँक

शनिवार ७ नोव्हेंबर १९४२

प्रियतम किटी,

हल्ली ममी फार चिडकी झाली आहे आणि तिचा राग नेहमी माझ्यावरच निघतो. डॅडी आणि ममी नेहमी मलाच रागावतात, बोलतात, मारगॉटला कधी नाही रागवत. काल रात्री मारगॉट एक पुस्तक वाचत होती. त्या पुस्तकात सुंदर चित्रे होती. तिने थोड्या वेळाने पुस्तक ठेऊन दिले. मी त्या वेळी रिकामीच बसले होते. म्हणून मी ते पुस्तक घेऊन त्यातली चित्रे पाहू लागले. मारगॉट परत आली आणि तिने आपले पुस्तक माझ्या हातात पाहिले. लगेच कपाळाला आठी घालून तिने रागाने ते पुस्तक मागितले. मला त्यातली आणखीन काही चित्रे पाहायची होती.

पण पुस्तक मिळण्यास जरा विलंब लागताच मारगॉट भडकली. लगेच आई तिचा कैवार घेऊन धावून आली. "मारगॉटचे पुस्तक आधी तिला परत दे." ममीने हुकूम केला.

तेवढ्यात डॅडी आले आणि काय चालले आहे याची चौकशीही न करता, ममीचा चढलेला आवाज आणि मारगॉटचा चेहरा पाहून, या प्रकरणात चूक माझीच असणार हे गृहीत धरून, माझ्यावरच घसरले. म्हणाले, "तुझ्या पुस्तकाला मारगॉटने हात लावला तर कसे वाटेल तुला? मग बसशील का गप्प?" मी ताबडतोब पुस्तक टेबलावर ठेवून खोलीबाहेर पडले. त्यांना वाटले मी रागावले. मी रागावले नव्हते आणि चिडलेही नव्हते, पण मला दु:ख मात्र जरुर झाले होते. काय झाले ते पुरते समजूनही न घेता डॅडींनी मला दोषी ठरवले होते. मी मारगॉटला पुस्तक परत देणारच होते. डॅडी-ममी मधे नसते तर या आधीही दिलेच असते. पण मारगॉटवर मी भयंकर अन्याय केला आहे अशा समजुतीने ती दोघं मारगॉटचा कड घ्यायला आली याचे मला फार वाईट वाटले.

ममी नेहमी मारगॉटची बाजू घेते. तीही नेहमी ममीलाच पाठिंबा देते. या सगळ्याची मला आता इतकी सवय झाली आहे की मारगॉटचे मूड्स आणि ममीचे बोलणे याकडे मी लक्षच देत नाही.

माझे त्या दोघींवर प्रेम आहे ते केवळ त्या माझ्या नात्याच्या आहेत म्हणून. उद्या त्या दोघींचे काहीही झाले तरी मला दु:ख होणार नाही, पण डॅडींच्याकडे माझा जास्त ओढा आहे. त्यांच्याविषयी माझ्या मनात आदर आहे. त्यामुळे त्यांनी मारगॉटची स्तुती केली, तिचे लाड केले, तिला जवळ घेतले की मला दु:ख होते. जगात कुणावरही मी त्यांच्याइतके प्रेम करत नाही, कुणाला मानतही नाही. आपण ॲनशी वागताना पक्षपात करतो हे त्यांच्या ध्यानातही येत नाही. मारगॉट खूप हुषार आहे, सुंदर आहे, चलाख आहे, प्रेमळ आहे, सगळे खरे. पण त्याचा अर्थ माझ्यात काही गुणच नाहीत असा आहे का? आमच्या कुटुंबातली खोडकर, विदुषकी मुलगी मी आहे. माझ्या चुकांसाठी नेहमी मला दुबार बोलणी बसतात आणि शिक्षा मिळते. प्रथम मी चूक केल्याबद्दल बोलणी, आणि त्यांचे टाकून बोलणे ऐकून मला वाईट वाटले किंवा मी चिडले तर त्याबद्दलही बोलणी. डॅडींनी तरी निदान माझ्याशी प्रेमाने सहानुभूतीने वागावे असे मला वाटते. मला मारगॉटचा मत्सर मुळीच वाटत नाही. तिच्या रुपाचा आणि बुद्धिचाही मी हेवा करत नाही. फक्त डॅडींनी माझ्यावर प्रेम करावे एवढेच माझे म्हणणे.

मला ममी आवडत नाही आणि ही माझी नावड दिवसेंदिवस वाढतेय आहे म्हणून मग मी डॅडींचा आधार घ्यायला जाते. कुटुंबातल्या मंडळींविषयी जे काही थोडेफार प्रेम माझ्यात शिल्लक आहे ते डॅडींच्यामुळे. कधीकधी ममीवरच्या रागाला

वाट करून द्यावी असे मला वाटते. हे डॅडींच्या ध्यानातच येत नाही. ममीचे दोष काढलेले त्यांना आवडत नाही. ते टाळतात तो विषय! कधीकधी ममीतल्या उणीवा, दोष, सहन करणे अशक्य होते मला. ती स्वत: अव्यवस्थित आहे, गबाळी आहे, कधी म्हणून गोड बोलत नाही. प्रेमळपणाने वागत नाही. खवचटपणे बोलते, कठोरपणे बोलते. मग मी कधीच तिच्यावरचा राग व्यक्त करायचा नाही का?

माझ्या आणि ममीच्या स्वभावात जमीन अस्मानाचे अंतर आहे. त्यामुळे आमचे खटके उडणे अटळ आहे. मी काही इथे तिच्या दोषांची चर्चा करायला बसले नाही. तो अधिकारही नाही माझा. मी तिच्याकडे केवळ ती माझी आई या नात्यानेच पाहाते. पण ती त्या नात्याने, प्रेमळपणाने माझ्याशी कधीही वागत नाही. मग माझी आई मलाच व्हावे लागते. परिणामी त्या दोघींशी माझा सांधा तुटल्यासारखेच झाले आहे. माझा मार्ग मीच आखून त्यावरून पुढे जाते आहे. हा मार्ग मला कुठे नेणार आहे देव जाणे! 'आई' या व्यक्तीविषयी माझ्या ज्या कल्पना आहेत त्यातला एक शतांशही तिच्यात नाही.

ममीच्या दोषांकडे, उणीवांकडे लक्ष द्यायचे नाही असे मी नेहमी स्वत:ला बजावत असते. असा निश्चय करते की तिचा चांगुलपणा तेवढा लक्षात घ्यायचा. पण ते जमत नाही. आपल्यातले दुर्गुण डॅडीममींच्या लक्षात येत नाहीत. नेहमी माझा अपमान, उपहास करतात. कुणाचे आई वडील आपल्या मुलांना संपूर्ण सुखी, संतुष्ट ठेवत असतील का?

कधीकधी वाटते देव माझी परीक्षा घेतो आहे. आत्ता आणि भविष्यातही समोर कोणतीही प्रत्यक्ष आदर्श व्यक्ती नसताना, कुणी उपदेश करायला, चुका दाखवून द्यायला नसताना मला चांगली सद्‌गुणी मुलगी व्हायचे आहे. माझी समजूत मीच घालून घ्यायची, स्वत:चे सांत्वन मीच करायचे, सांभाळून घ्यायचे मीच, आणि स्वत:ला सुधारायचेही मीच!

किटीला लिहिलेली ही पत्रे माझ्याशिवाय दुसरे कोण वाचणार आहे? स्वत:चे समाधान मी इतर कुणाकडून करून घेणार आहे? मला तर अशा दिलाशाची वारंवार गरज पडते. मला अगदी खचल्यासारखे वाटते, आणि माझ्याविषयीच्या इतरांच्या अपेक्षा पुऱ्या करणे जमत नाही मला.

एखाद्या दिवशी मला मोठ्या, जाणत्या मुलीसारखे वागवतात. तर त्याच्या दुसऱ्याच दिवशी मी अज्ञ, मूर्ख असल्याचे सांगितले जाते. मी काय आता लहान कुक्कुल बाळ आहे का? मला सुद्धा विचार, मते, कल्पना, आवडीनिवडी आहेत. आता मी त्या नीटनेटक्या शब्दात मांडू शकत नाही ही गोष्ट वेगळी. कारण माझ्या मनात विचारांचा नेहमी गोंधळ उडतो. माझ्या सद्‌हेतूचा नेहमी विपर्यास किंवा गैरसमज होतो. कळेनासे झाले की मी या रोजनिशीकडे वळते. कारण किटी बिचारी

माझे सगळे म्हणणे शांतपणे ऐकून घेते. इतके सगळे असले तरी मी माझे स्वत्व टिकवेन, सर्व सहन करेन आणि यातून पुढे मार्ग काढेन. मात्र मनात एकच इच्छा सतत बाळगून की एखाद्या वेळी तरी माझ्यावर प्रेम करणाऱ्यांनी मला उत्तेजन, शाबासकी द्यावी. डॅडी ममीविषयी मी असे लिहिले म्हणून माझी निर्भर्त्सना करू नको हं किटी. अग, कधी कधी सहनशक्ती संपते माझी.

तुझी, ॲन.

सोमवार ९ नोव्हेंबर १९४२

प्रियतम किटी,

काल पीटरचा सोळावा वाढदिवस होता. मी आठ वाजता वर त्यांच्याकडे गेले आणि आम्ही दोघांनी मिळून त्याच्या भेटी, बक्षिसे पाहिली. मोनोपली हा खेळ, एक रेझर आणि सिगारेट लायटर. खरे म्हणजे तो सिगारेट ओढत नाही, पण लायटर बाळगणे कसे प्रतिष्ठितपणाचे वाटते.

सगळ्यांत छान बक्षिस श्री. व्हॅनडॅन यांनी दिले. इंग्लिश सैन्य ट्यूनीस, अल्जिर्स, कासाब्लांका आणि ओरान येथे उतरल्याची बातमी त्यांनी दिली.

'आता युद्धाचा शेवट जवळ आला.' इंग्लंडचे पंतप्रधान श्री. चर्चिल सोडले, तर बाकी सर्वांना असेच वाटतेय. ते म्हणतात, "हा युद्धाचा शेवट खचितच नाही. शेवट जवळसुद्धा आलेला नाही." नसेल! पण आशावादी राहायला हरकत नाही. गेले तीन महिने प्रयत्न करत असूनही जर्मनांना अद्याप स्टॅलिन्ग्राड शहर जिंकता आलेले नाही.

आता आमच्या अन्नाविषयी सांगते. वरची सगळी मंडळी (व्हॅनडॅन कुटुंब) भारी खादाड आहेत. श्री. क्लिमन् यांच्या ओळखीच्या भट्टीवाल्याकडून आम्हाला छान पावाचा पुरवठा होतो. अर्थात पूर्वी घरी राहात होतो तेवढा नाही, पण पुरेसा होतो. काळ्या बाजारातून आम्ही चार रेशनकार्डेही मिळवली आहेत. भाव सारखे वाढतच चाललेत. आत्ताच सत्तावीस गिल्डर्सचे तेहेतीस गिल्डर्स झाले आहेत.

आम्हाला पुरेसा पौष्टिक आहार हवा म्हणून तीनशे पौंड वालाची खरेदी केली. त्याआधी इथे शंभर डबाबंद वस्तू आम्ही साठवून ठेवलेल्या आहेतच. केवळ आमच्यासाठी नव्हे तर खाली ऑफिसात काम करणाऱ्यांसाठीपण. मधल्या बोळात या वालाची पोती आम्ही छतातल्या हुक्सना, आकड्यांना टांगून ठेवली आहेत. पण वजन वाढल्याने काही शिवणी उसवल्या म्हणून मग आता ती पोती माळ्यावर नेऊन रचून ठेवण्याचे आम्ही ठरवले. ही जड पोती उचलून वर नेऊन ठेवण्याचे काम पीटरवर सोपवले होते. त्याने सहापैकी पाच पोती सुखरूप वर नेऊन ठेवली. शेवटचे पोते वर चढवत

असताना पोते एकदम् फाटले आणि तपकिरी वालांचा धबधबा जिन्यावर कोसळला. त्याचा इतका मोठा आवाज झाला की, त्यामुळे घाबरून एखादा मेलेला माणूस सुद्धा उठून बसला असता. सारी इमारत कोसळते का काय असे खालच्या ऑफिसातल्या लोकांना वाटले. सुदैवाने त्या वेळी ऑफिस चालू असल्यामुळे कुणाला संशय आला नाही. घटकाभर पीटर इतका घाबरला, काही विचारू नकोस. पण मग सभोवार पसरलेल्या वालाच्या सागरात, मधोमध एखाद्या बेटासारखी मी उभी राहिलेली पाहाताच, तो खो खो हसायला लागला. मग आम्ही दोघांनी ते वाल भरले. पण ते इतके काना-कोपऱ्यात विखुरले होते की चार दिवस प्रत्येक जण जाता येता सापडलेले मूठभर तरी वाल सौ. व्हॅनडॅन यांच्याकडे देत होते.

सांगायचं राहिलंच. डॅडी आजारातून उठले आहेत आता.

तुझी, ॲन.

ताजा कलम : नुकतेच रेडिओवर सांगितले की ब्रिटिशांनी मोरोको, अल्जिर्स, कासाब्लांका आणि ओरान जिंकले. आता ट्यूनिस केव्हा घेतील याची आम्ही वाट पाहात आहोत.

तुझी, ॲन.

मंगळवार १० नोव्हेंबर १९४२

प्रियतम किटी,

आनंदाची बातमी! आमच्या सातजणांच्या कुटुंबात आता आम्ही आणखी एक माणूस घेणार आहोत.

खरंच! आमच्याकडे आणखी एक माणसाला पुरेसे अन्न आणि जागा आहे असे आम्हाला नेहमीच वाटायचे, पण श्री. कुग्लर यांच्यावर आणि श्री. क्लिमनवर आणखी भार टाकायची आम्हाला भीड वाटत होती, पण रोज ज्यूंच्या जास्त जास्तच छळाच्या बातम्या कानावर येत आहेत. म्हणून डॅडींनी श्री. कुग्लर व श्री. क्लिमन यांच्या मताचा अंदाज घेऊन पाहिला. त्या दोघांना ती कल्पना पसंत पडली. जर्मनांच्या हातात आम्ही सापडलोच तर जे आम्हा सात जणांचे होईल तेच त्या आठव्याचेही होईल. पण तोपर्यंत तरी त्याला आसरा मिळेल. एवढे एकदा पक्के ठरल्यावर, प्रत्येक कुटुंबाने आपली नातेवाईक आणि स्नेहीमंडळी यातल्या कुणाला घ्यावे याचा विचार केला. व्हॅनडॅन कुटुंबाच्या सर्व नातेवाईकांना नाकारून आल्फ्रेड डसेल् नावाच्या एका दंतवैद्याला घेण्याचे ठरले. तो एका ख्रिश्चन युवतीबरोबर राहातो. ती त्याच्याहून बरीच तरुण आणि सुंदर आहे. बहुधा त्यांचे लग्न झाले नसावे. अर्थात त्याच्याशी

आपला काहीच संबंध नाही. तो शांत, सुसंस्कृत आणि सज्जन आहे. मिएप्‌ची त्याच्याशी ओळख आहेच. तेव्हा त्याच्या इथे येण्याची व्यवस्था ती करेल. तो आला तर माझ्या खोलीत झोपेल आणि मारगॉट डॅडी ममींच्या खोलीत. दाढा भरण्याचे सामान आणि त्याची सर्व शस्त्रे आणायला त्याला सांगायचे आहे.

तुझी, ॲन.

गुरुवार १२ नोव्हेंबर १९४२

प्रियतम किटी,

मिएप् डॉ. डसेल्‌ला भेटायला गेली होती. तिला पाहाताक्षणीच त्याने विचारले "लपून राहायला एखादी जागा तुमच्या आढळात आहे का? जेव्हा मिएप्‌ने ती त्याच कामासाठी त्याच्याकडे गेली होती हे सांगितले, तेव्हा तो फार खूष झाला. तिने त्याला शक्यतो लवकर, जमले तर येत्या शनिवारीच यायला सांगितले. पण तितक्या तातडीने जमणार नाही असे त्याने सांगितले. त्याला त्याचे हिशोब पुरे करायचे होते. काही पेशंटवर उपचार करायचे होते. ते आटपून मग तो येणार होता. त्याचा हा निरोप आज सकाळी मिएप्‌ने आम्हाला सांगितला. त्याने इतका विलंब लावणे आमच्या मते शहाणपणाचे नव्हते. हे सर्व काम उरकताना त्याला कित्येक लोकांना स्पष्टीकरण द्यावे लागले असते आणि तसे ते देणे धोक्याचे होते. मिएप् परत जाऊन त्याला भेटली व शनिवारपर्यंत जमवा असे त्याला सांगितले, पण त्याने नकार दिला आणि आता स्वारी सोमवारी येणार आहे.

मला तर विचित्रच वाटले त्याचे वागणे! वास्तविक अशी संधी आपणहून चालून आलेली पाहाताच त्याला केवढा आनंद वाटायला हवा होता. त्याला अकस्मात जर्मनांनी रस्त्यावरून पकडून नेले असते तर त्याचा हिशोब आणि पेशंट्स यांचे काय झाले असते? हा विचार त्याने नको होता का करायला? डॅडी तरी इतक्या मूर्ख माणसाला आपल्यात घ्यायचा विचार का करताहेत देव जाणे.

तुझी, ॲन.

मंगळवार १७ नोव्हेंबर १९४२

प्रियतम किटी,

श्री. डसेल् आले. सर्व सुरळीत झाले. सकाळी अकरा वाजण्याच्या सुमारास पोष्टाजवळ यायला मिएप्‌ने त्यांना सांगितले. बरोबर त्या वेळेस ते तिथे आले. तिथे त्यांना श्री. क्लिमन जाऊन भेटले आणि त्यांनी डसेल्‌ना ऑफिसात येऊन मिएप्‌ला भेटायला सांगितले. श्री. क्लिमन बसमधून पुढे आले व त्यांच्या पाठीमागून

श्री. डसेल् चालत आले.

अकरा वाजून वीस मिनिटांनी डसेल् ऑफिसात आले. आल्याबरोबर प्रथम मिएप्ने त्यांना कोट काढून ठेवायला सांगितले. कारण कोटावर पिवळा बिल्ला होता. तिथून मग त्यांना तिने खाजगी ऑफिसात आणले. झाडूवाली बाई आपले काम आटपून जाईपर्यंत श्री. क्लिमन त्यांच्याशी बोलत बसले. मिएप्ने नंतर त्यांना वर आणले व त्यांनी पुस्तकाचे कपाट उघडून आत पाऊल टाकले. श्री. डसेल् थक्क होऊन पाहातच राहिले.

नवागतासाठी कॉफी तयार ठेऊन आम्ही सात जण जेवणाच्या टेबलापाशी त्यांच्या स्वागताला सिद्ध होऊन बसलो होतो. प्रथम मिएप्ने त्यांना फ्रँक कुटुंबाच्या खोलीत आणले. तिथले आमचे फर्निचर त्यांनी लगेच ओळखले. पण आम्ही तिथेच वरच्या खोलीत आहोत याची त्यांना कल्पना नव्हती. मिएप्ने सांगताच ते अतिशय आश्चर्यचकित झाले. थोड्याच वेळात तिने त्यांना वर आणले. आम्हा सर्वांना पाहून ते मट्कन खुर्चीत बसले. मग अडखळत त्यांनी विचारले, ''म्हणजे? तुम्ही बेल्जियम्ला गेला नव्हता? एका स्नेह्याने तुम्हाला तिकडे न्यायचे कबूल केले होते ते जमले नाही? तुम्ही निसटून गेला नाही?''

मग आम्ही त्याला सर्व समजावून सांगितले. डॅडींच्या त्या ऑफिसर स्नेह्याने आम्हाला आपल्या गाडीतून नेल्याची अफवा आम्हीच पसरवली होती. जर्मनांनी आमचा ठावठिकाणा शोधण्याचा प्रयत्न केला तर त्यांची दिशाभूल व्हावी म्हणून! आमची ही कल्पकता पाहून डसेल् अवाक् झाले, आणि आमच्या सुसज्ज गुप्तनिवासाकडे पाहातच राहिले. आम्ही सर्वांनी मिळून दुपारचे जेवण घेतले. मग थोडीशी झोप घेऊन ते आमच्याबरोबर चहा प्यायला आले. मिएप्ने त्यांच्या काही वस्तू आधीच इथे आणल्या होत्या त्या त्यांनी नीट लावून ठेवल्या तेव्हा त्यांना जरा घरच्यासारखे वाटू लागले. मग व्हॅनडॅनची टंकलिखित केलेली आमच्या या 'गुप्तनिवासात' राहाणाऱ्यांसाठी तयार केलेली नियमावली त्यांच्या हातात ठेवली. गंमत म्हणून मी ती आता तुला सांगते.

'गुप्तनिवासात राहाणाऱ्या ज्यू किंवा तत्सम लोकांच्या तात्पुरत्या निवासाची मार्गदर्शिका.'

हे जवळपास झाडेझुडपे नसलेले, ॲम्स्टरडॅमच्या भरवस्तीतले सुंदर निवासस्थान, राहाण्यासाठी वर्षभर खुले राहील. १३ किंवा १७ नंबरच्या ट्रॅमने, मोटारीने किंवा सायकलवरून इथे येता येते. जर्मनांनी अशा वाहनांनी प्रवास करण्यास ज्यांना बंदी घातली आहे. अशांना इथे पायी पोचता येईल. सर्व सामानांनी युक्त आणि रिकाम्या खोल्या केव्हाही उपलब्ध होतील. जेवणासह किंवा जेवणाविना.

किंमत काही नाही.

जेवण खास करून चरबी आणि स्निग्ध पदार्थ नसलेले.

वाहते ताजे पाणी : पावसाचे भिंतीवरून गळेल तेवढे.

जागा : वाटेल त्या तऱ्हेची अडगळ ठेवायला हवी तेवढी. दोन अद्यावत फॅशनच्या तिजोऱ्या.

करमणूक : रेडिओवर लंडन, न्यूयॉर्क, तेलअव्हिव आणि इतर बरीच केंद्रे लागतात. सहा वाजल्यानंतर इथे राहाणाऱ्या सर्वांना यावरचे कार्यक्रम ऐकता येतील पण फक्त संध्याकाळी सहानंतरच! जर्मन केंद्रावरची फक्त नाटके व संगीतच ऐकता येईल. जर्मन बातम्या ऐकायला सक्त मनाई आहे, मग त्या बातम्या कुठूनही लागोत.

विश्रांतीची वेळ : रात्री दहा ते सकाळी साडेसातपर्यंत. रविवारी सकाळचे सव्वा दहापर्यंत. दिवसाही विश्रांती घ्यायला व्यवस्थापक मंडळाने सांगितले तर ते ऐकले पाहिजे. सर्वांच्या सुरक्षिततेसाठी विश्रांतीचे नियम काटेकोरपणे पाळले पाहिजेत.

फावल्यावेळचे उद्योग पुढील सूचना मिळेपर्यंत घराबाहेर करता कामा नये.

भाषा : सारा वेळ अगदी खालच्या पट्टीत बोलले पाहिजे. सुसंस्कृत लोकांची कोणतीही भाषा बोलता येईल. अर्थात जर्मन नाही.

वाचन आणि करमणूक : जर्मन पुस्तके वाचता कामा नयेत. पण उत्कृष्ट दर्जाची, गंभीर, विद्वत्तापूर्ण जर्मन पुस्तके वाचली तर चालेल.

व्यायाम : सौंदर्यवर्धक व्यायाम रोज केलेले चालतील.

संगीत : संध्याकाळी सहानंतर अगदी खालच्या पट्टीत गाणे म्हटले तर चालेल.

सिनेमा : आधी परिपूर्ण व्यवस्था केली असेल तर.

वर्ग : लघुलिपीचा पत्रद्वारा आठवड्यातून एकदा. अभ्यास, इंग्लिश, फ्रेंच, गणित, इतिहास यांचा अभ्यास दिवसभरात केव्हाही. अभ्यासाची फी म्हणून एकमेकांना हवा तो विषय शिकवणे. उदाहरणार्थ : डच भाषा शिकवणे.

पाळीव प्राणी : खास परवानगी घेऊन पाळता येतील. पण किडे, उंदीर, घूस इत्यादी विध्वंसक प्राणी पाळण्याची परवानगी मिळणार नाही.

जेवणखाणाच्या वेळा : नाश्ता रविवारी आणि सुटीच्या वारी सकाळी साडेअकरा वाजता. इतर दिवशी सकाळी नऊ वाजता.

जेवण : दुपारी १.१५ ते १.४५ हलकेसे.

रात्रीचे जेवण : गरम जेवण मिळेल अशी खात्री देता येत नाही. शिवाय केव्हा मिळेल, ते बातम्यांवर (रेडिओच्या) अवलंबून राहील.

कर्तव्ये : अन्न वस्त्र इत्यादींचा आपल्याला पुरवठा करणाऱ्यांच्या ऑफिसचे

काम, ते म्हणतील त्याप्रमाणे नेहमीच केले पाहिजे.

स्नान : रविवारी सकाळी नऊ वाजल्यानंतर, कपडे धुण्याचे टब् स्नानाकरता मिळेल. रहिवाशांनी, स्नानगृह, स्वयंपाकघर, खाजगी ऑफिस, बाहेरच ऑफिस यापैकी कोणत्याही ठिकाणी स्नान करावे.

मादक पेये : औषध म्हणूनच केवळ. तेही डॉक्टरांच्या सल्ल्यानुसार.

समाप्त.

तुझी, ॲन.

गुरुवार १९ नोव्हेंबर १९४२

प्रियतम किटी,

आम्हाला वाटले होते तसेच आहेत श्री. डसेल्. चांगले आहेत. माझ्याबरोबर माझ्या खोलीत राहाण्याचे त्यांनी मान्य केले, पण खरे सांगायचे तर, माझ्या वस्तू एखाद्या त्रयस्थ माणसाने वापरायच्या हे मला आवडत नाहीये, पण तेवढा त्याग चांगल्या गोष्टीसाठी करायलाच हवा ना! आमच्या स्नेह्यांपैकी एखाद्याला जरी आपण वाचवू शकलो, मदत करू शकलो तरी खूप झाले असे डॅडींचे म्हणणे. बरोबर आहे ते!

पहिल्या दिवशी मि. डसेल्ने माझ्याकडे खूप चौकशा केल्या. उदाहरणार्थ– झाडूवाली बाई ऑफिस झाडायला केव्हा येते? संडास केव्हा वापरायचा? स्नान केव्हा करायचे? इ. इ. तुला हे वाचून हसू येईल. पण लपूनछपून राहायचे म्हणजे साध्या गोष्टीतसुद्धा फार खबरदारी घ्यावी लागते. दिवसा आम्हाला कोणत्याही तऱ्हेचा आवाज करता येत नाही. कारण खालच्या गुदामात काम करणाऱ्यांना त्यामुळे संशय येईल आणि खाली ऑफिस झाडायला झाडूवाली येते तेव्हा तर फारच काळजी घ्यावी लागते. मी शांतपणे या सर्व गोष्टी डसेल्ला समजावून सांगितल्या, पण नवल म्हणजे, त्याच्या लवकर ध्यानातच येत नाही. प्रत्येक गोष्ट दोनदोनदा विचारून घेतो आणि तरीही शेवटी विसरतो.

कदाचित् एकाएकी झालेल्या बदलामुळे तो भांबावून गेला असेल. सवय झाल्यावर मग जमेल सगळे हळूहळू.

कित्येक दिवस आमचा संबंध तुटलेल्या बाहेरच्या जगाविषयी त्यांनी बऱ्याच हकीकती सांगितल्या. आमच्या अनेक स्नेही आणि नातेवाईक मंडळींना ओढून नेले आहे. रोज रात्री लष्करी गाड्या रस्त्यारस्त्यावरून फिरतात. वाटेल त्या घरात शिरून तिथे कुणी ज्यू राहातात का याची चौकशी करतात. राहात असतील त्यांना,

सहकुटुंब, सहपरिवार लॉरीत कोंबून छळगृहात नेले जाते. कधीकधी ते ज्यूंच्या नावाची यादी घेऊनच हिंडतात. त्यांच्या पकडीतून, आमच्याप्रमाणे लपून राहीलं तरच सुटका. एरवी नाही. जिथे त्यांना पैसा मिळेल किंवा हात मारता येईल तिथे जरुर जातात. दरडोई काही रक्कम मिळाली तर माणसांना सोडतातही, पण ते काही खरे नाही. रात्री अंधार पडल्यावर पुष्कळ वेळा मृत्यूची वाट चालत निघालेली लहान मुले, तरुण, म्हातारेकोतारे, अपंग, आजारी यांची मिरवणूक मला दिसते. मुले केविलवाणे रडत असतात, स्त्रिया डोळे पुसत असतात. मोठी माणसे गळा काढून रडत नाहीत एवढेच! खाटिकखान्याकडे निघालेल्या या लोकांना रस्त्यात सुद्धा जर्मन पोलिस धक्के मारतात, फरपटत नेतात, मारहाण करतात.

बाहेर असे हाल चालले आहेत आणि आम्ही मात्र इथे सुखरूप आहोत. उबदार बिछान्यात झोपतो आहोत. बाहेर आमची स्नेहमंडळी, नातेवाईक अटकेत, छळगृहात हाल सोसताहेत आणि आम्ही त्यांना काडीचीही मदत करू शकत नाही. काय त्या बिचाऱ्यांचे हाल होत असतील या विचाराने शरम वाटते. त्यांचा गुन्हा कोणता तर ते ज्यू आहेत.

तुझी, ॲन.

शुक्रवार २० नोव्हेंबर १९४२

प्रियतम किटी,

बाहेरच्या जगातल्या ज्यूंची दैना आजवर आम्हाला कळत नव्हती. कारण मिएप्‌ने कुणा परिचितांची काय वाट लागली हे सांगितले की ममी आणि सौ. व्हॅनडॅन रडत बसायच्या. म्हणून मिएप्‌ने या बातम्या सांगणे बंदच केले होते. पण श्री. डसेल् आल्यावर आम्ही त्यांच्यावर प्रश्नांचा भडिमार केला व त्याने सर्व सांगितले. त्या हकिकती इतक्या क्रूर, निर्दयी भयंकर आहेत की काही केल्या त्यांचा विचार मनातून जात नाही. कसे खिन्न, उदास वाटते. पण इथे आत राहून आम्ही कितीही दुःख केले तरी त्यामुळे त्यांचे हाल काही कमी होत नाहीत आणि आमचाही काही फायदा नाही. एखाद्या वेळी हसू आले तर त्याची शरम वाटून घेण्याने काय साधणार आहे? या आमच्या 'गुप्तनिवासाचा' अशाने 'शोकनिवास' मात्र होईल.

दिवसभर काहीही उद्योग मी करत असले तरी जे गेले त्यांच्याबद्दलच विचार मनात घोळत राहातात.

आजकाल मला फार एकाकी वाटते. बाहेरच्या ज्यूंच्या दुःखाच्या मानाने हे माझे दुःख फारच क्षुद्र आहे. तरीही ते आहे हे खरे. जीवनात फार मोठी पोकळी निर्माण झाल्यासारखे मला वाटते. आजपर्यंत माझे विश्व शाळा, त्यातल्या मैत्रिणी यांचेच

होते. त्यांचेच विचार सतत माझ्या डोक्यात असायचे. आता मात्र माझ्या मनात स्वत:विषयी किंवा इतरांच्या दुर्भाग्याविषयीचेच विचार असतात. गेल्या बारा वर्षांत डॅडींना माझ्या आयुष्यात फार महत्त्वाचे स्थान होते. तसे आता मला वाटत नाही. ममी आणि मारगॉट यांना महत्त्व द्यायचे तर मी केव्हाच सोडलेय.

बाकी या वेडेपणाचा त्रास तुला काय म्हणून मी द्यावा? मला कळतंय की मी फार कृतघ्न आहे. पण सतत मला रागवत राहातात, बोलत राहातात म्हणून माझे डोके फिरते बघ!

तुझी, ॲन.

शनिवार २८ नोव्हेंबर १९४२

प्रियतम किटी,

आम्ही, आम्हाला मिळालेल्या रेशनपेक्षा बरीच जास्त वीज वापरतो. त्यामुळे आता खूप काटकसर करावी लागतेय. नाहीतर पुरवठा बंदच होईल. म्हणजे चौदा दिवस अंधारात काढावे लागतील. कुणास ठाऊक कदाचित अशी वेळ येणारही नाही. दुपारी चार साडेचारनंतर लिहिता वाचता न येण्याइतका अंधार पडतो. मग आम्ही वेळ घालवण्याकरता वाटेल ते चाळे करतो. एकमेकांना कोडी किंवा उखाणे घालतो, अंधारात व्यायाम करतो, इंग्लिश आणि फ्रेंच बोलण्याचा सराव, पुस्तकांचे परीक्षण, त्यावर चर्चा वगैरे. थोड्या वेळाने या सगळ्याचाच कंटाळा येतो. काल मी एक नवीनच उद्योग शोधून काढला. उत्तम प्रकारची दुर्बिण घेऊन शेजाऱ्यांच्या प्रकाशित खोल्यांकडे नजर लावून बसले. दिवसभरात आमच्या खिडक्यांचे पडदे तसूभरसुद्धा बाजूला करता येत नाहीत. पण रात्रीच्या अंधारात पडदे किंचित सरकविण्यात काहीच धोका नसतो.

आपले शेजारी आपली एवढी करमणूक करतील असे मला कधी वाटले नव्हते. आता त्याचा अनुभव घेतेय. समोरच्या एका घरातली मंडळी जेवण करत होती. दुसऱ्या घरातली माणसे घरच्याघरी सिनेमा पाहात होती. तर एक दंतवैद्य एक घाबरलेल्या वृद्ध स्त्रीवर उपचार करत होता.

डसेल्ला लहान मुलांची आवड आहे, त्यांच्याशी तो फार गोड वागतो असे ऐकले होते. पण आता त्याचे खरे स्वरूप कळले. तो जुनाट विचाराचा, कडक शिस्तीचा भोक्ता आहे. मला येताजाता उपदेशाचे भले मोठे डोस पाजत असतो. रीतीरिवाज शिकवत असतो.

दुर्दैवाने माझ्याच खोलीत ही स्वारी राहायला आली आहे आणि मी तर आम्हा तीन लहान मुलांतली सर्वात गुंड समजली जाणारी मुलगी. त्यामुळे तर माझ्यामागे त्याचा सासुरवास फारच. त्याचा तोच तोच कंटाळवाणा उपदेश आणि सूचना मी

कानाबाहेरच टाकते किंवा ऐकूच न आल्यासारखे दर्शवते. एरवी मी हेही सहन केले असते, पण हा गृहस्थ ममीच्या फार पुढे पुढे करतो आणि ममीला माझ्या चहाड्या सांगतो. ती मला रागवत असली तर आगीत तेल ओतायला येतो. त्या वेळी माझे दुर्दैव बलवत्तर असेल तर सौ. व्हॅनडॅनही तिथे अवतरतात. त्यांच्यासमोर माझ्या गुन्ह्याचा पाढा परत वाचला जातो आणि त्यावर त्यांचा जिभेचा पट्टा सुरू होतो.

एखाद्या कुटुंबातली वांड, रीतभात नसलेली मुलगी म्हणून जगणे किती कठीण आहे याची कल्पना नाही यायची तुला!

रात्री बिछान्यावर पडले की माझ्या चुका, उणिवा यांचा विचार माझ्या डोक्यात येतो आणि स्वत:ला सुधारणे किती कठीण आहे हे कळून एकतर रडायला येते किंवा कधीकधी हसायलाही येते. हळूहळू मग झोप लागते. झोपेतही आपण आता आहोत त्यापेक्षा खूप वेगळे पण चांगले व्हायचे विचार माझ्या मनात घोळत राहातात.

बापरे! किटी, आता असे सगळे लिहून मी तुलाही गोंधळात टाकते आहे याबद्दल क्षमा कर.

तुझी, ॲन.

सोमवार ७ डिसेंबर १९४२

प्रियतम किटी,

यावर्षी हान्नुका आणि सेंट निकोलस डे जवळजवळच आले आहेत. मधे फक्त एक दिवस आहे. आम्ही हान्नुका फार थाटामाटाने साजरा नाही केला. फक्त मेणबत्त्या लावल्या. त्यांचासुद्धा तुटवडा असल्यामुळे त्या फक्त दहा मिनिटेच लावल्या पण गाणी म्हणू शकतो ना, ती म्हटली मनमुराद! मि. व्हॅनडॅनी लाकडी मनोरा केला होता.

त्यामानाने शनिवारच्या सेंट निकोलस डेला जास्त मजा केली. जेवण चालू होते तोवर बेप् आणि मिएप् डॅडींच्या कानाशी सारख्या कुजबुजत होत्या. काहीतरी शिजतंय, असा आम्हाला आलेला संशय खरा ठरला. आठ वाजता आम्ही सर्वजण खाली उतरलो. अंधार इतका गडद होता की मला फार भीती वाटली. केव्हा एकदाचे सुखरुप वर येतो असे मला झाले होते. या खोलीला खिडकी नसल्यामुळे आम्ही दिवा लावू शकलो. दिवा लावल्याबरोबर डॅडींनी मोठे कपाट उघडले.

कपाटात एका कोपऱ्यात मोठी सुशोभित केलेली परडी होती. त्यावर ब्लॅक पीटरचा मुखवटा होता.

आम्ही चट्कन ती परडी वर नेली. त्यात प्रत्येकासाठी एकेक छोटीशी भेट

होती. त्याला एकेक कविताही जोडलेली होती. सेंट निकोलस डे च्या दिवशी कसल्या कविता करतात ते तुला माहितंच आहे म्हणून त्या सगळ्या लिहित बसत नाही.

मला एक बाहुली मिळाली, डॅडींना पुस्तके ठेवण्यासाठी बुकएंडस् वगैरे वगैरे, यापूर्वी कधी आम्ही सेंट निकोलस डे साजरा केला नसल्याने मजा वाटली आणि यापुढे आम्ही तो करणार आहोत.

तुझी, ॲन.

ता.क. : आम्ही सुद्धा खालच्या सर्व लोकांसाठी काही ना काही भेटी पाठवल्या. आज आम्हाला कळले की श्री. व्हॅनडॅन यांना दिलेले रक्षापात्र, मि. डसेल् यांना दिलेली चित्राची चौकट आणि डॅडींचे बुकएंड्स या सर्व वस्तू श्री. व्हॉस्कुजिल् यांनी स्वत: बनवल्या होत्या. त्यांचे हस्तकौशल्य पाहून थक्क झाले मी.

गुरुवार १० डिसेंबर १९४२

प्रियतम किटी,

पूर्वी श्री. व्हॅनडॅन, मसाले, सॉसेजिस, मांसाचे प्रकार याचा उद्योग करत असत. मसाल्यांच्या बाबतीत ते इतके हुशार होते की तज्ञ म्हणून त्यांना नेहमी सल्ला द्यायला बोलावत असत. पण आता त्यांच्या सॉसेजविषयीच्या ज्ञानाचा आम्हाला खूप फायदा होतोय.

दिवस कसे येतील आणि इथे किती काळ राहावे लागेल याची शाश्वती नाही. तेव्हा अन्नाचा साठा करून ठेवायला हवा म्हणून आम्ही बऱ्याच पौंड मांसाची मागणी, ऑफिसच्या पत्त्यावर केली होती, श्री. व्हॅनडॅनने त्या मांसाचे ब्रॅटवूर्स्ट, सॉसेजीस आणि मेट्वूर्स्ट करून ठेवण्याचे ठरवले. ते काम करत असताना पाहात राहणे मोठे मजेचे होते. प्रथम त्यांनी मांसाचे तुकडे ग्राईंडरमध्ये टाकून तीन वेळा ते घुसळून घेतले. मग त्यात इतर वस्तू घातल्या आणि नळीद्वारे ते मिश्रण पेटीत भरले. आम्ही जेवताना ब्रॅटवूर्स्ट साडरक्रॉट बरोबर खाल्ले. त्यांनी बनवलेले सॉसेजिस डब्यात भरून बंद करायचे होते. त्यासाठी प्रथम ते सुकायला हवे होते म्हणून आढ्याला लावलेल्या एका बांबूला टांगून ठेवले. खोलीत शिरताच ती बांबूवर लोंबकळणारी सॉसेजिस पाहाताच सर्वांना हसू येत होते. कारण ते दृश्य मजेदारच दिसत होते.

स्वयंपाकघराचे स्वरूप अगदी पाहाण्यालायक झाले होते. आपल्या पत्नीचा ॲप्रन बांधलेले मि. व्हॅनडॅन जास्तच लठ्ठ दिसत होते. मांस हाताळत होते त्यामुळे

त्यांचे हात लाल, चेहराही लाल, ॲप्रनवर लाल रक्ताचे डाग या सर्वांमुळे एखाद्या खऱ्याखुऱ्या खाटकासारखे दिसत होते. सौ. व्हॅनडॅन एकाच वेळी, सूप ढवळत होत्या, पुस्तकात पाहून डच् शब्द पाठ करत होत्या, यजमान करत असलेल्या पदार्थावर लक्ष ठेवत होत्या आणि मधूनच बरगडी दुखत असल्याची तक्रार करत होत्या. आपले नितंबप्रदेश कमी करण्यासाठी मध्यमवयाच्या स्त्रिया खुळ्यासारखे व्यायाम करायला लागल्या म्हणजे असेच काहीतरी होणार.

डसेल्चा डोळा सुजला होता म्हणून तो चहाच्या पाल्याने शेगडीजवळ आपला डोळा शेकत बसला होता. डॅडी, खिडकीतून एक बारीकसा सूर्यकिरण आत आला होता, त्याच्या प्रकाशात बसले होते. काम करताना प्रत्येक जण त्यांना इथून तिथे आणि तिथून इथे सरकायला सांगत होता. त्यांचे सांधे बहुतेक दुखत असावे. कारण खुर्ची सरकवतांना त्यांच्या चेहऱ्यावर वेदना दिसत होती. वाकून बसलेले डॅडी मला वृद्धाश्रमातल्या एखाद्या गरीब वृद्धासारखे दिसत होते. पीटर त्याच खोलीत आपल्या मांजरीला कोलांट्या उड्या मारायला शिकवत होता. मी, ममी आणि मारगॉट उकडलेले बटाटे सोलत बसलो होतो आणि आंम्हा सर्वांचेच लक्ष श्री. व्हॅनडॅन करत असलेल्या पदार्थांकडे असल्यामुळे आम्ही प्रत्येकजण आपापल्या कामात जमेल तेवढ्या चुका करत होतो.

डसेल्ने आपला दंतवैद्यकीय व्यवसाय इथे सुरू केला आहे आणि त्याला पहिली रोगी भेटली ती सौ. व्हॅनडॅन. मधोमध ठेवलेल्या खुर्चीवर मोठा गंभीर चेहरा करून सौ. व्हॅनडॅन बसली. जवळच ममी कपड्यांना इस्त्री करत होती. मोठे महत्त्वाचे काम करत असल्यासारखा चेहरा करून डसेल्ने आपली बॅग उघडून हत्यारे बाहेर काढली. जंतुनाशक नसल्याने आमच्याकडून यू. डी. कोलोन मागून घेतले. मेणाऐवजी व्हॅसलीन घेतले. सौ. व्हॅनडॅनने तोंड उघडले. डसेल्ने तिचे सर्व दात ठोकून पाहिले. त्यातल्या दुखऱ्या दातावर ठोकताच व्हॅनडॅनबाई किंचाळल्या. त्यानंतर तपासणी पुरी करून डसेल्ने तिच्या दाढेतला खळगा आणखी थोडा खोदायला घेतला. त्याबरोबर सौ. व्हॅनडॅन हातपाय झाडायला लागली. अशाच एका क्षणी स्वतःला लाथ बसू नये म्हणून डसेल् झटकन बाजूला झाला. त्याचे खोदण्याचे हत्यार बाईंच्या दाढेत तसेच राहिले. दाढेत ते हत्यार असतांना जेवढा आरडाओरडा करता येईल तेवढा बाईंनी केला आणि दाढेतले ते हत्यार बाहेर काढण्याचा प्रयत्न केला. ते बाहेर निघण्याऐवजी आंतच रुतून बसले. हे सर्व चाललेले होते तोवर डसेल् कमरेवर हात ठेवून शांतपणे बाईंचा तमाशा पाहात उभे होते आणि उरलेली आम्ही सर्व मंडळी खळखळून हसत होतो. अर्थात आमचे हे वागणे मुळीच चांगले नव्हते. कारण सौ. व्हॅनडॅनच्या जागी मी असते तर मी याहून जास्त आरडाओरडा आणि तमाशा केला असता. बराच वेळ धिंगाणा घातल्यानंतर

बाईंना ते शस्त्र बाहेर काढता आले. मग मधे काहीच न घडल्यासारखे डसेल्‌ने आपले काम पुढे चालू केले आणि सौ. व्हॅनडॅनना परत गोंधळ घालायला अवसर न देता चट्‌कन काम पुरे केले. मी आणि श्री. व्हॅनडॅननी त्यांच्या मदतनिसाची भूमिका छान पार पाडली.

एका साप्ताहिकातल्या शेवटच्या पानावर मध्ययुगातल्या औषधोपचारांची चित्रे येतात. आजचा हा प्रसंग पाहून मला त्याची आठवण झाली.

हे सर्व चालू असतांना सौ. व्हॅनडॅनचे त्या बनवत असलेल्या सूपकडेही लक्ष होते.

एक गोष्ट मात्र आता निर्विवाद आहे. सौ. व्हॅनडॅन आता परत आपल्या दातावर इलाज करून घेण्याची घाई करणार नाहीत असे वाटते.

तुझी, ॲन.

रविवार १३ डिसेंबर १९४२

प्रियतम किटी,

मुख्य ऑफिसातल्या खिडकीचा पडदा किंचित बाजूला करून मी बाहेर पाहाते आहे. तिन्हीसांजा झाल्या आहेत पण लिहिण्यापुरता उजेड आहे.

खाली रस्त्यावरून चालणारी माणसे पाहून वेगळेच काहीतरी वाटतेय. सगळी इतकी घाईने चालताहेत की बघता बघता दिसेनाशी होताहेत. जे पादचाऱ्यांचे तेच सायकल-स्वारांचे. इथे जवळपास राहाणारी माणसे फारशी आकर्षक नाहीयेत. विशेषतः मुले इतकी घाणेरडी आहेत की त्यांना बोटसुद्धा लावावेसे वाटत नाही.

काल मी आणि मारगॉट इथे स्नानासाठी आलो त्या वेळी मी म्हटले, ''मासे पकडायचा गळ खाली टाकून ही मुले वर ओढून घ्यावीत आणि त्यांना धुवून स्वच्छ करून परत खाली सोडावं असे वाटते.''

''त्यात काही अर्थ नाही! उद्या ती मुले परत होती तेवढीच अस्वच्छ, घाणेरडी होतील.'' मारगॉटने उत्तर दिले.

या मुलांखेरीज मोटारी, बसेस, बोटी, पाऊस असे बरेच बघण्यासारखे इथे आहे. आणि ते पाहून माझी भरपूर करमणूक होते आहे.

ज्यू लोक, त्यांचे हाल, आम्हाला मिळणारे अन्न आणि राजकारण या भोवतीच आमचे विचार रिंगण घालताहेत. त्यात काही बदल नाही. मी अशी बघत असताना मला रस्त्यावरून जाणारे दोन ज्यू दिसले. जणू काही मीच त्यांना दुष्ट जर्मनांच्या हवाली केले आहे आणि आता त्यांची फरपट पाहात आहे अशी अपराधीपणाची भावना माझ्या मनात आली.

आमच्या या घरासमोर एक हाऊसबोट आहे. त्याचा कप्तान आपल्या बायकामुलांसह त्या बोटीवरच राहातो. त्याचे एक छोटेसे कुत्रे आहे. म्हणजे आम्ही ते फारसे पाहिले नाही, पण त्यांचे भुंकणे मात्र सतत ऐकू येत असते.

आता पाऊस पडायला लागला आहे. त्यामुळे सगळी माणसे छत्र्यांखाली झाकली गेली आहेत. रस्त्यावरून तर रेनकोट आणि छत्र्याच दिसताहेत. जरा लोकांचे चेहरे पाहावे म्हटले तर ते सुखसुद्धा मिळत नाहीये बघ! बाकी आता जवळपास राहाणाऱ्या बायका मला ओळखू यायला लागल्या आहेत. बटाटे खाऊन खाऊन लठ्ठपणा आलेला, जुनाट बूट, लाल किंवा हिरवे कोट, हातात हिंदकळणारी बाजारातून सामान आणण्याची पिशवी, चेहरे आनंदी किंवा तिरसटलेले. (ते नवऱ्यांच्या मूडस्‌वर अवलंबून)

तुझी, ॲन.

मंगळवार २२ डिसेंबर १९४२

प्रियतम किटी,

आज एक आनंदाची बातमी आहे. नाताळच्या सणानिमित्त प्रत्येक माणसाला पाव पौंड लोणी जास्त मिळणार आहे. खरे म्हणजे अर्धा पौंड जास्त मिळणार आहे पण ते आमच्यासारख्या ज्यूंना नाही. आमच्यापैकी प्रत्येक जण त्या लोण्याचा काहीतरी पदार्थ बनवणार आहे. आज सकाळी मी दोन केक्स आणि काही कुकीज बनवल्या. वरती सर्व माणसे काम करत आहेत आणि ममीने मला सांगितले आहे की घरची सर्व कामे आटोपल्याखेरीज, मी आज अभ्यास करत किंवा वाचत बसायचे नाही.

सौ. व्हॅनडॅन आपली सुजलेली बरगडी शेकत बिछान्यात पडून आहेत. सारखी कुरकूर चाललेली आहे. कोणत्याच उपचाराने तिचे समाधान होत नाहीये. ही बाई केव्हा एकदा बरी होऊन स्वत:च्या पायावर उभी राहील असे आम्हा सर्वांना झाले आहे. कारण खरे सांगायचे तर बाई उद्योगी, कामसू, व्यवस्थित आहे. वृत्तीने अतिशय आनंदी आहे.

दिवसभरात जरा माझा आवाज चढला की सर्वजण 'शू, शू' करून दटावत असतात. एवढ्याने भागले नाही म्हणून की काय श्री. डसेल् रात्रीही 'शू, शू' करून मला रागवत राहातो. मी कूस बदलली तरी त्याला राग येतो. अर्थात मी त्याकडे लक्ष देत नाही म्हणा! आता परत तो मला शूऽ करून दटावायला लागला की मीही त्याला तसेच दटावणार आहे.

दिवसेंदिवस तो जास्त तापदायक व्हायला लागला आहे. अहंमन्य तर आहेच.

(सुरुवातीला एकदाच त्याने मला कबूल केलेली मिठाई दिली. नंतर कधीही नाही.) त्यातल्या त्यात रविवारी सकाळी हा माणूस फार वैताग आणतो. त्या दिवशी जरा उशीरापर्यंत झोपलेले चालते, पण हा आपला पहाटे उठून दिवा लावून व्यायाम सुरू करतो. व्यायाम दहाच मिनिटे करतो, पण मला तो दहा तास वाटतो. माझा पलंग मला अपुरा पडतो म्हणून उशाशी खुर्च्या ठेवून मी तो मोठा करते. व्यायाम करण्याच्या भरात तो त्या पुढे ढकलतो तेव्हा नेमक्या त्या माझ्या डोक्याला लागून टेंगळे येतात. स्नायू सैल होण्याकरता भराभर हातवारे केल्यानंतर, त्याचे प्रसाधन सुरू होते. मग पँट, शर्ट, टाय इत्यादी कपडे गोळा करण्याकरता, परत तो ठेचकाळत, धडपडत इकडे तिकडे करतो आणि तितक्या वेळा माझ्या उशाशी ठेवलेल्या खुर्च्यांचे माझ्या डोक्याशी हितगूज होते.

जाऊ दे! असल्या म्हाताऱ्यांच्या भाकडकथा ऐकवून तुझा वेळ वाया घालवत नाही. कारण त्यामुळे काहीही फायदा होणार नाही आहे. पण या डसेल्‌चा सूड उगवण्यासाठी रात्री दिव्याचे कनेक्शन काढून ठेवावे, रात्री तो झोपायला येण्यापूर्वी खोलीचे दार बंद करून झोपून जावे, किंवा त्याचे कपडे लपवून ठेवावे असे अनेक सनसनाटी विचार माझ्या डोक्यात येतात. पण त्यामुळे आमच्या गुप्तनिवासातील शांतता, सलोखा, धोक्यात येईल म्हणून मी गप्प बसते.

हल्ली मी फार समजूतदार होते आहे. आम्ही इथे जे काय करतो त्याबद्दल सावध राहायला हवे आहे. उदाहरणार्थ सर्वांच्या आज्ञा पाळणे, जिभेला लगाम घालणे, सर्वांना मदत करणे, प्रत्येक गोष्टीत तडजोड स्वीकारणे वगैरे वगैरे. मुळात मला अक्कल कमी आणि तीही संपवली तर युद्ध संपेपर्यंत माझ्याजवळचा साठाच संपून जायचा.

तुझी, ॲन.

बुधवार १३ जानेवारी १९४३

प्रियतम किटी,

आज सकाळी सारखा काही ना काही अडथळा येत गेल्याने माझे एकही काम पुरे होऊ शकले नाही.

सध्या एक नवीनच काम आम्ही हातात घेतलेय. पावडर केलेले मसाले पॅकेजमध्ये भरण्याचे. हे मसाले गाईज आणि कंपनीच्या उत्पादनांपैकी एक आहे. कुग्‌लरना ही पॅकेट्‌स भरायला कुणी मिळाले नाही. शिवाय आम्ही ती भरली तर त्यांना स्वस्तातही पडेल. तुरुंगातल्या लोकांच्याकडूनही अशीच कामे करवून घेतात. पण आमचे हे काम इतके कंटाळवाणे आहे की ते करताना पेंगच येते.

बाहेरचे जीणे दिवसेंदिवस कठीण होत चाललेय. खांद्यावर एखादी पिशवी आणि खिशात थोडेसे पैसे एवढेच घेतलेल्या ज्यू लोकांचे तांडेच्या तांडे फरपटत, ओढत, कँपकडे नेले जात आहेत. रात्री, दिवसा, केव्हाही त्यांना घरातून ओढून काढून नेले जात आहे. कँपात पोचेपर्यंत खांद्यावरची पिशवी व खिशातले पैसे यांचा भारही जर्मन पोलिस हलका करताहेत. वाटेत कुटुंबातल्या माणसांची ताटातूट करतात. मुले आणि आया यांना एकमेकांपासून दूर करतात. मुले शाळेतून घरी परत येताहेत, तोवर त्यांच्या आईवडिलांना पकडून नेलेले असते. स्त्रिया बाजारहाट करून परत येईतो त्यांच्या घराला सील लागलेले असते आणि घरातली माणसे गायब झालेली असतात. हॉलंडमधले ख्रिश्चन्ससुद्धा भेदरलेले आहेत. कारण त्यांच्या मुलांना सक्तीने जर्मनीत पाठवले जात आहे. प्रत्येक जण घाबरलेला आहे. रोज रात्री हॉलंडवरून शेकडो विमाने जर्मनीवर बॉम्बफेक करण्यासाठी जात आहेत. दर तासाला शेकडो, हजारो माणसे रशियात आणि आफ्रिकेत मारली जात आहेत. यातून कुणीही सुटत नाहीये. सगळे जगच मुळी युद्धात पडले आहे. दोस्त राष्ट्रांची थोडीशी सरशी होत आहे. परंतु युद्धाचा शेवट अजूनही नजरेच्या टप्प्यात नाही.

बाहेरच्यांच्या मानाने आम्ही खूप भाग्यवान आहोत. इथे शांत आणि सुरक्षित वाटते आणि आमचे पैसे खर्चून आम्ही अन्नधान्य विकत घेऊ शकतो आहोत. एवढेच नव्हे तर युद्ध संपल्यावर नवे कपडे, बूट इत्यादी वस्तू घ्यायचे विचार करतो आहोत. वास्तविक जमेल तेवढे पैसे वाचवून युद्ध संपल्यावर निराधार निराश्रितांना मदत करण्याचे बेत केले पाहिजेत.

आमच्या इथली आसपासची मुले, पातळ शर्ट, लाकडी जोडे घालून फिरतात. त्यांना कोट नाहीत, टोप्या नाहीत, पायमोजे नाहीत, कुणाकडून कसली मदत नाही. भुकेचा आगडोंब विझवायला हातात एखादा गाजराचा तुकडा अशा स्थितीत, आपल्या गारठलेल्या घरातून निघून, गारठलेल्या रस्त्यातून, त्याहीपेक्षा जास्त गारठलेल्या शाळेत जातात. हॉलंडमधली परिस्थिती आता इतकी बिघडली आहे की मुले, वाटेत जाणाऱ्या येणाऱ्यांपुढे तोंड वेंगाडून, हात पसरून एखादा पावाचा तुकडा मागतात.

युद्धाने माणसांवर लादलेले हे असंख्य तऱ्हेचे हाल तुला सांगायला बसले तर दिवस पुरणार नाहीत. पण मी मात्र ते सांगताना दुःखी होईन. युद्ध आणि हे हाल कधी संपतील त्याची वाट पाहात शांतपणे बसणे एवढेच आमच्या हातात आहे. ज्यू, ख्रिश्चन सारे जगच, युद्ध संपण्याची वाट पाहात आहेत. असेही काही महाभाग आहेत जे मृत्यूची वाट पाहात आहेत.

तुझी, ॲन.

शनिवार ३० जानेवारी १९४३

प्रियतम किटी,

संतापाने माझा आतल्या आत कसा जळफळाट होतो आहे. पण तो बाहेर दाखवता येत नाही. वाटते पाय आपटावे, किंचाळावे, मोठ्याने रडावे, ममीला धरून गदागदा हलवावे. मला ती सतत इतकी रागावते, माझी हेटाळणी करते, माझ्यावर नाही नाही ते आरोप करते, माझी टिंगल करते की या सर्वांचा माझ्या मनाला फार मन:स्ताप होतो.

वाटते ममी, मारगॉट, व्हॅनडॅन, डसेल् आणि हो, डॅडींनासुद्धा ओरडून सांगावे की, ''कृपा करून माझा नाद सोडा, एक रात्र तरी मला अश्रूंनी उशी न भिजवता झोपू द्या. नाहीतर मला इथून जाऊ द्या, लांब कुठेतरी किंवा या जगातूनच.''

पण मी असे करु शकत नाही. माझे दु:ख, माझ्या अडचणी मी त्यांना सांगू शकत नाही. कारण त्यांची सहानुभूती किंवा टिंगल, मस्करी दोन्ही मला नकोय.

मी बोलले तर त्यांना प्रौढी मिरवते असे वाटते, गप्प बसले तर खुळचटासारखी, उत्तर दिले तर उर्मट, एखादी चांगली कल्पना सुचवली तर आगाऊ, थकून विश्रांती घेत असले तर आळशी, एखादा आवडता पदार्थ जास्त खाल्ला तर आधाशी, एरवी मूर्ख, लबाड, नेभळट, भित्री, एक न् दोन. साऱ्या दिवसात असलेच शेरे कानावर पडत असतात. त्यांचे कडू, वाकडे खवचट बोलणे मला लागतच नाही असे मी दाखवते. पण वास्तविक मला त्यामुळे फार दु:ख होते. कधी देव मला भेटला तर म्हणेन,'' बाबारे, ''माझा स्वभाव बदल, लोकांना मी आवडेन असा कर.''

पण ते शक्य नाही. माझा जन्मजात स्वभाव कसा बदलणार? आणि माझा स्वभाव फार वाईट आहे असे मला वाटतच नाही. सर्वांना खूष करण्याचा मी माझ्यापरीने जिवापाड प्रयत्न करत असते. त्यांना माझे दु:ख समजू नये म्हणून सगळे हसण्यावारी नेते.

पुष्कळ वेळा ममी इतकी अन्यायाने मला बोलत राहाते की मग मी तिला उलट उत्तरे देते. म्हणते,''बोल हवी तेवढी मला त्याचे काऽही वाटत नाही. मी फार नालायक, वाईट आहे ना? मग कशाला माझ्या नादी लागतेस? सोडून दे ना माझी वाट!'' यावर ममी मला उर्मटपणे न बोलण्याचे बजावते आणि दोन चार दिवस सगळेजण माझ्याकडे संपूर्ण दुर्लक्ष करतात. हळूहळू तो प्रसंग विसरूनही जातात आणि मग इतरांप्रमाणेच माझ्याशीही वागतात.

एखाद्या दिवशी मधात घोळवल्यासारखे गोड बोलतात तर दुसऱ्या दिवशी कडू जहरासारखे. आपल्याला नाही बाबा जमणार असले चंचल वागणे! त्यापेक्षा

सुवर्णमध्य बरा. कदाचित मला जेवढे तिरस्काराने सर्वजण वागवतात तेवढीच मीही त्यांना तिटकाऱ्याने वागवेन. पण ते कसले जमते!

तुझी, ॲन.

शुक्रवार ५ फेब्रुवारी १९४३

प्रियतम किटी,

फार दिवसात व्दंव्दयुद्धाविषयी लिहिले नाही म्हणजे ती थांबली आहेत असे नको समजू. आम्ही भांडणे लगेच विसरूनही जातो. पण डसेल् ती फार गंभीरपणे घ्यायचा. आता त्यालाही ती विसरून जायची सवय लागली आहे. त्यामुळे तो मध्यस्ती करायला येत नाही.

आमची मारगॉट आणि पीटर यांना लहान, तरुण, का म्हणायचे देव जाणे. सारा दिवस एखाद्या वृद्ध तत्त्वज्ञानी माणसासारखी वागतात. त्यांच्यापुढे मी अगदीच पोरकट थिल्लर! म्हणून सर्वजण सतत मला त्या दोघांप्रमाणे वागायचा उपदेश करत राहातात. मग मला फार राग येतो.

आणि खरे सांगायचे तर मला मारगॉटसारखें व्हायची मुळीच इच्छा नाही. मारगॉटला स्वत:चे असे ठाम मत नाही. ती कुणाचेही ऐकते. प्रत्येक बाबतीत माघार घेते. नेहमी इतरांच्या दबावाखाली वागते. मला नाही ते आवडंत! उलट स्वत:चे व्यक्तिमत्त्व पोलादी, कणखर असावेसे मला वाटते. पण माझ्या या कल्पनांचे, मताचे हसे व्हायला नको म्हणून मी त्या मनातच ठेवते.

जेवणाच्या वेळी आमच्याकडचे वातावरण तंग, स्फोटक असते. पण पुष्कळ वेळा खालच्या ऑफिसातली मंडळी सूप प्यायला आमच्याकडे येतात, त्यामुळे एकदम स्फोट होत नाहीत.

आज जेवण घेत असताना परत श्री. व्हॅनडॅननी मारगॉटच्या अल्प खाण्याजेवण्याचा विषय काढला. ''मला वाटते आपला बांधा चांगला रहावा म्हणून तू कमी खातेस.'' श्री. व्हॅनडॅन कुचेष्टेने म्हणाले.

ममी नेहमीच मारगॉटच्या बचावाला पुढे होते. तशीच आजही ती झाली आणि म्हणाली, ''मि. व्हॅनडॅन तुमच्या आचरटासारख्या बोलण्याचा आता अगदी कंटाळा आला.''

अकल्पितपणे चपराक मिळाल्याने श्री. व्हॅनडॅन एकदम अवाक् झाले. सौ. व्हॅनडॅन शरमेने लाल झाल्या.

असा एखाद दुसरा प्रसंग सोडला तर एरवी आम्ही मजेत असतो. सौ. व्हॅनडॅन काहीबाही सांगून आमची करमणूक करत असतात. आपण आपल्या वडिलांशी कशा मोकळेपणी वागत होतो, समाजात वागताना कसा चवचालपणा करत होतो

ते त्यांनी सांगितले. त्यांच्या वडिलांनी त्यांना सांगितले होते की एखादा तरूण माणूस जास्त धिटाई दाखवू लागला तर मग म्हणायचे, ''मी एक सभ्य, खानदानी घराण्यातली तरूणी आहे हे जरा ध्यानात ठेवा मिस्टर.''

सौ. व्हॅनडॅननी हे सांगितल्यावर आम्ही सगळी, जणु त्यांनी एखादा विनोदी किस्सा सांगितला असे मानून खो खो हसलो.

एरवी शांत, अबोल असलेला पीटर पण कधी कधी हसवतो. अर्थ माहीत नसलेले, परक्या भाषेतले शब्द वापरण्याचा त्याला फार सोस आहे. एके दिवशी खालच्या ऑफिसात कुणी पाहुणे आल्यामुळे आम्हाला संडास वापरता येत नव्हता. पीटरला अगदी राहवेना तेव्हा तो संडासात गेला पण साखळी ओढणे धोक्याचे होते म्हणून पाण्याची साखळी न ओढता आला. त्यामुळे तेथे येणाऱ्या दुर्गंधाची आम्हाला कल्पना देण्याकरता त्याने संडासाच्या दरवाजावर एक चिठ्ठी लावून ठेवली ती अशी. R.S.V.P - gas. त्याला म्हणायचे होते 'सावधान-गॅस'. पण त्याला वाटले R.S.V.P. हा शब्द जास्त प्रतिष्ठित दिसतो. 'कृपया उत्तर द्या'. असा त्याचा अर्थ होतो हे त्याला माहीतच नव्हते. त्याच्या या विनोदाला मग आम्ही मनमुराद हसलो.

तुझी, ॲन.

शनिवार २७ फेब्रुवारी १९४३

प्रियतम किटी,

आता कोणत्याही दिवशी चढाई होईलसे डॅडींना वाटतेय. चर्चिलला न्यूमोनिया झाला होता. आता हळूहळू त्यांची प्रकृती सुधारतेय. भारतीय स्वातंत्र्याचे नेते गांधी यांनी परत कडक उपोषण सुरु केले आहे.

सौ. व्हॅनडॅन आपण दैववादी असल्याने सांगते, पण तोफांचा गडगडाट सुरू झाला, की सर्वात जास्त घाबरतात या बाईसाहेब.

इथल्या बिशप्ने आपल्या गावातल्या लोकांसाठी एक पत्रक छापले आहे, ते जॅन आम्हाला दाखवायला घेऊन आला होता. ते पत्रक फार सुंदर व प्रोत्साहन देणारे होते.

''नेदरलँडवासियांनो उठा आणि कार्याला लागा. आपल्या देशाच्या स्वातंत्र्यासाठी तुम्हाला मिळेल ते शस्त्र घेऊन लढायला सिद्ध व्हा. केवळ लोकांचे स्वांतत्र्यच नव्हे तर धर्मही वाचवायला हवाय. त्यासाठी तुमची मदत आणि सहकार्य द्या.'' हाच उपदेश चर्चच्या व्यासपीठावरूनही ते करतात. पण त्याचा काही उपयोग होणार आहे का? निदान ज्यू लोकांना मदत करायला आता फारच उशीर झालाय.

इथे आणखी एक कोणता गोंधळ झालाय ते ऐक. आमच्या या इमारतीच्या मालकाने, श्री.कुग्लर आणि क्लीमन् यांना काही कल्पना न देता, इमारत विकून टाकली आहे. एका रामप्रहरी नवीन मालक एका वास्तुशास्त्रज्ञाला घेऊन इमारत पहायला आला. नशीब, त्यावेळी श्री. क्लीमन् ऑफिसात होते. त्यांनी आमचा गुप्तनिवास सोडून बाकी सर्व दाखवले. आमच्या जागेची किल्ली आपण घरी विसरलो असे त्यांनी नव्या मालकाला सांगितले आणि त्यानेही ते मानले. तो परत वरची जागा पहायला आला तर केवढे संकट आमच्यावर ओढवेल!

मी आणि मारगॉट यांच्यासाठी डॅडींनी एक फाईल रिकामी करून, त्यात एक बाजू वापरलेली सूची कार्डे ठेवली आहेत. त्या कार्डावर मी आणि मारगॉटनी आम्ही वाचलेल्या पुस्तकाचे नाव, लेखकाचे नाव, पुस्तक वाचल्याची तारीख वगैरे माहिती लिहून ठेवायची आहे. आम्ही शिकलेले नवीन शब्द व त्यांचे अर्थ लिहिण्यासाठी मी एक स्वतंत्र वही विकत घेतली आहे. त्यात 'ब्रॉथेल' आणि 'कॉकेट्' हे दोन नवे शब्द लिहिले.

आता लोणी आणि मार्गरिन् नवीन पद्धतीने वाटून घेतो. म्हणजे प्रत्येकाच्या प्लेटमध्ये त्याच्या वाटचे लोणी आणि मार्गरिन् वाढले जाते. नेहमी नाश्ता बनवण्याचे काम व्हॅनडॅन्स करतात. तो वाढतांना इतरांच्या दीडपटीने ते स्वत:च्या पानात घेतात. माझ्या डॅडीममींना यावर वादविवाद करायला आवडत नाही. त्यामुळे व्हॅनडॅन्स सोकावले आहेत. मला नाही आवडत असे गप्प बसणे.

तुझी, ॲन.

गुरुवार ४ मार्च १९४३

प्रियतम किटी,

आम्ही सौ. व्हॅनडॅनला एक नवीन टोपणनाव दिलंय. सौ. बीव्हर-ब्रूक असे. का, ते सांगते तुला! इंग्लिश रेडिओवरून कुणी एक बीव्हरब्रूक नावाचा माणूस बोलत असतो. त्याच्या मते जर्मनीवरचे बॉंबहल्ले फारच सौम्य होताहेत. सौ. व्हॅनडॅनचे थेट चर्चिलपासून, इतर बातमीदारांपर्यंत सर्वांशी दुमत असते. पण हा कोण बीव्हरब्रूक आहे त्याच्या मतांशी ती नेहमी सहमत असते. सौ. व्हॅनडॅनने या बीव्हरब्रूकशी लग्न केले तर छान होईल असे आम्ही चेष्टेने म्हटले. त्या चेष्टेने बाई खूष झाली म्हणून तेव्हापासून आम्ही तिला सौ. बीव्हरब्रूक म्हणतो.

आता गुदामात एक नवीन माणूस कामाला येणार आहे. कारण पहिल्याला जर्मनीत पाठवले गेले आहे. त्याच्या दृष्टीने जर्मनीला जावे लागणे वाईट आहे. पण आमच्या दृष्टीने ते चांगले आहे कारण नवीन माणसाला या इमारतीची पुरी माहिती

नसल्याने तो नसत्या चौकशा करणार नाही. आम्हाला अजूनही खाली गुदामात काम करणाऱ्या माणसांची भीती वाटते.

गांधींनी उपोषण सोडून जेवायला सुरूवात केली आहे.

काळाबाजार अगदी भरभराटीत आहे. अवाच्यासव्वा किंमत द्यायला आपण तयार असलो तर हवे तेवढे जिन्नस मिळताहेत. आमचा वाणी वेअरमॅप्टमधून बटाटे घेतो आणि पोत्यात भरून खाजगी ऑफिसात आणून पोचवतो. आम्ही इथे लपून राहात आहो असा त्याला संशय असल्यामुळे खालच्या गुदामातले कामगार जेवणासाठी बाहेर जातात तेव्हाच मुकाट्याने ते आणून ठेवतो.

खाली एवढे मिरे दळून पावडर करताहेत की त्याच्या खाटाने सारख्या शिंका येताहेत. एकमेकांशी बोलताना आधी 'आऽ छूऽ' करून शिंकताहेत. सौ. व्हॅनडॅनने खालच्या ऑफिसात जाणारच नाही असे जाहीर करून टाकले आहे.

आमच्या डॅडींचा हा धंदा मला नाही आवडत. एवीतेवी खाद्य पदार्थांचाच उद्योगधंदा करायचा तर ते चांगल्या केक, बिस्किटे, कँडी वगैरे पदार्थांचा का नाही करत?

आज सकाळी परत माझ्यावर शाब्दिक बॉम्ब हल्ला झाला. कान किटून जावे असा! ॲन कशी वाईट आहे आणि व्हॅनडॅन्स कसे चांगले आहेत हे परत परत ऐकवले गेले मला.

तुझी, ॲन.

बुधवार १० मार्च १९४३

प्रियतम किटी,

काल संध्याकाळी वीज पुरवठा तुटला होता. त्यात भर म्हणून पहाटेपर्यंत तोफांचे आवाज! अजूनही विमानांच्या आणि बंदुकींच्या कानठळ्या बसवणाऱ्या आवाजाने मी घाबरते आणि मग डॅडींच्या जवळ जाऊन झोपते. तुला याचा अनुभव नसल्याने माझे हे वागणे पोरकटपणाचे वाटेल. विमानविध्वंसक तोफांचा आवाज इतका भयानक असतो की स्वत:चे बोलणेही स्वत:ला ऐकू येत नाही. आमच्या दैववादी बीव्हरब्रूकबाई रडकुंडीला येऊन म्हणतात, "किती जोरात तोफा डागताहेत, किती मोठा आवाज करताहेत . . . वास्तविक तिला म्हणायचे असते, "मी फार घाबरले आहे."

अंधारात तर या गडगडाटाची फारच भीती वाटते. हीव भरल्यासारखी मी थरथर कापत होते. मेणबत्ती तरी लावा अशी डॅडींना विनंती केली. पण त्यांनी ती मानली नाही. एवढ्यात मशीनगन्सचा मारा सुरू झाला. त्याचा आवाज विमानविध्वंसक तोफांच्या दसपट मोठा असतो. तो आवाज ऐकताच ममी ताडकन् बिछान्यावरून

उठली आणि डॅडींना न जुमानता तिने मेणबत्ती लावली आणि सांगितले, ''ॲनी काही अनुभवी लष्करी सैनिक नाही. तिला भीती वाटणे साहजिक आहे.'' मग डॅडी गप्प बसले.

एकदा सौ. व्हॅनडॅनना रात्री माळ्यावर चोरांच्या पावलांचा आवाज ऐकू आला. घाबरुन त्यांनी श्री. व्हॅनडॅनना उठवले. त्याच वेळी चोर पळाले असावेत कारण श्री. व्हॅनडॅनना त्यांच्या पावलांचा आवाज काही ऐकू आला नाही. पण आपल्या दैववादी पत्नीच्या छातीचे ठोके मात्र ऐकू आले. सौ. व्हॅनडॅन म्हणाल्या, ''पुटी (त्यांनी यजमानांना दिलेले लाडके नाव) त्यांनी आपले वाल आणि सॉसेजिस चोरुन नेले असावे आणि आपला पीटर सुखरुप असेल ना?''

''त्यांनी आपल्या पीटरला नक्की चोरून नेलं नसेल. आता मला सतावू नको. शांत झोपू दे. तूही झोप.'' पण सौ. व्हॅनडॅन इतक्या घाबरल्या होत्या की त्यांना काही केल्या झोप येईना.

त्यानंतर काही दिवसांनी मोठ्या आवाजाने व्हॅनडॅन कुटुंबाला जाग आली. पीटर विजेरी घेऊन वर गेला. त्या प्रकाशात उंदराची एक पलटण धुमाकूळ घालत असलेली त्याला दिसली.

एकदा चोर कोण आहेत याचा आम्हाला पत्ता लागल्याबरोबर आम्ही मुशी मांजरीला झोपायला वर पाठवले. त्यानंतर हे अनाहूत पाहुणे परत कधी दिसले नाहीत. निदान रात्री.

काही दिवसांपूर्वी साडेसातच्या सुमारास (अजून बाहेर प्रकाश होता) पीटर जुनी वर्तमानपत्रे आणण्यासाठी माळ्यावर चढला होता. खाली उतरताना तो घाबरून धाडकन् खाली पडला. कारण नकळत त्याने एका उंदरावर हात ठेवला. त्याबरोबर उंदीर त्याला काडकन् चावला. घाबरुन तो खाली आला तोवर त्याच्या कपड्यावर बरेच रक्त लागले होते. मला वाटते उंदराला कुरवाळणे फारसे मजेचे नसावे. त्यातल्या त्यात तो आपल्या हाताला चावला असेल तर –

तुझी, ॲन.

शुक्रवार १२ मार्च १९४३

प्रियतम किटी,

आमची ममी म्हणजे मुलांची कैवारी, त्यांना जास्त लोणी मिळाले पाहिजे म्हणून वाद घालणारी, एकूण मुले आणि तरुण यांच्या कोणत्याही समस्येसाठी त्यांची बाजू घेणारी आणि तरुण पिढीचा बचाव करणारी कर्तबगार स्त्री आहे. कारण असल्या कोणत्याही चर्चेनंतर फड तिनेच जिंकलेला असतो.

साठवणीसाठी केलेल्यातले एक बरणीभर लोणचे खराब झाले. त्यामुळे मुशी आणि बॉशी या दोन मांजरांना चमचमीत मेजवानी मिळाली.

खरंच, बॉशी कोण तुला माहीत नाही, नाही का? आम्ही इथे राहायला येण्याआधीपासून ती इथे आहे. ती खालच्या गुदामातली आणि ऑफिसातली मांजरी आहे. गुदामातल्या उंदरांचा फडशा पाडण्याचे काम ती करते. काही दिवस गाईज आणि कंपनीची दोन मांजरे होती. एक गुदामासाठी आणि एक माळ्यासाठी. त्या दोघींचा पुष्कळदा झगडा व्हायचा. गुदामातली मांजरी भांडणात नेहमीच पुढाकार घ्यायची पण शेवटी जिंकायची माळ्यावरची. म्हणून गुदामातल्या मांजरीला जर्मन नाव बुशी हे दिले होते आणि माळ्यावरच्या मांजराला टॉमी हे इंग्लिश नाव ठेवले होते. काही दिवसानंतर टॉमी हे मांजर परागंदा झाले. पण बुशी मात्र अजूनही आहे. आम्ही खाली गेलो म्हणजे ही मांजरी आमची छान करमणूक करते.

रोजरोज वाल, पावटे खाऊन इतका कंटाळा आला आहे की मला नुसते त्यांचे नाव घेतले तरी मळमळते.

हल्ली रात्रीच्या जेवणात पाव नसतो.

डॅडी खूप उदास दिसतात. बिच्चारे!

`A knock at the door' हे इना बेकर ब्यूडिअरचे पुस्तक मी वाचते आहे. हातातून खाली ठेववत नाही इतके छान आहे. ही कौटुंबिक वीरगाथा आहे. पण त्यातले युद्धाचे वर्णन, स्त्रियांच्या उद्धाराचे प्रसंग कंटाळवाणे आहेत. खरे बोलायचे झाले तर असल्या विषयांत मला विशेष रस नाही.

जर्मनीवर तुफान बॉम्बहल्ले होताहेत आणि सिगारेट टंचाईमुळे श्री. व्हॅनडॅन बेचैन आहेत.

डबाबंद अन्न खाण्यासाठी बाहेर काढायचे का नाही या विषयावर चर्चा होऊन अखेर आमची सरशी झाली.

माझे सर्व बुटांचे जोड निकामी झाले आहेत. बर्फावरचे बूट ठीक आहेत पण घरात त्यांचा काय उपयोग? एक गवती सपातांचा जोड साडेसहा गिल्डर्सना विकत आणला होता. पण तो एका आठवड्यातच फाटला. मिएप्ने काळ्याबाजारातून काही युक्ती करून एखादा आणला तरच तरणोपाय आहे. आज मला डॅडींचे केस कापायचे आहेत. आताशा या कलेत मी इतके प्राविण्य मिळवले आहे की युद्ध संपल्यावरसुद्धा डॅडी माझ्याकडूनच केस कापून घेणार आहेत. फक्त मी नेहमी त्यांच्या कानाला इजा करू नये एवढेच त्यांचे म्हणणे आहे.

तुझी, ॲन.

गुरुवार १८ मार्च १९४३

प्रियतम किटी,

तुर्कस्तान युद्धात उतरले आहे. रेडिओवर पुढची बातमी ऐकायला अगदी उत्सुक होऊन आम्ही बसलो आहोत.

शुक्रवार १९ मार्च १९४३

प्रियतम किटी,

तासाभरातच आमच्या आनंदावर विरजण पडले. तुर्कस्तान अद्याप युद्धात उतरलेले नाही. एक कॅबिनेट मंत्री सहज म्हणाला की तुर्कस्तान आता फार काळ तटस्थ राहाणार नाही. त्यावर वर्तमानपत्र विकणारा चौकात घोषणा देत सुटला की तुर्कस्तान इंग्लंडच्या बाजूने युद्धात उतरले. त्या बातमीने लोक इतके खूष झाले की त्यांनी त्या पोऱ्याच्या हातातून सर्व वर्तमानपत्रे खेचून घेतली. आम्हाला अशा तऱ्हेने ही बातमी कळली होती.

एक हजार गिल्डर्सच्या नोटा चलनातून रद्द केल्या जात आहेत. काळाबाजारवाले आणि तसलेच इतर लोक यांना त्याचा जबरदस्त फटका बसणार आहेच, शिवाय आमच्यासारख्या लपून राहाणाऱ्या आणि हिशोब न देऊ शकणाऱ्यांनाही. एक हजार गिल्डर्सची नोट घेऊन खरेदीला जाणाऱ्यांना ती नोट आपल्याकडे कशी आली हे पुराव्यासह सिद्ध करावे लागणार आहे. पुढच्या आठवड्यापर्यंत कर भरण्यासाठी त्यांचा वापर करता येणार आहे. त्याच वेळी पाचशे गिल्डर्सच्या नोटाही रद्द होणार आहेत. गाईज आणि कंपनीकडे हिशोब नसलेल्या हजार गिल्डर्सच्या बऱ्याच नोटा आहेत. ते त्या पुढील संभाव्य करापोटी भरत असत. आता आली पंचाईत!

डसेल्‌ला जुन्या फॅशनचे, पायाने चालवता येण्याजोगे एक ड्रिलिंग मशीन मिळाले आहे. म्हणजे मला लवकरच संपूर्ण तपासणी करून घ्यावी लागणार असे दिसतेय.

या गुप्तनिवासातले नियम पाळण्याच्या बाबतीत डसेल्‌ फार ढिला आहे. तो आपल्या शार्लट्‌ला तर पत्रे लिहितोच पण इतर अनेक मंडळींनाही पत्रे पाठवतो. आमच्या इथल्या घरात मारगॉट डच्‌ भाषा प्रवीण आहे. त्याची पत्रे, ती तपासून देते. डॅडींनी त्याला ही पत्रापत्री थांबवायला सांगितले आहे आणि मारगॉटने त्याची पत्रे सुधारून द्यायचे काम थांबवले आहे. पण मला वाटते हळूच तो परत पत्रव्यवहार सुरू करेल.

काल रेडिओवर, हिटलरचे आपल्या जखमी सैनिकांबरोबरचे संवाद प्रसृत केले. ते ऐकून त्या सैनिकांची कीव येत होती. त्यांची प्रश्नोत्तरे साधारण या प्रकारची होती.

"माझो नाव हेनरिच् शेपेल् आहे."

"कुठे जखमी झालास? जखम कसल्या प्रकारची आहे?

"स्टालिनग्राडजवळ. थंडीने गारठून दोन्ही पाय निकामी झाले आहेत. डाव्या दंडाचे हाड मोडले आहे."

रेडिओवरचा हा कार्यक्रम कळसुत्री बाहुल्यांच्या कार्यक्रमासारखा व केविलवाणा वाटत होता. जखमी शिपायांना म्हणे आपल्या जखमांचा अभिमान वाटत होता. जखम किंवा दुखापत जेवढी मोठी तेवढा अभिमान जास्त. त्यातल्या एका सैनिकाला तर हिटलरशी हस्तांदोलन करायला मिळणे एवढे भाग्याचे वाटत होते की, तो अगदी गहिवरला होता. असल्या भंकस प्रचारावर कुणाचा विश्वास बसेल?

माझ्या हातून चुकून डसेल्‌ची साबणाची वडी खाली पडून त्यावर माझा पाय पडला. मी डॅडींना त्याला एक साबणवडी देऊन भरपाई करायला सांगितली आहे. कारण त्याला महिन्याला एकच, तोही निकृष्ट दर्जाचा साबणबार मिळतो.

तुझी, ॲन.

गुरुवार २५ मार्च १९४३

प्रियतम किटी,

काल रात्री मी, मारगॉट, डॅडी, ममी मजेत गप्पा मारत बसलो होतो. एवढ्यात अचानक पीटर आला आणि त्याने हळूच डॅडींच्या कानात काहीतरी सांगितले. "एक लाकडी पिंप गडगडत पडले खालच्या गुदामात . . . कुणीतरी दार उघडण्याची खटपट करत होते." एवढे त्याचे बोलणे मला ऐकू आले.

मारगॉटनेपण ते ऐकले होते. तरीही ती मला धीर देत होती. मी भीतीने अगदी पांढरी फटक पडले होते. ते दोघे खाली गेले आणि आम्ही तिघी जीव मुठीत घेऊन त्यांची वाट पाहात राहिलो. सौ. व्हॅनडॅन खाली रेडिओ ऐकत बसली होती. तिला डॅडींनी रेडिओ बंद करून हलक्या पावलांनी वर जायला सांगितले होते. पण तुला माहीतच आहे जेव्हा आपल्याला आवाज बिलकूल करायचा नसतो तेव्हा नेमका आवाज मोठ्ठा होतो. पाच मिनिटांनी पीटर आणि डॅडी आम्हाला हकीकत सांगायला वर आले. ते दोघे जाम घाबरलेले होते.

ते दोघे जाऊन जिन्याखाली दबून उभे राहिले. पण काहीच घडले नाही. त्यानंतर एकाएकी दारे आपटण्याचे आवाज ऐकू आले. डॅडी तसेच जिना चढून वर आले आणि पीटर डसेल्‌ना सावध करायला गेला. मग डसेल् मोठाले आवाज करत, कुरकुरत वर आला. आम्ही फक्त पायमोजे पायात ठेऊन व्हॅनडॅन कुटुंबाच्या जागेत गेलो. श्री. व्हॅनडॅन यांना सर्दी झाली होती आणि ते आधीच जाऊन झोपलेले होते.

म्हणून आम्ही त्यांच्या बिछान्याजवळ बसून आमच्या शंकांच्याविषयी चर्चा केली. अगदी हळू आवाजात! प्रत्येक वेळी श्री. व्हॅनडॅन मोठ्याने खोकले की मी आणि त्यांची पत्नी खूप घाबरत होतो. ते तर सारखे ठसाठस खोकत राहिले. शेवटी त्यांना कोडिन देण्याचे कुणाच्या तरी डोक्यात आले. ते घेतल्यावर मात्र त्यांचा खोकला ताबडतोब थांबला.

परत आम्ही वाट पाहात बसून राहिलो. पण मग कसलाही आवाज ऐकला नाही. शेवटी आम्ही अशा निष्कर्षाप्रत आलो की एरवी शांत असलेल्या या इमारतीत आमचा पदरव ऐकून चोर पळाले असावे. समस्या एवढीच होती की, खालच्या खाजगी ऑफिसात, रेडिओभोवती व्यवस्थित खुर्च्या मांडलेल्या होत्या. रेडिओ बंद करताना त्यावर लंडन स्टेशन लावलेले होते. जर चोरट्यांनी दार जबरदस्तीने उघडले असते आणि विमान-हल्ल्याच्या सूचना देणाऱ्या अधिकाऱ्यांनी त्या उघड्या दारातून डोकावून पाहिले असते तर, फार कठीण प्रसंग गुजरला असता. म्हणून श्री. व्हॅनडॅन उठले व कोट, पँट, हॅट घालून सावधपणे डॅडींच्या पाठोपाठ खाली उतरले. त्यांच्या पाठोपाठ, हातात भली मोठी हातोडी घेऊन पीटर उतरला. मी, मारगॉट, ममी आणि सौ. व्हॅनडॅन, पुरुषमंडळी वर परत येईपर्यंत, चिंता करत वाट पाहात राहिलो. इमारतीत कसलीही हालचाल नसल्याचे त्यांनी वर येऊन सांगितले. मनावरचा ताण इतका तीव्र होता की प्रत्येकांनी संडासाला भेट दिली. पण भीतीने पाण्याची साखळी ओढली नाही.

अशा प्रकारच्या प्रसंगापाठोपाठ इतरही संकटे येत होती. पहिले म्हणजे वेस्टरटोरेन घड्याळाचे टोले पडणे बंद झाले. मला तर त्यांची केवढी सोबत वाटायची. दुसरे म्हणजे काल संध्याकाळी श्री. व्हॉस्कुजिल् ऑफिसातून लवकर घरी गेले होते. त्यांनी बेप्जवळ चाव्या दिल्या असल्या तर ती कुलूप लावायचे विसरली नसेल ना?

अर्थात त्याची फारशी काळजी नव्हती. कारण आत्ता कुठे रात्र पडायला लागली होती. त्यात एक दिलाशाची गोष्ट मात्र होती, की रात्री सव्वा आठ वाजता चोर आल्याचा संशय आला तेव्हापासून रात्री साडेदहापर्यंत आम्ही कसलाही आवाज ऐकला नव्हता. जसाजसा विचार करू लागलो तशी चोर आलाच नसावा अशी खात्री पटू लागली. रस्त्यावर अद्याप रहदारी चालू असताना कोण चोरी करायला येईल? शिवाय केग् कंपनीच्या गुदामातला व्यवस्थापक अजूनही काम करत असेल, आणि हे गुदाम तर आमच्या अगदी शेजारीच आहे. आवाज कदाचित त्यांच्या गुदामात काम करणाऱ्यांचाही असू शकेल. त्यातूनही संकटाच्या कल्पनाच प्रत्यक्ष संकटापेक्षा घबराट निर्माण करतात.

म्हणून मग आम्ही जाऊन बिछान्यावर पडलो. पण झोप लागत नव्हती. मम्मी,

डॅडी आणि डसेल् जवळजवळ रात्रभर जागेच होते. मी सुद्धा जागीच होते. उजाडल्यावर पुरुष खालच्या दरवाजांची कुलुपे पाहायला गेले. ती जशीच्या तशीच होती.

दुसरे दिवशी ऑफिसातल्या सर्वांना ही हकीकत सांगितली. त्यांना ती फारशी बरी वाटली नाही. अशा गोष्टी घडून गेल्यावर खूप हसू येते. पण फक्त बेप्‌ला मात्र हे लक्षण चांगले वाटले नाही.

तुझी, ॲन.

ता.क. : काल रात्री संडासात साखळी न ओढता आम्ही करून ठेवलेली घाण आज एका बांबूने साफ करावी लागली. त्यानंतर तो बांबू जाळून टाकला.

शनिवार २७ मार्च १९४३

प्रियतम किटी,

आम्ही लघुलिपीचा अभ्यासक्रम आता पुरा करून वेग वाढवण्याचे काम करत आहोत. आहोत की नाही हुषार? वेळ जावा म्हणून आम्ही कसले कसले अभ्यासक्रम करत आहोत. मला ग्रीक आणि रोमन लोकांच्या पौराणिक कथा फार आवडतात. इथे सगळ्यांना वाटते की माझी ही आवड तात्पुरती आहे. कारण पुराणकालीन गोष्टीत रस घेणारी माझ्या वयाची मुलगी त्यांनी कधी पाहिली नव्हती. पाहा म्हणावे आता!

श्री. व्हॅनडॅनना सर्दी झालीय, घसा खवखवतोय आणि त्याचे फार मोठे अवडंबर हे गृहस्थ करत आहेत. ते पाती चहाने गुळण्या करतात, टाळ्याला टिंक्चर ऑफ मायरा लावताहेत, छातीला मेंथाल चोळतात, नाक, हिरड्या यांनाही मेंथॉल चोळतात आणि वर इतका चिडकेपणा, तापटपणा करताहेत विचारू नको.

'सर्व ज्यूंनी १ जुलैच्या आत जर्मनांच्या प्रदेशांतून बाहेर गेले पाहिजे. युट्रेच्‌मधून ज्यू लोक घालवून तो प्रांत स्वच्छ केला जाईल, (जणु ज्यू म्हणजे झुरळे) १ एप्रिल ते १ मे च्या दरम्यान. आणि हॉलंडमधून ज्यू लोकांना १ मे ते १ जूनच्या दरम्यान हुसकून लावले जाईल, असे राउटर नावाच्या एका बड्या जर्मन धेंडाने जाहीर भाषणात सांगितले. या गरीब बिचाऱ्या ज्यूंना, माकड गुरे खाटीकखान्याकडे नेतात तशी जहाजात कोंबून नेली जात आहेत. जाऊ दे. आता या विषयावर जास्ती बोलले तर रात्री मला भलतीच स्वप्ने पडतात.

एक चांगली बातमी म्हणजे लेबर एक्सचेंजला लोकांनी आग लावून दिली नासधूस करण्याच्या हेतूने. त्यानंतर परगण्याच्या कारकुनाच्या कचेरीलाही काडी

लावली. जर्मन पोलिसांचा पोषाख घालून लोकांनी रखवालदार आणि सुरक्षा दलातल्या लोकांना बांधून ठेऊन काही महत्त्वाचे कागदपत्र जाळून नाहिसे केले.

तुझी, ॲन.

गुरुवार १ एप्रिल १९४३

प्रियतम किटी.

वरती एक एप्रिल ही तारीख लिहिली असली तरी कुणाला 'फूल' करावे अशा मूडमध्ये मी नाही. उलट मी म्हणतेय 'संकटे कधी एकटी येत नाहीत'.

पहिले संकट म्हणजे सदा आनंदी वृत्तीचे आमचे स्नेही क्लीमन् आजारी झालेत, आणि त्यांना कमीत कमी तीन आठवडे बिछान्यात पडून राहावे लागणार आहे. गेले काही दिवसांपासून त्यांना हा पोटाचा त्रास होत आहे आणि हा आजार बरा होणार नाही. दुसरी अडचण म्हणजे बेप्‌ला फ्लू झालाय. तिसरी म्हणजे श्री. व्हॉस्कुजिल्‌नाही अल्सरवर इलाज करून घेण्यासाठी पुढील आठवड्यात हॉस्पिटलात जावे लागणार आहे. चवथी अडचण ही की 'पोमोसिन उद्योग' मधील व्यवस्थापक, फ्रँकफुर्टहून ऑपेक्टा कंपनीशी व्यवहाराची काही बोलणी करण्याकरता इथे यायचे आहेत. डॅडींनी या व्यवहारातल्या महत्त्वाच्या मुद्यांसंबंधी श्री. क्लीमन् यांच्याशी बोलणी केली आहेत. परंतु श्री. क्लीमन् यांना त्याविषयात पढवून तयार करण्याइतका अवधी राहिलेला नाही.

फ्रँकफुर्टहून ते गृहस्थ इथे येऊन हजर झालेत आणि बोलणी कशी काय होतील या विचाराने डॅडी फार नर्व्हस झालेत. 'मी तिथे असायला हवा होतो', असे ते सारखे म्हणताहेत. आपण बोलणी सुरू असताना तिथे हजर राहू शकत नाही याची त्यांना फार खंत वाटते आहे.

''खाली जा आणि खाजगी ऑफिसच्या मागच्या खोलीत पालथे पडून शेजारच्या खोलीला कान लावून तिथे चाललेली बोलणी ऐका.''

हे सुचवल्याबरोबर डॅडी खूष झाले. काल सकाळी साडे दहा वाजता ते आणि मारगॉट (एकापेक्षा दोन बरे) खाली जाऊन खाजगी ऑफिसच्या दरवाजाशी जमिनीवर पालथे पडले. दुपार उलटली तरी बोलणी पूर्ण झाली नव्हती आणि दुपार नंतरही पालथे पडून बोलणी ऐकण्याचे त्राण डॅडींच्यात उरले नव्हते. परत अडीच वाजता जेवणे उरकून मंडळी बोलायला बसली तेव्हा डॅडींच्या जागी मी गेले. सोबत मारगॉट होतीच. बोलणी इतकी कंटाळवाणी होती की ती ऐकता ऐकता मला झोपच लागून गेली त्या गार, कडक लिनोलियमवर. मला हलवून उठवणेही मारगॉटला शक्य नव्हते आणि हाक मारूनही उठवणे शक्य नव्हते कारण आवाज

शेजारच्या खोलीत ऐकू गेला असता. मी चांगली अर्धाएक तास झोपले आणि मग दचकून जागी झाले. तोपर्यंत ऐकलेल्या संभाषणातले सगळे महत्त्वाचे मुद्दे विसरून गेले. सुदैवाने मारगॉटने नीट लक्षपूर्वक सर्व बोलणी ऐकली होती.

तुझी, ॲन.

शुक्रवार २ एप्रिल १९४३

प्रियतम किटी,

माझ्या दुर्गुणांच्या यादीत आणखी एकाची भर पडली आहे. काल रात्री मी डॅडी येण्याची वाट पाहात बिछान्यावर झोपले होते. रोज रात्री ते आणि मी प्रार्थना करतो मग ते मला नीट पांघरूण घालून Good Night म्हणून जातात. आज त्यांच्याऐवजी ममी आली आणि माझ्या बिछान्यावर बसून हळुवारपणे म्हणाली, ‘‘ॲन, आज डॅडी कामात आहेत. आज मी तुझी प्रार्थना ऐकू का?’’

‘‘नको. ममी.’’ मी उत्तर दिले.

ममी पलंगावरून उठली, क्षणभर उभी राहिली आणि मग सावकाश पावले टाकत दरवाजापर्यंत गेली. अचानक मागे वळून म्हणाली, ‘‘तुझा मला राग आलेला नाही. कारण प्रेम जबरदस्ती करून मिळत नाही.’’ हे बोलताना तिच्या चेहऱ्यावर मनोवेदना स्पष्ट उमटली होती. ती खोलीबाहेर पडली तेव्हा तिच्या गालावरून अश्रू ओघळत होते.

अशा तऱ्हेने निर्दयपणे, क्षुद्रपणे तिला ‘नको’ म्हटल्याबद्दल मला फार वाईट वाटले. पण त्याला माझा इलाज नव्हता. मला ढोंगीपणाने वागता येत नाही. मला आईसाठी फार वाईट वाटले. कारण आज प्रथमच माझ्या लक्षात आले की मी समजते तशी ती माझ्याबाबतीत अलिप्त, कोरडी नाही. तिलाही माझे प्रेम हवे आहे. ती त्याबद्दल बेपर्वा नाही. हे तिच्या आताच्या कष्टी चेहऱ्यावरून मला स्पष्ट कळले. पण वस्तुस्थिती अशी आहे की तिनेच मला दूर लोटले आहे. माझ्यावर निर्दय, कठोर टीका केली आहे. माझी कुचेष्टा केली आहे. त्यामुळे तिच्या मनात प्रेमाचा लवलेशही नाही माझ्याबद्दल अशी माझी कल्पना झाली तर नवल नाही. प्रत्येक वेळी तिच्या कुचेष्टेने आणि रागाने मला जसे दुःख होते, तसेच आत्ता तिला झाले.

ती रात्रभर रडली. तिला झोप लागली नाही. डॅडी सकाळपासून माझ्याकडे बघणेही टाळताहेत. त्यातूनही त्यांची माझी नजरानजर झालीच तर त्यांची नजर म्हणत होती, ‘‘अशी कशी तू ममीला कठोरपणे बोललीस, तिला दुःख दिलेस?’’

प्रत्येकाला वाटतंय मी ममीची माफी मागावी, पण यात माफी मागण्याजोगे मी काय केलेय? मी फक्त तिला सत्य काय ते सांगितले आणि आज ना उद्या तिला

ते कळणारच होते. ममीच्या दु:खाकडे मी आज अलिप्तपणे पाहू शकतेय. अशाच अलिप्तपणे आजवर ते दोघे माझ्याशी वागलेत. माझ्यापुरते म्हणशील तर मी सत्यापासून ढळणार नाहीये, ते त्यांना कळायला जेवढा उशीर होईल तेवढा ते पचवायला जड जाईल.

तुझी, ॲन.

मंगळवार २७ एप्रिल १९४३

प्रियतम किटी,

सारे घर हादरेल अशी भांडणे चालू आहेत. प्रत्येक जण दुसऱ्यावर भडकलेला आहे. मी आणि ममी, श्री. व्हॅनडॅन आणि डॅडी, ममी आणि सौ. व्हॅनडॅन. वातावरण विलक्षण स्फोटक आहे. ॲनच्या दुर्गुणांची यादी काढून वारावली जात आहे.

आमचे जर्मन पाहुणे गेल्या शनिवारी परत गेले. संध्याकाळी सहा वाजेपर्यंत होते. तेवढा वेळ जराही आवाज न करता, हालचाल न करता आम्ही वर गप्प बसून होतो. जर इमारतीत इतर कुणी काम करत नसतील तर खाजगी ऑफिसात पाऊल टाकले तरी, त्याचा आवाज इतरत्र ऐकू येतो. एकसारखे गप्प हालचाल न करता बसून राहिल्यामुळे माझ्या पायाला मुंग्या आल्या आहेत.

श्री. व्हॉस्कुजिल् हॉस्पिटलात दाखल झाले आहेत. क्लीमन् ऑफिसात यायला लागले आहेत. त्यांच्या पोटातला रक्तस्त्राव नेहमीच्या मानाने लवकर थांबला आहे. त्यांनी सांगितले की परगण्याच्या कारकुनाच्या ऑफिसला जी आग लागली होती ती केवळ विझवून न टाकता अग्निशामक दलाच्या लोकांनी पाण्याचा इतका मारा केला की इमारतीतल्या सर्व वस्तू वाहून गेल्या त्या जलप्रलयात. छान झाले! भली खोड मोडली जर्मनांची.

कार्लटन् हॉटेलचाही विध्वंस केला आहे. दोन बॉम्बवाहू विमाने जर्मन अधिकाऱ्यांच्या क्लबवरच आदळली. त्यामुळे विझेल्स्ट्रॅटच्या कोपऱ्यावरच्या इमारती भस्मसात झाल्या. जर्मनशहरांवरचे विमानहल्ले दिवसेंदिवस वाढताहेत. हल्ली एक दिवसही रात्रीची शांत झोप मिळत नाही. त्यामुळे माझ्या डोळ्याखालती काळी वर्तुळे उमटली आहेत.

जेवणाचेही हाल चाललेत. नाश्त्याला लोणी न लावलेला पाव आणि कॉफी. जेवायला पालक किंवा शिजवलेली लेट्यूसची पालेभाजी आणि कुजकट वास येत असलेले बटाटे. कुणाला सडपातळ व्हायचे असेल तर त्याने इथे जेवायला यावे. व्हॅनडॅन कुटुंबही सारखी याविषयी तक्रार करत राहाते.

१९४० साली जे डच लोक लढले होते किंवा ज्यांना त्यावेळी एकत्र गोळा

केले होते त्या सर्वांना युद्धकैद्यांच्या कँपमध्ये काम करण्यासाठी बोलावले गेले आहे. परकियांचा हल्ला होईल म्हणून ही सावधगिरी घेत आहेतसे वाटते.

तुझी, ॲन.

शनिवार १ मे १९४३

प्रियतम किटी,

काल डसेल्‌चा वाढदिवस होता. तो साजरा करायचा नाही असे नाटक तो प्रथम करत होता. पण मिएप् एक मोठी पिशवी भरून भेटी, बक्षिसे घेऊन आली तेव्हा एखाद्या लहान मुलासारखा खूष झाला. त्याच्या प्रिय पत्नीने अंडी, लोणी, बिस्किटे, लेमोनेड, ब्रेड, कॉगनॅक (मद्य), मसाल्याचा केक, फुले, संत्री, चॉकोलेट, पुस्तके आणि लिहिण्याचे साहित्य पाठवले होते. डसेल्‌ने या भेटवस्तूंचे टेबलावर प्रदर्शन मांडून ठेवले होते तब्बल तीन दिवस. अचरट मेला!

तो इथे काही उपाशी राहात नाहीये. त्याच्या कपाटात ब्रेड, चीज, मुरंबा, अंडी त्याने भरून ठेवलेली आम्हाला आढळली. ज्याला आम्ही प्रेमाने वागवले, बोलावून आमच्यात सामावून घेऊन वाचवले, त्याने आमच्यापासून चोरून या वस्तूंचा आपल्या कपाटात साठा करून ठेवावा हे किती लाजिरवाणे, हलक्या मनाचे लक्षण आहे. आम्ही मात्र आमच्यापाशी जे जे आहे ते सर्वांत वाटून खाल्लं. एकूण तो क्लीमन्, व्हॉस्कुजिल् आणि बेप यांना काही देताना फारच कद्रूपणा करतो. त्यांना मुळी काहीही देत नाही. वास्तविक, आजारी असलेल्या क्लीमन्‌ना संत्र्यांची खूप गरज आहे. पण या गृहस्थाला वाटते त्यालाच त्यांची फार गरज आहे.

आज तोफांचा गडगडाट इतका मोठा होतो आहे की मी घाबरून माझ्या सर्व वस्तू बांधून पॅक केल्या. पळून जायची वेळ आली तर, तयारी असावी म्हणून मी एका बॅगेत जरूरीच्या सर्व वस्तू भरून ठेवल्या. शेवटी ममीने शांतपणे विचारले, ''पळून कुठे जाणार तू?''

कामगारांनी संप केला आहे म्हणून जर्मन्स साऱ्या हॉलंडला शिक्षा देताहेत. मार्शल लॉ जारी केला आहे. प्रत्येकाचे लोण्याचे एकेक कुपन कमी केले आहे.

आज मी ममीचे केस धुऊन दिले. आजकाल हे काम सोपं राहिलेले नाही. शांपू मिळत नसल्याने केस धुण्याचा एक हलक्या दर्जाचा चिकट द्रवपदार्थ वापरावा लागतोय आणि केस विंचरायच्या कंगव्याचे आता आठदहा दातच शिल्लक राहिलेत.

तुझी, ॲन.

रविवार २ मे १९४३

बाहेर राहाणाऱ्या ज्यूंच्या मानाने आम्ही स्वर्गातच राहातो आहोत असे मानायला हवे. तरीही सर्व परिस्थिती पूर्ववत होईल तेव्हा, उच्च राहणीमान असणारे आम्ही, आता हवे तसे कसे राहिलो याचे मला आश्चर्यच वाटेल. आमची रीतभात, शिष्टाचार सगळेच बदलून गेले आहेत. आम्ही आल्यापासून जेवणाच्या टेबलावर तेच मेणकापड वापरत आहोत. आता ते इतके दिवस वापरल्यावर स्वच्छ कसे राहाणार? मी माझ्याकडून खूप प्रयत्न करते पण ते स्वच्छ निघत नाही. भांडी पुसायच्या कपड्याला तर असंख्य भोके पडली आहेत. व्हॅनडॅन कुटुंब सबंध हिवाळाभर एकच फ्लॅनेलचा पलंगपोस वापरत आहेत. तो धुवायला लागणारा डिटर्जंट साबण फार अपुरा पडतो. खेरीज तो साबण इतक्या हलक्या प्रतीचा असतो की त्याने कपडे फारसे स्वच्छ निघत नाहीत. डॅडींच्या पँटच्या घोट्याकडची बाजू फाटून तिची लक्तरे लोंबताहेत. त्यांचा टायही फाटला आहे. ममीचे आतले कपडे दुरूस्तीच्या पलीकडचे झाले आहेत. मारगॉटची ब्रा तिच्या दोन वर्षांपूर्वीच्याच मापाची आहे. त्यामुळे अतिशय तंग झाली आहे. मारगॉट आणि ममी दोघींच्यात मिळून तीनच अंडरशर्ट त्यांनी हिवाळाभर वापरले. तर माझा अंडरशर्ट आता जेमतेम पोटापर्यंत येतो. या सगळ्या अडचणी कशा तरी ओलांडता येतील. पण आमची परिस्थिती कधी पूर्वीसारखी परत होईल का? पूर्वीचे राहणीमान परत मिळेल का?

रविवार २ मे १९४३

गुप्तनिवासातील रहिवाशांचे युद्धविषयक विचार.

श्री. व्हॅनडॅन : आमच्या सर्वांच्या मते या आदरणीय गृहस्थांना राजकारणाचे गाढे ज्ञान आहे. त्यांना वाटतंय की त्रेचाळीस साल संपेपर्यंत आम्हाला इथे राहावे लागेल म्हणजे तसा बराच काळ. परंतु तोपर्यंत दिवस कसेतरी काढता येतील. पण दु:ख, कष्ट, व्यथा देणारे हे युद्ध तोवर संपेल कशावरून? कोण खात्री देईल याची? कदाचित त्यापूर्वीच आम्ही आणि आमचे आश्रयदाते यांचा विनाश ओढवलेलाही असेल. आम्ही जिवंत नसू तोपर्यंत. म्हणूनच प्रत्येक दिवस भीती, तणाव याखाली आम्ही कंठतोय. भीती, आकांक्षा, आशा या सर्वांमुळे मनावर ताण येतो. बाहेर किंवा आत, कसलाही मोठा आवाज झाला. तोफांचा धडधडाट सुरू झाला, वर्तमानपत्रात एखादा जाहिरनामा प्रसिद्ध झाला की आमचे आश्रयदाते संकटात तर सापडणार नाहीत, अशी धागधूग मनात सुरू होते. त्यांनाही कुठेतरी लपूनछपून राहायची वेळ येईल का ही धास्तीही सतत मनात असते. आमच्यासारखे आणखी किती लोक लपून राहिले असतील देव जाणे! अर्थात एकूण लोकसंख्येच्या मानाने

ते खूपच कमी असणार म्हणा. युद्धसमाप्तीनंतर किती डच् लोकांनी ज्यू लोकांना आश्रय दिला असेल, पैसे घेऊन किंवा न घेताही, ते कळल्यावर आश्चर्य वाटेल. खोटी ओळखपत्रे जवळ बाळगणारे खूप लोक आहेत.

सौ. व्हॅनडॅन– जेव्हा या सुंदरीला (हे तिचे स्वत:विषयीचे मत) कळले की खोटी ओळखपत्रे मिळवणे आजकाल सहजसाध्य झाले आहे, तेव्हा आपण सर्वांनी अशी ओळखपत्रे ताबडतोब करून घ्यावी असे तिने सुचवले. पण त्यासाठी भरमसाट पैसा लागेल हे काही बाईंच्या ध्यानी आले नाही.

बाई कायम खुळचटासारखे बोलत असते आणि त्यामुळे यजमान संतापत असतात. युद्ध संपल्यावर आपण ख्रिश्चनधर्म स्विकारणार असल्याचे कधी सांगते तर कधी फार लहानपणापासून जेरूसलेमला जाऊन इतर ज्यूंच्या समवेत राहाण्याचा आपला विचार असल्याचे सांगते.

डॅडी आशावादी आहेत. युद्ध लवकर संपेल व आपण पूर्वीसारखे आनंदात राहू शकू असे त्यांना वाटते.

डसेल्‌महाशयांचीही मते ठाम असतात. त्यांना कुणी भिन्न मत प्रकट केलेले अजिबात आवडत नाही. त्यांच्या घरी त्यांचा शब्द, त्यांचे म्हणणे म्हणजे जणु कायदाच असे. आता ॲन फ्रँक सारख्या बंडखोर, स्वतंत्र वृत्तीच्या मुलीला हे कसे चालणार?

या गुप्तनिवासातल्या इतर माणसांची मते अगदीच नगण्य असतात. फक्त वर दिलेल्या चौघांची युद्धविषयीची मते महत्त्वाची असतात.

मंगळवार १८ मे १९४३

प्रियतम किटी,

आता मी जर्मन आणि ब्रिटीश वैमानिकांमधली एक हवाई मारामारी प्रत्यक्ष पाहिली. दुर्दैवाने काही ब्रिटीश हवाई सैनिकांना, त्यांच्या जळत्या विमानातून खाली उडी मारावी लागली. आमच्या हाफवेग् येथे राहाणाऱ्या दूधवाल्याला चार कॅनेडियन रस्त्याच्या कडेला बसलेले दिसले. त्यातला एक उत्तमप्रकारे डच् भाषा बोलत होता. त्याने दूधवाल्यापाशी सिगरेट पेटवण्यासाठी लायटर मागितला. विमानात आपण सहाजण होतो. त्यातला पायलट जळून मेला, एक कुठेतरी लपुन बसला असावा व आपण चौघे इथे बसलो आहोत असे त्याने सांगितले. जर्मन संरक्षक दलातले पोलिस येऊन त्या चौघांना पकडून घेऊन गेले. एवढ्या मोठ्या संकटातून पार पडल्यावरही ते चौघे सैनिक शांतपणे बसले होते म्हणे.

आता थंडी कमी झाली आहे, उकाडा वाढतो आहे. पण भाजीपाल्याची डेखं, साली वगैरे कचरा जाळून टाकण्यासाठी आम्हाला एक दिवसाआड कोळसे पेटवावे लागत आहेत. हा कचरा पेटीत टाकला तर कचरा गोळा करणाऱ्या गुदामातल्या पोऱ्याला वर कुणी राहाते आहे असा संशय येईल म्हणून ही खबरदारी घ्यावी लागते. थोड्याशा निष्काळजीपणानेही प्राणाशी बेतायचे!

इथल्या कॉलेजच्या विद्यार्थ्यांकडून "आमची जर्मन लोकांना सहानुभूती आहे, त्यांची राजवट आम्हाला पसंत आहे." असे सक्तीने लिहून घेऊन, त्याखाली त्यांची सही घेत आहेत. ज्या ऐंशी टक्के मुलांनी असे लिहून देण्याचे नाकारले त्यांना त्याची शिक्षा भोगावी लागत आहे. त्यांना जर्मन मजुरांच्या कँपवर कामासाठी पाठवले जात आहे. अशा तऱ्हेने वागवल्यावर हॉलंड देशांतील तरुणांचे भवितव्य काय?

बॉम्बचे एवढे आवाज काल रात्री येत होते की ममीने खिडकी बंद केली. मी डॅडींजवळ झोपले होते. एवढ्यात आमच्या वरच्या खोलीत सौ. व्हॅनडॅनने उडी मारलेली ऐकू आली. त्यापाठोपाठ मोठा आवाज ऐकू आला. बॉम्बस्फोट झाल्यासारखा. "दिवा लावा, दिवा लावा." मी ओरडले.

डॅडींनी दिवा लावला. आम्ही सर्वजण वर धावलो. उघड्या खिडकीतून लालसर प्रकाशाचा मोठा झोत व्हॅनडॅन जोडप्याने पाहिला. श्री. व्हॅनडॅनना वाटले जवळपास आग लागली असावी. सौ. व्हॅनडॅनना तर आपल्याच इमारतीला आग लागल्यासारखे वाटले. त्या आपल्या बिछान्याजवळ गुढगे टेकून प्रार्थना करत असतांनाच आवाज ऐकू आला. मग आम्ही सर्वजण खाली येऊन बिछान्यावर पडलो. सिगारेट ओढण्याकरता श्री. डसेल् वरच थांबले होते. त्यानंतर पंधरा मिनिटातच गोळीबार परत सुरू झाला. त्याबरोबर सौ. व्हॅनडॅन ताडकन् उठल्या आणि खाली जाऊन डसेल्जवळ झोपल्या. त्यांना व्हॅनडॅन पुरेसा दिलासा देऊ शकत नव्हते म्हणून. "ये बाळे माझ्या बिछान्यात." असे म्हणून डसेल्ने त्यांचे स्वागत केले तेव्हा हसता हसता आमची पुरेवाट झाली आणि त्या हशात आमची भीती विरून गेली.

तुझी, ॲन.

रविवार १३ जून १९४३

प्रियतम किटी,

माझ्या वाढदिवसानिमित्त डॅडींनी एक सुंदरशी कविता लिहिली आहे. डॅडी फक्त जर्मन भाषेतच काव्य लिहितात म्हणून मारगॉटने त्याचे डच् भाषेत भाषांतर केले आहे.

माझे खूपच लाड केले जात आहेत आणि मला बऱ्याच भेटी आणि बक्षिसे मिळाली आहेत. ग्रीक आणि रोमन पौराणिक कथा या माझ्या अत्यंत आवडत्या विषयावरचे एक भले मोठे पुस्तकही त्यात आहे. कँडी फारशा न मिळाल्याबद्दल मला तक्रार करायला तोंडच नाही. कारण प्रत्येकाने आपल्या साठ्यातल्या शक्य तेवढ्या वस्तू मला दिल्या आहेत. वास्तविक माझ्या लायकीपेक्षा मला जास्तच वाटा मिळालाय.

तुझी, ॲन.

मंगळवार १५ जून १९४३

प्रियतम किटी,

खूप काही घडले आहे. पण मला वाटते मी कंटाळवाण्या बातम्यांनी तुला हैराण करते नेहमी. म्हणून आज अगदी थोडक्यात सांगणार आहे.

अखेर श्री. व्हॉस्कुजिल् यांच्या अल्सरवर शस्त्रक्रिया झालीच नाही. त्यांना ऑपरेशनच्या टेबलावर घेऊन शस्त्रक्रिया सुरू केल्यावर, त्यांना कॅन्सर असल्याचे आढळून आले. कॅन्सर शस्त्रक्रिया करण्याच्या पलीकडच्या अवस्थेला पोचला आहे असे दिसले. तेव्हा पोट परत शिवून टाकले. तीन आठवडे त्यांना हॉस्पिटलात ठेवले, व्यवस्थित खायला-प्यायला घातले आणि परत पाठवून दिले. पण त्या लोकांनी एक अक्षम्य चूक केली. श्री. व्हॉस्कुजिल्‌ना काय झालेय व ते किती दिवसाचे सोबती आहेत हे त्यांना सांगून टाकले. आता ते कामावर येऊ शकत नाहीत, घरीच बसून आपल्या येऊ घातलेल्या मृत्यूची व आठ मुलांचे पुढे कसे होणार याची चिंता करत राहातात. मला त्यांची फार दया येते, त्यांना भेटावेसे वाटते. पण मी बाहेर कशी जाणार? बाहेर न पडण्याचे हे बंधन आमच्यावर नसते, तर वरचेवर त्यांना भेटायला जाऊन त्यांच्या मनावरचा ताण कमी केला असता. आता आम्हाला बाहेरच्या जगातल्या बातम्या कळणार नाहीत ही एक मोठीच आपत्ती आहे. श्री व्हॉस्कुजिल्‌चा आम्हाला मोठाच आधार होता. त्यांची उणीव फार भासेल आम्हाला.

पुढच्या महिन्यांत आम्हाला खालच्या ऑफिसातला रेडिओ सरकारला परत द्यावा लागणार आहे. म्हणून श्री. क्लीमन् आपल्या घरी लपवून ठेवलेला छोटासा रेडिओ आम्हाला देणार आहेत. आमचा मोठा, सुंदर, फिलिप्सचा रेडिओ परत देणे जिवावर आलेय. पण तो नाही दिला तर सरकार तो जप्त करायला इथे धाड घालील आणि आम्ही आयतेच त्यांच्या हाती सापडू. आता क्लीमन् देतील तो छोटा रेडिओ आम्ही वरच ठेऊ. आम्हीच जिथे लपूनछपून बेकायदा राहातोय तिथे बेकायदा रेडिओ ठेवणे कसले आलेय नवलाचे.

प्रत्येक जण एखादा जुना रेडिओ घेऊन तो सरकारला परत करायचा आणि आपला चांगला रेडिओ घरातच लपवून ठेवायचा अशा खटपटीत आहे. कारण सध्याच्या या अनिश्चिततेच्या काळात रेडिओचा मोठाच आधार वाटतो. बाहेरच्या बातम्या कितीही वाईट असोत रेडिओवरचा आवाज सांगतो, ''धीर धरा हेही दिवस जातील.''

तुझी, ॲन.

रविवार ११ जुलै १९४३,

प्रियतम किटी,

सर्वांशी गोड वागायचे, सर्वांना मदत करायची, मित्रत्वाचे संबंध ठेवायचे, न आवडणाऱ्या माणसांशीसुद्धा जमवून घ्यायचे आणि माझ्यावरचा टीकेचा वर्षाव थोडा कमी करवायचा असा प्रयत्न मी सतत करत असते. अत्यंत नावडत्या माणसांशीसुद्धा गोड बोलायचे, किती कठीण आहे हे तुला सांगायला का हवं? आजवर माझं मत, कुणी विचारो वा न विचारो, मी बेधडक सांगून टाकायची. पण हल्ली थोडं ढोंगीपणाने, नाटकीपणाने बोलण्याचा परिणाम बरा होतोय असा अनुभव येतोय. पण कधी कधी काय होतं की हे खोटंखोटं नाटकी, गोड बोलायचं मी विसरून जाते, आणि माझ्यावर अन्याय केला तर रागाने काहीतरी बोलून जाते. मग सगळी माझ्यावर तुटून पडतात आणि मी किती उर्मट, उद्धट आहे हे घोळवत राहातात. तुला नाही माझी कीव येत? एक बरंय, मी अति संतापी नाही. मला कोणत्याही गोष्टीतली चांगली, विनोदी बाजू दिसू शकते. त्यातल्या त्यात इतर कुणावर ही सरबत्ती चालू असेल तर मला फारच गमंत वाटते.

बऱ्याच विचाराअंती मी लघुलिपीचा अभ्यास सोडून देण्याचे ठरवले आहे. पहिले कारण म्हणजे त्यामुळे मला इतर विषयांचा अभ्यास करायला जास्त वेळ मिळेल. दुसरे म्हणजे माझे डोळे बरेच बिघडले आहेत. यापूर्वीच मी चष्मा लावायला हवा होता. (कशी घुबडासारखी दिसेन ग मी चष्मा लावल्यावर!)

काल दिवसभर माझ्या डोळ्यांखेरीज दुसरा विषय नव्हता बोलायला. ममीने तर सौ. क्लीमन्‌बरोबर मला नेत्रतज्ञाकडे पाठवायचंच ठरवलं. हे नुसतं ऐकूनच माझा थरकाप झाला. रस्त्यावरून चालत डॉक्टरकडे जायचे? मला कल्पनाही करवेना. पण मग आनंदही वाटला. अर्थात मला बाहेर पाठवायचे तर खूप लोकांना विश्वासात घ्यावे लागले असते. सर्व अडचणी, धोके यांचा नीट विचार करायला हवा होता. मिएप् मला न्यायला, (म्हणजे तिने पुढे व मी तिच्या मागून चालायचे) तयार होती. दरम्यान मी कपाटातून माझा राखी रंगाचा कोट बाहेर काढला. तो मला फारच लहान व घट्ट वाटला. या वर्षभरात मी चांगलीच वाढले होते. त्याची

खालची शिवण उसवली तरी तो तोकडा पडत होता व बटणे लावताच येत नव्हती. पण आता माझे बाहेर पडणे जमेलसे दिसत नाही कारण ब्रिटीश सैन्य सिसिलीत उतरले आहे. डॅडींच्या मते आता लवकरच काय तो सोक्षमोक्ष होईल.

बेप् मला व मारगॉटला बरेच ऑफिसचे काम करायला देते. त्यामुळे आम्हाला खूप अभिमान वाटतो. तिलाही आमची चांगली मदत होते. फाईलीत पत्रे टाचून ठेवणे आणि वहीत त्याची नोंद करणे हे काम कुणीही करू शकेल. पण आम्ही त्यावर खूप मेहनत घेऊन ते अगदी नीटनेटके करतो.

मिएप् आमच्यासाठी बऱ्याच वस्तू सायकलवरून आणते. ती सायकलवरून बाजारात जाते, भाज्या वगैरे घेते आणि मोठाल्या पिशव्यातून त्या भाज्या घेऊन सायकलवरून परत ऑफिसात येऊन त्या आम्हाला देते. दर शनिवारी वाचनालयातून पाच पाच पुस्तके आणून देते म्हणून आम्ही शनिवार उजाडण्याची वाट पाहात राहातो. सामान्य माणसांना आमच्या जीवनात या पुस्तकांचे केवढे महत्त्व आहे ते समजणार नाही. पुस्तके, अभ्यास आणि रेडियो ऐकणे एवढीच काय ती आमच्या करमणुकीची साधने आहेत या अज्ञातवासात.

तुझी, ॲन.

मंगळवार १३ जुलै १९४३

काल मला डॅडींनी डसेल्‌ला एक विनंती करण्याची परवानगी दिली. रोज दुपारी अडीच ते चार डसेल् झोपतो. त्या वेळी मी आमच्या खोलीतल्या टेबलाशी बसून अभ्यास करते. बाकीचा सारा वेळ खोली आणि टेबल यांचा ताबा डसेल्‌कडे असतो. म्हणून मी त्याला विनंती केली की आठवड्यातून दोन दिवस संध्याकाळी चार ते साडेपाचपर्यंत मी टेबल वापरू का? मधल्या खोलीतल्या टेबलाशी नेहमीच माणसे बसलेली असतात व त्यामुळे तेथे गोंगाट असतो. शिवाय कधीकधी डॅडी तिथे बसून काम करतात. माझ्या नम्र विनंतीवर डसेल्‌ची काय प्रतिक्रिया असेलसं वाटतं तुला? सरळ 'नाही' म्हणाला. एवढ्यावर मी सरळ माघार घ्यायला तयार नव्हते म्हणून, नकाराचे कारण विचारले. त्यावर त्याचे उत्तर ऐक, "मलाही माझे काम करायचे असते. ते जर मी चारनंतर केले नाही तर मग मला केव्हाच वेळ मिळत नाही. मला माझे काम संपवायलाच हवे. शिवाय तुझा कसला आलाय अभ्यास? पौराणिक कथा वाचणे आणि विणकाम करणे हे काय महत्त्वाचे काम झाले? मी ते टेबल संध्याकाळी वापरतो तसेच वापरत राहाणार. तुला देणार नाही."

त्यावर मी म्हटले, "मी खरोखर प्रामाणिकपणे अभ्यास करते आणि या घरात दुसरीकडे कुठेही मला निवांतपणे अभ्यास करायला जागा नाही. तेव्हा कृपा करून

मला त्या टेबलाशी बसू द्या आठवड्यातून दोन दिवस.'' मी परत एकदा विनवणी केली आणि नंतर त्या विद्वान गृहस्थाकडे पाठ फिरवली. रागाने माझे सर्वांग नुसते पेटले होते. डसेल्‌ने अत्यंत निर्दयपणे आणि उर्मटपणे माझी विनंती झिडकारली होती. आणि माझ्यापरीने मी अत्यंत नम्रपणे बोलले होते.

त्या दिवशी रात्री डॅडींची निवांतपणे गाठ घेऊन त्यांना काय घडले ते सांगितले. आणि पुढे काय करायचे त्याचा विचार विनिमय केला. कारण ही गोष्ट एवढ्यावरच मी सोडून देणार नव्हते आणि हा माझा प्रश्न मीच सोडवणार होते. डॅडींनी मला कशा तऱ्हेनी बोलावे याची थोडी कल्पना दिली आणि दुसरे दिवसापर्यंत थांबायला सांगितलं. कारण मी भडकले होते ती थोडी शांत होणे जरूरीचे होते. मी डॅडींच्या उपदेशाचा शेवटचा भाग सोडून दिला व त्याच दिवशी, भांडी घासून झाल्यावर डसेल्‌ला गाठलं. डॅडी शेजारच्याच खोलीत होते याचा नाही म्हटलं तरी माझ्या मनाला थोडा धाक होताच.

मी अगदी शांतपणे म्हटले, ''मि. डसेल्‌ माझी मघाची विनंती तुम्ही पार धुडकावून लावलीत. पण मला वाटते की त्यावर तुम्ही फेरविचार करावा.''

यावर गोड हसून डसेल्‌ने म्हटले, ''मी केव्हाही तयार आहे या विषयावर चर्चा करायला. पण या प्रश्नाचा निकाल मघाच लागलेला आहे.''

डसेल्‌ने वारंवार आणलेले अडथळे डावलून मी बोलणे सुरू ठेवले. म्हटले, ''तुम्ही इथे आला तेव्हा ही खोली आपण दोघांनी मिळून वापरायची असे ठरले होते. त्या न्यायाने तर मग दिवसातून बारा तास खोली मला मिळायला हवी. आता मी काही तितका वेळ खोली मागत नाहीये. फक्त आठवड्यातून दोन दिवस दीडदोन तास. माझी ही मागणी मुळीच गैर नाही. उलट रास्तच आहे.''

यावर ताडकन्‌ उसळून डसेल्‌ने म्हटले, ''इथे हक्काची गोष्ट काढू नको. मी कुठे जायचे मग? मि. व्हॅनडॅनला विचारून त्यांच्या पोटमाळ्यावर एक पार्टीशन टाकून जागा करून देता का विचारू? इथे काम करायला निवांत जागा न मिळणारी काय तू एकटीच आहेस? पण कसं भांडण उकरून काढावं याच विचारात तू नेहमी असतेस. तुझ्याऐवजी तुझ्या समंजस गुणी, बहिणीने विचारले असते तर मी तिला लगेच 'हो' म्हटले असते.. पण तुला–?''

यानंतर परत त्याने माझ्या विणकामाची आणि पौराणिक कथांच्या आवडीची टिंगल केली आणि माझा अपमान केला. पण मी तो त्याला दिसू दिला नाही. त्याचे बोलणे चालूच राहिले. ''तुझ्याशी बोलण्यात काही अर्थ नाही. तू एक अत्यंत स्वार्थी मुलगी आहेस. स्वत:ला हवे ते मिळवण्यासाठी इतरांना दूर लोटतेस. दुसऱ्यांचा कधी विचारच करत नाहीस. तुझ्यासारखी मुलगी जगात कुठ्ठे नसेल. आता तुला टेबल नाही दिलं वापरायला आणि तू नापास झालीस तर त्याचं खापर

माझ्या डोक्यावरच फुटेल.''

हे व अशाच तऱ्हेचे तो बोलत राहिला. त्याच्या त्या शब्दांच्या महापुरात तर मी वाहूनच गेले. क्षणभर वाटले की त्याच्या श्रीमुखात एक सणसणीत थप्पड लगावून द्यावी. पण मन आवरले. मनात म्हटले एवढे त्याच्यावर चिडावे अशी त्याची लायकी नाही.

बराच वेळ बोलबोल बोलून त्याचा राग शमला आणि विजयी पण रुष्ट चेहरा करून, कोटाच्या दोन्ही खिशात खाण्याचे पदार्थ भरून घेऊन एकदाचा खोलीबाहेर गेला.

मी पण धावतच डॅडींकडे गेले आणि काय घडले ते सर्व त्यांना सांगितले. डॅडींनी त्याच दिवशी संध्याकाळी डसेल्‌शी बोलायचे ठरवले आणि त्याप्रमाणे ते दोघे अर्धा तास बोलले. मला टेबल द्यायचे की नाही यावर प्रथम त्यांनी चर्चा केली. यापूर्वीही डॅडी या विषयावर त्याच्याशी बोलले होते. पण लहानांसमोर मोठ्यांचा पाणउतारा नको म्हणून ते गप्प राहिले. तरी डसेल्‌चे वागणे अन्यायाचे आहेच असे त्यांना वाटले होते. डसेल्‌ना वाटले की, ते आम्हाला नंतर येऊन सामील झाले आहेत, आणि प्रत्येक गोष्टीवर हक्क सांगताहेत असा माझ्या बोलण्याचा सूर वाटतो. त्यांचे हे बोलणे डॅडींनी अगदी खोडून काढले. मी डसेल्‌ला कधीही 'घुसखोर' मानले नाहीये असे डॅडींनी ठासून सांगितले. त्याचप्रमाणे मी स्वार्थ साधणारी आहे हे डसेल्‌चे म्हणणेही त्यांनी पटवून घेतले नाही. डॅडींचे बोलणे चालू असतांना डसेल्‌ची कुरकूर, तक्रार चालूच होती.

शेवटी डसेल्‌ने माघार घेतली. आता मी आठवड्यातून दोन वेळा सायंकाळी पाच वाजेपर्यंत तिथे बसून अभ्यास करू शकते. दोन दिवस डसेल् रागीट चेहरा करून वावरत होता. माझ्याशी दोन-तीन दिवस बोलला नाही, आणि मी उठले की, लगेच त्या टेबलाशी अर्धा तास, पाच ते साडेपाच बसायचा. काय हा पोरकटपणा! चांगला चौपन्न वर्षांचा माणूस! माझ्याशी भांडतो. यापुढे कसला सुधारतो? तसाच राहील शेवटपर्यंत!

शुक्रवार १६ जुलै १९४३

प्रियतम किटी,

परत एकदा चोरीचा प्रयत्न. यावेळी नुसता भास नव्हे तर खराखुरा. आज सकाळी पीटर नेहमीप्रमाणे सात वाजता खालच्या गुदामात गेला. त्याला दिसले की गुदामाचा व रस्त्यावरचा असे दोन्ही दरवाजे उघडे होते. त्याने ताबडतोब वर येऊन ते डॅडींना सांगितले. डॅडी लगेच खालच्या खाजगी ऑफिसात गेले आणि त्यांनी

तिथल्या रेडिओवर जर्मन स्टेशन लावून ठेवले आणि दरवाज्याला कुलूप लावले. मग ते दोघे वर आले. अशी परिस्थिती आली तर आंघोळी करायच्या नाहीत. पाणी सोडायचे, वापरायचे नाही, अतिशय शांत राहायचे, कसलाही आवाज करायचा नाही, आठ वाजायच्या आत सर्व आटपून कपडे करून बसायचे. त्यानंतर बाथरूमला जायचे नाही. या सगळ्या सुचना आम्ही काटेकोरपणे पाळल्या. सकाळभर खालच्या ऑफिसातून कुणीच वर आले नाही म्हणून आम्हाला राग आला होता. जवळजवळ साडेअकरापर्यंत आम्ही तसेच घाबरून बसलो होतो. त्यानंतर श्री. क्लीमन्नी सांगितले की चोरट्यांनी वाकड्या टोकाच्या पहारेनी दोन्ही दरवाजे उघडले होते. पण चोरण्याजोगे काहीच तिथे न मिळाल्याने ते वरच्या मजल्यावर आले असावे. तिथून त्यांनी, चाळीस गिल्डर्स ठेवलेल्या पैशाच्या दोन पेट्या, कोरी चेकबुके आणि सर्वात वाईट गोष्ट म्हणजे साखरेची तीनशे पन्नास पौंडाची कुपने चोरली होती. आता एवढी परत मिळवणे मुष्कीलीचे होते.

श्री. कुग्लरांच्या मते दोन आठवड्यांपूर्वी अयशस्वी प्रयत्न केलेल्या टोळीतल्या एखाद्याने काल हात मारला होता.

या चोरीमुळे आमच्या गुप्तनिवासात जरा खळबळ माजली. पण एकूण असे प्रसंग आमच्या निवासाला मानवतात असे वाटते. हिशोबाची वही आणि टंकयंत्रे आम्ही कपड्याच्या कपाटात दडवून ठेवले होते म्हणून वाचले.

तुझी, ॲन.

ता. क. दोस्त सिसिलीत उतरले. सुटकेचा काळ जवळ आला.

सोमवार १९ जुलै १९४३

प्रियतम किटी,

रविवारी उत्तर ॲम्स्टरडॅमवर तुफान बॉम्बहल्ला झाला. साहजिकच बरीच नासधूस झाली आहे. सर्व रस्ते पडझडीने भरले आहेत. ते साफ करून त्याखाली गाडली गेलेली प्रेते बाहेर काढण्यासाठी बराच काळ लागेल. आतापर्यंत दोनशे मृत आणि असंख्य जखमी झालेले आहेत. हॉस्पिटले भरून गेलेली आहेत. पडझडीच्या कचऱ्यातून आपल्या आईबापांना शोधत मुले फिरताहेत म्हणे. पुढच्या नाशाच्या कल्पनेनीच मला कापरं भरतंय.

शुक्रवार २३ जुलै १९४३

बेप्ने जूर्नाल्स, खतावण्या आणि वह्या मिळवण्यात यश मिळवलंय. हिशोब लिहिण्यासाठी खतावण्या मारगॉटला उपयोगी पडतील. त्या कशा आहेत हे मात्र विचारू नको. इतक्या हलक्या प्रतीच्या, राखाडी रंगाच्या, त्यांच्यावरच्या ओळी जवळजवळ आखलेल्या आणि तिरक्या. त्या कितपत टिकाऊ आहेत देव जाणे. त्यांच्यावर 'कुपन्सची जरूरी नाही' अशा चिठ्ठ्या लावल्या आहेत. रेशनचा छाप नसलेल्या इतर वस्तू ज्या लायकीच्या असतात त्याच लायकीच्या या वह्या आहेत. मारगॉटच्या मनातून हस्ताक्षर सुधारण्याचा अभ्यासक्रम करायचा आहे. मी म्हटलं, ''करून टाक.'' मला मात्र ममी तो करू देत नाहीये कारण माझे डोळे खराब झालेत. मला नाही हे पटलं. कारण मी दुसरे काहीही केले तरी माझे डोळे बिघडणारच आहेत.

किटी तुला कधी युद्धाचा अनुभव आला नाहीये, लपून राहाण्याच्या जीवनातले खाचखळगेही माहीत नाहीत. मी पत्रातून तुला त्यांची वर्णने लिहीत असले तरी तुला पुरी कल्पना यायला ती फार अपुरी आहेत. आम्ही इथून बाहेर पडलो की प्रत्येक जण प्रथम काय करणार आहे ते ऐक.

मारगॉट आणि श्री. व्हॅनडॅन गरम पाण्याने काठोकाठ भरलेल्या टबात निवांतपणे चांगले अर्धा एक तास डुंबून स्नान करणार आहेत. मिसेस व्हॅनडॅनना केक खायचा आहे. आपल्या प्रिय पत्नीला (शार्लट्ला) भेटण्यावाचून दुसरी कोणतीही गोष्ट डसेल्ला महत्त्वाची वाटत नाही. ममीला कपभर खरीखुरी चांगली कॉफी प्यायचीय, डॅडींना बाहेर पडल्याबरोबर प्रथम व्हॉस्कुजिल्ना भेटायचंय, पीटरला गावभर हिंडायचंय आणि माझं विचारशील तर मला एवढा प्रचंड आनंद होईल की प्रथम काय करावे तेच सुचणार नाही.

सर्वात पहिली महत्त्वाची गोष्ट म्हणजे मला आमचे स्वत:चे घर असावेसे वाटते. जिथे मी मनमानेल तशी हिंडेन फिरेन, लोळेन, बसेन, उठेन असे आणि माझा गृहपाठ करण्यात मदत करणारे कुणी तरी. थोडक्यात म्हणजे केव्हा एकदा परत शाळेला जाईन असे झालेय.

बेप् आमच्यासाठी काही फळे आणणार आहे. द्राक्षे पौंडाला अडीच गिल्डर्स, गूजबेरी एका पौंडाला ७० सेंट्स, एक पीच पन्नास सेंट्स, खरबुजे ७५ सेंट्सला एक पौंड या दराने. रोज उठून वर्तमानपत्रात 'किंमती कमी ठेवा' अशा जाहिराती येतात ते उगाच नाही.

सोमवार २६ जुलै १९४३

प्रिय किटी,

कालचा दिवस सनसनाटीचा होता. अजूनही त्याच्या आठवणीने आम्ही घाबरतो आहोत. तू म्हणशील तुमच्याकडे रोजच काहीतरी सनसनाटी घडत असते.

आम्ही नाश्ता घेत असताना प्रथम सावध होण्यासाठी इशाऱ्याची शिटी (सायरन) वाजली, पण आम्ही त्याकडे फारसे लक्ष दिले नाही. कारण विमाने समुद्रकिनाऱ्यावरून जात आहेत एवढाच तो इशारा होता. माझे डोके फार दुखत होते. म्हणून नाश्ता घेतल्यानंतर मी तासभर झोपले आणि दोन वाजण्याच्या सुमारास खाली ऑफिसात गेले. अडीच वाजता काम आटपून मारगॉट आपले कागदपत्र गोळा करत असताना परत एकदा सायरन वाजू लागले, तेव्हा मी आणि ती, हळूच वर आलो. पाच एक मिनिटांनी तोफांचा गडगडाट सुरू झाला. मग आम्ही हॉलमध्ये येऊन उभ्या राहिलो. वरून बॉम्ब पडत होते. त्यामुळे घर हादरू लागले. पळून जाण्यासाठी तयार ठेवलेली माझी बॅग हातात गच्च धरून मी उभी होते. पळून जाण्यासाठी नव्हे तर कशाचा तरी आधार हवासा वाटत होता म्हणून. इथून पळून जाता येणार नाही हे मला कळतंय. रस्त्यावर आम्ही कुणाला दिसणे हे अतिशय धोक्याचे आहे. त्यापेक्षा बॉम्बहल्ल्यात सापडणे बरे. अर्ध्या तासानंतर तोफांचे व मशीनगन्सचे आवाज कमी होत गेले आणि घरातले व्यवहार पूर्ववत सुरू झाले. पीटर पुढच्या माळ्यावर टेहळणी करत बसला होता, तो बाहेर आला, डसेल् पुढच्या ऑफिसात होता तिथेच बसून राहिला. सौ. व्हॅनडॅन खाजगी ऑफिसात होत्या, श्री. व्हॅनडॅन माळ्यावरून नजर ठेवत होते. आम्ही हळूच, बंदरातून धुराचे लोट येत होते ते पाहात होतो. थोड्याच वेळात जळण्याचा वास सर्वत्र पसरला आणि धुराच्या प्रचंड लोटाने सारे शहर भरून गेले.

अशी भयंकर मोठी आग लागलेली पाहणे काही फारसे सुखकारक नव्हते. लवकरच आमच्या कामाला लागलो. आम्ही जेवायला बसतो तोच परत हवाई हल्ल्याचा इशारा देणारा सायरन वाजू लागला. जेवण चांगले होते पण तो भोंगा वाजू लागताच माझी अन्नावरची वासनाच नाहिशी झाली. काही अनुचित घडले नाही व पाऊण तासाने सर्व सुरळीतच्या इशाऱ्याचा सायरनही वाजला. जेवणानंतर बशा धुवत असताना परत भोंगा, पाठोपाठ विमानाच्या ताफ्यांचे आवाज आणि तोफांचे आवाज. ''बाप रे दिवसातून दोनदा म्हणजे फार झाले, असे आम्ही मनात म्हणतोय तोवर बॉम्बहल्ला परत सुरू झाला. या वेळी शहराच्या दुसऱ्या भागावर ब्रिटिशांच्या बातमीप्रमाणे शिफोल हवाईअड्ड्यावर बॉम्ब टाकले होते. विमाने मोठा आवाज करत खाली झेपावत होती व बॉम्ब टाकून परत वर उड्डाण करत होती. ते सगळे

फार भीतीदायक होते. 'आले, आले विमान खाली. आता परत चालले वर' असा विचार माझ्या मनात सारखा येत होता.

खरे सांगते तुला किटी, नऊ वाजता मी झोपायला गेले, तरी माझे पाय थरथर कापत होते. मध्यरात्री मी परत जागी झाले. आणखी विमाने येत होती. डसेल् कपडे बदलत होता पण त्याकडे लक्ष न देता मी पलंगावरून खाली उतरले आणि डॅडींकडे गेले. परत माझ्या खोलीत येऊन झोपले, पण रात्री दोन वाजता परत डॅडींकडे गेले. विमानहल्ले चालूच होते आणि अखेर अडीच वाजता माझा डोळा लागला.

सात वाजता दचकून जागी झाले व पलंगावर उठून बसले. श्री. व्हॅनडॅन व डॅडी बोलत होते. मला वाटले परत चोर आले होते का काय? 'सगळे', श्री. व्हॅनडॅन बोलले. ते ऐकल्यावर मला वाटले या खेपेस चोरांनी सगळेच सामान पळवले, पण नाही. आजची बातमी फारच चांगली होती. कितीतरी महिन्यांत, किंबहुना युद्ध सुरू झाल्यापासून इतकी छान बातमी ऐकायला मिळाली नव्हती. मुसोलिनीने राजीनामा दिला होता आणि इटलीच्या राजाने सर्व कारभार हातात घेतला होता.

कालच्या जीवघेण्या अनुभवानंतर आजची ही बातमी फारच आनंददायक होती. अखेर काहीतरी चांगले घडणार होते, युद्ध संपण्याची, शांतता प्रस्थापित होण्याची आणि आम्ही सुटण्याची आशा होती.

श्री. कुग्लर मधेच वर आले. इथल्या फॉकर विमान उत्पादनाच्या कारखान्यावर जोराची बॉम्बवृष्टी झाली होती. दरम्यान आज सकाळी परत, बॉम्बहल्ल्याचा इशारा दिला गेला. विमाने आकाशात घिरट्या घालत होती. कालच्या आणि आजच्या बॉम्बहल्ल्याच्या आणि विमानांच्या आवाजामुळे झोप नाही, आणि काही काम करायची इच्छाही राहिली नाहीये. पण या वर्षअखेरपर्यंत युद्ध संपेल अशी आशा वाटू लागली आहे.

तुझी, ॲन.

गुरुवार २९ जुलै १९४३

प्रियतम किटी,

सौ. व्हॅनडॅन, श्री. डसेल् आणि मी बशा धुवत होतो. मी अगदी शांतपणे काम करत होते. हे माझे वागणे त्या दोघांना अनैसर्गिक वाटले असणारच. पण त्यांनी मला त्याबद्दल काही प्रश्न विचारून छेडू नये म्हणून मी एक साधासा विषय काढून बोलणे सुरू करावे असा विचार केला. Henry from across the street या

पुस्तकाचा विषय ठीक आहे असे मला वाटले आणि इथेच मी घोडचूक केली. जेव्हा सौ. व्हॅनडॅन माझ्याविरुद्ध बोलत नाही तेव्हा ती जबाबदारी डसेल् स्वत:च्या खांद्यावर घेतो. डसेल्‌ने हे पुस्तक नमुनेदार म्हणून मी व मारगॉटने ते वाचावे अशी शिफारस केली होती. आम्हाला दोघींनाही ते मुळीच उत्तम वाटले नाही. छोट्या मुलाचे त्यातले चित्रण चांगले झाले होते, पण उरलेल्या पात्रांविषयी न बोलणेच बरे. हे मी बशा धुतांना त्यांना सांगितले मात्र डसेल्‌चा बॉम्ब हल्ला सुरू झाला.

"तुला पुरुषाचे मानसशास्त्र कसे कळणार? छोट्या मुलाचे कळेल एकवेळ. पण ते पुस्तक तू वाचलेसच का? ते प्रौढांचे आहे. वीस वर्षे वयाच्या माणसाला सुद्धा त्याचे आकलन होण्यास कठीण पडेल...." मग याने शहाणपणा करून आम्हा दोघींना वाचायला सांगितलेच कशाला?

श्री. डसेल् आणि सौ. व्हॅनडॅनने सरबत्ती चालूच ठेवली, "खरे तर तुझ्या वयाच्या मुलीला माहीत नसाव्या अशा गोष्टी तुला माहीत आहेत. तुला मुळी चांगले वळण लावले गेलेलेच नाहीये. त्यामुळे तू मोठी होशील तेव्हा कोणत्याही गोष्टीचा आनंद उपभोगू शकणारच नाहीस. म्हणशील, "हात्तेरी, हे सगळे मला वीस वर्षांपूर्वीपासून माहीतच आहे. आता तुला लग्न करायचे असले किंवा प्रेमात पडायचे असलं तर ते लगेच करून टाक. पुढे या सर्व गोष्टीत तुझा अपेक्षाभंगच होईल. कारण हे सगळे शास्त्र तुला माहीतच आहे. प्रश्न आहे तो फक्त प्रात्याक्षिकांचा, प्रयोगांचा. तेही यामुळे होऊन जाईल."

हे सगळे ऐकून मला काय वाटले असेल कल्पना कर. तरीही शांतपणाने मी म्हटले, "मला चांगले वळण लावलेले नाही असे तुम्हाला वाटते, पण सर्वांनाच तसे वाटेल असे नाही."

मुलांना चांगले वळण लावणे म्हणजे मुलांना आईवडिलांच्याविरुद्ध चिथावणी देणे अशी डसेल् आणि सौ. व्हॅनडॅन यांची कल्पना दिसते. नेहमीच ते दोघे हे कार्य इमाने इतबारे करत असतात. माझ्या वयाच्या मुलींना प्रौढ माणसांचे खास विषय व गुपिते सांगू नयेत हे फारच शहाणपणाचे म्हणायचे. अशा गोष्टी माहीत नसलेली मुलेमुली कशी फसतात हे सर्वांना माहिती आहे.

त्या दोघांच्या मुस्कुटात लगावावी अशी फार इच्छा झाली होती. भयंकर संताप आला होता त्या दोघांचा. किती दिवस या लोकांच्याबरोबर एकत्र राहावे लागणार आहे देव जाणे!

सौ. व्हॅनडॅन अतिशय पुढे पुढे करणारी, अहंमन्य, लबाड, हिशोबी, सतत कुरकुरणारी, असमाधानी बाई आहे. शिवाय गर्विष्ठ आणि पोरकट लडिवाळपणा करणारी. अगदी तिरस्करणीय आहे. तिच्यावर एक भला थोरला ग्रंथ लिहिता येईल. मला वाटते पुढे मागे मी लिहीनही एखादा. सौ. व्हॅनडॅन नवख्या पाहुण्यांसमोर,

विशेषत: पुरुषांसमोर इतकी गोड, लाघवीपणाने वागते की पहिल्या भेटीत तिच्याविषयी फारच चांगले मत होते. ममीच्या मते ही बया मूर्ख आहे. मारगॉटच्या मते तिच्यावर काही बोलण्याइतकंही महत्त्व तिला द्यायची गरज नाही. डॅडींच्या मते ती एक सर्वार्थाने कुरुप स्त्री आहे. मी सहसा प्रथम दर्शनी कुणाविषयी वाईट ग्रह करून घेत नाही, पण आता बऱ्याच दिवसांच्या सहवासानंतर मला असे वाटते आहे की डॅडी, ममी, मारगॉट यांची मते तर बरोबर आहेतच पण बाईसाहेबांच्या अंगात याखेरीजही अनेक अवगुण आहेत.

तुझी, ॲन.

ता.क. : वाचकांनी कृपया लक्षात घ्यावे की हे लिखाण संताप कमी होऊन मन शांत होण्याआधी लिहिलेले आहे.

मंगळवार ३ ऑगस्ट १९४३

प्रियतम किटी,

राजकारणाच्या आघाडीवर सर्व काही ठीक चालले आहे. इटलीने फॅसिस्ट पक्षावर बंदी घातली आहे. फॅसिस्टांशी अनेक जागी लोक लढत आहेत. लष्करही त्यात सामील झाले आहे. अशा परिस्थितीत हे राष्ट्र इंग्लंडच्याविरुद्ध कसे काय लढणार आहे? आमचा सुंदर, मोठा रेडिओ गेल्या आठवड्यात परत दिला. म्हणून डसेल्‌ला कुग्लरचा फार राग आला आहे. माझ्या दृष्टीने दिवसेंदिवस डसेल् घसरत चालला आहे नीतितत्त्वांच्या बाबतीत. त्याचे राजकारण, इतिहास, भूगोल वगैरे विषयीचे विचार आणि मते अगदी हास्यास्पद असतात. इतिहासाच्या पानांतून हिटरलचे नावच पुसले जाईल, हाम्बुर्गच्या बंदरापेक्षा रॉटरडॅमचे बंदर मोठे आहे, इटलीवर बॉम्बस् टाकून तिचा पुरा विध्वंस करायची संधी इंग्रज मूर्खपणे हातची घालवत आहेत, वगैरे वगैरे तो बोलत असतो अचरटासारखे.

नुकताच तिसरा हवाई हल्ला झाला. यापुढे दात, तोंड घट्ट मिटून बसून हे हल्ले सहन करायचे, जरा शौर्य दाखवायचे असे मी ठरवले आहे.

सौ. व्हॅनडॅन नेहमी म्हणायच्या, ''पडू देत हवे तेवढे बॉम्ब'' किंवा ''हे रेंगाळत राहाण्यापेक्षा एकदा काय तो सोक्षमोक्ष झालेला बरा.'' पण प्रत्यक्ष वेळ येताच आमच्या सर्वांपेक्षा त्या जास्त घाबरतात. आज सकाळी तर त्या इतक्या घाबरल्या की थरथर कापायला लागल्या आणि शेवटी चक्क रडायला लागल्या. मग त्यांच्या यजमानांनी त्यांची समजूत घातली. त्यांना धीर दिला. गेला आठवडाभर त्या दोघांची वादावादी आणि भांडणे चालू होती. आता नुकताच बाईंनी यजमानांशी

समझोता केला.

मांजर बाळगणे हे फायद्याचे असते तितकेच तोट्याचे, गैरसोईचेही असते हे मुशीने पटवून दिले. तिच्यामुळे घरात इतक्या पिसवा झाल्या आहेत, विचारू नको. श्री. क्लिमन् यांनी कानाकोपऱ्यातून पिवळी पावडर टाकली आहे, पण पिसवांनी त्याची मुळीच दखल घेतलेली नाही. आम्हाला सारखे वाटत राहाते की आपल्या दंडावर, पायावर, मानेवर कुठेतरी पिसू चावते आहे. आम्ही एरवी काही दुसरा व्यायाम करत नाही. व्यायाम करणे आम्ही मागेच सोडून दिले होते. आता मात्र उठून, बसून, मागे वळून, हात वर खाली करून पिसू मारायचा प्रयत्न करतो. तेवढाच काय तो व्यायाम.

तुझी, ॲन.

बुधवार ४ ऑगस्ट १९४३

प्रियतम किटी,

आम्हाला या अज्ञातवासात येऊन वर्ष होऊन गेले. माझ्या या पत्रांमुळे तू आता आम्हाला चांगलीच ओळखू लागली असशील. आमचा दिनक्रमही थोडा थोडा सांगते.

रात्रीचे नऊ वाजलेले आहेत. गडबड गोंधळ करत झोपायची तयारी चालू आहे. खुर्च्या सरकवल्या जातात, पलंग खेचले जातात, ब्लँकेट्स उलगडली जातात. दिवसा जे फर्निचर जिथे असते किंवा फर्निचरची मांडणी दिवसा जशी असते तशी ती रात्री राहात नाही. मी एका पाच फुटी दिवाणवर झोपते. तो मला अपुरा पडतो म्हणून उशाशी किंवा पायाशी खुर्च्या ठेवून त्याची लांबी वाढवते. दिवसा सर्व चादरी, उशा, अंथरूणे पांघरूणे डसेल्च्या पलंगावर रचून ठेवलेली असतात. ती रात्री तिथून काढून घ्यायची.

शेजारच्या खोलीतून मारगॉटचा घडीचा पलंग ओढून सारखा करतो, खूप खरखराट होतो. मग त्यावर ब्लँकेट्स एकावर एक घालून लाकडाच्या फळीचा कठीणपणा कमी करून बिछाना मऊ, सुखकारक व्हावा असा प्रयत्न करायचा. वरती सौ. व्हॅनडॅनची कॉट खिडकीकडे ढकलली जाते त्याचा गडगडाट ऐकू येतो. खिडकीजवळ कॉट ढकलल्याने बाईसाहेबांना फटीतून येणारी हवा मिळते.

९-००

पीटर बाथरूममधे जाऊन आल्यानंतर माझी तिथे जायची पाळी असते. मी डोक्यापासून पायापर्यंत शरीर स्वच्छ धुते. दात घासते, केस कुरळे करण्याचे चाप

लावते, नखे साफ करते. ओठाच्या वरच्या बाजूची लव घालवण्यासाठी पॅरॉक्साईड लावते. हे सगळे मी अर्ध्या तासाच्या आत करते.

९-३०

बरोबर साडेनऊ वाजता अंगावर बायरोब चढवते. मग एका हातात साबणवडी, केसाच्या पिना, केस कुरळे करण्याचे चाप, आतली चड्डी, कापूस, पॉटी हे सर्व घेऊन नहाणीघराच्या बाहेर येते. माझ्या मागून तिथे जाणारी व्यक्ती हमखास मला माघारी बोलवून, सिंकमधे पडलेले माझे केस (खरे म्हणजे पाण्यात त्या केसांनी सुरेख आकृती निर्माण केलेल्या असतात.) साफ करायला लावते.

१०-००

दहा वाजता 'गुड नाईट' म्हणून अंधार करून झोपणे. पुढची पंधरा मिनिटे कुशी बदलल्यामुळे होणारी पलंगाची करकर. त्यानंतर व्हॅनडॅन जोडप्यांचे भांडण चालू नसेल तर सारे कसे शांत शांत होते.

११-३०

बाथरूमच्या दाराचा आवाज. खोलीत एक अरुंदसा प्रकाश किरण येतो. त्या पाठोपाठ जोड्यांचा आवाज करत, भला मोठा कोट घातलेला डसेल् आत शिरतो. श्री. कुग्लरांच्या खालच्या ऑफिसात आतापर्यंत तो काम करत बसलेला असतो. पुढची दहा मिनिटे कागदांचा चुरचुराट ऐकू येतो. मग खिशात भरून घेतलेले खाण्याचे पदार्थ तो कपाटात परत ठेवतो. अंथरुण पांघरुण नीटनेटके करतो आणि बाथरूममधे जातो तिथून कधीकधी संशयास्पद आवाज येत राहातात.

अदमासे तीन वाजण्याचा सुमार : माझ्या पलंगाखाली ठेवलेली पॉटी काढते. ती गळू नये म्हणून त्याच्या बुडाशी रबराची चटई बसवलेली आहे. माझे काम अगदी श्वास रोखून करते. नाहीतर पर्वतावरून खळाळत येणाऱ्या ओढ्यासारखा आवाज येतो. काम झाल्यावर पॉटी पलंगाखाली ठेवून परत पलंगावर झोपते. डॉ. डसेल् अजून जागा असतो. उशा खाली-वर करतो. खाली चोर आले नसतील ना याचा कानोसा घेतो, इतर सर्वजण गाढ झोपले आहेत की नाहीत याची खात्री करून घेतो, कुशी पालटत राहातो, आणि मग एकदाचा झोपतो.

कधीकधी रात्रीच्या वेळी तोफांचा गडगडाट सुरू होतो. लगेच मी उठून पलंगाशी उभी राहाते. कधी मला स्वप्ने पडतात आणि त्यातून जाग येते तेव्हा तोफांचा मारा थांबलेला असतो. पण साधारणपणे गडगडाट ऐकू येऊ लागला की मी हातात उशी घेऊन डॅडींच्या खोलीकडे धावत सुटते. डॅडींच्या बिछान्यात शिरले की सगळी भीती संपते.

६-४५

पावणेसात वाजता अलार्म क्लॉकची घंटी वाजते. सौ. व्हॅनडॅन तत्परतेने ती बंद

करतात. श्री. व्हॅनडॅन उठून बाथरूमकडे जातात.

७-१५

बाथरूमचे दार उघडते. व्हॅनडॅन बाहेर येतात. डसेल् आत शिरतो.

खोलीत मी एकटीच असते. हळूच पडदा दूर करते. गुप्तनिवासातला दुसरा दिवस सुरू होतो.

गुरुवार ५ ऑगस्ट १९४३

प्रियतम किटी,

आज आता दुपारच्या जेवणाच्या वेळेचे वर्णन करते.

१२-३०

साडेबारा वाजले आहेत. सर्वजण सुटकेचा निःश्वास टाकतात. श्री. व्हॅन मॅरीन (याचा भूतकाळ संशयास्पद आहे) आणि श्री. डी. कोक जेवण्यासाठी घरी जातात. वरच्या खोलीतून सौ. व्हॅनडॅनचा एकुलता एक सुंदर गालिचा साफ होत असल्याचे व्हॅक्यूम क्लिनरच्या आवाजावरून कळते. खाकेत थोडी पुस्तके घेऊन मारगॉट अभ्यासाला निघते. थोडीतरी शांतता मिळेल या आशेने डॅडी एका कोपऱ्यात जाऊन बसतात, हातात डिकन्सचे एखादे पुस्तक घेऊन ममी वर जाऊन सौ. व्हॅनडॅनना मदत करते. मी स्वतः स्वच्छ होते आणि नहाणीघरही साफ करते.

१२-४५

एकेक जण हळूहळू वर येतो. प्रथम गाईस, मग श्री. कुग्लर किंवा क्लिमन्. त्यांच्या पाठोपाठ बेप् आणि कधीकधी मिएप्पण.

१-००

रेडिओभोवती कोंडाळे करून बी. बी. सी. वरच्या बातम्या सर्वजण ऐकतात. ही एकच वेळ अशी असते की जेव्हा या गुप्त निवासातले रहिवाशी मधेमधे बोलून एकमेकांना अडवत नाहीत. श्री. व्हॅनडॅनसुद्धा वार्ता देणाऱ्या बी. बी. सी. वरच्या माणसाशी वाद घालू शकत नाहीत. म्हणून गप्प ऐकतात.

१-१५

जेवण वाढले जाते. खालच्या ऑफिसातले लोक एकेक कप् सूप घेतात. जेवणानंतर खाण्याचा गोड पदार्थ केलेला असला तर तोही खातात. मग तृप्त झालेले गाईस हातात वर्तमानपत्र घेऊन दिवाणवर आरामात टेकून बसतात. पुष्कळ वेळा त्यांच्या शेजारी मुशी मांजरीही शरीराचे मुटकुळे करून झोपते. श्री. क्लिमन शहरातल्या ताज्या बातम्या सांगतात. त्यांच्यामुळेच आम्हाला शहरात काय चालले आहे त्याची बित्तंबातमी समजते. कुग्लर घाईघाईने जिना चढून वर येतात.

दरवाजावर जोरात थाप मारतात. कधी अबोल, रुक्ष, तर कधी आनंदी, चांगल्या गप्पा मारायच्या मूडमधे.

१-४५

प्रत्येकजण टेबलाजवळून उठून आपापल्या कामाला जातो. ममी आणि मारगॉट बशा धुतात. श्री आणि सौ. व्हॅनडॅन वामकुक्षी घेतात, पीटर माळ्यावरच्या खोलीत, डॅडी आपल्या दिवाणवर आडवे होतात. तसाच डसेल्ही. ॲन आपला गृहपाठ करायला घेते.

यानंतर तासभर शांतता नांदते. कारण सर्वजण हळूहळू निद्राधीन झालेले असतात. डसेल्कडे पाहिले की त्याला खाण्याच्या पदार्थांची स्वप्ने पडत असावीत असे त्याच्या तृप्त चेहऱ्यावरून वाटते. पण मी फार वेळ त्याच्याकडे पाहाण्यात घालवत नाही. कारण हा शांततेचा काळ भुरकन् उडतो आणि बघताबघता चार वाजायला येतात. चार वाजले की हातात घड्याळ घेऊन हे पंडित डसेल् टेबलाशी येऊन उभे राहातील, आणि टेबल आवरायला मला एक मिनिट उशीर झाला आहे असे मला बजावतील.

तुझी, ॲन.

शनिवार ७ ऑगस्ट १९४३

प्रियतम किटी,

अग, काही आठवड्यांपूर्वी मी एक गोष्ट रचली आणि लिहून काढली संपूर्ण. मला छान वाटली आणि आता तर मी लिहायचा सपाटाच लावला आहे.

तुझी, ॲन.

सोमवार ९ ऑगस्ट १९४३

प्रियतम किटी,

जेवणाचे वर्णन तर तू वाचलेसच. आता रात्रीच्या जेवणाचे वाच.

श्री. व्हॅनडॅन : तयार केलेल्या पदार्थातील भरपूर आपल्या बशीत घेऊन प्रथम श्री. व्हॅनडॅन सुरूवात करतात. जेवताना चाललेल्या संभाषणात भाग घेऊन आपली सूज्ञ मते ठासून सांगतात. प्रत्येक विषयावरचे त्यांचे मत सूज्ञपणाचे, विचारपूर्वक बनवलेले असते. कुणी त्या मताविरुद्ध बोलले की ते भडकून उठतात. त्यांच्यामते त्यांचा शब्द शेवटचा. कुणी विरुद्ध मत प्रगट केले तर ते भांडायला उठतात. त्यामुळे एकदा त्यांचा अनुभव घेतलेला माणूस सहसा त्यांच्या वाटेस जात नाही. त्यांना प्रत्येक गोष्टीची पूर्ण माहिती असते. त्यांना बुद्धी आहे हे मान्य. पण

गृहस्थाची अहंमन्यता पराकोटीला पोचलेली आहे.

मादाम : या बाईसाहेबांच्याविषयी काय बोलावे? कधी कधी त्यांची मन:स्थिती ठीक नसली तर रागीट चेहरा करून बसतात. बहुतेक वेळा इतरांना चेतवून, भडकवून देण्याचे काम बाई करतात. त्यांत त्यांना गंमत वाटते. उदाहरणार्थ अस्मादिक आणि ममी. मात्र मारगॉट आणि ममीमधे भांडण लावून देणे फारसे सोपे काम नाही.

पण ते जाऊ दे. आपण आता परत जेवणाच्या टेबलाकडे वळू. तयार पदार्थातले वेचून निवडून चांगले पदार्थ बाई घेतात. तरीही आपल्याला पुरेसे मिळत नाही असे तिला वाटते. इतरांना पुरेल का नाही हा विचार कधीच तिच्या डोक्यात येत नाही. तरी तिला वाटते की मी स्वत:पुरते पाहाते. मग बशी हातात घेऊन यजमानांसारखी, पतिराजांसारखीच बडबड सुरू करते. कुणाला आपले बोलणे मनोरंजक वाटते आहे की नाही, याची बाईला पर्वा नसते. तिला वाटते लोकांना आपले बोलणे ऐकायला आवडते. ज्यात त्यात बोलणे, लोकांना उपदेश करणे, लाडिकपणाने बोलणे, तिला छान जमते. प्रथम याचा परिणाम चांगला होतो, पण मग जास्त सहवासाने तिचे खरे स्वरूप कळते. तिच्यात गुण नाहीतच असे मात्र नाही हं. ती उद्योगी, कामसू आहे. आनंदी वृत्तीची आहे. कधीकधी दिसतेही गोड ही पेट्रोनेला व्हॅनडॅन.

पीटर व्हॅनडॅन फारसा बोलत नाही. आपले अस्तित्व जाणवू देत नाही. खाण्याच्या बाबतीत विचारशील तर पोट म्हणजे अन्नकोट आहे. त्यात कितीही ओता ते भरतंच नाही.

आमची मारगॉट त्याच्या उलट. चिमणीएवढे जेवते. जेवताना फारशी बोलत नाही. फक्त फळे आणि भाज्या खाते. व्हॅनडॅन दांपत्याच्या मते खाण्याच्या बाबतीत लाडावून ठेवलेली.

तिच्या शेजारी बसते ममी– चवीने जेवणारी, खूप बोलणारी, साधीसुधी, घरगुती वाटणारी. स्वयंपाकाचे काम सौ. व्हॅनडॅन करते, तर भांडी घासणे, बशा धुणे, फर्निचर पॉलिश करणे वगैरे ममी करते.

उरलो मी आणि डॅडी. डॅडी अत्यंत लाजऱ्या वृत्तीचे. प्रथम कोणताही जिन्नस सर्वांना मिळाला का, पुरला का, ते पाहून नंतर स्वत: घेणारे, त्यातल्या त्यात चांगली वस्तू प्रथम मुलांना देणारे. सद्गुणांचे पुतळे आणि त्यांच्या शेजारी मी दुर्गुणांचे गाठोडे.

श्री. डसेल् खाली बशीकडे पाहून मुकाट्याने जेवतात. बोलायचेच झाले तर 'अन्न' आणि 'खाणे' याविषयावर. कितीही वाढले तरी 'नको' हा शब्द गृहस्थांच्या तोंडून येत नाही, मग तो जिन्नस चवदार असो वा नसो.

खांद्यावरून पट्टे असलेली विजार, लाल कोट, काळ्या सपाता, डोळ्याला चष्मा अशा वेषात दिवसभर टेबलाशी बसून काम करतो. त्यात व्यत्यय जेव्हा तो जेवतो, वामकुक्षी करतो किंवा संडासात जातो तेव्हाच. हा गृहस्थ दिवसातून पाच-सहा वेळा तरी संडासात जातो व प्रत्येक वेळी पंधरा वीस मिनिटे तरी तिथे बसतो. बाहेर कुणाला घाई लागली व कुणी ताटकळत उभे राहिले तरी साहेबांना त्याची पर्वा नसते. सव्वासात ते साडेसात, बारा ते एक, दोन ते सव्वादोन, चार ते सव्वाचार, सहा ते सव्वासहा आणि रात्री साडेअकरा ते बारा, अशा त्यांच्या संडास भेटीच्या ठराविक वेळा आहेत. अगदी त्यावर आपले घड्याळ लावून घ्यावे इतक्या नियमित ठरलेल्या. या वेळी बाहेरून कुणी कितीही हाकाटी केली तरी गृहस्थ विचलित होत नाही.

आता नंबर नऊ म्हणजे बेप्. ती इथे राहाणाऱ्यातली नाही. पण काहीबाही खायला येते. तिला भूक चांगली असते. नखरे न करता देईल ते खाते व आपली बशी साफ करून ठेवते. तिची कसलीही तक्रार नसते. अशी आनंदी शांत प्रेमळ आहे आमची बेप्.

मंगळवार १० ऑगस्ट १९४३

प्रियतम किटी,

हल्ली मी एक नवीन युक्ती काढली आहे. जेवताना इतरांशी बोलण्यापेक्षा स्वत:शीच बोलायचे. याचे दुहेरी फायदे आहेत. माझ्या अखंड बडबडीकडे कान द्यावे लागत नाहीत म्हणून ते खूष. त्यांची मते, अभिप्राय ऐकावा लागत नाही म्हणून मी खूष. मला माझे विचार, मते खुळ्यासारखी वाटत नाहीत, पण इतरांना वाटतात. तर मग टीका, कुचेष्टा करून घेण्यापेक्षा ती मते इतरांना न सांगणे शहाणपणाचे. हीच युक्ती मला नावडणारा एखादा पदार्थ खातानाही मी करते. बशी समोर ठेवते, त्यातला पदार्थ फारच स्वादिष्ट, रुचकर आहे असे समजते आणि त्याच्याकडे न पाहाता तो तोंडात टाकते. तसेच, सकाळी बिछान्यातून उठून खाली जमिनीवर उभी राहाते, आणि विचार करते, काही तासांनी परत या उबदार बिछान्यात परत यावयाचेच आहे. मग खिडकीपाशी जाऊन फटीतून येणारी ताजी हवा नाकावाटे आत गेली की कसे छान ताजेतवाने वाटते. परत लोळायची इच्छा होऊ नये म्हणून झट्कन बिछाना आवरून टाकते. यालाच ममी जगण्याची कला म्हणते. ममीचे हे म्हणणे मजेदार वाटते की नाही?

गेल्या आठवड्यापासून आम्ही जरा गोंधळलो आहोत. कारण आमचे वेस्टरटोरेन घड्याळाचे ठोके वाजवणारी घंटा काढून नेऊन वितळवून टाकली आहे. त्या

धातूचा युद्धकामात उपयोग करणार आहेत. त्यामुळे आम्हाला नेमकी वेळ आता समजत नाही. त्या ऐवजी ते जस्त, पत्रा, तांबे याची घंटा करून बसवतील अशी मला अजून आशा आहे.

आजकाल खालच्या ऑफिसातले किंवा वरचे व्हॅनडॅनकडचे लोक माझ्या पायाकडे पाहून कौतुकाने दृष्टिक्षेप टाकत आहेत. मिएप्ने खटपट लटपट करून साडेसत्तावीस गिल्डर्सचे सुंदर बूट मला आणून दिले आहेत. या अशा आणीबाणीच्या काळात, इतकी सुंदर पादत्राणे मिळणे नवलाचेच आहे. त्याच्या टाचा किंचित उंच आहेत व रंग बर्गंडी मद्यासारखा. त्यामुळे मी आहे त्यापेक्षा उंच दिसते आहे.

काल माझा घातवार होता. सुईच्या बोथट जाड टोकाने अंगठा दुखवला गेला. त्यामुळे माझ्या वाटचे बटाटे मारगॉटला सोलावे लागले. (दु:खातही सुख शोधणे म्हणजे हेच ना!) लिहायला नीट येत नव्हते. त्यानंतर कपाटाचे दार माझ्या डोक्याला इतके जोरात लागले की भले मोठे टेंगूळ आले, पण त्यावर पाणी मारायची परवानगी नव्हती. खाली आवाज ऐकू जाईल म्हणून. त्यामुळे उजव्या डोळ्याच्यावर मोठे टेंगूळ मिरवत मी वावरते आहे घरात. एवढे कमी पडले म्हणून की काय उजव्या पायाचे बोट व्हॅक्यूम क्लिनरमधे सापडून चेंगरले. रक्त आले. आधीच अंगठा दुखावला होता, डोळ्यावर टेंगूळ आले होते म्हणून पायाच्या बोटाकडे जरा दुर्लक्ष केले तर संसर्गदूषित होऊन ते बोट सुजलंय. त्यावर मग मलमपट्टी करणे आले. त्यामुळे माझे स्वर्गीय सुंदर बूट मला घालता येत नाहीयेत.

डसेल्ने परत एकदा आम्हाला संकटात टाकलंय. त्याने मिएप्च्या मागे लागून, मुसोलिनीविरुद्ध लिहिलेले, जप्त केलेले एक पुस्तक तिला आणायला लावले. इकडे येत असताना तिला जर्मन अधिकाऱ्याच्या मोटारसायकलचा धक्का लागला. एकदम् अनवधानाने तिने त्याला शिवी दिली आणि पुढे चालू लागली. आता त्या अधिकाऱ्याने तिला पकडून पोलिस ठाण्यावर नेले असते, आणि तिच्या जवळ बंदी घातलेले ते पुस्तक सापडले असते म्हणजे?

तुझी, ॲन.

प्रिय किटी,

आजच्या पत्रात आमच्या 'सामुदायिक बटाटे सोलण्याचे वर्णन' वाच.

बटाट्याची साले काढायची असली की कुणीतरी जाऊन वर्तमानपत्रे आणतो. दुसरा सुऱ्या आणतो, आणताना चांगली धार असलेली स्वत:साठी काढून घेऊन. तिसरा बटाटे आणतो, आणि चवथा पाणी.

डसेल् बटाटे तासायला सुरूवात करतो. त्याला साले उत्तम तऱ्हेने काढता येतात असे नाही, पण तरी तो काढतो. काम करत असताना इतर माणसेही साले

आपल्याच पद्धतीने काढतात का नाही हे तो पाहात असतो आणि त्याला नेमकी मी दिसते. लगेच तो म्हणतो, 'छे! छे! ॲन, साले तशी नाही काढायची. मी कशी काढतो ते पाहा. सोलाणे (पीलर) असे आपल्या उजव्या हातात धरायचे आणि बटाटा वरपासून खालपर्यंत तासत जायचा. अं-हं तसे नव्हे– असे'.

''पण मला माझ्या रीतीने सोपे जाते आहे मि. डसेल्.''

मी बिचकत उत्तर देते.

''तरी पण मी तासतो आहे ती पद्धतच जास्त चांगली आहे. तुला येत नसेल तर शीक माझ्याकडून. पण मला खात्री आहे, तू शिकायची नाहीस. माझे काय जाते म्हणा त्यात.''

डसेल्चे बोलणे चालू असताना माझे कामही माझ्या रितीप्रमाणे चालूच राहाते. मी हळूच नजर वर करून पाहाते. माझ्याकडे पाहून डसेल् नाराजीने मान हलवतो, पण बोलत नाही.

दुसरा बटाटा घेऊन मी साले काढायला लागते. माझ्या दुसऱ्या बाजूस डॅडी बसलेले असतात. ते अत्यंत व्यवस्थितपणे मनापासून साले काढतात. बटाटा कसातरी खरवडून पातेल्यात टाकून देत नाहीत. ते वाचत असताना त्यांच्या कपाळावर एक बारीकशी आठी असते, पण बटाटे सोलताना, भाज्या निवडताना किंवा पावटे वगैरे काढताना ते अगदी त्यात मन घालून काम करतात. त्यामुळे त्यांनी सोललेला बटाटा, निवडलेल्या भाज्या यात काही दोष काढणे कठीण.

काम करता करता सहज बाजूला नजर टाकते. सौ. व्हॅनडॅन डसेल्चे लक्ष आपल्याकडे वेधून घेण्याच्या प्रयत्नात असते, पण डसेल् आपले लक्ष नसल्याचे ढोंग करतो. मग ती त्याच्याकडे पाहून डोळा मारते. डसेल् बटाटे सोलण्याचे काम चालूच ठेवतो. मग ती हसते, पण डसेल् वर नजर करून पाहातही नाही. मग ममीही तिच्याबरोबर हसते. तरीही डसेल् त्या दोघींकडे लक्ष देत नाही. मग ती आपला मोहरा दुसरीकडे वळवते. थोडा वेळ शांतता पसरते. ''पुटी (सौ. व्हॅनडॅनने आपल्या यजमानांना दिलेले लाडके नाव) तू काम करताना ॲप्रन का नाही घालत. उद्या तुझ्या कपड्यावरचे डाग काढायला सारा दिवस मला प्रयत्न करावा लागेल.''

''मी माझे कपडे मळवत नाही आहे आणि त्यावर कसले डाग पण पडत नाहीयेत.''

जरा वेळ शांतता. ''पुटी, तू बसून का काम करीत नाहीस?''

''मला उभे राहायला आवडते.''

शांतता.

''पुटी, बघ, तुझी बटाट्याची साले इकडे तिकडे पडताहेत.''

''मला माहीत आहे. यापुढे काळजीपूर्वक करेन मी.''

मग सौ. व्हॅनडॅन दुसरा एखादा विषय शोधते.

"हे ब्रिटीश लोक आज बॉम्बहल्ला का नाहीयेत करत, सांग ना पुटी!"

"हवा खराब आहे म्हणून."

"पण काल हवा छान होती. तरी का नाही बॉम्बिग केले?"

"आपण सोडून देऊ तो विषय कर्ली."

"का म्हणून? त्या विषयाची चर्चा करायची नाही? साधे आपले मतही देता येत नाही तुला?"

"नाही."

"पण का नाही?"

"आता पुरे कर ना!"

"मि. फ्रँक नेहमी आपल्या पत्नीने विचारलेल्या प्रश्नाचे उत्तर देतात. श्री. व्हॅनडॅन संयम पाळायचा प्रयत्न करतात, पण आपल्या पत्नीने नेहमी फ्रँकचे उदाहरण देऊन आपल्याला डिवचावे हे त्यांना आवडत नाही. सौ. व्हॅनडॅन विषयाचा पाठपुरावा सोडत नाहीत." "मला वाटते हे ब्रिटीश कधी हल्ला करणारच नाहीत."

मि. व्हॅनडॅन पांढरे फटक पडतात. ते पाहून सौ. व्हॅनडॅन लाल होतात. तरी पण सूत्र पुढे धरून म्हणतात "हे लोक काहीच करत नाहीयेत."

आता श्री. व्हॅनडॅन जाम भडकून ओरडतात, "गप्प बैस."

ममीला हसू आवरत नाही. मी निर्विकारपणे बटाटे तासत राहाते. असले सुखसंवाद श्री. व सौ. व्हॅनडॅन यांच्यात रोज चालतात. फक्त त्या दोघांत फार मोठे भांडण होऊन त्या दोघांत अबोला असेल तरच यात खंड पडतो.

आणखी बटाटे आणायला हवे आहेत म्हणून मी माळ्यावर जाते. पीटर मांजरावरच्या पिसवा काढत बसलेला असतो. तो वर नजर करून माझ्याकडे पाहातो. त्याबरोबर मुशी मांजरी खिडकीतून उडी मारून पसार होते.

पीटर चिडून तिला (मुशीला) शिवी देतो. मी हसून तिथून सटकते.

५-३०

बेप् वर येते. यानंतर आमच्या गुप्तनिवासाला स्वातंत्र्य उपभोगता येते. बेप् बरोबर मीही वर जाते. तिथे बेप्साठी एखादा गोड पदार्थ ठेवलेला असतो. तो ती खाते. ती जरा टेकली की सौ. व्हॅनडॅनची यादी हळूहळू बाहेर येते. रोज बाईंना काहीतरी हवे असतेच, कशावाचून तरी अडलेले असतेच. "बेप्, तुला त्रास पडत नसेल तर माझे एक छोटेसे काम करशील का?" अशी प्रस्तावना सौ. व्हॅनडॅननी केली की बेप् माझ्याकडे पाहून डोळे मिचकावते. बाहेरून येणाऱ्या प्रत्येक माणसाला बाईसाहेब काहीतरी आणायला सांगतातच. मला वाटते म्हणूनच या चौघांना

टाळाटाळ करावीशी वाटत असेल.

५-४५

बेप् घरी जायला निघते. मीही दोन जिने उतरून सर्व काही ठीक आहे ना हे पाहाते. मग मुशीसाठी छोटासा दरवाजा उघडते.

सर्व खोल्यांतून आणि ऑफिसातून पाहाणी करून शेवटी मी कुग्लरच्या ऑफिसात येते. श्री. व्हॅनडॅन सर्व खण उघडून टपाल असल्यास पाहातात. पीटर, बॉशी मांजर आणि खालच्या गुदामाची किल्ली घेऊन जातो. डॅडी टंकयंत्रे वर उचलून नेतात. एखादी शांतशी जागा पाहून मारगॉट ऑफिसचे काम करायला घेते. सौ. व्हॅनडॅन स्टोव्हवर पाण्याची किटली ठेवतात. ममी थाळीत बटाटे घेऊन खाली उतरते. प्रत्येक जण आपापले काम करतो.

थोड्याच वेळात पीटर गुदामातून वर येतो. त्याने पाव आणला का हा प्रश्न प्रथम त्याला विचारला जातो. तो विसरलेला असतो. मग तो हळूच पुढच्या ऑफिसात जातो. खिडकीतून आपण कुणाला दिसू नये म्हणून रांगत लोखंडी कपाटाशी जातो, पाव काढून घेऊन परत निघतो. तेवढ्यात त्याच्यावरून उडी मारून मुशी डेस्कखाली जाऊन बसलेली असते. पीटर परत रांगत तिथपर्यंत जाऊन तिची शेपूट पकडून तिला ओढतो, पण त्याला हिसका देऊन ती सुटते व स्वत:चे अंग चाटत खिडकीशी जाऊन बसते. दुसरा उपाय न राहिल्याने पीटर तिला पावाचे अमिष दाखवतो. तेव्हा ती खिडकीतून उतरून त्याच्याजवळ येते. मग दोघेही तिथून बाहेर येतात व पीटर दरवाजा बंद करून घेतो.

हे सर्व मला दरवाजाच्या फटीतून दिसते.

श्री. व्हॅनडॅन रागाने दार धाडकन् आपटतात. श्री. कुग्लरांच्या हातून काहीतरी चूक झाली असावी आणि म्हणून श्री. व्हॅनडॅन संतापले असावे हा विचार मनात येऊन मी व मारगॉट एकमेकींकडे पाहातो, पण रागाच्या भरात दार आपटताना, शेजारी केग् कंपनीचे ऑफिस आहे याचे भान श्री. व्हॅनडॅनना राहिलेले दिसत नाही.

बोळातून पावलांचा आवाज ऐकू येतो. डसेल् आत येतो, खिडकीपाशी जाऊन शिंकतो, खोकतो, खाकरून घसा साफ करतो. त्याला मिरपुडीच्या खकाण्याचा त्रास होत आहे. तसाच शिंकत, खोकत तो बाहेरच्या ऑफिसात जातो. तिथले पडदे सरकवून खिडकी बंद केलेली नाही. म्हणजे त्याला आता लिहिता येणार नाही. गुरगुरत तो तिथून जातो.

मी आणि मारगॉट एकमेकींकडे पाहातो. ''बहुधा उद्या प्रियतमेला लिहिलेले पत्र छोटे असणार.'' मारगॉट हळूच म्हणते. मी संमतीची मान डोलवते.

जिन्यावर धाडधाड पावलांचा आवाज ऐकू येतो. डसेल् महाशय नेहमीच्या आवडत्या जागी (संडास) बसायला गेले असावे.

आम्ही आमचे काम चालू ठेवतो. टक् टक् टक्. तीनदा आवाज. याचा अर्थ जेवण तयार आहे.

सोमवार २३ ऑगस्ट १९४३

साडे आठ वाजतात तेव्हा. . .

ममी आणि मारगॉट घाबरलेल्या आहेत. . .''शू. . .डॅडी. . .शांत राहा. . .ऑटो. . .शू. . पिम्! साडेआठ वाजले. इकडे या. आता तुम्ही पाण्याचा नळ सोडू शकणार नाही. . . सावकाश, हळू पावले टाका.'' डॅडी स्नानगृहात असतात तेव्हा अशा प्रकारच्या सूचना त्यांना मिळत असतात. साडेआठच्या ठोक्याला त्यांनी नहाणीघरातून बाहेरच्या खोलीत यायलाच हवे. खालच्या ऑफिसातले लोक येईपर्यंत वाहत्या नळाचा, संडासातल्या साखळीमुळे होणाऱ्या पाण्याचा आवाज, चालण्याबोलण्याचे कसलेच आवाज होता कामा नयेत. कारण हे आवाज मधल्या ऑफिसात कोणी नसले तर थेट खालच्या गुदामापर्यंत पोचतात.

आठ वाजून वीस मिनिटांनी वरचे दार उघडते आणि जमिनीवर तीन वेळा आवाज केला जातो. याचा अर्थ ॲनची गरम खीर तयार आहे. लगेच मी वरती जाऊन ती घेते.

मग खाली परत उतरल्यावर झटपट सगळे आवरायला हवे. केस विंचरते, पलंग मागे सरकवते, पॉटी जागच्या जागी ठेवून देते. तोवर साडेआठचा ठोका पडतो. सौ. व्हॅनडॅन जोडे काढून सपाता घालून लगबगीने इकडे तिकडे फिरल्याचा आवाज येतो. मि. व्हॅनडॅन खरोखरच्या चार्ली चॅप्लिनसारखा वागतो. मग सर्व शांत होते.

आमचे एकत्र कुटुंब आता अगदी आदर्श कुटुंबासारखे वागते. मी आणि मारगॉट वाचतो किंवा अभ्यास करतो. ममी आणि डॅडीही तेच करतात. डॅडी डिकन्सचे पुस्तक आणि शब्दकोश घेऊन बसतात. दोन लोड एकावर एक ठेवून त्यांना आरामात बसता येईल, पण ते तसे बसत नाहीत. एकदा वाचायला लागले की इकडे तिकडे पाहातही नाहीत. फक्त मधूनमधून हसतात. पुस्तकात एखादा चांगला, विनोदी प्रसंग असेल तर तो ममीला सांगतात. ममीनेही ते पुस्तक वाचावे अशी त्यांची फार इच्छा असते. पण तिला त्याची फारशी आवड नाही. त्यामुळे ती आपल्याला वेळ नसल्याची सबब सांगते. खट्टू होऊन ते आपले वाचन पुढे सुरू करतात. थोडा वेळ वाचल्यानंतर परत एखादा सुंदर परिच्छेद वाचला की म्हणतात, ''फारच छान पुस्तक आहे हे. तू वाचच.''

ममी घडीच्या पलंगावर बसून शिवणकाम, विणकाम किंवा अभ्यास, वाचन

करत असते. मधेच तिला काहीतरी आठवते आणि ती म्हणते, "ॲन, मारगॉट, एवढे हे टिपून ठेवा पाहू, नाहीतर विसरुन जाईल."

परत शांतता पसरते. मारगॉट पुस्तक मिटवून आपटते. डॅडींच्या कपाळावर आठी पडते. भुवया उंचावतात, पण मग परत ते आपल्या पुस्तक वाचनात गर्क होऊन जातात. ममी मारगॉटशी गप्पा मारायला लागते. मी पण कुतुहलाने त्या गप्पा ऐकते. डॅडींनाही गप्पात ओढले जाते. नऊ वाजतात. नाश्त्याची वेळ होते.

शुक्रवार १० सप्टेंबर १९४३

प्रियतम किटी,

तुला जेव्हा जेव्हा लिहिते तेव्हा काहीतरी खास असे घडलेलंच असते. बहुतेक दुःखदायकच, पण या वेळी मात्र अगदी आनंदाची बातमी आहे हं!

बुधवारी, आठ सप्टेंबरला आम्ही सर्वजण सातच्या बातम्या ऐकायला रेडिओभोवती बसलो होतो. तेव्हा इटली बिनशर्त शरण आल्याची बातमी ऐकली. सव्वा आठ वाजता इंग्लंडहून प्रसारित होणाऱ्या डच् बातम्यांत तेच सांगितले. बातमी देणारा म्हणाला "श्रोत्यांनो सव्वा तासापूर्वी मी माझा दैनिक रिपोर्ट लिहून संपवत असतानाच इटलीच्या शरणागतीची बातमी आली. आजवर कधी फेकला नसेल एवढ्या आनंदाने मी लिहिलेला रिपोर्ट केराच्या टोपलीत फेकून दिला."

"संरक्षी ईश्वरा, मग अमेरिकन राष्ट्रगीत, आणि रशियन राष्ट्रगीत लगेच रेडिओवर वाजवले गेले. नेहमीप्रमाणेच डच् कार्यक्रम उत्तेजन देणारा होता. जादा आशावादी नव्हता.

ब्रिटीश सैन्य नेपल्समधे उतरले आहे. उत्तर इटली जर्मनांनी व्यापला आहे. ब्रिटीश सैन्य इटलीत उतरले त्याच दिवशी म्हणजे शुक्रवारी, तीन सप्टेंबरला तात्पुरत्या तहावर सह्या झाल्या. सगळ्या वर्तमानपत्रांतून जर्मन लोक वाडाग्लिओ आणि इटलीचा राजा यांच्या फितुरीबद्दल वाटेल ते लिहित सुटले आहेत. त्यांचा तोल सुटला आहे.

या चांगल्या बातमीबरोबर एक दुःखदायक बातमीही आहे. आम्हा सर्वांना श्री. क्लिमन आवडतात हे तुला माहीत आहेच. अतिशय आनंदी व उमदे गृहस्थ! त्यांना सतत वेदना होत असतात, ते आजारी असतात, खूप चालू शकत नाहीत व जास्त खाऊ पिऊ शकत नाहीत, तरीही शूरपणे सर्वांना तोंड देतात.

"क्लिमन खोलीत शिरले की सूर्यकिरण आत आल्यासारखे प्रसन्न वाटते." एकदा ममी म्हणाली होती ते किती सार्थ आहे.

आता त्यांना हॉस्पिटलमध्ये जावे लागणार आहे. त्यांच्या पोटावर एक अवघड

शस्त्रक्रिया करायची आहे व त्यांना हॉस्पिटलमध्ये कमीतकमी एक महिनाभर राहावे लागणार आहे. त्यांनी आमचा निरोप घेतला तेव्हा तू ते पाहायला हवे होतेस. रोज संध्याकाळी घरी परतताना जितक्या सहजपणे 'गुड्बाय' म्हणतात, तितक्याच सहजपणे 'गुड्बाय' म्हणून गेले.

तुझी, ॲन.

गुरुवार १६ सप्टेंबर १९४३

प्रियतम किटी,

हल्ली सर्वजण चिडचिडल्यासारखे करतात. काहीही साधंसं बोला, त्यामुळे अपमान तरी होतो किंवा गैरसमज तरी होतो. त्यामुळे जेवणाच्यावेळी एकत्र जमतो तेव्हा घास घेण्यापुरतेच तोंड उघडावेसे वाटते. श्री. व्हॉस्कुजिल् कधीमधी भेटायला येतात. दुर्दैवाने त्यांची प्रकृती ठीक नाही आहे आणि घरच्या मंडळींना पण ते टेकीस आणताहेत. "मी कशाला पर्वा करू, एवीतेवी मी मरणारच आहे, तर मी हवा तसा वागेन." अशा रीतीने ते घरातल्यांशी वागताहेत. आमच्या इथली परिस्थिती मी पाहाते, तेव्हा त्यांच्या घरातली परिस्थिती आणि वातावरण कसे असेल याची पुरी कल्पना मला करता येते.

चिंता आणि नैराश्य घालवण्याकरता रोज रात्री मी झोपेच्या व्हॅलेरियन गोळ्या घेते, पण त्यामुळे दुसऱ्या दिवशी जास्तच वैफल्याची भावना सतावते. त्यापेक्षा वाटते खळखळून मनमुराद हसता आले तर व्हॅलेरियन्च्या दहा डोसांएवढा परिणाम होईल. पण हल्ली आम्ही हसायचे विसरुनच गेलो आहोत. या सर्व दुःखाने आणि काळजीने चेहरा ओढल्यासारखा आणि सुरकुतलेला होऊन मी म्हातारी दिसायला लागेन लवकरच. बाकीच्यांची स्थिती पण अशीच आहे. यापुढे थंडीचे दिवस येतील ते कसे काढायचे याची सर्वांना भीती वाटते आहे.

दुसरी काळजी वाटण्याजोगी गोष्ट म्हणजे खालच्या गुदामातल्या व्हॅन मॉरेन या कामगाराला वरती कुणी राहात असावे असा संशय यायला लागलाय. कुणाही जराशी बुद्धी असलेल्या माणसाच्यासुद्धा लक्षात येईल की कधीकधी मिएप् 'मी प्रयोगशाळेत जाते आहे.' असे सांगते, बेप् फाईलरूममधे जाते, असे म्हणते, क्लिमन ऑपेक्टा पुरवठा कंपनीत जाण्याच्या गोष्टी बोलतात. तर कुग्लर ठासून सांगतात की वरचे दोन मजले (जिथे आम्ही राहातो ते) आपले नसून शेजारच्यांचे आहेत.

एरवी आम्ही व्हॅन मॉरेनला काय वाटते याची पर्वा केली नसती. परंतु तो अतिशय चौकस व अविश्वसनीय आहे म्हणून काळजी वाटते. काहीतरी कारण

सांगून किंवा स्पष्टीकरण देऊन त्याचे समाधान करणे अगदी अशक्य आहे.

एक दिवस कुग्लर मुद्दाम, बारा वाजून वीस मिनिटांनी कोट चढवून खालच्या कोपऱ्यावरच्या औषधाच्या दुकानात गेले. पाच मिनिटांत परत येऊन, हळूच आमच्याकडे वर चढून आले चोरासारखे. सव्वा वाजता ते परत ऑफिसात जाण्यासाठी उतरत असताना जिन्यातच त्यांना बेप् भेटली. तिने सांगितले की खाली त्यांच्या ऑफिसात व्हॅन मॉरेन येऊन बसला आहे. त्याबरोबर श्री. कुग्लर परत वर चढून आमच्याकडे येऊन बसले दीड वाजेपर्यंत. त्यानंतर इतकी थंडी असूनही त्यांनी बूट काढले, आवाज न करता हळू पावले टाकत पुढच्या माळ्यावर गेले. तिथून दुसऱ्या जिन्याने खाली उतरले आणि मग बूट पायात चढवून राजरोस बाहेरच्या दरवाजाने ऑफिसात शिरले.

दरम्यान बेप्ने व्हॅन मॉरेनला कटवले आणि कुग्लरना खाली न्यायला ती आमच्याकडे आली, पण त्याआधीच ते हलक्या पावलाने खाली उतरायला लागले होते. रस्त्यावरून हिंडणाऱ्या लोकांना मॅनेजर रस्त्यावर बूट घालत उभा असलेला पाहून काय वाटले असेल?

तुझी, ॲन.

बुधवार २९ सप्टेंबर १९४३

प्रियतम किटी,

आज सौ. व्हॅनडॅनचा वाढदिवस. चीज, मांस, ब्रेड यांच्या प्रत्येकी एक कुपनाखेरीज आम्ही तिला जॅमचा डबा दिला. तिच्या यजमानांनी, आणि डसेल्ने, ऑफिसच्या लोकांनी फक्त फुले व काही खाण्याचे पदार्थ दिले. आम्ही कसे दिवस कंठतो आहोत ते बघ.

बेप्चा पाय लचकला आहे, मित्राची काळजी आहे, सदा संतापणारे वडील आहेत, क्लिमन आजारी आहेत, मिएप् सर्दी खोकल्यामुळे रजेवर आहे, त्यामुळे ऑफिसचे सर्वच काम तिच्यावर पडते आहे. त्यातच भर म्हणजे आमच्यासाठी काही ना काही सामान आणायला तिला दहा वेळा बाहेर पिटाळले जाते. परत आणलेल्या सर्व वस्तू पसंत पडतातच असे नाही. कधी तीही चुकीच्या वस्तू आणते. या सगळ्या जंजाळामुळे ती कातावून गेली नसती तरच नवल. शेवटी आम्ही तिला सांगितले की एकदा तू वस्तू आणायचे अगदी सरळ सरळ नकार म्हणजे तुझ्याकडे सामानाच्या लांबलचक याद्या देणे थांबेल.

शनिवारी इथे आजवर झाला नव्हता असा मोठा तमाशा झाला. सुरूवात झाली व्हॅन मॉरेन या द्वाड, चौकस माणसावरून आणि त्याचे पर्यवसान झाले वादावादी

आणि अखेर अश्रूत. डसेल्ने ममीजवळ तक्रार केली की त्याची काही चूक नसताना सर्वजण त्याच्याशी दुराव्याने वागतात, त्याला एखाद्या महारोग्यासारखा टाळतात वगैरे वगैरे. मग स्वारी ममीशी खूप गोडही बोलली, पण ममी अशा मखलाशीने विरघळून जाणारी नाही. तिने त्याला स्पष्टपणे सांगितले की त्याने आम्हा लोकांची निराशा केली आहे. आम्हाला तो खूप चांगला व जमवून घेणारा वाटत होता, पण तो तसा वागत नाही. एवढेच नव्हे तर बरेच वेळा त्याच्या वागण्यामुळे मन:स्तापही झाला आहे आम्हाला. यावर डसेल्ने यापुढे नीट वागायचे कबूल केले आहे, पण प्रत्यक्षात त्याच्या वागणुकीत जराही फरक पडलेला नाही.

श्री. व सौ. व्हॅनडॅन यांच्यातही काहीतरी धुसफूस चालू आहे. डॅडी पण घुश्शात आहेत. कारण व्हॅनडॅन मंडळी आम्हाला फसवत आहेत. मांस आणि अनेक खाद्यवस्तू ते लपवून स्वत:पाशी ठेवत आहेत. आता या सर्वांचा स्फोट कसा आणि केव्हा होणार आहे देव जाणे. देवाजवळ माझी एकच प्रार्थना आहे की यात मला गोवले जाऊ नये. कारण बहुतेक भांडणाचे मूळ मीच असते. इथून लांब कुठेतरी पळून जावेसे वाटते. नाहीतर मला वेड लागेल.

तुझी, ॲन.

रविवार १७ सप्टेंबर १९४३

प्रियतम किटी,

श्री. क्लिमन् सुखरूप परत आले. जरासे अशक्त दिसतात अजून तरीही नेहमीप्रमाणेच मदतीला तत्पर. श्री. व्हॅनडॅन यांचे काही कपडे विकून देण्याचे त्यांनी कबूल केले आहे.

हल्ली झालेय काय की व्हॅनडॅन कुटुंबाजवळचे पैसे संपलेत. खालच्या गुदामात त्यांच्याजवळचे शेवटचे शंभर गिल्डर्स चोरीला गेले. गुदाम म्हणजे आम्हाला एक डोकेदुखीच होऊन बसली आहे. ते पैसे गेले कसे आणि कुणी चोरले त्याचा पत्ता लागत नाहीये.

ते जाऊ दे! मी तुला सांगत होते पैशाच्या अडचणीविषयी. सौ. व्हॅनडॅनजवळ ड्रेसेस, कोट, बूट वगैरे ढिगाने आहेत, पण तिच्यामते ते सगळे आवश्यक, जरुरीचेच आहेत. श्री. व्हॅनडॅन यांचा सूट कुणी विकत घेणे कठीणच आहे. पीटरची सायकल विकायला काढली होती, पण कुणी ती घ्यायला तयार नाही. त्यामुळे सौ. व्हॅनडॅनला तिचा फर कोट विकावा लागणार आहे. तिच्या मते आमच्या व्यापारी फर्मने आमचा राहाण्याचा खर्च सोसावा, पण असे म्हणणे मूर्खपणाचे आहे. त्यावरून नवराबायकोत खडाजंगी झाली. आता 'माझ्या लाडक्या' 'माझ्या लाडके'

पर्यंत प्रकरण आलेले आहे. समझोता लवकरच होईल.

आमच्या या घरातल्या लोकांना आपल्या धर्माची निंदा आणि अनादर, इतका, गेल्या काही महिन्यांत सहन करावा लागला आहे की ते पाहून मन खिन्न होते. डॅडी सतत तोंड घट्ट मिटून वावरत असतात. त्यांच्याशी साधे काही बोलायला गेले तरी ते एकदम् दचकतात. ममी कायम बावरलेली, गोंधळलेली. मारगॉटला डोकेदुखी जडली आहे. डसेल् निद्रानाश झाल्याने संत्रस्त. सौ. व्हॅनडॅन सारा दिवस सर्व गोष्टींबद्दल कुरकुरत असते. मी तर वेडी होईन का काय अशी सतत मला भीती वाटत असते. आपले कुणाबरोबर भांडण झाले आहे आणि कुणाबरोबरचे भांडण मिटलेले आहे हेही धड लक्षात राहात नाही.

या सर्व कटकटीतून सुटायचा एकच मार्ग म्हणजे अभ्यास करणे आणि तो मी भरपूर करते आताशा.

तुझी, ॲन.

शुक्रवार २९ ऑक्टोबर १९४३

प्रियतम किटी,

परत श्री. क्लिमनची प्रकृती बिघडली आहे. पोटदुखीचा त्रास त्यांना क्षणभरही चैन पडू देत नाही. रक्तस्त्राव थांबला आहे का नाही हेही कळत नाहीये त्यांना. त्यांना बरे वाटत नसल्याने ते घरी जात असल्याचे आम्हाला सांगायला आले होते. या वेळी मात्र ते फार उदास वाटले.

श्री व सौ. व्हॅनडॅनची द्वंद्वयुद्धे फिरून सुरू झाली आहेत. कारण पैसे संपले आहेत. श्री. व्हॅनडॅन यांचा एक सूट व ओव्हरकोट त्यांनी विकायला काढला होता, पण कुणी घेणारे भेटले नाहीत. कारण त्यांना त्याचे खूप पैसे हवे आहेत.

काही दिवसांपूर्वी बोलता बोलता श्री. क्लिमनने सांगितले की फरच कपडे विकणारा, विकत घेणारा माणूस त्यांच्या ओळखीचा आहे. ते ऐकून श्री. व्हॅनडॅनच्या डोक्यात आले की आपल्या पत्नीचा फरकोट विकावा. कोट सशाच्या कातड्याचा आहे आणि तिने तो सतरा वर्षे वापरलेला आहे. त्याचे सौ. व्हॅनडॅनना तीनशे पंचवीस गिल्डर्स आले. म्हणजे चांगलीच किंमत आली म्हणायची. युद्ध संपल्यावर नवे कपडे विकत घेण्यासाठी ती रक्कम ठेवायचे सौ. व्हॅनडॅनच्या मनात होते. श्री. व्हॅनडॅनने बराच वेळ तिची समजूत घालण्याचा प्रयत्न केला. घरगुती खर्चाकरता त्या पैशाची आत्यंतिक जरुरी होती. म्हणून तर मुळात कोट विकायला काढला होता.

त्यावरून त्या दोघांचे कडाक्याचे भांडण वरती झाले. वेळच आली तर त्या

दोघांना बाजूला करायला आम्ही सर्व मंडळी श्वास रोखून जिन्यात उभे होतो. बाईंनी आरडाओरडा केला, पाय आपटले, रडल्या भेकल्या. शेवटी मोठ्या कष्टाने बाईंची समजूत घातली. ती रडारड, ते भांडण, आरडाओरडा यांचा माझ्या मनावर एवढा ताण पडला की मी माझ्या खोलीत जाऊन झोपले, पण मला आपले रडूच आले. सुदैवाने मला अर्धा तास शांतपणे एकांतात स्वस्थ पडता आले.

आजकाल माझी भूकच मेली आहे. प्रत्येक जण म्हणतो 'ॲन फार वाळली आहे.' म्हणून कॉडलिव्हर, यीस्ट, कॅलशियम, डेकस्ट्रोज वगैरे देऊन मला तंदुरुस्त ठेवण्याचा सर्वजण प्रयत्न करताहेत, पण मला सारखे खिन्न, उदास, वाटते. त्यातल्या त्यात रविवारच्या स्मशानशांततेने मनावर एवढे दडपण येते की ते दडपण मला खोल, पाताळात लोटते आहे असे वाटते. मग मी खोल्याखोल्यातून सैरभैर हिंडते. जिन्यातून वर खाली करते. अशा वेळी मला पंख कापलेल्या, पिंजऱ्याच्या गजावर डोके आपटणाऱ्या पक्षाची आठवण येते. "मला बाहेर मोकळ्या ताज्या हवेत जाऊ द्या. आनंद उपभोगू द्या." माझा आतला आवाज केविलवाणी मागणी करतो, पण आता बाहेर जायचीही भीती वाटते. मी चौपाईवर नुसती पडून राहाते. झोपेत मात्र भीती कमी होते आणि वेळही जातो. एरवी वेळ घालवायचा तरी कसा?

तुझी, ॲन.

बुधवार ३ नोव्हेंबर १९४३

प्रियतम किटी,

आमच्या मनाला काही उद्योग हवा व मनावरचे परिस्थितीचे दडपण कमी व्हावे म्हणून डॅडींनी, एका शाळेचा पत्रव्यवहाराने शिकवल्या जाणाऱ्या अभ्यासक्रमाचा कॅटलॉग मागविला होता. त्या कॅटलॉगचे तीनतीनदा वाचन करूनही मारगॉटला त्यात आपल्या आवडीचा एकही विषय आढळला नाही. शिवाय तिच्या मते त्याची फीही तिला परवडणारी नव्हती. डॅडींना काहीही चालते. त्यामुळे त्यांनी प्राथमिक लॅटिनचा एका प्रायोगिक पाठ मागविला. लगेच टपालाने तो पाठ आमच्याकडे येऊन धडकला. मारगॉटने उत्साहाने त्याचा अभ्यास करायला घेतला आणि तो खिशाला न परवडणारा अभ्यासक्रम करायचा ठरवले. मला सुद्धा लॅटिन् शिकायला आवडेल, पण मला तो खूपच जड जाईल.

मारगॉटसारखेच मलाही उद्योगाला लावावे म्हणून डॅडींनी न्यू टेस्टॅमेंटविषयी मला काही ज्ञान मिळाले पाहिजे म्हणून छोट्यांचे बायबल आणून देण्यास श्री. क्लिमन्ना सांगितले.

तुम्ही 'हानुका'साठी ॲनला बायबल देत आहात? मारगॉटने नाराज होऊन विचारले.

"हो. सेंट निकोलस डे च्या दिवशी देणे चांगले ठरेल." डॅडींनी उत्तर दिले. जीजसचे व हानुकाचे फारसे जमत नाही.

व्हॅक्यूम क्लिनर मोडल्यामुळे मला एक जुना ब्रश घेऊन रग्, रोज रात्री साफ करावा लागतो. खिडकी बंद, दिवा चालू, स्टोव्हवर काहीतरी शिजत असलेले अशा वेळी मी रग् साफ करत असते. मला पहिल्या वेळीच वाटून गेले की माझ्या या कामाने काहीतरी तक्रार उपस्थित होणार आणि त्याप्रमाणे घडलेही. रगमधून उडणाऱ्या धुळीने ममीचे डोके दुखायला लागले. मारगॉटच्या लॅटिनच्या नव्या शब्दकोषावर धुळीचे थर बसले आणि डॅडी म्हणाले, "एवढे झाडूनही रग् काही फारसा स्वच्छ दिसत नाहीये" माझ्या कष्टाचे हे चीज!

यापुढे रविवारी पहाटे साडेपाच वाजता शेगडी पेटवण्याऐवजी साडेसात वाजता पेटवायची असे आम्ही ठरवले आहे. पण मला ते धोक्याचे वाटते. सकाळी साडेसात वाजता आमच्या धुराड्यातून धूर वर येत असलेला पाहून शेजाऱ्यांना संशय नाही का येणार?

तीच गोष्ट पडद्यांची. आम्ही आलो इथे राहायला त्या दिवसापासून खिडक्यांना पडदे ठोकून बसवले आहेत. कधी कधी आमच्यातल्या कुणाला तरी बाहेर डोकावायची तीव्र इच्छा टाळता येत नाही. अशा वेळी उरलेली सर्वजण त्याचा/तिचा निषेध करायला लागतात. मग खिडकीतून डोकावणारी व्यक्ती म्हणते, "हे कुणाला दिसणार आहे?" निष्काळजीपणाने कुणी असे वागले की त्याचे पर्यवसान त्या व्यक्तीने असे उलट उत्तर देण्यात होते. म्हणे 'कुणी पाहाणार नाही, कुणी ऐकणार नाही, कुणी एवढे लक्ष इकडे देणार नाही." हे सगळे म्हणायला फार सोपे आहे. पण प्रत्यक्षात ते खरे आहे का?

आता तुफानी भांडणे शमली आहेत. फक्त व्हॅनडॅन कुटुंब आणि डसेल् यांचे विळ्याभोपळ्यासारखे सख्य आहे. सौ. व्हॅनडॅनचा उल्लेख तो 'म्हातारे वटवाघूळ' असा करतो. उलट सौ. व्हॅनडॅन डसेल्ला 'म्हातारी कुमारिका' 'मनोरुग्ण' वगैरे म्हणते.

तुझी, ॲन.

सोमवार संध्याकाळ ८ नोव्हेंबर १९४३

प्रियतम किटी,

तू माझी सर्वच्या सर्व पत्रे एका बैठकीत वाचून काढलीस तर तुला माझ्या प्रत्येक पत्रात वेगळा सूर. . .कधी खिन्न, उदास, कधी आनंदी, खेळकर, खोडकर, तर कधी विनोदी. . . वाचून आश्चर्य वाटेल, पण या परावलंबी जीवनाचा अगदी वैताग आलाय. अर्थात हे सगळे मलाच एकटीला सोसावे लागलेय असे नाही. सारेजणच त्यात भरडून निघतायेत. मी एखादे पुस्तक वाचण्यात गुंग झाले असेन तर मग इतरांशी बोलायला जाताना मला जरा विचारपूर्वकच बोलावे लागते. कारण माझ्या मनावर त्या वेळी पुस्तकाचाच पगडा असतो. मग माझे बोलणे इतरांना विचित्र वाटते. सध्या मी अतिशय खिन्न उदास मूडमधे आहे. त्याचे कारण माझ्यामते माझा घाबरटपणा. पावलोपावली मी कशाला ना कशाला भीत असते. आज संध्याकाळी बेप् इथे असताना दरवाज्याची घंटी खूप वेळ, कर्णकटु अशी वाजली. लगेच मी पांढरीफटक पडले. भीतीने पोटात दुखायला लागले, छातीत धडधडायला लागले.

रात्री बिछान्यावर पडले की एकटीच कुठल्यातरी कोठडीत, डॅडी मर्मीपासून लांब, अशी अडकून पडले आहेसं वाटतं. कधी गेस्टापोचे लोक आपल्या सर्वांना पकडून खाटिकखान्याकडे नेत आहेत असे दृश्य दिसते. तर कधी या घराला आग लागल्याचा भास होतो. हे सारे प्रत्यक्षातच घडते आहे असे वाटते. हे भविष्यसूचक तर नसेल ना अशी शंका येते. मिएप् तर म्हणते की उलट इथे आमचे जीवन, अगदी हेवा करण्याजोगे, शांत वातावरणात व्यतीत होत आहे. कदाचित् तिचे म्हणणे खरेही असेल, पण इथे या शांततेत आमची मने सतत भीतीने कशी कुरतडली जात आहेत हे तिला काय कळणार? परत पूर्वीचे साधेसुधे जीवन जगायला मिळेल असे काही केल्या वाटतंच नाही. ते पूर्वीचे घर, मैत्रिणी, शाळेतल्या गंमतीजमती, माझ्या जीवनात कधीकाळी होतं, हेच खरे वाटते नाही. जणू ती दुसरीच कुणी ॲन होती.

माझ्या डोळ्यांसमोर एक दृश्य हल्ली सारखे दिसते. आम्हा आठ जणांच्या भोवती काळेकुट्ट ढग आहेत. सध्या आम्ही सुखरूप असलो तरी ते काळे ढग आमच्या जवळजवळ सरकून आम्हाला कोंडीत पकडताहेत. अंधार आणि संकटे इतकी जवळ येऊन भेडसावत आहेत की त्यातून सुटण्यासाठी धडपडताना आम्ही एकमेकांवर आपटतो आहोत, ठेचकाळतो आहोत. खाली पृथ्वीवर मारामाऱ्या, भांडणे, चालू आहेत. वर सुंदर स्वर्ग आहे, पण काळे मेघ आम्हाला तिथे पोचू न देता, चिरडायला पाहात आहेत.

हे दृश्य डोळ्यांसमोर तरळायला लागले की मला रडायलाच येते आणि मी

देवाची विनवणी करते, ''देवा हे काळे ढग दूर होऊन आमचा स्वर्गाचा मार्ग मोकळा होऊ दे.''

तुझी, ॲन.

गुरुवार ११ नोव्हेंबर १९४३

प्रियतम किटी,

या प्रकरणाला एक सुंदर शीर्षक देणार आहे मी.

माझ्या फौंटनपेनवरची गझल.

पेनच्या स्मरणार्थ.

माझे फौंटनपेन मला फार प्रिय होते. त्याचे निब् जाड होते आणि मला जाड निबानेच चांगले लिहिणे जमते. हे पेन माझ्याजवळ खूप दिवस होते.

मी नऊ वर्षांची असताना माझ्या आजीने ते मला पाठवले. सुंदर लाल चामड्याच्या पिशवीतून तिने ते मला पाठवले, तेव्हा मी फ्लूने आजारी होते. फेब्रुवारी महिन्याचे दिवस होते ते. मी बरी झाल्याबरोबर प्रथम ते पेन नेऊन सर्व मैत्रिणींना दाखवले होते, अत्यंत अभिमानाने.

पुढे मी दहा वर्षांची झाले तेव्हा मला ते शाळेत नेण्याची परवानगी मिळाली. त्या पेनने लिहिण्यास माझ्या शिक्षिकेनेही हरकत घेतली नाही, पण माझ्या अकराव्या वर्षी मात्र मला ते परत आत ठेवून द्यावे लागले. कारण सहावीच्या माझ्या शिक्षिकेने शाळेतून मिळणारे टाक आणि दौतच वापरायची सक्ती केली. बारा वर्षांची झाले तेव्हा मी ज्युईश लिसियम् या शाळेत जाऊ लागले, आणि त्या प्रित्यर्थ त्या पेनला नवीन केसही मिळाली. त्या केसमधे पेनबरोबरच पेन्सिलही मावत असे व त्याला एक झिप्‌ही होती. तेराव्या वर्षी माझ्याबरोबरच ते पेन्‌ही अज्ञातवासातल्या घरी आले. आतापर्यंत त्या पेननेच रोजनिशीतली पाने व माझे निबंध लिहिले आहेत. मी आता चौदा वर्षांची झाले. माझे पेन माझ्याबरोबर आनंदाने कालक्रमणा करत होते पण. (. . .)

शुक्रवारी संध्याकाळचे पाच वाजून गेले होते. माझ्या खोलीतून बाहेर येऊन माझ्या जागेवर टेबलाशी बसायला लागले. एवढ्यात डॅडी आणि मारगॉटपण लॅटिन भाषेचा अभ्यास करायला त्या टेबलाशी आले. आणि त्यांनी मला बाजूला लोटले. मी टेबलाच्या कोपऱ्याशी सरकले, पण माझे पेन होते तेथेच राहिले. मग मी पावट्याच्या शेंगावरची बुरशी त्या टेबलावर घासून नाहीशी करू लागले व शेंगा सोलू लागले. पावणेसहाच्या सुमारास मी साले व खराब झालेले पावटे याचा कचरा वर्तमानपत्रात भरला आणि तो शेगडीत टाकून दिला. त्याबरोबर एक मोठी ज्वाला

वर उसळली. विझायला आलेल्या शेगडीतून एवढी मोठी ज्योत वर आलेली पाहून मला नवलच वाटले.

त्यानंतर बऱ्याच वेळाने 'लॅटिन्' चा अभ्यास संपवून ते दोघे गेले. आणि मी परत टेबलापाशी येऊन बसले. पण लिहायला पाहाते तो काही केल्या पेन सापडेना. मी, ममी, मारगॉट, डसेल्, डॅडी, सर्वांनी शोधून पाहिलं. पण ते नाहीसेच झाले.

"कदाचित् पावट्याच्या सालांबरोबर ते शेगडीत पडले असेल." मारगॉटला शंका आली.

"छे! तिथे नसेल पडले." मी उत्तरले.

कुठेच ते सापडेना तेव्हा बहुतेक ते जळून गेले असावे. कारण सेल्यूलाईड ज्वालाग्राही असते असा निष्कर्ष आम्ही काढला. दुसऱ्या दिवशी डॅडी शेगडीतली राख साफ करायला गेले तेव्हा त्यांना त्या पेनची क्लिप् सापडली. सोन्याचे निब् मात्र त्यात नव्हते. बहुतेक सोने वितळून गेले असावे असा तर्क डॅडींनी केला.

दुःखात सुख एवढेच की माझ्या पेनचे दहन झाले. पुढे माझेही तेच व्हावे अशी माझी इच्छा आहे.

तुझी, ॲन.

बुधवार १७ नोव्हेंबर १९४३

प्रियतम किटी,

घर हादरवून टाकणाऱ्या घटना घडताहेत. बेप्च्या घरी कुणालासा घटसर्प झाल्याने तिला सहा आठवडे आमच्यात मिसळता येणार नाही. त्यामुळे तिच्या सहवासाचे सुख तर हिरावले गेले आहेच. शिवाय आमचा भाजीपाला व इतर सामान मिळण्याची पण फारच पंचाईत झाली आहे. श्री. क्लिमन अद्याप बिछान्यातच आहेत व गेल्या तीन आठवड्यांत पेजेखेरीज त्यांनी काहीही खाल्लेले नाही. त्यामुळे कुग्लर कामात आकंठ बुडाले आहेत.

मारगॉट आपल्या लॅटीन पाठातली प्रश्नोत्तर सोडवून एका शिक्षकांकडे पाठवते. ते ती तपासून परत पाठवतात. मारगॉट बेप्च्या नावावर आपली प्रश्नोत्तरे पाठवते. शिक्षक फार चांगले व विनोदी आहेत. मारगॉटसारखी बुद्धिमान विद्यार्थिनी मिळाल्याचा त्यांना नक्कीच आनंद वाटत असेल.

डसेल्साहेबांचे काहीतरी बिनसले आहे. वर गेल्या वर तो श्री व सौ. व्हॅनडॅन यांच्याशी एक शब्दही बोलला नाही. आमच्या सर्वांच्या ते लक्षात आले. काही दिवस हे असे चाललेले पाहून शेवटी ममीने त्यांना सांगितले की तुम्ही सौ. व्हॅनडॅनशी नीट वागला नाही तर ती तुम्हाला जिणे नकोसे करेल. तेव्हा डसेल्ने

उत्तर दिले की अबोला तिनेच प्रथम सुरू केला आहे, आणि आता परत बोलणे चालू करायची डसेल्‌ची मुळीच इच्छा नाही.

काल डसेल्‌ला आमच्यात येऊन राहायला लागल्याला वर्ष झाले. त्याप्रित्यर्थ त्याने ममीला एक रोप दिले. सौ. व्हॅनडॅन गेल्या आठवड्यापासून त्याच्या इथे येण्याची तारीख घोकत होती. त्याने आपल्याला छानसे जेवण दिले पाहिजे असे त्याला बजावत होती. तिला मात्र त्याने काहीच दिले नाही. आम्ही त्याला आपणहून बोलावून घेऊन इथे आधार दिला याबद्दल आम्हा सर्वांचे आभार मानायची छान संधी त्याला मिळाली होती. पण त्याने त्याविषयी एक शब्दही काढला नाही. सोळा नोव्हेंबरला सकाळी मी त्याला विचारलं, "तुमचे अभिनंदन करु की सांत्वन करु?" तो म्हणाला, "हवं ते कर! माझ्या दृष्टीने दोन्ही सारखेच."

ममी शांतिदूत होऊन, डसेल्‌ व सौ. व्हॅनडॅन यांच्यात समझोता करायला गेली. पण तिचा प्रयत्न फारसा सफल झाला नाही.

मी अतिशयोक्ती करत नाही, पण डसेल्‌चा एक स्क्रू खरंच ढिला आहे. त्याची स्मरणशक्ती मंद आहे, त्याला सामान्य ज्ञान नाही, आणि त्याची मते कधीच ठाम नसतात. याची आम्हाला फार गंमत वाटते. नुकत्याच ऐकलेल्या बातम्या आम्हाला सांगताना, तो भारी घोटाळे करतो. त्याच्यावर कसला आरोप केला, किंवा त्याला रागावले, की तो परत अशी चूक कधी करणार नाही, चांगला वागेन असे कबूल करतो. पण तसे करणे त्याला कधीच जमत नाही.

"माणसाचे मन, वृत्ती फार मोठी असते, पण,
त्याची कृत्ये फार छोटी असतात."

तुझी, ॲन.

शनिवार २७ नोव्हेंबर १९४३

प्रियतम किटी,

काल रात्री झोपण्यासाठी पलंगावर पडले आणि एकाएकी माझी मैत्रीण हॅनेली माझ्या डोळ्यांसमोर उभी राहिली. तिच्या कपड्याच्या फाटून चिंध्या झाल्या होत्या. ती अगदी बारीक झाली होती. तिच्या मोठ्या, टपोऱ्या डोळ्यांत करुण भाव होता. 'मला तू दूर का लोटलंस ॲन.'? मला या नरकातून सोडव, मला तू मदत कर.' ती विनवत होती.

आज मी इथे सुरक्षित आहे. पण तिकडे तिचे काय झाले असेल? तिची माझी परत भेट व्हावी अशी देवाजवळ प्रार्थना करणे एवढेच माझ्या हातात आहे. माझ्या डोळ्यांसमोर इतक्या मैत्रिणींतून हॅनेलीच फक्त आली त्याचे कारण मला कळते. दोन वर्षांपूर्वी मी विशेष जाणती नव्हते. त्यामुळे तिच्या अडचणी मला कळत

नसत. तिची तिच्या मैत्रिणीवर भक्ती होती आणि ती मैत्रीण मी हिरावून घेतली, असे तिला वाटले असावे. तिला त्याचे किती दु:ख झाले असेल याची कल्पना आता मला येते. कधी कधी मी समजुतदारपणे वागते. पण मग परत स्वार्थीपणाने स्वत:च्याच सुखात किंवा अडचणीत गुंगून जाते.

तिला मी ज्या तऱ्हेने वागवले ते क्षुद्रपणाचे होते. आता डोळ्यांसमोर आलेला तिचा करुण चेहरा आणि विनवणी करत असल्याचा भाव! देवा, मला तिला मदत करता आली तर किती छान होईल. मला मनात येईल ते सगळे मिळते आहे. आणि ती मात्र दुर्दैवाच्या विळख्यात सापडली आहे. तीही माझ्याइतकीच आस्थेवाईक, भक्तीपरायण होती. जे योग्य, बरोबर, तेच करायची तिचीही इच्छा होती. मला मात्र इथे सुखात जगायला मिळते आहे, आणि तिला कदाचित मरावेही लागेल. आमच्या दोघींत असा काय फरक आहे की ज्यामुळे आम्हा दोघींची दैवगती इतकी वेगळी आहे.'

खरे सांगायचे तर कितीतरी महिन्यांत मला तिची आठवणही आली नव्हती. महिन्यांत का जवळजवळ वर्षभरात म्हणेनास! अर्थात मी तिला अगदीच विसरून गेले नव्हते. पण काल ती स्वप्नात येईपर्यंत तिच्याविषयी मनात विचार आला नव्हता हे खरे.

आता मात्र ठरवलंय की युद्धानंतर दोघी जिवंत राहिलो, व आपली भेट झाली, तर माझ्याकडून तिच्यावर जो अन्याय झाला होता त्याचे परिमार्जन करायचे.

खरे सांगायचे तर तिला आताच मदतीची जास्त गरज असेल. तिला माझी आठवण येत असेल का नाही देव जाणे.

कृपाळू देवा, परमेश्वरा, तिला सुखी ठेव. एकाकी पडू देऊ नको. माझे तिच्याविषयीचे प्रेम, सहानुभूती तिला कळली तर बिचारीला कष्ट सोसायची ताकद तरी येईल.

जाऊ दे, गेल्याचे दु:ख करण्यात काही अर्थ नाही. तिचे मोठे, टपोरे डोळे सारखे माझ्या नजरेसमोर येऊन मला बेचैन करतात. हॅनेली खरोखरच परमेश्वरावर विश्वास, श्रद्धा ठेवत होती, का धर्म तिच्यावर लादला गेला होता? हेही मला माहीत नाही. तिला कधी विचारायची मी तसदीही घेतली नव्हती.

ओ, हॅनेली, मला तू परत भेटशील का? भेटलीस तर माझ्याजवळ आहे त्यातले सगळे तुला देईन. पण आता त्याला फार उशीर झाला आहे. जो अन्याय मी तुझ्यावर केला त्याची भरपाई कधी करता येणार नाही. पण यापुढे मी तिला कधी विसरणार नाही. आणि तिच्या भल्यासाठी देवाची सतत प्रार्थना करत राहीन.

तुझी, ॲन.

सोमवार ६ डिसेंबर १९४३

प्रियतम किटी,

जसा सेंट निकोलस डे जवळ येत जातोय, तसा गेल्या वर्षीचा आम्ही साजरा केलेला तो सण, त्यानिमित्त सुंदर सजवलेल्या परडीतून आम्हा सर्वांना मिळालेल्या भेटी, हे सर्व आठवायला लागले. या वर्षी असा काही आनंदोत्सव करता येणार नाही, याचे मला फार वाईट वाटले. शेवटी बऱ्याच विचाराअंती मी एक गंमत करायची ठरवली. डॅडींचा सल्ला घेतला आणि मग एक आठवडा उरलेला असताना प्रत्येक व्यक्तीसाठी एकेक कविता लिहायला सुरूवात केली.

रविवारी रात्री पावणेआठ वाजता आम्ही धुण्याची बास्केट घेऊन वरती गेलो. गुलाबी व निळ्या कार्बनपेपरच्या चित्रविचित्र आकृती कापून त्या बास्केटला डकवून ती सुशोभित केली. सर्वात वरती ब्राऊन पेपर लावून ती बंद केली व त्याला एक चिठ्ठी जोडली. त्या बास्केटचा भला मोठा आकार पाहूनच आधी मंडळी चकित झाली. मग मी ती चिठ्ठी काढून मोठ्यांदा वाचली. बास्केटमध्ये आम्ही प्रत्येकाचे बूट ठेवले होते व त्या बुटात त्या त्या व्यक्तीला उद्देशून एक कविता व एक छोटीशी भेट, सर्वांना या भेटी, कविता व ही कल्पना फारच आवडली.

तुझी, ॲन.

बुधवार २२ डिसेंबर १९४३

प्रियतम किटी,

मला जबरदस्त फ्लू झाला होता म्हणून इतके दिवस काहीच लिहिले नाही. असे लपून छपून राहात असताना आजारी पडणे फार त्रासदायक. खोकल्याची उबळ आली की मी दोन दोन, तीन तीन ब्लँकेटखाली शिरून खोकल्याचा आवाज दबवायला पाहायची. पण बहुधा ते साध्य होत नसे. घशाची खवखव काही केल्या कमी व्हायची नाही. मग मध घालून गरम दूध, साखर, खोकल्याच्या गोळ्या वगैरे उपचार सुरू करायचे. त्या सर्व उपचारांची आठवण झाली तरी मला घाम फुटतो. जाड जाड पांघरुणे घ्यायची, घशाला थ्रोटपेंट लावायचे, गुळण्या करायच्या, गरम पेये घ्यायची, गरम पाण्याच्या बाटल्या भोवताली ठेवायच्या, छातीला औषधांचा लेप लावायचा आणि दर दोन तासांनी थर्मामीटर लावून ताप मोजायचा! एवढ्याने माझे हाल संपले म्हणतेस का काय? छे! छे! यानंतर डसेल्‌ने तो दंतवैद्य असूनही माझी केस हातात घ्यायचे ठरवले. तसा त्याने तीस वर्षांपूर्वी वैद्यकीय अभ्यास केला होता म्हणा. जवळ स्टेथास्कोप नसल्याने माझ्या छातीचे ठोके ऐकण्याकरिता चक्क आपले पोमेड लावलेले डोके माझ्या छातीवर टेकायचा. त्यामुळे मला गुदगुल्या

व्हायच्या. आता डोके माझ्या छातीवर टेकवून त्याला काय ऐकू गेले असेल देव जाणे! कारण आजकाल त्याला नीट ऐकू येत नाही. तो बहिरा होतोय.

पण जाऊ दे माझे आजार पुराण! आता मी परत एकदम तंदुरुस्त झाले आहे. माझी उंची अर्धा इंच वाढली आहे आणि वजन दोन पौंड जास्त झाले आहे. केव्हा एकदा अभ्यास परत करायला मिळेल असे झाले आहे.

नेहमी भांडाभांडी वादावादी करणारी आम्ही माणसे रुचिपालट म्हणून एकमेकांशी प्रेमाने वागायला लागलो आहोत. अर्थात हे फार काळ टिकणार नाही म्हणा.

बेप् अजूनही रजेवर आहे.

नाताळच्या सणासाठी थोडं जास्त तेल, कँडी आणि मिठाई मिळाली. हान्नुका सणाची भेट म्हणून डसेल्ने ममीला व सौ. व्हॅनडॅनला सुंदर केक दिला. त्याने तो मिएप्कडून करवून घेतला होता. बिचारी आधीच कितीतरी काम करत असते. त्यात हे एक! मारगॉटला व मला पेनी या नाण्याचे बनवलेले ब्रूच मिळाले. मला त्या ब्रूचचे नीटसे वर्णन करता येणार नाही. पण खरेच फार सुंदर आहेत.

मीसुद्धा मिएप् व बेप् यांना नाताळची भेट दिली. माझ्या खिरीत घालायची साखर मी गेला महिनाभर थोडी थोडी साठवत होते. त्याची श्री. क्लीमन्नी छानशी मिठाई बनवून दिली.

आभाळ भरून आले आहे आणि पावसाची भुरभुर चालू आहे. शेगडीच्या धुराचा विचित्र वास येतो आहे. सर्वांची पोटे तुडुंब भरली असल्याने तऱ्हेतऱ्हेचे आवाज प्रत्येकजण काढतो आहे.

कोंडी झाल्याने युद्ध जैसे थे आहे आणि आम्ही निराश झालो आहोत.

तुझी, ॲन.

शुक्रवार २४ डिसेंबर १९४३

प्रियतम किटी,

थोड्या थोडक्या कारणाने आमचे मूड बिघडताहेत. माझ्या बाबतीत तर विचारायलाच नको. कधी मी आनंदाच्या शिखरावर असते तर कधी निराशेच्या खोल गर्तेत. इतर ज्यू मुलांच्या मानाने आम्ही पुष्कळ भाग्यवान आहो असे वाटून मी आनंदात असते. पण कधी सौ. क्लीमन् आम्हाला भेटायला येतात व आपल्या मुलीचा हॉकी क्लब, सहली, शाळेतले खेळ, मैत्रिणींच्या समवेतच्या चहाफराळाचे वर्णन वगैरे करायला लागल्या की काय वाटते कसे सांगू?

मला त्यांच्या जॉपीचा मुळीच हेवा वाटत नाही. पण मनातून वाटते, मला कधी अशी मजा करायला मिळेल का? मोठमोठ्याने पोटभर हसायला मिळेल? आता

सणासुदीचे आनंदाचे दिवस आहेत, आणि आम्ही इथे महारोग्यासारखे लपून छपून चोरटे जीवन जगत आहोत. हसण्याखिदळण्यालासुद्धा पारखे झालो आहोत.

इतर ज्यूंचा विचार करताना असे विचार माझ्या मनात येता कामा नयेत. पण ते येतात आणि तू मुकाट्याने ऐकून घेतेस म्हणून सांगते. म्हणतात ना की 'कागद माणसांपेक्षा जास्त सहनशील असतो.'

जेव्हा कुणी बाहेरच्या स्वच्छ ताज्या मोकळ्या हवेतून, चेहऱ्यावर आनंद खेळवत आमच्याकडे येतात, तेव्हा मला ब्लँकेटसमध्ये तोंड लपवून बसावेसे वाटते. 'कधी आम्हाला ताज्या मोकळ्या हवेत जायला मिळेल? नाही मिळणार हे माहीत आहे मला. तरी आहे त्या परिस्थितीला ताठ मानेने तोंड देऊन जगायला हवंय. पण मनात सारखे ते विचार येत राहातात.

दीड वर्ष झालं आम्ही असे लपून राहायला लागून. परिस्थिती कशीही असो, निदान आम्ही इथे सुरक्षित तरी आहोत. तेव्हा कृतघ्नतेचे विचार मनात येता कामा नयेत हे सगळं कळतं, पण वळत नाही त्याला काय करू? मला सायकलवर फिरावे, नाचावे, शीळ घालावी, स्वच्छंदीपणाने वागावे असे किती वाटते म्हणून सांगू? पण हे सारे चेहऱ्यावरसुद्धा दिसता कामा नये. जे नाही त्याचेच दुःख करत बसलो तर त्याने काय साधणार आहे? मला काय म्हणायचं आहे ते इतरांना कळेल का नाही देव जाणे? मी ज्यू असो वा आणखी कुणी, पण मी एक तरुण मुलगी आहे आणि साधासुधा आनंद, मजा एवढ्याची मला नितांत गरज आहे हे कुणाच्या ध्यानात येईल का? हे सगळं मला कुणाला नीट समजावून सांगता पण येणार नाही. कारण बोलता बोलता मला रडूच फुटेल. रडण्यानेसुद्धा मन हलके होते. पण एकटीने कोपऱ्यात बसून रडून नव्हे. तर कुणाजवळ आपले दुःख व्यक्त करून व त्या व्यक्तीने आपल्याला सहानुभूती दाखवली तर! मी इतके जिवापाड प्रयत्न करते तरी ममी माझ्यावर खूष नसते व मला समजूनपण घेत नाही. म्हणूनच मी आपले ठरवून टाकलेय की पुढे मी स्वत: आई होईन तेव्हा माझ्या मुलांशी खूप प्रेमाने वागेन. लोकांनी त्यांच्याविरुद्ध काही सांगितले तरी त्याच्याकडे विशेष लक्ष देणार नाही. सारे लक्ष माझ्या स्वत:च्या मुलांच्याकडेच देईन. मला सगळे नीट स्पष्ट करून सांगता येत नाही. पण 'आई' या हाकेतच, संबोधनातच सारे काही येते. पण दुर्दैवाने माझ्याबाबतीत तसे काही होत नाही. मग मी ममीला नुसती मॉम्स म्हणते. हे 'स' काढून टाकावे अशी इच्छा आहे. पण ममी तशी प्रेमाने माझ्याशी वागतच नाही.

बरे. आता पुरे करते. हे लिहिण्यामुळे सुरूवातीचा माझा खिन्नपणा कमी झालाय बघ.

तुझी, ॲन.

आज नाताळचा दुसरा दिवस आहे. गेल्या वर्षी याच दिवशी पिम्ने (डॅडी) मला आपली कहाणी सांगितली होती. त्यांच्या बोलण्यातले काही काही विचार मला तेव्हा समजले नव्हते. आता समजताहेत. आता परत त्यांनी तो विषय काढला तर त्यांचे म्हणणे काय होते ते आता मला पूर्ण समजले आहे, हे मी त्यांना दर्शवून देईन.

नेहमी डॅडींना सर्व लोक आपली गुपिते सांगतात. कारण ते ती शांतपणे सहानुभूतीने ऐकून घेतात. पण कधीतरी डॅडींनाही आपले मनातले हितगूज कुणाजवळ तरी सांगावे असे वाटत असेलच की! तसे ते एरवी कुणाजवळही स्वत:विषयी काही बोलत नाहीत. मला वाटते मारगॉटलापण त्यांनी काय सोसलेय ते माहीत नाही. बिच्चारे डॅडी! आपण त्या मुलीला विसरलो आहो असे ते म्हणाले तरी मला नाही पटत ते. कधीच ते तिला विसरू शकणार नाहीत. पण त्या प्रेमभंगामुळे ते सहनशील, जुळते घेण्याच्या वृत्तीचे मात्र जरूर झाले आहेत. त्यांना काय ममीचे दोष दिसत नसतील? पण ते जमवून घेतात सर्व बाबतीत. मलाही त्यांच्यासारखे सोशिक व्हावेसे वाटते. पण त्यांच्यासारखा प्रेमभंगाचा दु:खद अनुभव मात्र नको रे देवा!

ॲन.

सोमवार २७ डिसेंबर १९४३

शुक्रवारी संध्याकाळी मला आयुष्यात प्रथमच नाताळची भेट मिळाली. श्री. क्लीमन्, श्री. कुग्लर, मिएप् आणि बेप् या सर्वांनी मिळून आमच्यासाठी एक सुंदर बक्षीस आणले. मिएप्ने '१९४४ शांतता' असे वर लिहिलेला रुचकर केक केला होता. बेप्ने बिस्किटे, पॅट्रीस वगैरे मिठाई आणली होती, ती तर युद्धपूर्वकाळातल्या तोडीची, अगदी उच्च प्रतीची होती! पीटरसाठी युगूर्टचा छोटासा बुधला. त्यात आम्हीही दोघी आलो बरे का! सर्व प्रौढांसाठी प्रत्येकी एक बिअरची बाटली आणि हे सर्व इतके सुंदर बांधले होते, त्याच्यावर छान चित्रे डकविली होती, की विचारू नको. नाताळ सणाचे दिवस कसे भुरकन् गेले समजलेही नाही.

ॲन.

बुधवार २९ डिसेंबर १९४३

काल रात्री परत मी खिन्न, उदास झाले होते. आजी आणि हॅनेली माझ्या स्वप्नात आल्या होत्या. बिच्चारी माझी आजी! आमच्यात तिला किती रस होता. आस्था होती. मोठी प्रेमळ होती आमची आजी! तिला सतत आमच्या हिताची आणि

भल्याची चिंता असायची. तिने बिचारीने किती सोसले ते आम्हाला कळलेच नाही. आपले दु:ख, आपल्या वेदना तिने कुणालाही समजू दिल्या नाही.

ती आमच्यावर फार प्रेम करायची. कुणासमोर तिने आमचे उणे काढले नाही. काहीही होवो, मी कितीही वाईट वागो, ती नेहमी माझी बाजू घ्यायची. 'आजी, तुला तरी माझ्या खऱ्या स्वभावाची पारख झाली होती का ग? आम्ही नात्यागोत्याची इतकी माणसे असतानाही तू एकाकी होतीस. कारण आजोबांच्या लेखी तू कशी त्यांची आणि फक्त त्यांचीच होतीस तसे आम्हा इतर नातेवाईकांचे नव्हते.

आणि हॅनेली? अजून जिवंत असेल का? कुठे असेल? काय करत असेल? देवा! तिचे रक्षण कर! आमची तिची परत भेट होऊ दे! हॅनेलीचा विचार मनात आला की आपलीही अशीच वाट लागली असती असे वाटते. मी नेहमी स्वत:ला तुझ्या जागी कल्पून बघते आणि मग वाटते बाहेर तू किती हाल अपेष्टा सोसत असशील. मी इथे सुरक्षित असताना एवढ्यातेवढ्याचे दु:ख मानून कुढायचा मला काय अधिकार आहे? मी फार स्वार्थी आणि भेदरट आहे. नेहमी मला वाईट, भयंकर गोष्टीचीच स्वप्ने का पडतात? का मी घाबरून किंचाळत उठते? मला वाटते त्याचे कारण हे की देवावर माझी पुरती श्रद्धा नाही. त्याने मला इतके दिले आहे, अगदी माझी लायकी नसतानाही दिले आहे. तरी मी त्याबद्दल कृतज्ञ न राहाता चुकाच करत राहाते.

आपल्या प्रियजनांना दु:ख सोसावे लागत आहे. या विचाराने डोळ्यांत पाणी येते. सारा दिवस रडत राहावे इतके दु:ख होते. जास्तीत जास्त एवढेच आपण करू शकतो. प्रार्थना! देवा काहीतरी चमत्कार कर आणि त्यातल्या काही माणसांना तरी वाचव. ही प्रार्थना मी खूप वेळा करते.

अॅन.

गुरुवार ३ डिसेंबर १९४३

प्रियतम किटी,

मागची खूप मोठी भांडणे आटोपल्यावर आता वातावरण जरा शांत झाले आहे. आमचे आणि डसेल्चे भांडण तर मिटले आहेच, पण वरच्या मजल्यावरच्या श्री. आणि सौ. व्हॅनडॅन यांच्यातही सलोख्याचे नाते दिसते आहे. पण आकाशातून काळे ढग आमच्या दिशेने झेपावत आहेत. हे काळे ढग म्हणजे आमच्या इथले जेवण. सौ. व्हॅनडॅनने अशी एक कल्पना पुढे आणली आहे की, सकाळी थोडेसेच बटाटे तळायचे व उरलेले नंतर केव्हातरी. ममी, डसेल् व आम्हा इतर मंडळींना हे मुळीच पसंत पडले नाही. म्हणून आता बटाट्यांची पण आम्ही वाटणी करतो आहो. चरबी

आणि तेले यांची वाटणी सौ. व्हॅनडॅन सारखी करत नाही. त्यामुळे ममी रागावली आहे व हा बाईंचा चावटपणा थांबवणार आहे. आता या धुसफुशीत आणखी काही प्रगती झाली तर ती मनोरंजक हकिकत तुला सांगेनच. गेले काही महिने आम्ही मांस (त्यांचे चरबीयुक्त, आमचे चरबी नसलेले) सूप (ते सर्वजण घेतात, आम्ही नाही) बटाटे (त्यांचे सोललेले, आमचे सालासहित) अशी वाटणी झालेलीच होती. त्यात आता या तळलेल्या बटाट्यांची भर.

असल्या वाटण्या करत बसण्यापेक्षा चक्क वेगळेच व्हावे असे वाटते.

तुझी, ॲन.

रविवार २ जानेवारी १९४४

प्रियतम किटी,

आज मी सहज माझ्या रोजनिशीतली पाने चाळत होते. पुष्कळशा पत्रातून ममीविषयी मी लिहिलेला मजकूर वाचून खरोखर थक्क झाले. संतापाच्या भरात मी काय वाटेल ते भरकटले आहे. मला ममीचा एवढा राग आला तरी कसा? मला वाटते मागच्या वर्षी मी आतापेक्षा अजाण होते. अल्लड, मूर्ख होते. स्वतःच्या आईविषयी इतके वाईट तुझ्याजवळ सांगितल्याबद्दल मला जन्मभर पश्चाताप होत राहील. म्हणून त्याचे स्पष्टीकरण करते. त्याशिवाय मला चैन पडणार नाही. त्या वेळी माझी मन:स्थिती फार नाजूक झाली होती. आम्हाला एकाएकी सुखाचे जीवन सोडून असे अज्ञातवासी व्हावे लागले होते. माझे मन अगदी पाऱ्यासारखे चंचल होते. क्षणार्धात राग, क्षणार्धात लोभ. शिवाय दुसऱ्यांच्या दृष्टिकोनातून विचार करण्याची कुवतही तेव्हा नव्हती.

मी फक्त स्वत:चाच विचार करायची, आणि मनाला होईल ते दुःख, आनंद, राग बेधडक या रोजनिशीत लिहून मोकळी व्हायची. ही रोजनिशी म्हणजे माझी स्मरणिकाही आहे. तरीही यातली कित्येक पाने बाद करण्यासारखी आहेत. कारण तेव्हा मला जे वाटत होते ते आता मुळीच वाटत नाही.

मी ममीवर खूप चिडायची (आतासुद्धा पुष्कळ वेळा चिडते.) ती मला कधी समजून घेत नसे. पण तशी तर मीही तिला समजून घेत नव्हते. ती माझ्यावर प्रेम, माया करत होती. पण मी वेड्यासारखी वागून पुष्कळ वेळा तिला अडचणीत आणत असे. मग ती चिडायची, नर्व्हस व्हायची आणि म्हणून माझ्यावर संतापायची. राग काढायची. पण हे मला आता समजतेय.

माझ्या बाबतीत अन्याय व्हायचा, मी तो फार मनाला लावून घ्यायची आणि मग ममीशी उर्मटपणे वागायची. त्याचा तिला राग यायचा आणि दुःखही व्हायचे.

एकूण आम्ही दोघी अशा दुष्टचक्रात सापडलो होतो. त्याचा दोघींनाही त्रास व्हायचा. सुदैवाने ते सगळे आता संपत आले आहे. मी परिस्थिती लक्षात न घेता स्वत:ची कीव करत बसायची. पण त्या वयात ते क्षम्यच होते. नाही का?

मी जे रोजनिशीत वाट्टेल ते लिहिले आहे तो निव्वळ माझ्या संतापाचा उद्रेक होता. परिस्थिती नेहमीसारखी असती तर मी पाय आपटले असते, स्वत:च्या खोलीत दार बंद करून बसले असते, आणि ममीच्या अनुपस्थितीत तिला वाट्टेल ती नावे ठेवली असती.

आता ममीचे कुठे चुकले त्याचा न्यायनिवाडा करण्याचा भोचकपणा संपला आहे आणि तशी मी जाणतीही झाली आहे. ममीचे मनही जरा थाऱ्यावर आले आहे. हल्ली संताप आला तरी मी जिभेला लगाम घालते. ममीही तेच करते. त्यामुळे वरवर पाहाता तरी आमचे संबंध चांगले भासतात. पण मी ममीवर एखाद्या लहान मुलीसारखी जीव ओतून प्रेम मात्र करू शकत नाही आणि आता वाटते आहे, ममीला प्रत्यक्ष वेडेवाकडे बोलण्याऐवजी माझ्या रागाचा निचरा रोजनिशीतल्या कागदावर झालेला बरा. निदान त्याचे दु:ख तरी ममीला हृदयात बाळगावे लागणार नाही.

तुझी, ॲन.

गुरुवार ६ जानेवारी १९४४

प्रियतम किटी,

आज तुझ्याजवळ दोन कबुलीजबाब द्यायचे आहेत. खूप विस्ताराने सगळे सांगायला हवंय. पण कुणाला तरी मला ते सांगायलाच पाहिजे. आणि त्यासाठी सर्वात योग्य तूच आहेस. कारण तू माझे गुपित कुणाजवळही कधीच उघड करणार नाहीस.

पहिला जबाब ममीविषयीचा. मी आतापर्यंत कितीतरी वेळा ममीविषयी तक्रार केली आहे आणि तरीही तिच्याशी चांगलेच वागायचा प्रयत्न केला आहे. मला एकाएकी ममीच्यात काय दोष आहे ते कळलंय. ममी एकदा आम्हाला सांगत होती की ती आम्हाला स्वत:च्या मैत्रिणींसारखी वागवते. मला नाही पटले हे. काही म्हणा, आई ती आई, आणि मैत्रीण ती मैत्रीण. आईची सर कधी मैत्रिणीला येईल का? मला आई हवी ती एक आदर्श म्हणून, आदरणीय स्त्री म्हणून. पण पुष्कळ वेळा आई कशी नसावी याचेच ती उदाहरण असते. मारगॉटचे या बाबतीतले विचार वेगळे आहेत. माझे म्हणणे तिला सांगूनही समजणार नाही आणि डॅडी तर ममीविषयी चर्चा करायला तयारच नसतात.

आईने वाढत्या वयाच्या अडनिडी मुलींशी कसे कुशलतेने वागून, त्यांना आपलेसे करून घेतले पाहिजे. त्यांना सहानुभूती दाखविली पाहिजे. त्यांच्या अडीअडचणी, समस्या समजावून घेतल्या पाहिजेत. आणि त्यांच्या चुका गोडीगुलाबीने दाखवून सुधारायला लावल्या पाहिजेत. इथे ममी मी काही कारणाने रडायला लागले तर माझी टिंगल करून हसायला लागते.

एक प्रसंग मला अजूनही विसरता येत नाही. एकदा मला दंत वैद्याकडे जायचे होते. ममी आणि मारगॉट माझ्याबरोबर आल्या. मी सायकल घेतली होती. दंतवैद्याकडचे काम आटोपल्यावर त्या दोघींनी मला सांगितले की त्या बाजारात जाणार आहेत. साहजिकच मलाही त्यांच्याबरोबर जावेसे वाटले. पण माझ्यापाशी सायकल होती या कारणास्तव त्या मला बरोबर न्यायला तयार होईनात. ते पाहाताच मला रडू फुटले. त्यासरशी त्या दोघी मला हसायला लागल्या. मला मग इतका राग आला की मी रस्त्यातच त्यांना जीभ काढून वेडावून दाखवले. एक वृद्ध स्त्री त्याच वेळी तिथून जात होती. माझे वेडावणे पाहून ती अगदी थक्क झाली. मग मी घरी येऊन खूप खूप रडले. याआधी आणि नंतरही कितीतरी वेळ ममीने मला दुखवले आहे. पण हा प्रसंग आठवला की अजूनही रडायला येते.

आता दुसरे सांगायचे आहे ते माझ्या स्वत:विषयी. काल मी सिस् हेस्टरचा 'लाजणे' 'शरम' या विषयावरचा एक लेख वाचला. मलाच उद्देशून तो लिहीला असावा इतका मला तो पटला. मी चट्कन लाजत नाही सहसा. त्यामळे तेवढा भाग मला लागू पडत नव्हता, पण बाकीचा होता. तिच्या मते मुली वयात येण्याच्या सुमारास अंतर्मुख होतात व स्वत:च्या शरीरात होणाऱ्या बदलांविषयी विचार करू लागतात. मी ही आजकाल त्याच विषयी विचार करत राहाते आणि मग सारखी बावरलेली, गोंधळलेली असते. मला मारगॉट, ममी, डॅडी यांचीही लाज वाटते. खरं पाहाता मारगॉट माझ्यापेक्षा जास्त लाजरी आहे. पण ती वयात येताना माझ्यासारखी बावरलेली नव्हती.

माझ्यात जो बदल घडतो आहे तो मला छान वाटतो आहे. केवळ शारीरिक नव्हे तर मानसिकही. या सर्व गोष्टींची मी कुणाशी चर्चा करत नाही किंवा त्या विषयी कुणापाशी बोलतही नाही. म्हणून या गोष्टी मी माझ्याशीच बोलते. जेव्हा माझी पाळी सुरू होते (आतापर्यंत मी तीन वेळाच बसले होते) तेव्हा वेदना होतात, गोंधळ होतो, बरे वाटत नाही. अस्वच्छ वाटते, तरीही ते मला आवडते. तशी ती खरे तर कटकटच असते, तरी मी त्याची वाट पाहात राहाते.

सिस् हेस्टर पुढे म्हणते की माझ्या वयाच्या मुलीला फार असुरक्षित वाटते, पण त्या बरोबर त्यांची अस्मिताही जागी होते. आपण कुणीतरी आहो, आपल्यालाही आपले स्वत:चे विचार, मते आहेत याची जाणीव व्हायला लागते. मी या गुप्त

निवासात राहायला आले तेव्हा नुकतेच मला तेरावे वर्ष लागले होते. पण इथे अशारितीने राहावे लागल्यामुळे मी इतर माझ्या वयाच्या मुलींच्या मानाने लवकर प्रौढ झाले. कधीकधी बिछान्यात पडल्यावर मला माझ्या वक्षस्थलाला हात लावून, छातीचे संथ एका लयीत होणारे ठोके ऐकण्याची तीव्र इच्छा होते.

इथे राहायला येण्यापूर्वीही मला असे काहीतरी वाटायचे. एकदा मी जॅकीच्या घरी राहायला गेले होते. तिचे संपूर्ण शरीर मी कधीच पाहिले नव्हते. मी तिच्या वक्षस्थलाला हात लावून पाहू का असे विचारले पण तिने नकार दिला. तिचे चुंबन घ्यावे असेही वाटत होते, ते मात्र मी केले. कलेच्या इतिहासातले व्हीनस देवतेचे नग्न चित्र, किंवा इतर कोणत्याही नग्न स्त्रीचे चित्र पाहाताना मला आनंद वाटे. आता मला एखादी मैत्रीण असती तर किती छान झालं असतं!

गुरुवार ६ जानेवारी १९४४

प्रियतम किटी,

मला सारखे कुणाशी तरी बोलावे, आपले विचार सांगावे असे वाटायचे. शेवटी मी त्यासाठी पीटरला गाठायचे ठरवले. यापूर्वी मी जेव्हा कधी पीटरच्या खोलीत जात असे तेव्हा ती मला छान आरामशीर वाटत असे. पण पीटर फार नम्र, सोशिक मुलगा आहे. कुणी त्याला कंटाळवाणे, उपद्रवी वाटले तरी तो त्यांना खोलीबाहेरची वाट दाखवणार नाही. म्हणून मीच त्याच्याकडे गेले तरी थोडा वेळ गप्पा मारुन लगेच परत येत असे. त्याच्या खोलीत जास्त वेळ थांबून त्याच्याशी गप्पा मारायची मी संधी शोधत होते ती मला काल मिळाली. हल्ली पीटरला शब्दकोडी सोडवायचा नाद लागला आहे. सबंध दिवसभर तो दुसरे काहीही करत नाही. काल मी कोडे सोडवण्यात त्याला मदत करायला लागले. पीटर टेबलापाशी त्याच्या खुर्चीवर बसला होता. मी त्याच्या समोरच्या बाजूस दिवाणावर.

माझ्या अनपेक्षित भेटीने तो बावरला होता. त्याच्या गर्दनिळ्या डोळ्यांत ते भाव मला सहज दिसत होते. आपण आता हिच्याशी कसे वागावे हे न कळल्याने जरा असहाय, अनिश्चितपणा त्याच्या चेहऱ्यावरुन मला कळून येत होता. त्याचा तो लाजरेपणा पाहून मी विरघळले. मला वाटले, ''माझ्या बडबड्या स्वभावावर मला जोखू नको. मी अंतर्यामी वेगळी आहे. तुझ्याविषयी पण मला सर्व काही सांग. मला तुझी नीट ओळख करून घ्यायची आहे.'' असे त्याला सांगावे पण हे सगळं मला स्पष्टपणे बोलता आले नाही. स्वत:शी विचार करणे सोपे. प्रत्यक्ष बोलणे कठीण.

हळूहळू संध्याकाळ झाली. मी त्याला 'लाजणे' या विषयावरच्या लेखाविषयी सांगितले. तुला सांगितलं ते सगळंच्या सगळं नाही हं. फक्त एवढेच सांगितले की

तो वयाने वाढत जाईल, मोठा होईल तशी त्याच्यातली असुरक्षिततेची भावना लोपेल व तो चांगला निश्चयी स्वभावाचा, खंबीर पुरूष होईल.

त्या रात्री मी बिछान्यात पडल्यावर इतरांना कळू नये याची खबरदारी घेऊन खूप रडले. 'मला समजून घे.' असे पीटरला सांगावे लागले याची मला फार खंत वाटली. मग वाटलं की आपली इच्छा पुरी करुन घेण्याकरता लोक हवे ते करतात. मी फक्त पीटरशी मनमोकळ्या गप्पा मारता याव्यात अशी आस धरली यात वावगं काय आहे? या व्हॅनडॅनना पीटरऐवजी एखादी मुलगी असती तर तिच्याशी मैत्री करण्याचा प्रयत्न मी केलाच असता.

आज सकाळी सात वाजण्यापूर्वी मला जाग आली आणि रात्री कसले स्वप्न पडले होते ते लगेच आठवले. मी एका खुर्चीवर बसले होते आणि माझ्या समोर पीटर शिफ् होता. मेरी बॉसच्या रेखाचित्रांचे एक पुस्तक आम्ही पाहात होतो. स्वप्न इतके स्पष्ट होते की त्या पुस्तकातली काही चित्रेही मला नीट आठवताहेत. चित्रे पाहाता पाहाता अचानक माझी आणि पीटरची नजर एकमेकांकडे वळली. मी त्याच्या मखमली तपकिरी डोळ्यांकडे बराच वेळ रोखून पाहिले. मग तो हळूवारपणे म्हणाला, ''तुला माझ्याशी मैत्री करायची इच्छा आहे हे मला कळलं असतं तर, मी या पूर्वीच तुझ्याकडे आलो असतो.'' मी लाजून चट्कन मान वळवली आणि त्याचा मुलायम गाल माझ्या गालाशी टेकला. मला इतकं बरं वाटलं म्हणून सांगू. . .

इतके होईतो मला जाग आली. जागेपणीही त्याच्या गालाचा माझ्या गालाला झालेला स्पर्श, आणि त्याचे माझ्या नजरेत अडकलेले तपकिरी डोळे मला आठवत होते. माझे त्याच्यावर किती गाढ प्रेम जडले होते ते त्याच्या लक्षात नक्कीच आले असेल. मला आपले मग रडायलाच यायला लागले. दुःख वाटले अशासाठी की मला तो परत भेटण्याची शक्यता नव्हती. पण मनोमन खात्री पटली की तोच एक माझ्या आयुष्यात प्रमुख स्थान घेऊ शकेल असा आहे.

मला स्वप्ने पडतात ती नेहमी अगदी स्पष्ट. एके दिवशी मला ग्रामी (डॅडींची आई) स्वप्नात दिसली ती इतकी स्पष्ट की तिची मऊ मखमली त्वचा सुध्दा मला हाताला भासली. आणखी एकदा ग्रँडमा (ममीची आई) एखाद्या रक्षणकर्त्या देवीसारखी वाटली. त्यानंतर दिसली हॅनेली. हॅनेली म्हणजे माझ्या दुःखी कष्टी ज्यू मैत्रिणींची प्रतिनिधीच! मी तिच्या भल्यासाठी प्रार्थना करते तेव्हा ती सर्व गरजू ज्यूं साठीच असते.

आणि आज आता पीटर स्वप्नात आला. अगदी स्पष्ट मूर्तिमंत! त्याच्या फोटोची सुध्दा आता जरुरी नाही लागणार इतका तो स्पष्ट दिसला.

तुझी, ॲन.

शुक्रवार ७ जानेवारी १९४४

प्रियतम किटी,

मी तरी अशी वेडी आहे की माझ्या एकुलत्या एक खऱ्या प्रेमाबद्दल मी तुला काही सांगितलंच नाही. मी जेव्हा अगदी छोटी म्हणजे शिशुवर्गात होते तेव्हा मला सॅली किमेल, खूप आवडायचा. त्याला वडील नव्हते. तो आणि त्याची आई एका मावशीकडे राहात. सॅलीचा एक मावसभाऊ होता ॲपी नावाचा. तो फार सुंदर, नाजूक, काळ्याभोर केसांचा होता. पुढे तो एखाद्या देखण्या नटासारखा दिसू लागला. आणि मग बुटक्या गुबगुबीत सॅलीपेक्षा त्याचं आकर्षण जास्त वाटू लागलं. पुष्कळ दिवस आम्ही दोघं सतत एकत्र असायचो, हिंडायफिरायचो. त्यानंतर भेटला पीटर. त्याच्यावर मी अगदी पूर्णपणे मनापासून प्रेम केलं. त्यालाही मी आवडायची. उन्हाळ्याच्या एका सुट्टीत आम्ही एकमेकांपासून जराही दूर झालो नाही. हातात हात घालून आम्ही दिवसभर इकडे तिकडे हिंडत होतो. पीटर पांढऱ्या सुती कपड्यात तर मी उन्हाळ्यातल्या आखुड कपड्यात. ती सुटी संपल्यावर तो माध्यामिक शाळेत सातव्या इयत्तेत गेला. मी ग्रामर स्कूलमध्ये सहावीत होते. तो घरी जाताना मला शाळेतून घेऊन यायचा. शाळेला जाताना मी त्याच्याकडे जाऊन त्याला घेऊन जायची. पीटर एक आदर्श मुलगा होता. उंच, नाजूक, देखणा, बुध्दिवान, गंभीर वृत्तीचा. त्याचे केस काळे तर डोळे तपकिरी होते. गाल लालसर आणि नाक धारदार. तो हसायचा इतका गोड की त्यावरच मी खूष होते. हसला की लबाड, खोडकर वाटायचा.

मी उन्हाळ्याच्या सुट्टीत गावी गेले होते. परत आले तो पीटर ते घर सोडून गेला होता. आता जिथे तो राहात होता तिथे त्याच्याहून मोठ्या वयाच्या एका मुलाशी त्याची दोस्ती झाली होती. त्या मुलाने मी अगदीच बाल वयाची असल्याचे पीटरला सांगितले, आणि मग पीटरने मला भेटणे सोडून दिले. माझे त्याच्यावर फार प्रेम जडले होते त्यामुळे मी एवढ्यावरुन शहाणपण शिकले नाही. त्याच्याकडे जातच राहिले. शेवटी लक्षात आले की अशी मी त्याच्यामागे जात राहिले तर मुलांच्या मागे लागणारी मुलगी असे मला लोक म्हणायला लागतील.

दिवस जातच राहिले. पीटर आपल्या वयाच्या मुलींच्या घोळक्यात असायचा. मी भेटल्यावर ओळखही दाखवेनासा झाला. मी आता ज्यूईश लिसियम्‌मध्ये जाऊ लागले. तिथे किती तरी मुले माझ्यावर प्रेम करत होती. मला ते आवडत होतं. मुले आपल्या मागे आहेत याचा अभिमानही वाटायचा. या पलिकडे मात्र मी गुंतत नव्हते. त्यानंतर हेलो माझ्या भयंकर प्रेमात पडला पण मी मात्र कधीही प्रेमात पडले नाही.

'काळ सर्व दुःखावर औषध आहे' म्हणतात ना? तेच घडलं माझ्याबाबतीत. मी

स्वत:चीच समजूत घातली. म्हटलं मी पीटरला विसरुन गेले आहे आणि आता तो मला आवडतही नाही. पण ते खोटं होतं. मला त्याची पक्की आठवण होती. आणि आता तो मला आवडतही नाही असे मी म्हणत होते त्याचे कारण मला त्याच्या संगतीत असणाऱ्या मुलींचा हेवा वाटत होता. आज सकाळी माझ्या लक्षात आलं की माझे त्याच्यावर पूर्वीसारखेच प्रेम आहे. आता मी मोठी आणि जाणती झाली आहे. आणि त्याच्याबद्दलचे प्रेमही वाढले आहे. आता कळते की मी तेव्हा त्याला पोरकट वाटली असेन. तरीही त्याने मला पूर्णपणे विसरून जावे याचे दुःख जरुर होते. काल तो स्वप्नात इतका स्पष्ट, हुबेहूब दिसला त्यावरून लक्षात आले की तो माझ्या अंत:पटलावरुन कधीच पुसला गेला नव्हता. आज मी अगदी गोंधळल्यासारखी झाले आहे. आज डॅडींनी जेव्हा माझा सकाळी मुका घेतला तेव्हा मला एकदम वाटले की डॅडींच्याऐवजी पीटरने असे केले असते तर..? सारखा त्याचाच ध्यास मनाला लागला आहे. आणि मी 'पीटेल, पीटेल माझ्या लाडक्या' असा नामजप करत आहे.

यदाकदचित् या अज्ञातवासातून आमची सुटका झाली तर देवा, त्याची माझी परत गाठ पडू दे. तो माझ्या डोळ्यांत त्याच्याविषयीचे प्रेम ओळखून म्हणू दे, "ॲन, तू माझ्यावर इतके गाढ प्रेम करतेस हे कळले असते तर, या आधीच तुझ्याकडे धाव घेतली असती."

एकदा मी आणि डॅडी लैंगिक विषयावर बोलत होतो तेव्हा ते म्हणाले, "त्या प्रकारची वासना काय असते हे कळायला अजून तू लहान आहेस." पण मला वाटते की मला ती कळलेली आहे नक्कीच. पीटरवाचून आता मला दुसरे काहीही सुचत नाही.

मी आरशात पाहिलं तर माझा चेहरा मला निराळाच दिसला. माझे डोळे कसे स्वच्छ, आनंदी, गाल गुलाबी (आता नाही तसे दिसत) चेहरा नितळ, त्वचा मुलायम. पण आता माझ्या चेहऱ्यावर दुःखाची छटा, उदासी दिसते. पीटर माझी आठवण काढत नसेल या विचाराने वाईट वाटते. पण लगेच स्वप्नात त्याने माझ्यावर नजर लावली होती व गालाशी गाल टेकवला होता तेच आठवते. पीटर तुझी जागा इतर कुणी कशी घेऊ शकेल? तुझ्याविषयी प्रेम माझ्या मनात इतके दाटून आले आहे की सगळे बांध फोडून ते बाहेर पडेल असे वाटते.

गेल्या आठवड्यात मला जर कुणी विचारलं असतं की तू कुणाशी लग्न करशील पुढे? मी उत्तर दिलं असतं, "सॅलीशी. कारण त्याच्या सहवासात मला सुरक्षित वाटतं, शांत वाटतं. तो प्रेम करतो माझ्यावर." पण आता मात्र मी म्हणेन पीटरशी. कारण त्याच्यावर माझे अगदी मनापासून प्रेम आहे.

आज सकाळी माझ्या मनात सारखं येत होतं की मी आणि पीटर पुढच्या

माळ्यावर जमिनीवर बसून खिडकीतून बाहेर पाहात आहो, बोलत बसलो आहो आणि मग त्याने माझ्या गालाशी गाल टेकला आहे वगैरे. माझ्या लाडक्या पीटर, माझी आठवण ठेव.

बुधवार १२ जानेवारी १९४४

प्रियतम किटी,

बेप्च्या बहिणीला पुढच्या आठवड्यापर्यंत शाळेत जाता येणार नाही. बेप् मात्र गेले दोन आठवडे कामावर यायला लागली आहे. तिला स्वत:ला दोन दिवस फार सर्दी झाल्याने बिछान्यात पडून राहावे लागले होते. मिएप् आणि तिचा नवरा जॅन यांनाही बरे नव्हते, म्हणून मिएप् दोन दिवस रजेवर होती.

सध्या मला नृत्याचे वेड, छंद, लागला आहे. रोज मी नृत्याची तालिम करते संध्याकाळी. मम्मीच्या कोराटी रंगाच्या लेसवाल्या स्लिपचा मी एक नृत्याचा पोषाख शिवला आहे. वरच्या भागात नेफा करून त्यातून एक फीत ओवून तिची गाठ वक्षस्थलाच्या थोड्या वरच्या बाजूस बांधायची. ही नाडी म्हणजे गुलाबी रंगाची फीत आहे. माझ्या टेनिसच्या शूजचे नृत्याचे स्लिपर्स बनवले आहेत. या नृत्याच्या मेहनतीमुळे आजकाल ताठर झालेले माझे स्नायू जरा सैल, लवचिक व्हायला लागले आहेत. जमिनीवर बसायचे, पावले हातात घ्यायची आणि पाय हवेत उडवायचे म्हणजे मोठी कठीण कसरत वाटते. मग उशीवर बसून हे करते नाहीतर माझी पाठ जाम दुखायला लागते.

सध्या घरातली सर्व मंडळी 'निरभ्र प्रभात' नावाचे पुस्तक वाचत आहेत. ममीला ते फारच आवडले आहे. त्यात म्हणे तरुणांपुढील समस्या, अडचणी इत्यादींचे वर्णन आहे. माझ्या मनात आले, नुसते पुस्तकी ज्ञान मिळवण्यापेक्षा ममी घरातल्या दोन तरुण मुलींच्या अडचणी, समस्या समजून घेईल तर जास्त बरे नाही का होणार'?

पण ममीला वाटते की आपण दोघं आपल्या मुलींशी जितके चांगले वागतो, तितके जगातले दुसरे कोणीही पालक वागत नसतील. आणि आपल्याएवढे स्वारस्य कुणीही आपल्या मुलांत घेत नसतील. गंमत अशी आहे की, हा विचार करताना तिच्या डोळ्यांसमोर फक्त मारगॉट असेल आणि त्या बिचाऱ्या पोरीसमोर कसलीही समस्या नसेल. कारण मारगॉटचे आणि माझे विचार भिन्न आहेत. ममी समजते तितकं मखमली आयुष्य नाही माझं! मला अडचणी येतात; मला समस्या आहेत हे तिला सांगूनही पटणार नाही. आणि तिला आपल्या वर्तनात बदल करता यायचा नाही. निदान माझ्याशी वागण्यात तर ती कधीच समजूतदारपणा दाखवायची

नाही. मग तसे तिला सांगून कटुता कशाला निर्माण करायची म्हणून मी आपली गप्प बसते. माझ्यापेक्षा मारगॉट ममीवर खूप जास्त प्रेम करते हे ममीला माहीत आहे.

मारगॉट पूर्वीपेक्षा खूपच चांगली, गोड वागते. कुचकटपणा करत नाही. उलट खऱ्या मैत्रिणीसारखी प्रेमाने वागते. मला पूर्वीप्रमाणे लहान पोर न समजता बरोबरीच्या नात्याने वागवते. मी एक विचित्रच मुलगी आहे. कधी कधी मी स्वत:कडे अगदी अलिप्तपणे, तिऱ्हाइताच्या दृष्टिकोनातून पाहाते आणि मग ॲन या मुलीचे वागणे कसे आहे, तिचे कुठे चुकते वगैरे पाहाते.

इथे येण्यापूर्वी मी आताइतकाच कोणत्याच गोष्टीचा विचार करत नसे. पण मला वाटायचे की मी डॅडी ममी यांची मुलगी नव्हेच आणि मारगॉटची बहीणही नाही. मी आपली एक अनाथ मुलगी आहे. आणि हीच भावना मनाशी जोपासत स्वत:ची कीव करत असे. पुढे समजायला लागलं की मी वास्तविक भाग्यवान असताना अशा तऱ्हेने स्वत:ला कमनशिबी समजणं म्हणजे घरच्यांच्यावर अन्याय करणे आहे. त्यानंतर केलेल्या अन्यायाचे परिमार्जन म्हणून मी घरात चांगली वागायची, रोज सकाळी जिन्यावर पावले वाजायला लागली की वाटायचे ममी आत येऊन प्रेमाने 'गुड मॉर्निंग' म्हणेल. मी तिच्या प्रेमळ नजरेला प्रतिसाद देण्याच्या तयारीत असायची. ती यायची, पण शुभेच्छा प्रगट करण्याऐवजी, माझी एखादी चूक दाखवून, तिरकसपणाने बोलायची. मग मी उदास होऊन शाळेला जायची. हिरमुसली व्हायची. शाळेतून परतताना माझी मीच समजूत घालत असे की ममीला काळज्या असतात. कामे असतात. ती थकते वगैरे वगैरे. मग मी हसतमुखाने, आनंदात घरी येई, बडबड करून ममीला शाळेतल्या गंमती जमती सांगत सुटे. कधी कधी मी ममीशी अबोला धरायचा किंवा वाकडे बोलायचे ठरवी. पण शाळेत इतक्या गोष्टी घडलेल्या असत की आपण ममीशी अबोला धरणार होतो हे मी विसरून जायची आणि घरी आल्याआल्या माझी बडबड सुरू व्हायची आणि ममीला हातातले काम बाजूला ठेऊन मी माझे बोलणे ऐकायला लावायची. पुढे पुढे मी सकाळी ममीची वाट पाहीनाशी झाले. कारण दोन गोड शब्दांपाठोपाठ दहा कडू शब्द मला नको वाटायला लागले. पण अंतर्यामी मला एकलेपणाचे दु:ख जरुर वाटे. आणि बहुधा रोज रात्री माझी उशी अश्रूंनी ओली चिंब होई.

हे झालं घरचं! आता इथे या अज्ञातवासात तर वातावरण आणखी बिघडलंय. पण आतापर्यंत तुला ते माहीत झालेलंच आहे. माझ्या सांगण्यावरून आता देवानेच माझ्या साह्याला पीटरची स्मृती मला करुन दिली आहे. त्याची आठवण हा माझा मोठाच विरंगुळा आहे आणि तो मी इतर कुणालाही सांगणार नसल्यामुळे अगदी खास माझ्यापुरताच राहाणार आहे. आता मला इतरांच्या कुजकट शेऱ्यांचे मुळीच दु:ख होणार नाहीये. कारण दिलासा द्यायला माझ्या लाडक्या पीटरची आठवण

मला पुरेशी आहे. माझ्या मनात हे विचाराचे मोहोळ उठलेले इथल्या कुणालाही कळणार नाही.

शनिवार १५ जानेवारी १९४४

प्रियतम किटी,

आमची प्रत्येक भांडाभांडी वादंग अगदी सविस्तरपणे सांगितलेच पाहिजे असे नाही. तुला एवढे सांगितले म्हणजे झाले की, मांस, चरबी, तेले वगैरे आता आम्ही वाटणी करुनच घेतो आहोत आणि बटाटे तळूनही आमचे आम्ही घेतो. हल्ली आम्ही नाचणीचा पाव जरा जास्त खायला लागलो आहोत कारण रात्रीच्या जेवणापर्यंत मधे काहीच न खाल्याने पोटात भुकेने आगडोंब होतो.

ममीचा वाढदिवस जवळ येत चालला आहे. श्री. कुग्लरनी त्यासाठी तिला थोडी जास्तीची साखर दिली. म्हणून सौ. व्हॅनडॅनला राग आला. कारण तिच्या वाढदिवसासाठी त्यांनी असे काही दिले नव्हते. खरे सांगायचे म्हणजे आम्हाला आता त्या लोकांचा फार कंटाळा आला आहे. कारण सतत टाकून बोलणे, टोमणे मारणे, डोळ्यांतून पाणी काढणे वगैरे चालू असते. ममी तर म्हणते की या मंडळींपासून आठ दहा दिवस जरी सुटका झाली तरी किती बरे वाटेल पण सध्याच्या परिस्थितीत ते मुळीच शक्य नाही.

मला तर असा प्रश्न पडतो की कोणत्याही कुटुंबाबरोबर अशी एकत्र राहाण्याची वेळ आली तर पटेनासे होतेच, की आमच्या दुर्दैवाने व्हॅनडॅनसारख्या कुटुंबाशी संबंध आल्यामुळे असे झाले आहे? माणसे खरेच का इतकी स्वार्थी, आपमतलबी असतात? जेवतांना, डसेल् जेव्हा इतरांना उरले आहे की नाही, याचा विचार न करता समोरच्या भांड्यातला सगळाच्या सगळा पदार्थ स्वत:च्या पानात वाढून घेतो, तेव्हा मला वाटते की त्याला त्याच्या खुर्चीवरुन उठवावे व सरळ बाहेर ढकलून द्यावे.

माणसे अशी कद्रू आणि स्वार्थी असतात? बाकी या निमित्ताने मनुष्यस्वभावाचे ज्ञान झाले हे ठीक झाले. तरीही वाटते की मिळाले हे ज्ञान फारच झाले. याहून अधिक अनुभव यायला नको. आणि आमची भांडणे, धुसफूस चालो की मेतकूट जमो, युद्ध चालू आहे तोपर्यंत आहे हे गोड मानून राहायला, शिकले पाहिजे. हे सगळे तत्त्वज्ञान बोलायला ठीक आहे, मनातून मात्र वाटते आहे की या परिस्थितीत फार काळ कंठायची वेळ आली तर एवढ्यातच निरसलेली, रुक्ष म्हातारी होऊन जाईन मी! आणि मला तर हौशी, आनंदी उत्साही तरुणी व्हायचे आहे.

तुझी, ॲन.

बुधवार १९ जानेवारी १९४४

प्रियतम किटी,

नेमकं मला काय झालंय, हे कळत नाही, पण ते स्वप्न पडल्यानंतर माझ्यात बदल झाला आहे हे खरं. सांगायचं राहिलंच, मला काल परत पीटरचं स्वप्न पडले होते. त्याचे डोळे मला अगदी आरपार पाहाताहेत असे वाटले पण या खेपेचे स्वप्न मागच्या इतके स्पष्ट नव्हते आणि छानही नव्हते.

तुला माहीतच आहे की मारगॉटचे आणि डॅडींचे जे मेतकूट चालते त्याचा मला हेवा वाटायचा. आता माझ्यातली ती हेव्यादाव्याची भावना पार नष्ट झाली आहे. अर्थात डॅडी माझ्याशी अन्यायाने वागले की अजूनही मला दु:ख होतं. पण मग मला वाटते त्यांचा स्वभाव आहे तसा आहे. त्याबद्दल दोष देऊन काय लाभ? ते वाढत्या वयातल्या मुलांमुलींविषयी इतकं बोलतात पण त्यांच्या खऱ्याखुऱ्या समस्या व अडचणी या विषयी डॅडींना काही एक माहीत नाही. त्यांचे केवळ प्रेम, मिठ्या, पापे घेणं एवढ्यावर मी संतुष्ट होत नाही तर त्यांनी मला खरंखुरं समजून घ्यावं असं मला वाटतं. जाऊ दे. सारा दिवस मी स्वत:ला काय हवे काय नको याचाच विचार करत बसते त्या ऐवजी इतर लोक माझ्याशी माझ्या मनाप्रमाणे वागत नाहीत याबद्दल त्यांना माफ करून का मी मोकळी होत नाही? ममीला पण मी क्षमा करते, पण प्रत्येक वेळी ती खवचटपणे बोलली किंवा तिने माझी टिंगल केली की मला राग येतो.

माझ्यातले दोष घालवून इतरांना आवडेन अशी कधी मी होईन का?

ॲन फ्रँक.

ता.क - डॅडी विचारताहेत की ममीला वाढदिवसासाठी ऑफिसातल्या लोकांनी जो सुंदर केक दिला ते मी तुला सांगितलं का? युद्धपूर्व काळातल्या सारखा तो केक फार उत्तम प्रतीचा होता. एकूण तो दिवस फार छान गेला. पण या घटकेला माझ्या डोक्यात तो वाढदिवस आणि केक यासारख्या विषयांना जागा नाहीये.

शनिवार २२ जानेवारी १९४४

प्रियतम किटी,

माणसे आपले खरे विचार, भावना, लपविण्यासाठी खोटे मुखवटे धारण करण्याचा एवढा प्रयत्न का करतात ग? माझेच उदाहरण घे. पाहुण्यांच्या समोर मी नेहमीपेक्षा खूप वेगळया तऱ्हेने वागते. आपला एकमेकांवर पुरेसा विश्वास नसतो

म्हणून का भावना लपवाव्या लागतात? काहीतरी कारण या मागे असणारच. माझ्या बाबतीत विचारशील तर आपल्या मनातले सर्व विचार सांगण्याजोगे योग्य माणूस मला आढळलेलच नाही.

त्या रात्रीच्या स्वप्नानंतर माझ्यात खूप बदल झाला आहे. मी बरीच प्रौढ, जाणती झाले आहे. स्वावलंबी झाले आहे. लोकांकडे पाहाण्याचा माझा दृष्टिकोन बदलला आहे. अगदी व्हॅनडॅन कुटुंबाकडे पाहाण्याचा सुद्धा! प्रत्येक वादावादी, चर्चा माझ्या कुटुंबियांच्या पूर्वग्रहदूषित नजरेने पाहून व्हॅनडॅन मंडळींचेच चुकते व चुकत होते, असे आता मला वाटत नाही. आमच्या ममीचे वागणेही बरेच वेळा हेकटपणाचे असे. हा असा आमूलाग्र बदल माझ्यात कसा काय झाला? मला एकदम् वाटले की माझी ममी जरा वेगळ्या स्वभावाची असती, माझ्याशी ममतेने वागली असती तर आमचे दोघींचे आपसातले संबंध आता पेक्षा खूप वेगळे झाले असते. सौ. व्हॅनडॅन मोठी सोज्वळ गुणी बाई आहे असे नाही. पण प्रत्येक वेळी वादावादीचा प्रसंग आला की आमची ममी अगदी कडकपणे तडक एक घाव दोन तुकडे करायला गेली नसती, तर कितीतरी भांडणे टळली असती. सौ. व्हॅनडॅनमधे एक गुण जरुर आहे. ती स्वार्थी, चिक्कू, लबाड आहे. तरीपण ती दुसऱ्याचे म्हणणे ऐकून घेते व बरेच वेळा माघारही घेते. पण ममी तिला डिवचून भडकवून देते. मग साहजिकच ती मूर्खासारखी असमंजसपणे बोलायला लागते. त्याऐवजी ममी जरा युक्तीने, हुषारीने तिला समजून घेऊन वागली असती तर बरे झाले असते. ममीनेही थोडा शांतपणा, सहनशीलता दाखवायला हवी होती.

सौ. व्हॅनडॅनचा जो आमच्या रीतीभातीवर, सवयींवर आमचे फाजील लाड होत असण्यावर आक्षेप होता, तो आम्ही तिच्याशी मोकळ्या मनाने, सरळपणाने वागलो असतो, तर झालाही नसता.

तुला नवल वाटेल नाही हे वाचून? तू विचारशील, "तूच का हे लिहीले आहेस ॲन? हजारवेळा या बाईने तुझा केलेला अपमान, पाणउतारा, विसरलीस?"

विसरले नाही! पण आता सर्व गोष्टींकडे मला नव्याने, माझ्या नजरेने पाहून स्वतःची मते स्वतःच बनवायची आहेत. केवळ डॅडी ममींचे ऐकून इतरांविषयी मते, ग्रह करुन घ्यायचे नाहीत. ती म्हण माहीत आहे ना तुला, की झाडावरचे फळ झाडाखालीच पडते, लांब नाही. खरोखरच प्रत्येक वेळी व्हॅनडॅन कुटुंबियाचेच चुकते, का त्यांच्या चुका फुगवून मोठ्या करुन त्यांचा डांगोरा पिटला जातो, हे मला पाहायचे आहे. जर त्यांचे चुकते असे माझ्या लक्षात आले तर मग मी डॅडी ममीच्या बाजूनेच मत देईन. पण जर उलट आढळले तर मी डॅडीममींचा व्हॅनडॅन विषयीचा ग्रह बदलावा म्हणून प्रयत्न करेन पण त्या दोघांनी दाद दिली नाही तरी

मी मात्र स्वत:च्या मताशी ठाम राहीन. यापुढे प्रत्येक वेळी, संधी मिळाली की सौ. व्हॅनडॅनशी मोकळेपणाने बोलेन आणि मला कुणी ढालगज म्हटले तरी चालेल पण माझे मत मी नि:पक्षपातीपणाने सांगेन. मी माझ्या कुटुंबाविषयी वाकडे बोलणार नाही आणि इतर कुणी तसे बोलले तर ऐकूनही घेणार नाही. कुचाळक्या करणे तर मी केव्हांच सोडून दिलंय.

आतापर्यंत मला वाटायचे की आमच्यात जी भांडणे चालत त्यात नेहमी व्हॅनडॅनचीच चूक असते. आता पटतंय की पुष्कळ वेळा चूक आमचीच असायची. तात्त्विक दृष्ट्या जरी आमचं! बरोबर असले तरी लोकांशी कसे वागावे, त्यांना वळवून घ्यावं हे तर आमच्या डॅडीममींसारख्या समंजस बुद्धिवान माणसांना कळायला हवे होते!

आता मला त्याची जाणीव झाली आहे आणि संधी मिळाली की मी त्याचा सदुपयोग करेन.

तुझी, ॲन.

सोमवार २४ जानेवारी १९४४

प्रियतम किटी,

मी इथे राहायला येण्यापूर्वी घरी किंवा शाळेत कुणी कुणी स्त्री पुरुष संबंधीविषयी बोलायला लागले की ते एखादे गुपित किंवा अप्रिय, अशोभनीय विषय बोलत असल्याचा आव आणायचे. असा विषय बहुधा अगदी हळू, कुजबुजल्यासारखा बोलत आणि हा विषय ज्यांना माहीत नाही, त्यांना याचे ज्ञान नाही त्यांची थट्टा केली जायची. मला ते फार विचित्र वाटायचे. माणसे या गोष्टी एखादे रहस्यमय गुपित बोलल्यासारखे का बोलतात याचे मला नवल वाटायचे. पण मी या विषयावर शक्यतो बोलायचीच नाही, कधीकधी मैत्रिणींना विचारायचे!

हळूहळू मला त्या विषयाची बरीच माहिती झाली. मग एके दिवशी ममीने सांगितले मला तुला एक इशारा द्यायचा आहे या विषयांवर मुलांशी काहीही बोलायचे नाही. आणि त्यांनीच आपणहून हा विषय काढला तर त्यावर कधीही उत्तर द्यायचे नाही.

मी म्हटले,'' अर्थातच! यावर मी कधी कुणाशी बोलणार नाही. एवढ्यावरच तो विषय संपला.

आम्ही जेव्हा इथे लपूनछपून राहाण्यासाठी आलो तेव्हा ममीने मला सांगाव्या अशा बऱ्याचशा गोष्टी तिच्याऐवजी डॅडीच मला सांगत. काही गोष्टी पुस्तकातून मला समजल्या तर काही इतरांच्या संभाषणातून.

पीटर व्हॅनडॅन शाळेतल्या मुलांप्रमाणे या विषयावर फारसे आक्षेपार्ह असे बोलत नसे. एखादं वेळी त्याने असला काही उल्लेख केला असलेही पण तेवढ्यापुरताच. सौ. व्हॅनडॅनने एकदा सांगितले की ती कधी असल्या गोष्टींची चर्चा पीटरसमोर करत नाही आणि श्री. व्हॅनडॅनही बोललेले नाहीत. साहजिकच आपल्या मुलाला या विषयात किती ज्ञान आहे आणि ते त्याने कुठून मिळवले आहे याची तिला काहीच माहिती नव्हती.

काल मी, मारगॉट आणि पीटर बटाटे सोलत गप्पा मारत बसलो होतो. बोलता बोलता बॉशी या मांजराचा विषय निघाला. बॉशी मांजरी आहे का बोका हे आपल्याला अजून नक्की माहीत नाही. नाही का? मी विचारले.

''मला आहे माहीत! बॉशी हा बोका आहे,'' पीटरने उत्तर दिले.

मी हसत म्हटले, 'छान! मला तर तो गरोदर वाटतो.' माझ्याबरोबर पीटर आणि मारगॉट पण हसायला लागले. कारण एक दोन महिन्यांपूर्वी पीटरनेच आम्हाला सांगितले होते की बॉशीचे पोट झपाट्याने फुगत चालले आहे त्याअर्थी लवकरच ती वीणार आहे. पण त्यानंतर लक्षात आले की बॉशीचे पोट फुगण्याचे कारण जास्त प्रमाणात चोरून खाल्लेली हाडके आहेत. साहजिकच ती वीणार नाहीये.

मी हसले तेव्हा पीटरला ते एक आव्हान वाटले तो म्हणाला, ''मी नक्की सांगतो बॉशी हा बोका आहे. एकदा मी खालच्या गुदामात बॉशीशी खेळत होतो तेव्हा माझ्या लक्षात आलेय ते. चल माझ्याबरोबर खाली म्हणजे तुला माझे म्हणणे सिद्धच करून दाखवतो.''

मला ते जाणून घेण्याची उत्सुकता वाटल्यामुळे मी त्याच्याबरोबर खालच्या गुदामात गेले. पण बहुदा पाहुण्यांची भेट घेण्याची बॉशीची ती वेळ नसावी. त्यामुळे आम्हाला तो / ती कुठे दिसले नाही. आम्ही थोडा वेळ वाट पाहात थांबलो आणि मग वर परत गेलो.

त्या दिवशी संध्याकाळी पीटर परत खाली गेलेला कळलं. धैर्य करून मी पण हळूच खाली गेले. वस्तू पॅक करण्याच्या टेबलावर बसून बॉशी पीटरशी खेळत होता. पीटर त्याला पकडून वजन करण्यासाठी तराजूच्या एका तबकडीत ठेवण्याचा प्रयत्न करत होता.

मला पाहाताच कसली प्रस्तावना न करता एकदम पीटरने बॉशीला उचलून उलटा, पाठीवर टेकवला त्याचे डोके व पंजे आपल्या हाताने धरून ठेवले व मला म्हणाला'' हे बघ.''

बॉशी चट्कन त्याचा हातातून सुटून आपल्या पायावर उभा राहीला.

आणखी कुणा मुलाने मला असे दाखवले असते तर मी तिकडे पाहिलेही नसते पण पीटर जराही न बावरता अगदी सहजगत्या बोलल्यासारखा मला समजावून

सांगत होता. त्याच्या त्या बोलण्यात असभ्यपणाचा जराही अंश नव्हता किंवा त्यामागे कसला वाईट हेतूही नव्हता. त्याचे सांगणे संपल्यावर आम्ही बॉशीशी जरा वेळ खेळलो, गप्पा मारल्या आणि मग वर येण्यास निघालो. जिना चढता चढता मी विचारले, ''मुशी व्यायली तेव्हा तू तिथे होतास?''

''हो. त्याला फार वेळ नाही लागत. पशुवैद्य मांजरीला बेहोष करणारे औषध देतात.''

''पीटर स्त्रीच्या लिंगाला व्हॅजिना म्हणतात ते मला माहीत आहे पुरुषाच्याला काय म्हणतात?''

''माहित नाही.''

''आपल्याला कसे माहीत होणार हे शब्द? योगायोगाने वाचनात आले तरच.'' मी म्हटले.

पण वाचनात येईपर्यंत वाट कशाला पाहायची? मी माझ्या आईवडिलांना विचारेन. त्यांना जास्त माहिती व अनुभव आहे.''

आता आम्ही वर पोचलो होतो त्यामुळे तो विषय तेवढ्यावरच थांबला.

इतक्या सहजपणे या विषयावर मी एखाद्या मुलीशी बोलू शकले असते असे मला नाही वाटत आणि ममीने मला जो इशारा दिला होता मुलांच्याबाबत तो एवढ्या साध्या गोष्टीसाठी होता? पीटरचे बोलणे ऐकतांना मला जराही अवघड विचित्र वाटले नव्हते.

आणि विचार करता लक्षात आले की या विषयावर तरुण स्त्री आणि पुरूष, असभ्य चेष्टा विनोद न करता सहजपणे बोलू किंवा चर्चा करू शकतात. पीटर खरंच आपल्या आईवडिलांना या विषयीचे प्रश्न विचारेल का?

तुझी, ॲन,

शुक्रवार २८ जानेवारी १९४४

प्रियतम किटी,

आजकाल मी राजघराण्यांच्या वंशावळीत खूप रस घेते आहे. आता माझ्या ध्यानात आले आहे की एकदा या वंशवृक्षाचे संशोधन सुरू केले की छान मनोरंजक गोष्टी कळायला लागतात मागच्या पिढीतल्यांच्या.

मी माझ्या अभ्यासाच्या बाबतीत अतिशय मेहनती आणि व्यवस्थित आहे. आता B.B.C होम सर्व्हिसच्या बातम्या मला छान समजतात. पण अभ्यासाएवढाच रस मी सिनेमा, नट, नट्या यांच्यातही घेते हं. पुष्कळ वेळा रविवारी मी माझा नटनट्यांचा फोटोचा संग्रह चाळत बसते. आता तो संग्रह चांगलाच मोठा झाला आहे. दर

सोमवारी श्री. कुग्लर माझ्यासाठी सिनेमा आणि रंगमंच ही मासिके, साप्ताहिके मला आणून देतात. इतर लोकांना हा पैशाचा अपव्यय वाटतो. मी भराभर सिनेमांची नावे, त्यात काम करणाऱ्यांची नावे, लेखकांची नावे सांगायला लागले की सर्वांना आश्चर्य वाटते. सुट्टी असली की बेप् आपल्या मित्राबरोबर सिनेमाला जाते. तिने पाहिलेल्या सिनेमाचे नुसते नाव सांगायचा अवकाश मी त्यात काम करणाऱ्या नटनटांची नावेच नुसती नाही तर वर्तमानपत्रातून त्यावर आलेल्या परीक्षणांची सुद्धा माहिती धडाधड सांगते. परवाच ममी चेष्टेने म्हणत होती, "ॲन, आता इथून बाहेर पडल्यावर तुला सिनेमा पाहायलाच नको. कारण त्यातले सगळे तुला तोंडपाठच आहे."

कधी कधी मला केसांच्या रचनेत वेगवेगळे प्रकार करावेसे वाटतात पण मी तसे काही केलेले कुणालाच आवडत नाही. माझी हेटाळणी करतात, नाके मुरडतात आणि विचारतात, "कोणत्या नटीने, कोणत्या सिनेमात अशी केशरचना केली आहे? कुणाची नक्कल आहे ही?" स्वत:च्या मनानेच केली म्हटलं तर कुणाचाही विश्वास बसत नाही. त्यांचे ते नापसंतीचे उद्‌गार आणि तिरस्काराच्या नजरा यांचा मग मला कंटाळा येतो. आणि मी सगळी केशरचना मोडून टाकते आणि केस मोकळे सोडून देते नेहमीसारखे.

तुझी, ॲन.

शुक्रवार २८ जानेवारी १९४४

प्रियतम किटी,

तुला कंटाळा येत असेल नाही ही माझी पत्रे वाचण्याचा? कारण त्यात नवीन काही नसतंच. त्याच त्याच गोष्टी आणि बातम्या ऐकून तुला जांभया येत असतील आणि वाटत असेल ही ॲन नवीन विषय का नाही शोधून काढत? पण तू माझ्या जागी स्वत:ला कल्पून बघ ना मला किती कंटाळा येत असेल साठलेल्या पाण्याच्या डबक्यासारख्या या जीवनाचा.

आमच्या इथे जेवण्याच्या आणि खाण्याच्या वेळी राजकारणाच्या, अन्नाच्या नाहीतर युद्धाच्याच गोष्टी चालतात. या गोष्टींचा कंटाळा आला तर ममी किंवा सौ. व्हॅनडॅन आपल्या बालपणीच्या आठवणी सांगतात. आतापर्यंत हजारवेळा तरी आम्ही त्या ऐकल्या आहेत. कधी डसेल् आपल्या पत्नीच्या उंची, सुंदर वस्त्रभांडाराची, रेसच्या घोड्यांची, स्वत:च्या मालकीच्या होड्यांची किंवा तिसऱ्या-चौथ्या वर्षी पोहोणाऱ्या आपल्या मुलांच्या कौतुकाची रेकॉर्ड लावतो, काही नाही तर शेवटी आपल्या पेशंटच्याविषयी सांगत सुटतो. आता आम्ही अशा अवस्थेला पोचलो

आहोत की, आमच्या आठजणांपैकी कुणी एकाने काही सांगायला सुरूवात केली तर, त्यातल्या अगदी बारीकसारीक तपशीलासह, उरलेली सातजण ती हकीकत पुरी करु शकतील. आम्ही सर्वांनी एकमेकांचे विनोद इतक्या वेळा ऐकले आहेत की आता ते परत सांगितले म्हणजे सांगण्याऱ्याखेरीज इतर कुणालाही हसू येत नाही.

आत्तापर्यंत या दोघीं माजी गृहिणींच्या जीवनात आलेले दूधवाले, भाजीवाले, वाणी, हे एकतर असामान्य चांगले असतात, नाहीतर एकदम कंडम् तरी असतात. त्यांना आमच्या कल्पनेत आता पिकलेल्या दाढ्या पण आहेत.

तात्पर्य काय तर आमच्या या घरात नवीन कोणताही विषय निघणे शक्य नाही. एवढ्यावरच हे संपत नाही. श्री. क्लीमन्, मिएप्, जॅन वगैरे मंडळी बाहेरच्या जगातल्या ज्या गोष्टी सांगतात, त्याच गोष्टी वडील मंडळी त्याला तिखटमीठ मसाला लावून आम्हाला दहादा ऐकवतात. कधीकधी ते अशा मसालेदार गोष्टी सांगायला लागेल की त्यांची गाडी रुळावर आणावी असे मला सारखे वाटत राहाते. पण मी मोठ्या प्रयासाने जिभेला आवर घालते. कारण माझ्यासारख्या लहान मुलीने मोठ्याच्या चुका कधी दुरुस्त करायच्या नसतात. त्यांनी हकीकत सांगताना आपल्या कल्पनेचा वारू भरधाव उधळला, तरी त्याला लगाम घालायचा नसतो.

जॅन आणि क्लीमन् यांना लपूनछपून राहाणाऱ्या लोकांच्या हकिकती सांगायला फार आवडते. समानशीले या न्यायाने आम्हाला अशा गोष्टी ऐकण्यात रस आहे हे त्यांना माहीत आहे. कुणाला पकडून नेलेले ऐकले की, आम्ही कष्टी होतो आणि कुणी कैदेतून सुटलेले कळले की खूष होतो. पूर्वी कुणी सिनेमाला गेले, गावाला गेले या बातम्या जितक्या साध्या, नैसर्गिक वाटत तेवढ्याच आता, कुणी भूमिगत झाले, अज्ञातवासात गेले या बातम्या वाटतात. आझाद नेदर्लंड्स नावाची एक संस्था अशा लोकांना सर्वतोपरी सहाय्य करते. खोट्या नावांवर किंवा खोट्या सहीने त्यांना रेशनकार्ड देणे, लपून राहायला जागा शोधून देणे, जरुरीच्या वस्तू पुरवणे, तरुणांना कामधंदा पाहून देणे वगैरे. स्वतःचा जीव धोक्यात घालून निःस्वार्थीपणाने मदत करणाऱ्यांचे प्रत्यक्ष उदाहरण समोर आहेच. आतापर्यंत आम्ही त्यांच्याच जीवावर तर एवढी मजल मारली आहे आणि आम्हांला शेवटी सुरक्षित किनाऱ्यावर ते नेऊन सोडतील अशी आशा आहे. नाहीतर आम्हाला मदत करता करता तेच कचाट्यात सापडायचे. आजपर्यंत आमच्यासाठी त्यांना थोडी का तसदी पडली? पण एकानेही त्याबद्दल कधी कुरकूर केली नाही.

ते सर्वजण रोज वरती आमच्याकडे येतात. पुरुषांशी धंदा, राजकारण या विषयांवर बोलतात. स्त्रियांशी अन्न व युद्धामुळे उद्भवलेल्या अडचणी या जिव्हाळ्याच्या विषयांवर, आणि आम्हा मुलांशी खेळ, गोष्टीची पुस्तके या विषयी गप्पा मारुन

आम्हाला उल्हासित आनंदी ठेवण्याचा प्रयत्न करतात. धीर देतात. सणासुदीला छोट्या मोठ्या भेटी, फुले आणतात. आमचे वाढदिवस लक्षात ठेवून बक्षिसे आणतात. त्यांच्याने जेवढे काही होईल तेवढे करायला नेहमी तत्पर असतात. त्यांचे हे उपकार आम्ही कधीच विसरणार नाही. शौर्य, धैर्य काय फक्त रणांगणावरच दाखवता येते? आमचे उपकारकर्ते रोजच्यारोज जो धोका पत्करुन आम्हाला मदत करतात तेही युद्धभूमीवर दाखविलेल्या शौर्याइतकेच श्रेष्ठ वाटते मला.

इतक्या विनोदी बातम्या हल्ली पिकतात म्हणून सांगू! पराचा कावळा होत असला तरी अर्थात पर असतेच त्यात. उदाहरणार्थ परवाच क्लीमन् सांगत होते की गेल्डरलँड येथे एक फुटबॉलचा सामना झाला. कुणात माहितेय? लपून छपून राहिलेले भूमीगत खेळाडू विरुद्ध लष्करी पोलिस! तसेच हिलवरसम् गांवी या लपलेल्यांना अन्नधान्य मिळावे म्हणून नवी रेशनकार्डे देत आहेत. अधिकारी या भूमिगत लोकांना एका ठराविक वेळी (गर्दी नसेल तेव्हा) एका वेगळ्या टेबलाशी येऊन कागदपत्रे, रेशनकार्डे न्यायला सांगतात. अर्थात हे सारे उद्योग जर्मन अधिकाऱ्यांपर्यत न पोचण्याची खूपच खबरदारी त्यांना घ्यावी लागते.

तुझी, ॲन.

रविवार ३० जानेवारी १९४४

प्रियतम् किट्,

आणखी एक रविवार उलटला. सुरूवातीला रविवारी फार कंटाळा यायचा कारण खालच्या ऑफिसातून त्यादिवशी कुणीच वर येणारं नसायचं. आता एवढे काही वाटते नाही.

अजून मी परत खालच्या गुदामात गेले नाही पण जाईन एक दिवस. काल रात्री मी एकटी, अंधारातून खाली गेले होते. यापूर्वी मी डॅडींच्या बरोबर तेथे जायची. मी जिन्याच्या पायरीवर उभी होते. वरून जर्मन विमाने मागे पुढे झेपावत होती पण मी मुळीच न घाबरता एकटी उभी राहिले. वाटले आता आपल्याला इतरांच्या आधाराची गरज नाही. माझी भीती दूर झाली. देवावर भरवसा टाकून मी ठाम राहिले.

मला एकांताची फार गरज वाटते. डॅडींच्या लक्षात आलंय की मी बेचैन आहे. पण मी त्यांना मला नेमके काय सतावतय ते नीट उकलून सांगू शकत नाही. पण सारखं वाटतंय मला एकांत हवाय. पण एखादे दिवशी असंही अनुभवास येईल की नको हा एकांत.

ॲन फ्रँक.

गुरुवार ३ फेब्रुवारी १९४४

प्रियतम किटी,

साऱ्या देशभर हल्ल्याच्या बातम्या जास्तच ऐकू येत आहेत. प्रतिकारांच्या अनेक योजना इथे चाललेल्या असतात. त्या ऐकून तुला वाटेल केवढे अवडंबर माजवलं आहे या लोकांनी आणि कदाचित खरोखर हल्ला होणारही नाही.

सध्या वर्तमानपत्रातही या शिवाय दुसरा महत्त्वाचा विषय नसतो ते लिहितात, "इंग्रजांनी हॉलंडवर हल्ला केलाच तर जर्मनी आटोकाट प्रयत्न करुन त्यांचे संरक्षण करील. तशीच वेळ आली तर सगळे बांध फोडून हॉलंड जलमय करू पण शत्रूच्या हाती पडू देणार नाही.'' या लेखासोबत कोणते भाग पाण्याखाली बुडवले जातील याचे नकाशेही दिले आहेत. ॲमस्टरडॅम शहराचा खूप मोठा भाग पाण्याखाली जाणार. साहजिकच अशा परिस्थितीत आम्ही काय करायचे? असा प्रश्न आला त्यावरच्या प्रतिक्रिया तर ऐक–

"रस्ते असे पाण्याखाली बुडाले तर सायकल चालवणे अशक्यच होईल आणि आपल्या पाण्यातून चालत वाट काढावी लागेल.''

"अचरटासारखे बोलू नका. आपल्याला पोहत जावे लागेल. आपण पोहोण्याचे पोषाख घालून पृष्ठभागाखालून पोहत जाऊ म्हणजे आपण ज्यू आहो हे कुणाला कळणार नाही.''

"हॅं. हे काहीतरीच! या बायका पृष्ठभागाखालून पोहायला लागल्या आणि उंदीर त्यांच्या पायाचे चावे घेऊ लागले म्हणजे मोठी मजा येईल, (कुणा पुरुषाचे वक्तव्यपण तशी वेळ आली तर हाच जास्त ओरडेल.)''

"आपण या घरातून सुखरुप बाहेर पडू असे मला नाही वाटत. खालचे गुदाम इतके पडायला झाले आहे की पाण्याचा लोंढा जोरात आल्यावर ही इमारत खालीच कोसळेल.''

"चेष्टा राहू द्या. आपण खरोखरच एखादी होडी मिळवायचा प्रयत्न करायला हवा.''

"त्यापेक्षा मला एक नामी युक्ती सुचलीय. आपण इथे येताना आणलेल्या सामानाचे रिकामे खोके आहेतच. वल्हवायला लाकडी चमचे घ्यायचे.''

"मी तर बुवा पायाला बांबू बांधून उंची वाढवणार आणि तसा पाण्यातून चालत जाणार. एके काळी असे चालण्यात मी चॅंपियन् होतो.''

"जॅनला तर बांबूचीही गरज नाही. तो खूप उंच आहे आणि वेळच आली तर तो आपल्या बायकोला (मिएप्ला) खांद्यावर घेईल म्हणजे तिला बांबूवर चालल्यासारखेच वाटेल.''

यावरुन इथे कशा तऱ्हेच्या गप्पा चालतात याची तुला कल्पना येईल ना किटी? हे सगळं बोलणं खूप मनोरंजक आहे. पण प्रत्यक्षात ते इतके सोपे मुळीच नाही. हल्ला झालाच व जर्मनांनी ॲमस्टरडॅम ओस पाडून निघून जायचे ठरवलेच तर आपण काय करायचे?

"तर मग वेषांतर करून इतरांबरोबर आपणही हे गाव सोडायचे."

"छे! कोणत्याही परिस्थितीत आपण इथून मुळीच हलायचे नाही. जर्मन लोक हॉलंडच्या सर्व लोकांना मेंढरासारखे जर्मनीत नेतील आणि तिथे सर्वांचेच मरण ओढवेल."

"अर्थात आपण इथेच राहायचे! कारण ही सर्वात सुरक्षित जागा आहे. आपण श्री. क्लीमन्ना त्यांच्या कुटुंबियासह इथेच राहायला येण्याचा आग्रह करू. कसेतरी करून लाकडाच्या भुशाची पोती इथे आणू व काही मंडळी त्याच्या गाद्या बनवून त्या जमिनीवर घालून झोपतील. श्री. क्लीमन् आणि मिएप् यांना ब्लॅंकेट्सही आणायला सांगू म्हणजे झोपण्याचा प्रश्न सुटेल. आपल्याजवळ आत्ता पासष्ट पौंड धान्य आहेच. जॅनला सांगून आणखी पावटे आणू. सध्या आपल्याकडे पासष्ट पौंड पावट्याच्या शेंगा आणि दहा पौंड सोललेले वाटाणे आहेतच. शिवाय पन्नास डबे भाज्यांचे आहेत."

"बाकीचा साठा काय काय आहे भगिनिंनो? आम्हाला अगदी अद्यावत आकड्यासह माहिती द्या बरं."

"बंद केलेल्या दहा डब्यात मासे, दुधाचे चाळीस डबे, दुधाच्या भुकटीचे वीस डबे, तीन बाटल्या भरून तेल, लोण्याच्या चार लाद्या, चार बुधले भरून मांस, दोन मोठे बुधले स्ट्रॉबेरीजचे, दोन रास्बेरीचे, वीस बुधले भरून टोमॅटो, दहा पौंड जव, नऊ पौंड तांदूळ."

"म्हणजे तसा आपल्यापाशी पुरेसा साठा आहे असं दिसतंय. पण ऑफिसातली मंडळी राहायला आली तर मग वाटतो तेवढा साठा पुरा नाही पडणार. आपल्याजवळ कोळसे, लाकूडफाटा आणि मेणबत्याही पुरेशा आहेत."

"आपण अत्यंत जरुरीच्या वस्तूंची यादी करु आणि त्या भरून आपल्या बॅग्स तयारच ठेवू. शिवाय छोट्या पैशाच्या पिशव्या शिवून त्यात पैसे भरून त्या आपल्या कपड्यात लपवून ठेवू. तशीच वेळ आली तर आपल्यापैकी एकाने पुढच्या माळ्यावर व एकाने मागच्या माळ्यावरून पहारा ठेवायचा. पण मी म्हणतो पाणी, गॅस, वीज मिळालेच नाही तर मग अन्न शिजवायचे कसे?"

"पाणी गाळून, उकळून मोठाल्या बुधल्यातून भरून ठेऊ. तसेच आपल्या वापरातल्या तीन किटल्यांतूनही पाणी साठवून ठेवता येईल. वेळच आली तर धुण्याच्या टबातही ठेवू. स्वयंपाक करू लाकडावर."

''खेरीज आपल्या मसाले ठेवायच्या खोलीत दोनशे तीस पौंड बटाटे आहेतच.''

सारा दिवस घरात याच तऱ्हेची बोलणी चालू असतात. हल्ले, उपासमार, बॉम्बवर्षाव, अग्निशामक साधने, झोपण्याच्या बॅग्स, विषारी वायू, ओळखपत्रे वगैरे. घरातली पुरुष माणसे सतत सर्वांना ताकीद देत असतात. नमुन्यादाखल पुढचे बोलणे ऐक–

''मला वाटते जर्मनांनी माघार घेतली तर ते हॉलंडमधल्या सर्व जनतेसकट घेतील.''

जॅन : ''ते कसे शक्य होईल? त्यांच्यांजवळ वाहतुकीसाठी एवढ्या आगगाड्या आहेत कुठे?''

गुप्तनिवासी : ''आगगाड्या? ते काय आपल्याला मोठ्या इतमामाने आगगाड्यातून नेतील? तट्टे आणि गाढवे यांच्यावरून आपली वरात काढतील.''

जॅन : ''छे! मला नाही पटत. तुम्ही आपले नेहमी दूषित दृष्टीनेच पाहाता. इथल्या सर्व जनतेला तिथे नेऊन काय करतील ते?''

गुप्तनिवासी : ''पण परवाच गोबेल्सने नाही का बजावले की माघार घ्यायचीच वेळ आली तर इथे चिटपाखरूपण ठेवणार नाही, असे?''

जॅन : ''तसे ते आतापर्यंत खूप वेळा बोलले आहेत.''

निवासी : ''मग बोलल्याप्रमाणे करायला हे जर्मन लोक कचरतील असे तुम्हाला वाटते? इतकी माणुसकी त्यांच्याजवळ मुळीच नाही. आम्हाला बुडायची वेळच आली तर आमच्या तावडीत असलेल्या सर्वांसकट बुडू, असे म्हणतील ते.''

जॅन : ''माझा नाही यावर विश्वास बसत.''

निवासी : ''हेच ते! संकट अगदी आपल्या मानगुटीवर येऊन बसेपर्यंत आपण लोक जागे नाही होणार.''

जॅन : ''पण तुम्हाला नक्की बातमी आहे का? उगाच काहीतरी कल्पना करुन बोलत सुटला आहात तुम्ही.''

निवासी : ''हे पाहा आधी जर्मनीत आणि मग इथे हॉलंडमध्ये प्रत्यक्ष अनुभव घेतलाय आम्ही. रशियात काय चाललं आहे असे तुम्हाला वाटते?''

जॅन : ''पण तुम्ही त्यात ज्यू लोकांना का गुंतवता? रशियात काय चाललंय हे कुणालाच माहीत नाही. बहुदा रशियन आणि ब्रिटीश लोक प्रचाराकरता सगळे अतिशयोक्ती करुन सांगताहेत. जर्मन लोकही अपप्रचार करत आहेत.''

निवासी : ''मुळीच नाही. बी. बी. सी. नेहमी खऱ्याच बातम्या देते. थोडीशी अतिशयोक्ती होत असली तरी मुळात जे चाललंय ते अत्यंत गैर आहे. पोलंड आणि रशियातल्या लक्षावधी शांतताप्रेमी लोकांची हत्या केली आहे. विषारी वायू देऊन हे तर तुम्हाला नाकारता येणार नाही ना?''

आता तुला जास्त सांगून वैताग आणवत नाही. मी स्वत: या संवादात मुळीच लक्ष न घालता शांत राहाते. मी आता अशा अवस्थेला जाऊन पोचले आहे की 'जगणे' आणि 'मरणे' या गोष्टी मला आता सारख्याच महत्त्वाच्या वाटतात. माझ्या मरणाने जगाचे काहीही अडून राहाणार नाही. आणि नशिबात असेल तर मरण चुकणार नाही. मग जे होणार असेल ते मुकाट्याने होऊ देणे हेच शहाणपणाचे नाही का? मी नशिबावर सगळा भार टाकून अंती सर्व चांगलेच होईल, अशी आशा ठेऊन भरपूर अभ्यास करत आहे.

तुझी, ॲन.

मंगळवार ८ फेब्रुवारी १९४४

प्रियतम किटी,

मला काय होतंय आणि वाटतेय ते नीट सांगता येत नाही. क्षणात वाटते शांत गप्प बसावे, तर क्षणात वाटते मजा करावी. आजकाल आम्ही हसणे विसरुनच गेलो आहोत, हसणे म्हणजे अगदी खळखळून, पोट दुखेपर्यंत.

आज सकाळी मी आणि मारगॉट चेष्टा करुन खुदूखुदू हसत होतो. शाळेत असताना हे नेहमी चालायचे.

काल रात्री परत ममीशी वाजले. मारगॉट आपले लोकरी ब्लँकेट अंगावर घेऊन सर्व बाजूने नीट गादीत खोचता खोचता ताडकन् उठून ब्लँकेटवर हात फिरवून पाहायला लागली. तिच्या हाताला काय लागले माहिताय? टाचणी! ममीने त्या ब्लँकेटला ठिगळ लावले होते आणि त्याला लावलेली टाचणी काढून घ्यायला ती विसरली होती. ते पाहिल्यावर डॅडींनी ममीच्या निष्काळजीपणाची टीका केली. त्यानंतर थोड्याच वेळात ममी नहाणीघरातून तिथे आली. तिची थोडी गंमत करावी म्हणून मी चेष्टेने म्हटलं "किती क्रूर आहेस तू ममी."

तिने मला असे का म्हणतेस असे विचारले. मग आम्ही तिला तिने ब्लँकेटला टाचणी तशीच राहू दिल्याचे सांगितले. त्याबरोबर ती एकदम चिडली आणि म्हणाली, "तुझी अक्कल फार वाढत चालली आहे. तू जेव्हा काही शिवण करतेस तेव्हा साऱ्या जमिनीवर सुया सांडलेल्या असतात. आणि ते बघ तू हातापायाच्या बोटांची नखे कापून सारखी केलीस, त्याचा सेट अजून तिथेच लोळतोय. नेहमी नखे कापून झाल्यावर तू तो आळशीपणाने जिथल्या तिथेच पडू देतेस."

"पण ममी मी नखे कापायला तो सेट आत्ता घेतलाच नव्हता," माझ्या या बोलण्यावर मारगॉटनेही संमती दर्शवली. कारण तिनेच तो नखे कापायला घेतला होता.

त्यानंतर बराच वेळ ममी माझ्या निष्काळजीपणावर व अव्यवस्थितपणावर बोलत राहिली. शेवटी मला ते ऐकवेनासे झाले व मी म्हटले, ''वास्तविक तू निष्काळजी आहेस हे मी म्हटलेले नव्हते. पण नेहमीच लोकांच्या चुकांबद्दलची बोलणी मला खायला लागतात.''

त्यावर ममी गप्प बसली. त्यानंतर लगेच मला 'गुडनाईट' म्हणून तिच्या कपाळावर ओठ टेकवावे लागले. नाईलाजाने! ही घटना मोठी महत्त्वाची होती असे मुळीच नाही. पण छोट्या, क्षुल्लक, गोष्टीनेही मी व्यथित होते.

ॲन मेरी फ्रँक.

शनिवार १२ फेब्रुवारी १९४४

प्रियतम किटी,

सूर्य प्रकाशतो आहे. आकाश कसे निळेभोर दिसते आहे. सुंदर सुगंधी वारा झुळूझुळू वाहातो आहे. असे वाटते आहे की स्वच्छंदाने बोलावे, हसावे, नाचावे, गावे, तुला खोटे वाटेल पण रडावेसेसुद्धा वाटते आहे. रडण्याने मनावरचा भार हलका होतो ना! मन अगदी बेचैन झालेय. नेमके काय करावे तेही सुचत नाहीये. मग या खोलीतून त्या खोलीतून नुसत्याच फेऱ्या मारतेय. मधेच खिडकीचा पडदा किंचित बाजूला करून बाहेरच्या स्वच्छ, ताज्या हवेची झुळूक आत घेते आहे.

मला वाटतंय आत माझ्या शरीरात 'वसंत' फुललाय. माझं तन, मन त्या फुलण्याने भरून गेले आहे. नेहमीप्रमाणे वागणे मला जुलमाने साध्य करावे लागत आहे. मी अगदी गोंधळून गेले आहे. काय वाचावे, काय लिहावे, काय करावे काही समजत नाहीये. समजतंय एवढेच की काहीतरी करायची तीव्र ऊर्मी मनात भरून राहिलीय.

तुझी, ॲन.

सोमवार १४ फेब्रुवारी १९४४

प्रियतम किटी,

कालपासून माझ्या आयुष्यात एकदम काहीतरी बदल घडला आहे असे मला वाटतंय.

अगदी प्रामाणिकपणे काय ते खरेखरे सांगते हं! कालच तुला म्हटले होते ना, की कसली तरी आस मनाला लागून राहिली आहे... तर त्यातल्या अगदी थोड्या आशेचे निराकरण झालेय.

आज सकाळी अवचितपणे माझ्या लक्षात आले की पीटर सारा वेळ माझ्याकडेच पाहातो आहे. आणि हे पाहाणे नेहमीसारखे साधेसुधे नाही. म्हणजे नक्की कसे ते

मला सांगता येणार नाही. पण साधे नाही एवढे खास.

मला आपले वाटायचे की पीटरचे मारगॉटवर प्रेम आहे. पण आज एकदम माझ्या लक्षात आले की तसे काही नाही. आज त्याच्याकडे वळणारी माझी नजर मी प्रयत्नपूर्वक बाजूला वळवत होते. कारण जेव्हा जेव्हा माझी नजर त्याच्याकडे जात होती तेव्हा तेव्हा तो सारखा माझ्याचकडे रोखून पाहात असलेला आढळायचा. आणि न लाजता तुला खरं सांगू? तो माझ्याकडे पाहातो आहे हे जाणून बरे वाटत होते मला.

डॅडींच्या लक्षात आले आहे की आज माझे वागणे नेहमीसारखे नाही. मला काय वाटते आहे ते कुणाला कसे समजावून सांगू? सारखे वाटतेय की एकटेच जाऊन कुठेतरी स्वस्थ बसावे.

रविवारी रात्री मी आणि डॅडी सोडून बाकीची सर्व मंडळी रेडियोभोवती बसून, 'जर्मन कलाकारांचे अमर, अक्षय संगीत' ऐकत होते. डसेल् सारखा रेडियोची बटणे फिरवून वेगवेगळी स्टेशन्स लावत होता. त्याच्या या चाळ्यांचा पीटरला व इतर लोकांनाही राग आला होता. अर्धा एक तास डसेल्‌चे वागणे सहन केल्यानंतर पीटर म्हणाला, "कृपया रेडियोच्या बटणांशी खेळणे थांबवाल का?" त्यावर डसेल्‌ने उत्तर दिले, "मला शहाणपणा शिकवू नको." पीटरही मग काहीतरी उर्मटपणे बोलला. त्याच्या वडिलांनीही त्याची बाजू घेतली तेव्हा डसेल्‌ने माघार घेतली.

ही वादावादी काही फारशी गंभीर दखल घेण्याजोगी नव्हती. पण पीटरने ती फारच मनाला लावून घेतली. मी वरती पुस्तकांच्या कपाटाशी उभी राहून वाचायला चांगलेसे पुस्तक शोधत होते. तेव्हा पीटर वर आला आणि मला काय घडले ते साग्रसंगीत सांगायला लागला. मी त्या वेळी रेडियोपाशी बसलेली नव्हते म्हणून मला काहीच माहीत नव्हते. मी मुकाट्याने ऐकते आहे हे पाहून आपली तक्रार सांगायला पीटरला जास्तच जोर आला.

"तसा मी सहसा उगाच बोलत नाही. कारण त्या मूर्ख माणसापुढे बोलण्यात अर्थ नाही हे माहीत आहे मला. त्यातून मी रागवलो की काय बोलावे ते मला सुचेनासे होते. मी लाजतो, अडखळतो आणि तेच तेच सांगत राहातो. शेवटी तर मला योग्य शब्दच आठवेनासे होतात आणि मी मधेच थांबतो. कालही असेच झाले. मला म्हणायचे होते वेगळेच. पण एकदा सुरुवात केल्यावर मी शब्दांच्या जंजाळात अडकलो. मग बावरलो. पूर्वी मी असा रागावलो की शब्दाशब्दी करण्यापेक्षा दोन गुद्दे ठेऊन देत असे. ती मारामारीची सवय उगाच घालवली असे आता वाटतेय. कारण वादावादी काही मला जमत नाही. ॲन, त्या बाबतीत तू मात्र हुषार आहेस हं! तुझ्याजवळ शब्दसंपत्ती अफाट आहे. तू बोलताना कधी अडखळत

नाहीस. म्हणून तर मला तुझे फार कौतुक वाटते.''

''छे !छे! चुकतो आहेस तू. रागाच्या भरात मी तोंडाला येईल ते बोलत सुटते. पण माझे ते बोलणे मूद्देसूद नसते. नेहमी मला म्हणायचे असते एक आणि मी वादाच्या भरात बोलून जाते दुसरेच. आणि माझा मुख्य दुर्गुण म्हणजे मी फार बोलते. असे अति बोलणे बरे नाही दिसत.''

''असेलही तसे. पण तू कधी गोंधळलेली, बावरलेली नाही दिसत, हे केवढे चांगले आहे. त्यामुळे कुणी तुझा गैरफायदा नाही घेऊ शकत.''

पीटरचे हे बोलणे ऐकून मला बरे वाटले. पण पीटरने असेच बोलत राहावे व स्वत:विषयी सांगावे असे मला वाटत होते. मी मग जमिनीवरच एक उशी घेउन बसले आणि गुढग्याभोवती हाताची मिठी घालून त्याचे बोलणे ऐकू लागले. माझ्यासारखाच या घरात आणखी कुणालातरी संतापाचा झटका येतो हे ऐकून बरे वाटले. एकदा तरी त्या डसेल्‌ची जिरवली या विचाराने पीटरला समाधान वाटले व डसेल्‌ची माझ्यासमोर कितीही निंदा केली तरी मी त्याला जाऊन सांगणार नाही ही खात्री पटली. पीटरने परस्पर डसेल्‌ची फजिती केल्याचा मलाही आनंद झाला आणि पूर्वी मैत्रिणींविषयी वाटायचा तसा जिव्हाळा पीटरबद्दल वाटू लागला आहे.

तुझी, ॲन.

मंगळवार १५ फेब्रुवारी १९४४

रविवारी रात्री पीटरची डसेल्‌शी जी वादावादी झाली त्याचे बरेच पडसाद नंतर दिसून आले. कारण सोमवारी डसेल् ममीशी गप्पा मारायला (खरे म्हणजे पीटरविषयी बोलायला) आला. त्याने मोठ्या विजयी मुद्रेने ममीला सांगितले की रविवारच्या त्या चकमकीनंतर सोमवारी सकाळी पीटर आपणहून त्याच्याशी बोलायला आला. त्याने डसेल्‌ला रात्री चांगली झोप लागली होती का ते विचारले, आणि मग रविवारी रात्री तो डसेल्‌ला जे बोलला होता त्याबद्दल पीटरने त्याची माफी मागितली. वर सांगितले की तो जे बोलला होता ते त्याला बोलायचे नव्हते. मग म्हणे डसेल्‌ने त्याला दिलासा देऊन सांगितले की घडलेल्या प्रकाराबद्दल डसेल्‌ने त्याच्यावर राग धरलेला नाही. आता सर्व गोष्टी पूर्वीसारख्या सुरळीत झाल्या आहेत. आणि त्या दोघांच्या मनात कसलेही किल्मिष राहिलेले नाही वगैरे. ममीने मग ते मला सांगितले. मला ते ऐकून मजाच वाटली. कारण मला सगळी हकीकत सांगताना पीटर डसेल्‌वर केवढा भडकला होता. आणि मग एवढा लाचारपणे त्याच्याशी बोलायला कसा गेला याचेच मला नवल वाटले.

मी पीटरला याविषयी सहजगत्या विचारले त्याबरोबर तो एकदम उसळून म्हणाला, ''खोटारडा आहे तो डसेल्.'' त्या वेळी तू पीटरचा चेहरा पाहायला हवा होतास,

किटी. माझ्यापाशी कॅमेरा असता तर, त्याच्या चेहऱ्यावरचा तिरस्कार, संताप, अनिश्चितपणा, खळबळ इत्यादी भराभर बदलणारे भाव छान टिपून घेतले असते.

त्या दिवशी संध्याकाळी श्री. व्हॅनडॅन आणि पीटर यांनी डसेल्‌ला सुनावले. पण त्याला फार झाडले नसावे कारण आज पीटर त्याच्याकडून स्वत:च्या दातांचे काहीतरी काम करून घेणार आहे.

पीटरला डसेल्‌शी परत कध्धी बोलायचे नव्हते!

बुधवार १६ फेब्रुवारी १९४४

पीटरचे आणि माझे साऱ्या दिवसात फारसे बोलणे झाले नव्हते. वरती त्यांच्याकडे जावेसे वाटले नव्हते. कारण हवा फार थंड बोचरी होती. शिवाय आज मारगॉटचा वाढदिवस होता. बारा साडेबाराच्या सुमारास पीटर मारगॉटला मिळालेल्या भेटी, बक्षिसे पाहायला आला. आणि जरुरीपेक्षा जास्त वेळ रेंगाळला. नेहमी तो असे करत नाही. दुपारी वरच्या माळ्यावरून कॉफी आणि बटाटे आणण्यासाठी मी वर गेले. वास्तविक हे काम मारगॉटचे. पण आज तिचा वाढदिवस असल्याने तिचे लाड करायचे मी ठरवले होते. जाताना मला पीटरच्याच खोलीतून जावे लागले. पीटरने तत्परतेने माळ्याच्या जिन्यावरची सर्व वर्तमानपत्रे, कागद काढून जिना मोकळा करुन दिला.

त्याचे आभार मानून मी वर चढले. वाकून छोटे छोटे बटाटे निवडून घेतले. दहापंधरा मिनिटे अशी अवघडून, ओणव्याने बटाटे वेचल्याने, माझी पाठ दुखायला लागली. बटाट्याने भरलेली जड परडी घेऊन मी उतरायला लागताच पुढे होऊन पीटरने माझ्या हातातून परडी घेतली.

मी खूप शोधले पण याहून बारीक बटाटे मला नाही मिळाले. ''मोठ्या पिपात पाहिलेस?'' त्याने विचारले.

''हो.''

आपल्या हातातल्या परडीत बटाटे निरखून पाहात पीटरने म्हटले, ''पण तू निवडून आणलेले हे बटाटे सुंदरच आहेत. छान आहे तुझी निवड.''

मग परडी परत माझ्या हातात देताना त्याने इतक्या प्रेमळ नजरेने माझ्याकडे पाहिले, की मला सहज कळून चुकले, तो मला खूष करण्याकरता हे बोलतो आहे. जास्त बोलून दाखवणे त्याला जमण्यासारखे नव्हते म्हणून नुसत्या नजरेनेच तो मला ते जाणवून देत होता. हे पाहून मला फार आनंद झाला. त्याची ती प्रेमळ नजर आणि कौतुकाचे दोन शब्द आत्ता आठवले तरी मन कसे प्रसन्न झाले आहे.

परडी घेउन मी खाली उतरते तो ममीने परत वर जाउन आणखी बटाटे, रात्रीच्या जेवणासाठी, आणायला सांगितले. मग मी परत वर गेले.

पीटरच्या खोलीत शिरल्याबरोबर मी त्याला वरचेवर त्रास द्यावा लागल्याबद्दल दिलगिरी दर्शवली. मी माळ्याच्या पायऱ्या चढायला लागल्याबरोबर पीटर आपल्या जागेवरून उठून पुढे आला व म्हणाला, "या खेपेला मी वर जाऊन आणतो बटाटे. किती त्रास घेतेस."

मी म्हटले, "त्यात कसला आलाय त्रास. शिवाय आता मघासारखे निवडून छोटे बटाटे आणायचे नाहीयेत. सरसकट साधेच हवे आहेत." माझे म्हणणे पटताच त्याने मला वर जाऊ दिले. मी परडी भरुन घेऊन खाली उतरताच त्याने ती माझ्या हातातून घेतली व मी खाली येताच परत माझ्या हातात दिली. दाराशी उभे राहून मी विचारले "काय वाचतो आहेस?"

"फ्रेंच."

"तू वहीत काय लिहिले आहेस ते पाहू?" मी विचारले आणि मग आम्ही गप्पा मारु लागलो. त्याला म्हणे युद्ध संपल्यावर भारताजवळच्या डच् ईस्ट इंडीज बेटावरच्या रबराच्या मळ्यात जाऊन राहायची इच्छा आहे. काळाबाजार, लाचलुचपत, त्याचे स्वत:चे गृहजीवन वगैरे विषयांवर बोलत होता. आपण अगदी नालायक, कुचकामी असल्याचे तो वरचेवर सांगत होता. मी त्याला म्हटले की आपण नालायक आहो वगैरे तू सांगतोस तो तुझ्यात न्यूनगंड आहे. दुसरे काही नाही. त्याच्या मते इंग्लंड आणि रशिया लवकरच एकमेकांविरुद्ध युद्ध पुकारतील. आपण ख्रिश्चन असतो तर आता जो त्रास भोगावा लागतोय, तो लागला नसता असे त्याला वाटते. युद्धानंतर त्याला ख्रिश्चन व्हायचेय. "म्हणजे तू बाप्तिस्मा घेणार का?" मी विचारले तर त्याने नकार दिला. बाप्तिस्मा घेतल्याने आपल्याला ख्रिश्चन असल्यासारखे वाटणार नाही असे तो बोलला. तसे त्याचे कोणतेच मत ठाम नाही. पण एक मात्र त्याने निश्चित ठरवले आहे की युद्धासमाप्तीनंतर आपण ज्यू आहोत हे तो कुणालाही कळू देणार नाही आहे. त्याचे हे बोलणे ऐकून मला दु:ख झाले.

पीटर पुढे म्हणाले, "ज्यूंना आजवर बळीचा बकराच करण्यात आले आहे. पुढेही तेच होईल."

मी म्हटले "कुणास ठाऊक! ज्यू लोकांना यापुढे उत्तम वागणूक मिळेल अशी मला आशा वाटते."

यानंतर आम्ही आमच्या डॅडींविषयी, मानवी स्वभावाविषयी आणि इतरही बऱ्याच विषयावर बोललो. ते सगळे मला आता आठवत नाही.

मी खाली गेले तेव्हा सव्वा पाच वाजले होते. ऑफिस सुटल्याने बेप् वर आली होती. मी दीड वर्षांपूर्वी केव्हातरी त्याला एका सिनेनटाचे चित्र दिले होते. ते त्याने आपल्या खोलीत लावले आहे. मी म्हटले, "माझ्या जवळ खूप आहेत. आणखी देईन तुला हवी तर. तो म्हणाला, "नको. आहेत ती पुरेत. तीच चित्रे रोज रोज

पाहात असल्याने मला आता ती स्नेह्यांसारखी वाटतात.''

त्याच्या बोलण्यावरून मी ओळखले की त्याला स्नेहशून्य, एकाकी वाटत असावे. म्हणूनच त्या मुशीमांजरीचा त्याला एवढा लळा असेल. तो प्रेमाचा भुकेला आहे.

मात्र ह्या पीटरला काडीचा आत्मविश्वास नाही. आपण मंद बुद्धीचे, बावळट, अजागळ आहोत आणि त्या उलट मी व मारगॉट फार हुषार, तल्लख आहोत असा त्याचा समज आहे. जरा कुठे त्याला फ्रेंच भाषेच्या अभ्यासात मदत केली तर हजार वेळा आभार मानतो आहे. एकदा त्याला सांगणार आहे की बाबा रे इंग्लिश आणि भूगोल या विषयात तू आमच्यापेक्षा कितीतरी हुषार आहेस.

अ‍ॅन फ्रँक.

गुरुवार १७ फेब्रुवारी १९४४

प्रिय किटी,

सौ. व्हॅनडॅनला, मी लिहिलेल्या गोष्टी वाचून दाखवण्याचे मी कबूल केले होते. म्हणून आज मी वरती त्याच्याकडे गेले होते. प्रथम मी 'इव्हाचे स्वप्न' ही गोष्ट वाचली आणि ती तिला फार आवडली. त्यानंतर 'गुप्त निवास' यातले काही परिच्छेद वाचले. पीटरनेही त्यातला शेवटचा भाग ऐकला आणि विचारले की मी कधीतरी त्याला आणखी काही भाग वाचून दाखवेन का? मी लगेच त्या संधीचा फायदा घेतला आणि माझी वही त्याला दिली. कॅडी आणि हॅन्स परमेश्वराविषयी काय बोलतात तो भाग त्याला वाचायला सांगितला. त्याला तो वाचून काय वाटले ते त्याने मला सांगितले. पण मला ते नीटसे आठवत नाही. मी म्हटले की मी नुसतेच मनोरंजक असे लिहीत नाही तर गंभीरपणे पण लिहिते. यावर त्याने फक्त मान हलवली. पाहू आणखी काही या विषयावर बोलतो का.

तुझी, अ‍ॅन फ्रँक.

शुक्रवार १८ फेब्रुवारी १९४४

प्रियतम किटी,

हल्ली वर व्हॅनडॅन कुटुंबाकडे जायची वेळ आली की हौस वाटते. प्रत्येक वेळी 'तो' भेटावा असे वाटते. माझ्या आयुष्याला नवीनच अर्थ येतो आहे. समाधानाची गोष्ट ही की तो रात्रंदिवस इथेच राहातो आहे. आणि या मैत्रीत मला कुणी प्रतिस्पर्धी नाही. (मारगॉटखेरीज). लगेच मी पीटरच्या प्रेमात पडले आहे, असे समजू नकोस हं. कारण मी प्रेमात पडलेली नाही, पण त्याच्याशी मैत्री करायला मला आवडते आहे. माझ्या मनातली हितगुजे सांगायला एक विश्वासू मित्र मिळाला म्हणून मी खूष

आहे. त्यामुळे संधी मिळाली की हल्ली मी वर जाते. पूर्वी त्याला काय बोलावे हे सुचत नसे. आता मी त्याचा निरोप घेऊन बाहेर पडले तरी तो बोलतच असतो. ममीला मी असे सारखे गेलेले आवडत नाही. ती म्हणते पीटर माझ्या बोलण्याला कंटाळेल, बडबडण्याला वैतागेल. पण मला एवढेही समजत नाही का? माझ्या जाण्याने त्याला आनंद होत नसला तर मी लोचटपणे जाईनच कशी? प्रत्येक वेळी मी पीटरकडे जाऊन आले की ममी माझ्याकडे विचित्र नजरेने पाहात राहाते. मला अगदी संताप येतो तिच्या या वागण्याचा.

तुझी, ॲन फ्रँक.

शनिवार १९ फेब्रुवारी १९४४

प्रियतम किटी,

आज परत शनिवार आला, म्हणजे काय काय होत असेल याची तुला कल्पना आहेच. आज सकाळी तशी घरात शांतता होती. वरती मी तासभर मांसाचे गोळे बनवत बसले होते. तेवढ्या वेळात फक्त त्याच्याशीच थोडेसे बोलले.

अडीच वाजता सर्वजण वरती गेले. थोडीशी वामकुक्षी करायला किंवा वाचन करायला. मी ब्लँकेट घेऊन खाली गेले. टेबलाशी बसून जरा लिहायला, वाचायला. थोड्याच वेळात मला रडू येऊ लागले. मी डोके दंडावर ठेऊन मुसमुसायला लागले. माझ्या गालावरून आसवे ओघळत होती आणि मला फार दुःख होत होते. त्याने येऊन सांत्वन करावे, समजूत घालावी असे वाटत होते.

मी परत वरती गेले तेव्हा चार वाजून गेले होते. पाच वाजता मी परत बटाटे आणण्यासाठी माळ्यावर गेले. तो भेटेल असे वाटत होते. पण मी केस विंचरत असताना तो बॉशीशी खेळायला खाली गेला.

सौ. व्हॅनडॅनना मदत करण्यासाठी मी वर गेले, तेव्हा माझी वही घेऊन गेले. पण एकदम डोळ्यातून पाणी यायला लागले. मग तशीच धावत खाली येऊन स्नानगृहात शिरले. माझे रडणे थांबल्यावरही बराच वेळ मी तिथे होते. विलक्षण खिन्न, उदास वाटत होते मला.

माझ्या मनात असे विचार येत होते की अशा तऱ्हेने मला पीटरला जिंकता येणार नाही. कोण जाणे कदाचित त्याला मी आवडतही नसेन. आपण कुणाजवळ तरी मनातले हितगूज सांगावे असे त्याला वाटतही नसेल. इतर चारचौघींसारखी मी असेच तो मानत असेल. म्हणजे परत मी एकटी पडणार. मनातले सांगायला कुणी नाही, पीटरची साथसंगत नाही, भविष्यात काही सुख समाधान मिळेल अशी आशा नाही. त्याच्या खांद्यावर डोके विसावून सांत्वन करून घेण्याचीही आशा नाही.

सर्वांनीच दूर लोटल्यासारखे वाटते आहे. कदाचित् त्याला माझ्याविषयी काहीच वाटत नसेल. मला जे वाटले की तो माझ्याकडे प्रेमाने पाहातोय तसे तो सर्वांकडेच पाहात असेल आणि मी आपली वेड्यासारखी धरून चालले की ती प्रेमनिर्भर नजर खास माझ्यासाठीच आणि माझ्याकडेच लावली होती. तशी ती नसेल तर माझी फार घोर निराशा होईल आणि ती मला साहावणार नाही.

काही वेळानंतर मला पुन्हा आशा वाटू लागली. माझी उदासी, बेचैनी दूर पळाली. वाटले एवढा धीर सोडण्याइतके काय आकाश कोसळलेय?

तुझी, ॲन एम. फ्रँक.

रविवार २० फेब्रुवारी १९४४

जे इतरांच्या घरी बाकीच्या वारी घडत असेल, ते आमच्याकडे रविवारी घडते. बाकीची माणसे उत्तम कपडे घालून बाहेर हिंडायफिरायला जात असतील आणि इथे आम्ही लाद्या घासतो, झाडून काढतो, कपडे धुतो.

सकाळचे आठ वाजलेत– आम्हा बाकीच्यांना झोपावेसे वाटत असते. पण डसेल् त्या वेळी उठतो. स्नानगृहात जातो, मग खाली जातो. परत वर येतो आणि स्नानगृहात जाऊन जवळजवळ तासभर आंघोळ करतो.

साडेनऊ– शेगड्या पेटवल्या आहेत, ब्लॅकआउटचे पडदे जरा बाजूला केलेत. आता श्री. व्हॅनडॅन स्नानगृहाकडे जातात. डसेल् प्रार्थना करत असताना त्याला पाठमोरा पाहात, बिछान्यात पडून राहणे, त्या वेळी माझ्या पत्रिकेत असते. तुला हे विचित्र वाटेल पण डसेल्ने प्रार्थना केलेली पाहाणे, फारच चमत्कारिक दृश्य वाटते. म्हणजे तसा तो प्रार्थना करताना अती भावनाप्रधान होऊन रडतो बिडतो असे नाही, पण तब्बल पंधरा मिनिटे, चवड्यावरून घोट्यापर्यंत झुलत राहातो मागे-पुढे, मागे-पुढे. वाटते असा हा किती वेळ झुलत राहाणार? मी आपली मग डोळेच मिटून घेते. नाहीतर माझे डोके दुखायला लागते.

सव्वा दहा– व्हॅनडॅन मंडळी शिटी वाजवतात, स्नानगृह रिकामे झाले म्हणून. फ्रँक कुटुंबीय झोपेतून उठून बसतात. त्यानंतर सर्व गोष्टी भराभर व्हायला लागतात. मी आणि मारगॉट पाळीपाळीने कपडे धुतो. खाली खूप थंड असते म्हणून आम्ही पँट घालून डोक्याला मफलर गुंडाळून खाली जातो. दरम्यान डॅडी स्नानगृहात असतात, अकराच्या सुमारास आम्ही अगदी शुचिर्भूत होतो.

साडे अकरा– नाश्ता. आतापर्यंत अन्न, जेवणखाण याविषयावर कितीतरी लिहिले आहे. तेव्हा त्याची पुनरुक्ती करत नाही.

सव्वा बारा– प्रत्येकजण आपापल्या वाटेने जातो. डॅडी पायघोळ ओव्हरॉल चढवून, हात आणि गुडगे टेकून रग साफ करायला घेतात. ते रगवर इतक्या जोराने

ब्रश घासतात की खोलीभर धुरळाच धुरळा उडतो. तोंडाने बीथोव्हन संगीताची शीळ घालत डसेल् बिछाने नीट करतो. ममी धुतलेले कपडे झटकून वाळत घालत असते त्या झटकण्याचा आवाज येत असतो. श्री. व्हॅनडॅन

हॅट घालून खालच्या मजल्याकडे जातात. त्यांच्या पाठोपाठ पीटर आणि मुशी जातात. सौ. व्हॅनडॅन लांबलचक ॲप्रन चढवून, काळे लोकरी जाकीट, डोक्याला लाल लोकरी मफलर बांधून धुणे घेऊन खालच्या मजल्यावर जातो. मी आणि मारगॉट बशा घासतो व खोली नीटनेटकी करतो.

बुधवार २३ फेब्रुवारी १९४४

प्रियतम किटी,

कालपासून हवा फार छान पडली आहे. मी अगदी ऐटीत वावरते आहे. हल्ली माझे लिहिणे पण चांगले चाललेय. मी रोज सकाळी वर जाऊन शुद्ध हवेचा आस्वाद घेते, आज मी वर गेले तेव्हा पीटर साफसफाई करत होता. वर माझी एक ठराविक जागा आहे बसायची. तिथे जाऊन मी बसले. आपले काम आटपून पीटरही येऊन तिथे बसला. तिथून आकाशाचा एक निळाभोर तुकडा दिसत होता. पर्णहीन चेस्टनट्च्या झाडावर दवबिंदू चमकत होते. समुद्रपक्षी आणि इतरही पक्षी सूर्यप्रकाशात उडत होते. हे सुंदर दृश्य पाहून आम्ही इतके मोहित होऊन गेलो होतो, की काही बोलावेसे वाटत नव्हते. मी बसलेली होते. पीटर उठून तुळईला डोके टेकून उभा राहिला. वातावरण इतके सुंदर होते की बोलून त्याचे सौंदर्य नष्ट करावेसे वाटत नव्हते. आम्ही दोघेही बराच वेळ स्तब्धपणे ते सौंदर्य नजरेने पिऊन घेत होतो. त्यानंतर तो उठून लाकूड फोडायला माळ्यावर गेला. माळ्यावर जाण्याची शिडी तो चढू लागला तेव्हा त्याच्यामागून मीही वर गेले. पंधरा-वीस मिनिटे तो लाकूड तासण्याचे काम करत होता. तेव्हाही आम्ही दोघे अगदी स्तब्ध होतो. मी उभी होते तिथून त्याला निरखून पाहात होते. माझ्या लक्षात आले की लाकूड कापण्यातले आपले कौशल्य आणि शक्ती त्याला मला दाखवायची होती. मी त्याच्याकडे पाहाता पाहाता मधूनच उघड्या खिडकीतून बाहेरही नजर टाकत होते. खिडकीतून ॲम्स्टरडॅमच्या घरांच्या छपरावरून मी पलीकडे क्षितिजापर्यंत पाहिले. क्षितीजापाशी फिक्या निळ्या रंगाची एक पट्टी दिसत होती.

मग मनात आले "जोवर हा स्वच्छ सूर्यप्रकाश, हे निरभ्र आकाश दिसताहेत व त्या सौंदर्याचा मनमुराद आनंद मला लुटता येतोय, तोवर मी निराश, उदास, काय म्हणून व्हायचं?"

जे कोणी घाबरलेले, एकाकी, दुःखी असतील त्यांनी बाहेर मोकळ्या हवेत

जावे, निळ्याभोर आकाशाचा, सृष्टी सौंदर्याचा आणि त्यातून होणाऱ्या देवाच्या साक्षात्काराचा अनुभव, आनंद उपभोगावा, मगच त्यांना कळेल की देव दयाळू आहे, आपण निर्माण केलेल्या मानवजातीने सुखात, आनंदात राहावे अशीच देवाची आणि निसर्गाची इच्छा आहे.

जगात जोवर हे सगळे अविरत नांदत आहे, तोवर सगळ्या तऱ्हेच्या दुःखावर मात करता येणार आहे. माझा दृढ विश्वास आहे की, मानवाच्या सर्व दुःखाचे निवारण निसर्गच करेल.

माझ्या मनात हे जे सुखाचे, आनंदाचे विचार अगदी भरून ओसंडताहेत त्यात सहभागी होणारे, तशाच तऱ्हेचे विचार करणारे, कुणी मला लवकरच भेटेल असे वाटते.

तुझी, ॲन.

ता. क. पीटरला उद्देशून.

पीटर, गेले कित्येक दिवस आपण कितीतरी गोष्टीपासून वंचित होऊन इथे राहातो आहोत. मी अन्न, वस्त्र वगैरेविषयी बोलत नाहीये. कारण ते आपल्याला अगदी भरपूर मिळते आहे. आपण साठवलेले आहे. मी बोलते आहे ते आंतरिक गोष्टींविषयी. तुझ्याप्रमाणेच मलाही स्वच्छ मोकळी हवा, हसाय खिदळायचे स्वातंत्र्य हवेसे वाटते. मनाला त्याची आस आहे.

आज सकाळी मी खिडकीपाशी बसून लांबवर नजर टाकत होते तेव्हा मन अगदी प्रसन्न होते. जोवर आपले मन आनंदी, सुखी आहे, तोवर बाहेरच्या निसर्गातल्या आनंददायक गोष्टींशी आपले मन तादात्म्य पावू शकते. पण मुळात आपल्या मनातच सुख, समाधान नसले, तर बाहेरच्या आनंददायक गोष्टींनी आपण खूष नाही होऊ शकत.

संपत्ती, प्रतिष्ठा, मानमरातब सगळे नाश पावू शकते. पण आपल्या मनातला संतोष सहजासहजी नष्ट होणार नाही. तो थोडाबहुत मलूल होईल जरूर. पण नाहीसा होणार नाही.

जेव्हा जेव्हा मन खिन्न, उदास असते, तेव्हा माळ्यावर जाऊन खिडकीतून बाहेरच्या सृष्टीसौंदर्याकडे पाहा. निळ्याभोर आकाशाकडे पाहा म्हणजे मन प्रसन्न होईल.

रविवार २७ फेब्रुवारी १९४४

प्रियतम किटी,

उजाडल्यापासून मावळेपर्यंत माझ्या डोक्यात पीटरचाच विचार चाललेला असतो. झोपतांना डोळ्यासमोर त्याचीच मूर्ती असते, स्वप्नात तोच दिसतो, सकाळी जाग येऊन डोळे उघडले की प्रथम त्याचीच आठवण येते.

विचारांती मला असे वाटायला लागले आहे की वरवर पाहाता त्याच्यात आणि माझ्यात खूप फरक आहे. पण अंतर्यामी आम्ही दोघे सारखेच आहोत. कसे ते बघ हं! मला आई असूनही तिचे माझे विचार जुळत नाहीत, ती कधी सहानुभूतीने माझा विचार करत नाही, माझ्याविषयी चटकन गैरसमज करून घेते, म्हणजे मला आई असून नसल्यासारखीच. पीटरची आई उथळ, उल्लू, बेपर्वा आहे. त्याच्या मनाविषयी, विचाराविषयी तिला काहीच आस्था नाही. माझी आई माझ्याविषयात रस घेते पण तिच्या वागण्यात प्रेमळपणा, चतुराई नाही. त्यामुळे मला आणि पीटरला मानसिक स्वाथ्य लाभत नाही. आम्ही दोघे सारखेच भावनाप्रधान आहोत.

आम्हा दोघांनाही असुरक्षित वाटते. कठोरपणे, धसमुसळेपणाने आमच्याशी कुणी वागले, तर आमच्या मनाला फार लागते. असे काही घडले की मी तिथून निघून जाते. माझे दु:ख, मन:स्ताप इतरांना दिसू देऊ नये असे मला वाटते. पण मी करते काय माहीत आहे? धडाधड भांडी फेकते, पाणी धडाधड ओतते. एकूण माझा राग इतरांना कळेल अशी वागते. पीटरची प्रतिक्रिया वेगळी असते. तो खोलीत स्वत:ला बंद करून घेतो, एक अक्षरही बोलत नाही, दिवास्वप्नात स्वत:ला गुंगवतो आणि आपले विचार कुणाला कळू देत नाही.

आमचे दोघांचे मनोमीलन कधी होईल? ही आस मी किती दिवस दडपून ठेऊ शकेन देव जाणे.

तुझी, अॅन, एम. फ्रँक.

सोमवार २८ फेब्रुवारी १९४४

प्रियतम किटी,

जागे झाल्यावरही आठवत राहावे असे एक स्वप्न पडले होते. दिवसभर मला तो दिसत असतो पण त्याचे सान्निध्य मात्र मिळत नाही. इतरांना त्याच्याविषयीची माझी ओढ समजू नये म्हणून मला प्रयत्न करावा लागतो. आपण आनंदी, उत्साही आहोत असे नाटक वठवावे लागते. पण मनातून मात्र मी बेचैन असते.

माझा पूर्वीचा मित्र पीटर शिफ आणि हा पीटर व्हॅनडॅन या दोघांचे मिळून एक व्यक्तिमत्त्व तयार झाल्यासारखे वाटते. ही नवीन व्यक्ती प्रेमळ, चांगली आहे

आणि मला फार हवीहवीशी वाटते. ममी फार कठोरपणे वागते, डॅडी प्रेमळ आहेत. पण त्यांचा तो प्रेमळपणाच कधीकधी त्रासदायक वाटतो. मारगॉटला वाटते मी सारखे तिच्याशीच बोलावे, तिच्याबरोबर काम करावे, तिला संगत द्यावी. पण मला वाटते की मला त्यांनी एकटीला राहू द्यावे. म्हणजे मला त्याचेच विचार मनात घोळवता येतील.

काल माळ्यावरच्या खिडकीतून आकाशाकडे पाहात मी एकटीच बसले होते, सुतारकाम करण्यासाठी पीटर वरती गेला होता. त्याच्या प्रत्येक घावाबरोबर माझ्या धैर्याया एकेक कपचा उडत होता आणि मी जास्त खचत चालले होते. लांबवर कुठेतरी घड्याळाचे ठोके पडत होते. ते सांगत होते, ''मन शुद्ध, पवित्र ठेवा. हृदय पवित्र ठेवा.''

मी फार भावनाप्रधान आहे. निराश झालेली आहे. खुळचट आहे हेही मला माहीत आहे.

परमेश्वरा, मला धीर दे.

तुझी, ॲन, एम. फ्रँक

बुधवार १ मार्च १९४४

प्रियतम किटी,

माझी स्वत:ची बेचैनी, निराशा इत्यादींना मागे सारणारी एक घटना घडली. तुला मी असल्या सगळ्या हकीकती सांगून वैताग आणते का ग? पण मी तरी काय करणार? आमच्या 'गाईज ॲंड कंपनी'त आपली पायधूळ झाडून आम्हाला पुनीत करण्याचे, घरफोड्यांना एवढे का आकर्षण आहे कोण जाणे! जुलै १९४३ मध्ये झालेल्या घरफोडीपेक्षा आजचा प्रकार जास्त काळजी करण्यासारखा होता, नेहमीप्रमाणे श्री. व्हॅनडॅन काल संध्याकाळी साडेसात वाजता खालच्या ऑफिसात गेले तेव्हा त्यांना आतल्या खोलीची दारे व ऑफिसची काचेची दारे उघडी दिसली. मुख्य ऑफिसातल्या वस्तूंची खूप उलथापालथ झाली होती. आतल्या मोठ्या कोनाड्याची दारेही उघडी होती. घरफोडी झाली असावी असा विचार लगेच त्यांच्या मनात आला. तरीही खात्री करून घ्यावी म्हणून ते खाली पाहायला गेले. तिथले मुख्य दार बंद होते. ते पाहून त्यांना वाटले की बेप आणि पीटर यांनी काम आटोपल्यावर निष्काळजीपणाने सर्व वस्तू तशाच टाकल्या असाव्या. ते मग श्री. कुग्लर यांच्या ऑफिसात थोडा वेळ थांबले, तिथला दिवा बंद केला, आणि ऑफिसातली उघडी दारे व पसारा याविषयी चिंता न करता परत वरती गेले.

आज सकाळी पीटरने बातमी आणली की खालचे मुख्य दार उघडे होते व श्री. कुग्लर यांचा प्रोजेक्टर व नवी ब्रीफकेस गहाळ झालेली होती. मग श्री. व्हॅनडॅननी

पण आदल्या दिवशी संध्याकाळी आपल्याला ऑफिसचे, व कोनाड्यातील कपाटाचे दार उघडे व ऑफिसातल्या वस्तूंची उलथापालथ झालेली आढळली होती असे सांगितले. त्यामुळे आम्हा सर्वांना खूपच काळजी वाटायला लागली.

कोणतेही दार फोडलेले दिसत नव्हते. त्याअर्थी चोराजवळ दुसरी चावी असली पाहिजे असा त्यावरून निष्कर्ष निघत होता. संध्याकाळ होण्यापूर्वी चोर आत शिरला असावा, श्री. व्हॅनडॅन खाली आलेले पाहाताच कुठेतरी लपून बसला असावा आणि श्री. व्हॅनडॅन परत वर येताच काही वस्तू उचलून पळाला असावा. घाईत त्याने बाहेरचे दार तसेच उघडे ठेवले असावे.

आता आमच्या ऑफिसची चावी कुणाला मिळाली असेल? चोर खालच्या गुदामात का नाही गेला? गुदामात काम करणाऱ्या आमच्याच एखाद्या कामगाराचे तर हे काम नसेल? आणि साडेसात वाजल्यानंतर त्याने श्री. व्हॅनडॅन आतल्या जिन्याने ऑफिसात आलेले आणि परत वर गेलेले पाहिले असतील तर आम्ही वर लपून राहात असल्याची तो चुगली तर करणार नाही आणि त्याहीपेक्षा जास्त काळजी करण्याजोगे म्हणजे पुढच्या खेपेस आमच्याचकडे यायचे त्याने ठरवले तर?

तुझी, ॲन.

ता. क.– आम्हाला एक गुप्त पोलिस मिळवून देशील का किटी? अर्थात आम्ही इथे लपून राहातो आहे हे बाहेरच्यांना त्याने सांगता उपयोगी नाही.

गुरुवार २ मार्च १९४४

प्रियतम किटी,

आज मी आणि मारगॉट वरच्या माळ्यावर गेलो होतो. खिडकीतून दिसणारे निसर्गसौंदर्य पाहायला. सोबत पीटर असता तर जेवढा आनंद वाटला असता तेवढा ती बरोबर असताना वाटला नाही.

आज बशा धुवत असताना बेप् फार निराश, खचलेली वाटत होती. तसे तिने ममी आणि सौ. व्हॅनडॅन यांना सांगितले. आमच्या ममीने आणि सौ. व्हॅनडॅनने तिला काय दिलासा दिला असेल असे तुला वाटते? आमच्या ममीचे वाक्‌चातुर्य तुला माहीतच आहे. तिने बिचाऱ्या बेप्‌ला जास्तच नाउमेद केले. म्हणाली, ''तुझ्याहून जास्त दुःख, त्रास असलेली माणसे आहेत या जगात. त्यांचा विचार कर.'' मी म्हटले, ''ती स्वतः आधी दुःखी आहेच. त्यात इतर लोकांच्या दुःखाचा विचार कसला करायचा कपाळाचा?'' त्याने तिचे दुःख कसे कमी होणार? मी असे

म्हटल्यावर लगेच मला मोठ्यांच्या भाषणात मध्ये नाक न खुपसण्याची तंबी मिळाली.

या मोठ्या माणसांच्या काय कल्पना असतात आमच्याविषयी देव जाणे. त्यांना वाटते मी, मारगॉट, पीटर, बेप्, अज्ञ आहोत. वास्तविक आमच्या ज्या काय अडचणी, समस्या असतील त्या आयांनी प्रेमाने समजून घेतल्या तर, त्या सोडवू शकतील. नाही का? आमच्या ममीपेक्षा सौ. व्हॅनडॅन जरा समजून घेते आम्हाला. माझ्या मनातून बेप्ला दिलासा, धीर द्यायचे फार होते. पण डॅडी आले आणि त्यांनी मला धसकन् बाजूला केले. मूर्ख आहेत ही सगळी मोठी मंडळी. आम्हालाही काही मते असतात, हे या मोठ्यांच्या गावीही नसते. आमची तोंडे एखादे वेळी यांना बंद करता येतील. पण आमचे विचार कसे हे बंद करू शकतील?

परवा मी आणि मारगॉट बोलत होतो. तेव्हा मी म्हटले हे डॅडी आणि ममी आपल्याशी थोडे मिळून मिसळून वागले तर किती छान होईल. एखादा विषय घेऊन त्यावर सर्वांना चर्चा केली. रोज संध्याकाळी किंवा रात्री, तर प्रत्येकाला आपले मत मुद्देसूदपणे इतरांसमोर मांडता येईल. पण इथे आम्हाला काही बोलण्याचीच मुळी चोरी. लगेच व्हॅनडॅन त्याचा विपरीत अर्थ काढतील, ममी तिरकसपणे, खवचटपणे बोलेल. (तिला सरळ बोलताच येत नाही.) डॅडींना त्यात काही भाग घ्यावासाच वाटत नाही. तसेच डसेल् आणि सौ. व्हॅनडॅन कधी त्यावर मत प्रदर्शित करतात, कधी नाही. कारण सौ. व्हॅनडन बोलल्या की लगेच त्यावर हल्ला केला जातो. प्रतिकार करायची त्यांची शक्ती खलास झाली असली तर चेहरा लाल करून त्या गप्प बसतात आणि आम्हाला इथे मतस्वातंत्र्यच नाही. पाहिलंस ना किती प्रगत आणि सुधारलेली आहेत ही मंडळी? आम्ही लहान असलो म्हणून काय आम्हाला विचार करताच येत नाही? मी, पीटर, मारगॉट आणि बेप् या चौघांशी ही माणसे प्रेमाने, समजून घेऊन वागली तर मोठे उपकार होतील आमच्यावर. पण असे कधी घडत नाही. आमच्या भोवतालची ही माणसे आम्ही मुले किती भावनाप्रधान आहोत आणि आमचे विचार किती प्रगत आहेत हे कधीच जाणू शकणार नाहीत.

प्रेम. प्रेम म्हणजे काय? मला वाटते ते असे शब्दात पकडता येणार नाही किंवा स्पष्ट करून सांगताही येणार नाही. प्रेम म्हणजे एखाद्या व्यक्तीला समजून घेणे, तिची काळजी घेणे, तिच्या सुखदुःखात सहभागी होणे. अर्थात अखेर याची परिणती शारीरिक प्रेमात होतेच. तुम्ही सुखदुःखात भागीदार झालात, काही दिलेत, त्यांच्याकडून तुम्हालाही काही मिळाले, मग तुम्ही विवाह केलेला असो वा नसो, तुम्हाला अपत्य असो वा नसो, याला म्हणायचे प्रेम. जोवर तुम्हाला खात्री आहे की तुम्हाला समजून घेणारे, कोणी कायम तुम्हाला साथ देणारे आहे आणि तुमच्या

या व्यक्तीवर दुसरे कोणी हक्क सांगायला येणार नाही, तर मग तुम्ही वागण्यात थोडे घसरला तरी पर्वा नाही.

टीप– तिरक्या अक्षरातला मजकूर ॲनने नंतर लिहिलेला आहे.

तुझी, ॲन एम. फ्रँक.

मी हल्ली सौ. व्हॅनडॅनशी जास्त बोलते म्हणून ममीला मत्सर वाटतो. पण मी त्याकडे लक्ष देत नाही.

आज संध्याकाळी पीटरला गाठला आणि चांगला पाउण तास त्याच्याशी गप्पा मारल्या. त्याला स्वत:विषयी काही सांगायचे होते. पण ते कसे सांगावे समजत नव्हते. आपल्या कोषातून बाहेर पडून काही बोलणे त्याला जड जाते. अखेर बऱ्याच वेळाने तो हळूहळू बोलायला लागला. मला समजेना थांबावे का निघून जावे ते! पण त्याला बोलायला लावावे, प्रोत्साहन द्यावे असे तर वाटत होते. मग मी त्याला बेप् कशी निराश, उद्विग्न झाली होती व आमच्या दोघांच्या आयांनी तिला काय उपदेश केला ते सांगितले (दोघींनाही बोलण्याचे तारतम्य व चतुराई नाही). मग तो म्हणाला त्याचे आईवडील कोणत्याही कारणास्तव सतत भांडत राहातात. 'राजकारण' 'सिगरेट' 'पुस्तके' असला कोणताही विषय त्यांना भांडायला पुरतो. तुला मी मागेच सांगितले आहे की पीटर फार लाजरा आहे. तरीही त्याने स्पष्ट शब्दात सांगितले की त्याचे आईवडील त्याच्यापासून दूर गेले, त्याला एक-दोन वर्षे भेटले नाहीत, तर तो खरंच सुखी होईल. ''माझे वडील दिसतात तेवढे चांगले नाहीत आणि सिगारेट्सच्या बाबतीत म्हणशील तर आईचे म्हणणे अगदी बरोबर आहे. फार ओढतात सिगारेट्स.''

मीही त्याला आमच्या ममीविषयी सांगितले.

आमचे डॅडी त्याला फार आवडतात.

आज रात्री बशा धुतल्यानंतर मी माझा ॲप्रन वाळत घालत होते तेव्हा पीटरने मला बोलावले. मला विनंती केली की त्याच्या आईवडिलांचे परत भांडण झाले आहे व ते एकमेकांशी बोलत नाहीयेत हे मी खाली इतरांना सांगू नये. मी ते एवढ्यात मारगॉटला सांगूनही टाकले होते. तरीही त्याला म्हटले ''छे! छे! पीटर तू काही काळजी करू नको. मी लगेच इकडचे तिकडे करत नाही. तू मला सांगितलेले मी कुणालाही सांगत नाही.''

ते ऐकून त्याला बरे वाटले. मग त्याला हेही सांगितले की पूर्वी आम्ही फार कुचाळक्या आणि निंदा करायचो. आता मी करत नाही. असे सागणे मारगॉटच्यामते फारसे खरे नाही. कारण मला निंदा नालस्ती करणे सोडून द्यायची इच्छा असली

तरी डसेल्ची टीका करायला माझी जीभ वळवळत असते नुसती.

"पण निदान तू खरे ते कबूल करतेस हे फार चांगले आहे." माझे असे कौतुक करतानाही तो किती लाजत होता आणि मीही ते कौतुक ऐकताना गोंधळले होते.

मग आम्ही वरचे कुटुंब (व्हॅनडॅन्स) व खालचे कुटुंब (आम्ही) यांच्याविषयी आणखी बरेच बोललो. आम्हाला त्याचे आईवडील आवडत नाहीत हे ऐकून त्याला आश्चर्य वाटले. मी म्हटले, "पीटर, मी नेहमी खरे तेच बोलते म्हणून तुझे आईवडील आवडत नाहीत हे सरळ सांगितले, आम्हाला त्यांच्या गुणाबरोबर त्यांचे दोषही दिसतात."

मग पुढे मी म्हटले, "पीटर तुझ्याविषयी मला खूप सहानुभूती वाटते. तू तुझ्या आई-वडिलांच्या सतत भांडण्यामुळे कात्रीत सापडल्यासारखा होतोस हे कळते मला. तू तसे स्पष्ट बोलत नसलास तरी अप्सेट होतोस. तुला मदत करावी असे फार वाटते मला."

"तुझी मदत नेहमीच स्वागतार्ह आहे."

"तू आमच्या डॅडींना सांगत जा आपल्या अडचणी. ते तुला मदत करतीलच शिवाय तू त्यांना आपल्या समस्या सांगितल्यास तर या कानाचे त्या कानाला कळू देणार नाहीत. तुझी गुपिते त्यांच्याजवळ अगदी सुरक्षित राहातील."

"मला माहीत आहे ते. तुझे वडील अत्यंत विश्वासू आहेत आणि नेहमी कुणाच्याही मदतीला तयार असतात."

"तुला आमचे डॅडी फार आवडतात. हो का नाही?"

पीटरने संमतीदर्शक मान हलवली. मी पुढे म्हटले, "त्यांनाही तू फार आवडतोस." त्याबरोबर तो एकदम लाजला. माझ्या या वाक्यांनी तो खूप खूष झाला हे बघून मलाही आनंद वाटला.

"खरंच मी त्यांना आवडतो?" त्याने विचारले.

"हो त्यांच्या बोलण्यावरून आणि वागण्यावरून सहज कळते ते."

एवढ्यात श्री. व्हॅनडॅन काही काम सांगण्याकरता तिथे आले.

आमच्या डॅडींसारखा पीटरसुद्धा फार चांगला आहे.

शुक्रवार ३ मार्च १९४४

प्रियतम किटी,

मी मेणबत्तीकडे पाहात होते आज रात्री, आणि पाहाता पाहाता माझे मन शांत झाले. मनात आनंद दाटला. वाटले आजी या मेणबत्तीत आहे आणि ती माझ्यावर लक्ष ठेऊन माझे सरंक्षण करते आहे. माझे जीवन सुखात जावे म्हणून प्रयत्न करते

आहे. पण आजीशिवाय आणखीही कुणीतरी मी प्रसन्न राहावे अशी इच्छा करत आहे. तो आणखी कुणीतरी म्हणजे पीटर. आजही मी बटाटे आणण्यासाठी वर गेले होते. परडीत बटाटे भरून घेऊन मी पायरीवर उभी असताना त्याने विचारले, ''आज दुपारी काय करत होतीस?''

मी पायरीवरच बसले आणि त्याच्याशी बोलायला लागले. जवळजवळ तासभर आम्ही गप्पा मारत होतो. पीटर त्यानंतर आपल्या आई-वडिलांविषयी काही बोलला नाही. आम्ही पुस्तके, आपल्या मित्रमैत्रिणी आणि गतकाळ याविषयीच बोलत होतो. तो इतक्या प्रेमनिर्भर नजरेने पाहातो माझ्याकडे, की मला वाटते मी लवकरच त्याच्या प्रेमात पडेन बहुतेक.

बटाटे सोलून झाल्यावर संध्याकाळी मी त्याच्या खोलीत गेले होते. हवेच्या गरमपणाविषयी बोलताना मी म्हटले ''माझ्याकडे आणि मारगॉटकडे पाहून तपमान सांगता येईल. थंडी असली की आम्ही दोघी पांढऱ्या फटक दिसतो. आणि गरमी असली की लाल दिसतो.''

मध्येच त्याने विचारले, ''काय ग, प्रेमाबिमात पडली आहेस का काय?''

''प्रेमात कशाला पडू मी?'' त्याला उत्तर देण्याऐवजी मी प्रतिप्रश्न विचारला.

''का? न पडायला काय झाले? त्यात काय वाईट आहे?'' त्याने विचारले. तेवढ्यात जेवण्याची वेळ झाली म्हणून आम्ही खाली गेलो. काय बर हेतू असेल त्याचा हे विचारण्यात?

मी त्याला सहज म्हटले, ''माझ्या इथे येण्याचा आणि बडबड करण्याचा तुला त्रास नाही ना होत?''

''छे! छे उलट आवडते.''

कदाचित खरे सांगण्याची लाज वाटूनही तो असे बोलला असेल.

मला वाटते किटी, मी खरंच त्याच्या प्रेमात पडले आहे. सारखे पीटरविषयीच बोलावेसे वाटते. मला तो फार आवडतो, हे त्याला सांगावेसे वाटते. त्यालाही मी तितकीच आवडत असेन का? तो लाजरा, बुजरा आहे. त्यामुळे त्याचे मन ओळखता येत नाही. पण एकूण हळूहळू आमची मैत्री जमायला लागली आहे. हल्ली तो मधूनमधून माझ्याकडे अर्थपूर्ण नजरेने पाहात असतो. मीही त्याला प्रतिसाद देते. आम्ही दोघे खुशीत आहोत.

तुझी, ॲन एम. फ्रँक.

शनिवार ४ मार्च १९४४

प्रिय किटी,

कित्येक महिन्यात आजचा शनिवार कंटाळवाणा, रुक्ष असा गेला नाही. अणि त्याचे कारण-पीटर! आज मी माझा ॲप्रन सुकत टाकायला वर निघाले होते तर डॅडीनी विचारले की फ्रेंच भाषेचा अभ्यास करायला मी थांबणार आहे का? तर मी म्हटले की थांबणार आहे. आम्ही दोघे थोडावेळ फ्रेंच बोललो आणि मी पीटरला थोडे समजावून सांगितले. मग आम्ही इंग्लिश भाषेचा अभ्यास केला. डॅडींनी डिकन्सच्या पुस्तकातले काही उतारे वाचून दाखवले. पीटरबरोबर बसून अभ्यास करण्यात मला अगदी स्वर्गसुख मिळाल्यासारखे वाटले.

पावणे अकरा वाजता मी खाली गेले. साडे अकरा वाजता परत वर गेले तर पीटर जिन्यात माझी वाट पाहात पायरीवर थांबला होता. पाउण वाजेपर्यंत आम्ही गप्पा मारल्या. कोणी ऐकत नाही, पाहात नाही अशी खात्री झाली की पीटर हळूच म्हणतो, "बाय् ॲन. मग भेटूच."

मी इतकी खूष आहे म्हणून सांगू! मला वाटते तोही माझ्या प्रेमात पडणार आहे बहुधा. काही असो, तो एक फार चांगला मुलगा आहे आणि त्याच्याशी बोलण्यात खूप आनंद वाटतो.

मी पीटरशी गप्पा मारत बसते यात सौ व्हॅनडॅनला काही गैर वाटत नाही. पण आज माझी थट्टा करत ती म्हणाली "तुम्ही दोघेच वर बसलेले असता. तुमच्यावर विश्वास टाकू ना, काही वावगं वागणार नाही असा?"

"अर्थात! असा संशय घ्याल आमच्याविषयी तर आम्हाला राग येईल हं." मी म्हटलं.

रात्रंदिवस मला त्याचाच ध्यास लागलेला असतो. केव्हा एकदा तो भेटेल असे वाटत राहाते.

तुझी, ॲन मेरी फ्रँक.

ता.क : काल सर्वत्र हिमाचे जणु आवरण, पांघरुण, घेतले होते सृष्टीने, आता उजाडल्यावर ते कमी कमी होतेय.

सोमवार ६ मार्च १९४४

प्रियतम किटी,

पीटरने आपल्या आईवडिलांविषयी सांगितल्यापासून त्याच्या सुखदुःखाची, हिताची जबाबदारी आपल्यावर पडल्यासारखे वाटतेय मला. तुला हे ऐकून विचित्र वाटतेय की नाही? त्याला वाईट वाटेल म्हणून मी परत त्याच्या आईवडिलांची आपसातली भांडणे, बेबनाव वगैरे विषय त्याच्या समोर काढत नाही.

त्याच्या चेहऱ्यावरुन मला कळते की तोही माझ्यासारखा कोणत्याही गोष्टीचा फार विचार करतो. काल रात्री त्याच्या आईनी 'विचार करणारा, तत्वज्ञ,' म्हणून त्याची टिंगल केली तेव्हा तो फार ओशाळला, लाजला आणि मी मात्र फार चिडले. 'त्याची अशी कुचेष्टा करायचे काय कारण आहे?' असा जाब विचारावा असे वाटले पण गप्प बसले.

ही मोठी माणसे आपली तोंडे बंद का ठेवत नाहीत? तो बिचारा गोंधळून गप्प बसला किंवा बोलणी खात असताना शरमेने खाली मान घालून उभा राहिला म्हणजे त्रयस्थासारखे दूर उभे राहून ते ऐकून घेणे फार जड जाते मला. कधीकधी मी स्वत:ला त्याच्या जागी कल्पून विचार करते तेव्हा, आईबापांची भांडणे सुरू झाली की त्याला किती अवघड वाटत असेल याची जाणीव होते मला. बिचारा प्रेम, माया, या बाबतीत अगदी वंचित आहे.

आपल्याला कुणी मित्र नसले तरी चालते आपले मित्रावाचून अडत नाही असं पीटरने सांगितले. त्याचे म्हणणे मला अगदी चुकीचे वाटले. कदाचित् त्याला मनातून तसे वाटत नसेलही. पण आपण अलिप्त आहोत, आपल्याला एकलकोंडेपणाच आवडतो हा केवळ त्याने मुद्दाम धारण केलेला मुखवटा असावा. आपण पुरुष आहोत, स्वयंसिद्ध आहोत, कुणावर अवलंबून नाही हे लोकांवर ठसवण्याचा एक प्रयत्न! पण हा मुखवटा तो किती वेळ टिकवेल? एखाद् दिवशी तो मुखवटा गळून पडेल आणि त्याचे खरे स्वरूप दिसेल.

मला जर त्याला मदत करता आली, त्याने मला ती करु दिली तर त्याचा आणि माझा दोघांचाही एकाकीपणा कमी नाही का करता येणार मला?

आजकाल मी खूप विचार करते पण जास्त बोलत नाही. त्याला नुसता पाहिला तरी मला आनंद होतो. आम्ही दोघे आकाशाकडे पाहात बसलेले असताना जर सूर्य प्रकाशत असेल तर मग विचारायलाच नको. काल मी माझे केस धुतले. नहात असताना शेजारच्या खोलीत तो आहे हे मला माहीत होते. म्हणून मी फारच आवाज करत होते. माझे मन आत शांत, तृप्त असले म्हणजे मी बाहेरून मोठा आवाज, दंगा करत असते. मी हा जो स्वरक्षणार्थ स्वत: भोवती कोष विणला आहे तो फाडून कोण प्रथम माझ्या अंतरंगात डोकावेल?

व्हॅनडॅन कुटुंबाला मुलगी नाही ही एक चांगली गोष्ट आहे. तिच्याशी माझे जमले असतेच असे नाही.

तुझी, ॲन, एम, फ्रँक

ताजा कलम:- तुला माहीतच आहे किटी की मी तुझ्याशी अगदी खरे खरे बोलते आणि सांगते. त्याची एकदा भेट झाली की दुसऱ्या भेटीपर्यंत मी जणू एका

गुंगीत असते. पहिल्या भेटीतले त्याचे बोलणे, चालणे, सतत मनात घोळवत बसते ती थेट त्याची दुसऱ्यांदा भेट होईपर्यंत. मला जशी त्याच्या भेटीची आस लागलेली असते तशीच त्यालाही लागली असेल का हे मी पाहात राहाते. जेव्हा त्याचे माझ्या भेटीसाठी चाललेले लाजरे बुजरे प्रयत्न माझ्या नजरेस येतात तेव्हा मला प्रचंड आनंद होतो. मी जशी सरळ धीटपणे बोलते, वागते, तसाच धीटपणा आपणही दाखवावा असे त्याला वाटत असते. वेडाच आहे! मला त्याचा लाजरेपणाच जास्त आवडतो हे त्याला माहीत नाही.

मंगळवार ७ मार्च १९४४

प्रियतम किटी,

माझे १९४२ सालातले जीवन आणि आताचे! केवढी तफावत दोन्हीत. तेव्हाची अल्लड, खोडकर आनंदी ॲन आणि आता या अज्ञातवासात चार भिंतीआड वाढलेली प्रौढ, समजुतदार ॲन! किती मजेचे, आनंदाचे, स्वर्गीयजीवन होते ते! जागोजागी मित्रमैत्रिणी होत्या, भरपूर लाड करणारे आई-वडील होते. शिक्षकांची आवडती विद्यार्थिनी होते. मागेन ती खेळणी, खाऊ आणि खाजगी खर्चाला पैसे मिळत होते. या वयात आणखी काय हवे असते?

तुला वाटेल इतक्या सर्वांना मी कशी काय आवडते? पीटरला वाटते मी आकर्षक असल्यामुळे मला हे सर्व मिळते. मी वर्गात देत असलेली मजेदार पण अचूक उत्तरे शिक्षकांना आवडत. मी नेहमी हसतमुख आहे तशी मी विनोदीही बोलते हेच माझे भांडवल! शिवाय माझ्यात आणखी दोन गुण आहेत. अभ्यासाच्या बाबतीत मी अतिशय व्यवस्थित, चोख आणि मेहनती असे. कधी माझा गृहपाठ तयार नसला तर मी कुणाच्या वहीत पाहून त्याची नक्कल करून शिक्षकांना दाखवला नाही. त्यापेक्षा गृहपाठ न केल्याबद्दल शिक्षा भोगायला माझी तयारी असे. दुसरा गुण म्हणजे मला मिळालेला खाऊ, मिठाई, मी मुक्तहस्ताने सर्वांना वाटून टाकत असे. कोणत्याही गोष्टीचा मी कधी डौल, गर्व केला नाही.

अशाच तऱ्हेने माझे सर्व आयुष्य गेले असते तर कदाचित मी शेफारुन गेले असते. पण उंच कड्यावरून एकदम् खाली ढकलून द्यावे तसे झाले माझे. या नव्या आयुष्याशी जुळवून घ्यायला, लाड, कौतुकविरहित आयुष्य घालवायला वर्ष लागले मला. यापुढे पूर्वीसारखे आनंदाचे, निष्काळजी जीवन मिळणे दुरापास्तच आहे. शाळेत मी नेहमी काही ना काही खोडकरपणा करण्यात गुंतलेली असे. मी कधी रागवत रुसत नसे. रडूबाईपणा तर माझ्यात नावालाही नव्हता. म्हणून मी

सर्वांना हवीहवीशी वाटायची. त्यामुळे माझ्याबरोबर सायकलवरून शाळेत जाण्यासाठी किंवा माझ्यासाठी काहीही करायची सर्वांची तयारी असे.

आता मी पूर्वीची ॲन डोळ्यासमोर आणते तेव्हा मला मजाच वाटते. वाटते की तेव्हाची ॲन आणि आताची 'मी' या जणु दोन भिन्न व्यक्ती आहेत.

पीटर म्हणतो ''पूर्वी पाहावे तेव्हा तू मुलामुलींच्या घोळक्यात असायची, एवढेच नव्हे तर सर्वांचे लक्ष तुझ्यावर केंद्रित झालेले असायचे.'' बरोबर आहे त्याचे म्हणणे.

त्या ॲन मधले आता काय शिल्लक राहिले आहे? तशी मी अजून खळखळून हसणे, प्रश्नांना विनोदी उत्तरे देणे विसरले नाही. अजूनही मी पूर्वीइतकीच चेष्टेखोर आहे आणि मनात आले तर थोडा उनाडपणा करू शकते.

इथेच खरी गोम आहे. कारण आता माझ्या मनात तसे काही येतच नाही. ते पूर्वीचे स्वच्छंदी, निष्काळजी जीवन कायमचे परत मिळावे असे वाटत नाही. कारण या अज्ञातवासात मन थोडे शांत, विचारी, विवेकी झाले आहे. नुसत्या वरवरच्या बोलण्याला भुलून, मागे लागणाऱ्या मित्रमैत्रिणींपेक्षा, माझे मन, वागणे, नीट समजून घेणारे खरे स्नेही असावेत असे वाटते.

असे खरे स्नेही सोबती डझनावारी मिळणार नाहीत पण मी म्हणते ढीगभर खुशमस्करे असून करायचे आहे काय?

इथे येण्यापूर्वी हे सगळे मिळत होते म्हणून मी काय सुखसागरात पोहत होते? छे! उलटं मला खूप वेळा एकटं एकटं वाटायचे. पण दिवसभर मी इतकी कशात ना कशात गुंतलेली असायची की ही एकलेपणाची भावना कुरवाळत बसायला मला वेळच नसायचा. किंवा नकळत हा एकलेपणा घालवण्यासाठी मी काहीतरी खोड्या करण्यात मन गुंतवायची. आता मात्र मी जीवनाविषयी गंभीरपणे विचार करायला लागले आहे. आयुष्यातले ते स्वच्छंदी पान उलटले आहे. कायमचे दृष्टिआड झाले आहे. आता तसे जीवन परत जगायला मिळावे ही ओढही राहिली नाही. नुसतेच ख्यालीखुलीचे जीवन नकोसे वाटते आता.

आमचे कौटुंबिक जीवन सुखाचे होते. त्यात एकाएकी इथे यावे लागल्यामुळे खूप फरक पडला. इथे दोन कुटुंबातली भांडणे, कुरबुरी, मतभेद दृष्टीस पडल्याने प्रथम कसेतरीच वाटले. अशी वागतात माणसे एकमेकांशी?

१९४३ च्या पहिल्या काही दिवसांत मी रागवायची, रुसायची, आक्रस्ताळेपणा करायची पण मग हळूहळू मला माझे दोष, माझ्यातल्या उणीवा कळायला लागल्या. दिवसभर मी वाटेल त्या विषयावर, वाटेल ती बडबड करत असे. हेतु एकच-डॅडींचे लक्ष आपल्याकडे वेधून घेणे. हा हेतू पुष्कळ वेळा साध्य होत नसे. त्यानंतर मी स्वत:ला सुधारण्याच्या प्रयत्नाला लागले.

१९४३ च्या उरलेल्या सहा महिन्यांत माझ्यात बदल व्हायला लागला. मी

जाणती झाले. बाकीचे लोकही मला तसे वागवायला लागले. मी विचारी, विवेकी बनले. कथा गोष्टी लिहायला लागले. स्वत:ची घडण स्वत:च्या मनासारखी करायला लागले. आणि मग माझ्या लक्षात आले की पूर्वीइतकी डॅडींना सारी हितगुजे सांगायची हौस वाटेनाशी झाली आहे.

नव्या वर्षाच्या आगमनानंतर माझ्यात आणखी बदल झाला. मैत्रिणीपेक्षा मित्र हवेसे वाटू लागले. उथळपणा कमी झाला आणि जगात जे जे सुंदर, चांगले आहे त्याची आवड वाढली. मनाला एक तऱ्हेची शांती, समाधान वाटू लागले. पुष्कळ वेळा मी स्तब्ध बसून राहू लागले. माझ्या भावविश्वात पीटरला मोठे महत्त्वाचे स्थान मिळाले. जणू केवळ त्याच्यासाठीच मी जगू लागले.

आता रात्री झोपण्यापूर्वी प्रार्थना करताना जेव्हा मी म्हणते, ''परमेश्वरा, तू या जगाला जे जे सत्य, शिव आणि सुंदर असे दिले आहेस, त्याबद्दल मी तुझी फार आभारी आहे.'' तेव्हा माझ्या डोळ्यात आनंदाश्रू येतात. इथे या अज्ञातवासात राहाता आले सुरक्षितपणे, ही त्याची कृपा! देवाने सुदृढ, निरोगी, शरीर दिले आहे ही त्याचीच कृपा! आणि पीटरचा सहवास, स्नेह मिळतो आहे ही तर सर्वात मोठी कृपा. यांसारख्या गोष्टीचा विचार केला की, इथे चोरून, लपून राहाण्याच्या दु:खाचा विसर पडतो. माझ्या आणि ममीच्या विचारसरणीत फरक आहे तो हाच. एखाद्याने काही तक्रार केली की ममी म्हणते, ''जगातल्या इतर दु:खी माणसांकडे पाहा, म्हणजे आपले दु:ख किती क्षुल्लक आहे हे तुम्हाला समजेल.''

या उलट मी म्हणते, ''तुम्ही दु:खी आहात ना? मग बाहेर स्वच्छ मोकळ्या वातावरणात जा. सूर्यप्रकाश, झाडे, झरे यांचे सौंदर्य पाहा आणि आनंदी व्हा. आपल्या सभोवार देवाने केवढी सौंदर्याची पखरण केली आहे ते पाहा. त्याचा विचार करा म्हणजे तुम्ही सुखी व्हाल.'' ममीच्या मताप्रमाणे इतर लोकांचे दु:ख पाहून आपले दु:ख कसे कमी होऊ शकते हेच मुळी मला समजत नाही. माझ्या मते जगात कितीही दु:ख असले तरी, त्यात भरपाई म्हणून परमेश्वराने काही आनंददायक गोष्टी निसर्गात ठेवल्या आहेत. त्या माणसाला सुखी करतील.

ममीच्या म्हणण्याप्रमाणे इतरांचे दु:ख पाहा, आपल्यापेक्षा ते जास्त का कमी याचा विचार करा, याने काय साधणार? तुम्ही दु:खीच राहाणार ना? त्यापेक्षा या दु:खातही जे सुख सौंदर्य शिल्लक राहीलं आहे ते शोधा आणि इतरांनाही त्याचा लाभ द्या. सुखी माणूसच इतरांना सुखी करू शकेल, आणि जो धीट, धीराचा, श्रद्धावान आहे तो कधीही मरणाला, दु:खाला हार जाणार नाही.

तुझी, ॲन एम् फ्रँक.

बुधवार ८ मार्च १९४४

आजकाल मी आणि मारगॉट एकमेकींना चिठ्ठ्या आणि पत्रे लिहितो. मजेत!

ॲन : काल रात्री डसेल् खूप मोठ्याने घोरत होता. आज बुधवार दुपारचे पावणेतीन वाजले आहेत. डसेल् परत घोरतो आहे. त्याला तोडीस तोड म्हणून मी पॉटी वापरतांना खूप आवाज केले, त्यामुळे तरी तो घोरायचे थांबेल म्हणून.

मारगॉट : त्याचे घोरणे बरे की...

ॲन : घोरणे बरे! मी आवाज काढले की त्याला प्रत्यक्ष जागा न करताही त्याचे घोरणे थांबते. अशा तऱ्हेच्या चिठ्ठ्या आम्ही एकमेकींना लिहीत राहातो. पण किटी तुला म्हणून सांगते, आज काल मला पीटरची स्वप्ने पडत राहातात, हे मात्र मी तिला सांगितलेले नाही. परवा रात्री स्वप्नात मी एका छोट्या मुलाबरोबर स्केटिंग करत होते या आपल्या हॉलमधेच. त्याची नेहमी निळा ड्रेस घालणारी बहीणही होती सोबत. मी माझी ओळख करून दिली व त्याला त्याचे नाव विचारले त्याबरोबर तो म्हणाला "पीटर."

म्हणजे माझ्या ओळखीचे आहेत तरी किती पीटर?

मग आम्ही पीटरच्या खोलीत समोरासमोर उभे होतो तेव्हा मी त्याच्याशी काहीतरी बोलले. त्याने माझे चुंबन घेतले, पण म्हणाला," माझे तुझ्यावर प्रेम नाहीये आणि तू अशी उनाडपणे वागू नयेस." मी विनवणीच्या सुरात म्हटले "मी उनाडपणा करत नाहीये पीटर."

जागी झाले, तेव्हा पीटर खरोखरी प्रत्यक्षात मला उनाड म्हणालेला नाही हे ध्यानात येऊन आनंद झाला.

काल रात्री स्वप्नात मी आणि पीटरने एकमेकांचे चुंबन घेतले. पीटरचे गाल दुरून दिसतात तेवढे मऊ नाहीत. डॅडींच्यासारखे दाढीमुळे खरखरीत झालेले वाटले.

शुक्रवार १० मार्च १९४४

प्रियतम किटी,

संकटे कधी एकटी येत नाहीत. अशी एक म्हण आहे ना? आज ती अगदी खरी ठरली. कशी ते ऐक.

मिएप् आजारी आहे. काल हेंक आणि अगेजचं लग्न झालं वेस्टरकर्क येथे. तेथल्या तीव्र थंडीमुळे मिएप्ला बरे नाहीसे झाले. गेल्या खेपेस पोटात रक्तस्राव सुरु झाल्यामुळे क्लीमन् जे रजेवर गेले ते अद्याप यायला लागलेले नाहीत. त्यामुळे

काम एकट्या बेप्‌वर पडले आहे. आम्हाला लोणी, बटाटे, जॅम यांचा पुरवठा करणाऱ्या माणसाला पोलिसांनी पकडल्याने आमची खूपच पंचाईत झाली आहे. बिचाऱ्याला पाच मुले (सगळी तेरा वर्षाखालची) आहेत आणि सहावे होऊ घातले आहे. केवढ्या संकटात सापडला आहे बिचारा!

काल रात्री आम्ही जेवायला बसलो असताना शेजारच्या भिंतीवर कुणीतरी खूप मोठ्याने टकटक आवाज केला. आम्ही एवढे घाबरलो की त्यानंतर कुणी चकार शब्द तोंडातून काढला नाही.

हल्ली मी पण कितीतरी दिवसात इथल्या घटनांवर काहीएक लिहिलेले नाही. मन:स्थिती खराबच झाली आहे. मी स्वत:तच गुंग होऊन गप्प बसलेली असते. आम्हाला लोणी बटाटे वगैरे पुरवणाऱ्या गरीब बिचाऱ्या माणसाचे नावसुद्धा मी रोजनिशीत स्पष्टपणे लिहू शकत नाहीये.

मंगळवारी, बुधवारी, आणि गुरुवारी मी साडेचार ते सव्वापाचपर्यंत पीटरच्या खोलीत होते. आम्ही फ्रेंच भाषेचा अभ्यास केला आणि सटरफटर गप्पा मारल्या. केव्हा एकदा साडेचार वाजतील असे मला वाटते. माझ्या मते पीटरही या वेळेची वाटच पाहात असतो. त्यालाही माझ्या भेटीने आनंद होतो.

तुझी, ॲन, एम् फ्रँक

शनिवार ११ मार्च १९४४

प्रियतम किटी,

आजकाल मला स्वस्थ एका ठिकाणी बसवतच नाही. मी वर, खाली, इकडे तिकडे फिरत राहाते. पीटरशी बोलत बसायला मला आवडतं. पण त्याला कंटाळा येईल, माझी कटकट वाटेल अशी भीतीही वाटते. त्याने मला स्वत:विषयी, आपल्या आईवडिलांविषयी थोडेफार सांगितले आहे. पण मला आणखीही जाणून घ्यायची खूप इच्छा आहे. पूर्वी मी त्याला आवडत नव्हते, आगाऊ वाटत होते. मलाही तो आवडत नव्हता. बावळट वाटायचा. माझ्या त्याच्याविषयीच्या मतात आता फरक पडला आहे. पण त्याचे माझ्याविषयीचे मत बदलले असेल का? असेल बहुधा. पण त्याचा अर्थ लगेच आमची गाढ मैत्री जमेल असा नाही. अर्थात तशी मैत्री झाली तर इथला अज्ञातवासाचा काळ सुसह्य होईल. मी एक सतत त्याच्याविषयी विचार करतेच. त्यात आणखी तुला ते सगळे सांगून वैताग येईल असे लिहिणार नाही.

रविवार १२ मार्च १९४४

प्रियतम किटी,

दिवसेंदिवस, परिस्थिती कठीण होत चालली आहे. कालपासून पीटरने एकदाही माझ्याकडे पाहिलेले नाही. माझ्यावर रागवल्यासारखा वाटतोय. मी पण अलिप्त राहिले आहे. लोचटपणा करून त्याच्याशी बोलायला गेले नाही. पण मनातून ते जड जातेय. परवापर्यंत किती छान बोलत होता आणि एकाएकी अशी मनात अढी का धरून बसलाय? कदाचित मला वाटतेय एवढे हे प्रकरण गंभीर नाहीये. तोही माझ्यासारखाच मनस्वी असेल आणि उद्यापर्यंत त्याचा मूड ठीक होऊन जाईलही.

मनातून खिन्न, उदास झालेली असताना वरकरणी सगळे नेहमीप्रमाणे असल्याचा देखावा करणे कठीण जातेय. नेहमीप्रमाणे सर्वांशी बोलणे, घरची कामे करणे, मिळून मिसळून वागणे आणि आपण आनंदात आहोत असे दाखवणे ही सगळी नाटके जड जाताहेत. स्वस्थ एका जागी एकटे बसून विचार करावा तर अशी इथे जागाही नाही. मनात सगळा गोंधळ आणि गुंतागुंत झाली आहे. पीटर आणि मी सर्वांसह एका खोलीत असतांना त्याच्याकडे पाहात राहिल्यावाचून राहावतच नाही. त्याची ओढ लागते आणि दुसरीकडे त्याला एवढा भाव काय म्हणून द्यायचा, त्याच्यात का गुंतायचे या विचाराने स्वत:चा रागही येतो.

रात्रंदिवस माझ्या मनात एकच गोष्ट घोळत असते. त्याला मी फार सतावते का, त्याच्याशी फार वेळ बोलत बसते का, गंभीर गोष्टींवर चर्चा करण्याएवढे त्याचे मन प्रगल्भ झालेले नसताना त्याला त्या चर्चेत खेचते का, त्याची इच्छा नसताना? कदाचित त्याला मी आवडत नसेनही. मीच कल्पनेची स्वैर भरारी घेऊन त्याला आपण प्रिय आहोत असे समजते का? पण मी आवडत नसेन तर त्याने स्वत:विषयी इतक्या गोष्टी कशाला सांगितल्या असत्या? माझ्याशी अशा प्रकारे मन मोकळे केल्याचा त्याला पश्चात्ताप होत असेल का?

काल दुपारी बाहेरच्या इतक्या वाईट बातम्या ऐकल्या की मनावरचा ताण कमी करावा म्हणून जी जाऊन झोपले ती चार वाजेपर्यंत. पण मग उठावेच लागले. पण अशी अवेळी का झोपले होते याविषयीच्या ममीच्या प्रश्नांना आणि डॅडींना उत्तरे देता देता पुरेवाट झाली. डोकं दुखत होते असे उत्तर दिले आणि ते खरेही होते म्हणा.

लोकांना, माझ्या वयाच्या मुलींना वाटेल, मी उगाचच आपल्या अडचणींचे, दु:खाचे अवडंबर करते. एकदा तुझ्याजवळ मनातले सल सांगितले की मी मोकळी होते. मग मी नेहमीसारखी आनंदी, खोडकर, थोडी उर्मट आणि धीट, स्वावलंबी बनते. कुणी जास्त चौकसपणा करायला लागले तर त्यांचे प्रश्न टाळावे कसे किंवा

उलट उत्तरे देऊन त्यांना गप्प कसे बसवायचे ते मग मला छान जमते.

मारगॉट फार गोड मुलगी आहे. मी माझी गुपिते तिला सांगावी अशी तिची इच्छा असते. पण मला नाही सांगावेसे वाटत. माझी तिला फार काळजी वाटते. बोलण्याच्या भरात मी एखादा वावगा शब्द बोलले तर ती त्यावर विचार करत बसते. आपली छोटी बहीण असे कसे बोलली याची मनाशी खंत करते. माझे पुढे कसे होईल याची तिच्या मनाला काळजी वाटत राहाते. मला वाटते हल्ली दिवसाचे चोवीसही तास आम्ही एकमेकींच्या सहवासात असतो म्हणून असे होत असावे. आपण ज्या व्यक्तींना आपले हितगूज सांगतो ती सतत आपल्या जवळ राहिलेली, आपल्या वागणुकीवर लक्ष ठेवत असलेली मला नाही आवडत.

कधी या गुंतागुंतीतून सुटका होईल आणि मनाला शांती मिळेल?

तुझी, ॲन.

मंगळवार १४ मार्च १९४४

प्रियतम किटी,

आज आम्ही काय जेवणार आहोत हे तुला सांगितले तर तुला गंमत वाटेल. (पण मला मात्र मुळीच गंमत वाटत नाही आहे हं!) खाली झाडूवाली काम करते आहे म्हणून मी इथे व्हॅनडॅन लोकांच्या टेबलाशी त्यांच्या तेलकट कळकट टेबलक्लॉथचा वास येऊ नये म्हणून नाकाशी अत्तर शिंपडलेला रुमाल धरून बसले आहे. तुला नीट कल्पना यावी म्हणून सविस्तरच सांगते.

आम्हाला खाद्यपदार्थांच्या जादा कुपन्सचा पुरवठा करणारे लोक पकडले गेले आहेत. त्यामुळे आमच्याकडे फक्त काळ्या बाजारात घेतलेली पाच रेशनकार्डे आहेत. कुपन्स नसल्यामुळे तेल व तूप मिळत नाही. मिएप् व क्लीमन् आजारी झाले आहेत परत. बेप्ला सर्व खरेदी जमत नाहीये. मिळतेय ते अन्न फार खराब आहे. यापुढे आम्हाला तेल, तूप, लोणी, मार्गारिन असला कोणताही स्निग्ध पदार्थ मिळणार नाही. पाव वाचविण्याकरता हल्ली आम्ही बटाटे तळून खात होतो. तेही आता शक्य होणार नाही. म्हणून आज आम्ही कडधान्याचा एक गरम पदार्थ खाणार आहोत. उकडून कुस्करलेले बटाटे आणि केल या वस्तूचे लोणचे खाणार आहोत. त्या लोणच्याला कुजलेली अंडी, नासलेले प्लम्स आणि व्हिनिगार यांचा संमिश्र वास येतोय, म्हणून मी नाकावर रुमाल दाबून बसले आहे. या जेवणाच्या कल्पनेने माझ्या अंगावर काटा येतोय. यात भर म्हणजे आमचे साठवणीतले बटाटेही खराब व्हायला लागलेत. आम्ही मग 'या बटाट्याला कॅन्सर झालाय, तो बटाटा गोवरानी फुललाय, अमुक बटाट्याला कांजिण्या आल्या आहेत, असे काहीतरी म्हणून

स्वत:ची करमणूक करून घेतो. युद्ध सुरू होऊन चार वर्षे लोटली आहेत. अशा स्थितीत या अज्ञातवासात राहाणे म्हणजे सहलीला जाणे नव्हे. केव्हा एकदाचे हे युद्ध संपेल?

इतर गोष्टी जरा जरी आनंददायक असत्या तर केवळ अन्नासाठी मी इतकी हवालदिल झाले नसते. पण युद्धात काही प्रगतीही नाही आणि धड निकालही लागत नाही.

मने इतकी हळुवार झाली आहेत की दुसऱ्याचा एवढा तेवढा दोषही खुपतोय.

सध्याच्या परिस्थितीवरचे हे मोठ्यांचे विचार ऐक–

सौ. व्हॅनडॅन : 'रसना-राणी' म्हणवून घ्यायची हौस आता मला उरलेली नाही. पण काहीच काम न करता स्वस्थ बसून राहाणे कंटाळवाणे वाटते, म्हणून मग मी स्वयंपाक करते. पण कोणतेच स्निग्ध पदार्थ हाताशी नसताना स्वयंपाक करावा लागतोय. खराब झालेल्या पदार्थांच्या वासाने माझ्या पोटात ढवळते आणि एवढे करून वर जेवण बेचव झाल्याचे शेरे ऐकून घ्यावे लागतात. जणु जेवण चवदार, रुचकर झाले नाही हा माझाच दोष. शिवाय तिकडे युद्धात काहीच प्रगती होत नाहीये. जर्मन लोक शेवटी जिंकणार आणि आपले हाल वाढणार. याचा मला फार संताप येतो. मग मी सर्वांशी उगाचाच तिरसटपणे वागते.''

श्री. व्हॅनडॅन : मला भरपूर सिगारेट ओढायला मिळाल्या तर मग ही राजकीय परिस्थिती हे अपुरे बेचव अन्न आणि कर्ली (पत्नीचे लाडके नाव)चे मूड्स सहन होतील. तशी गोड आहे कर्ली एरवी! मला सिगारेट्स ओढायला मिळाल्या नाही तर मात्र माझे डोके फिरते. जीवन असह्य होते. कर्ली महामूर्ख असल्याचा साक्षात्कार होतो आणि अर्थात मग तिच्याशी झगडाही होतो.

सौ. फ्रँक (ममी) : अन्न म्हणजेच काही सर्वस्व नव्हे खरे. पण या घटकेला मला कुठे नाचणीच्या पावाचा एखादा तुकडा जरी खायला मिळाला तरी बरे वाटेल, कारण मला खूप भूक लागली आहे. मी जर सौ. व्हॅनडॅनच्या जागी असते तर नवऱ्याचे सिगारेट ओढणे केव्हाच बंद करून टाकले असते. पण या क्षणी माझे डोके इतके चढले आहे की एखादी सिगारेट ओढावीशी वाटते आहे. हे व्हॅनडॅन जोडपे विचित्रच आहे! इंग्रज लोकांच्या हातून काही चुका झाल्या असतील, पण युद्धाची प्रगती जरूर होते आहे. नशीब बलवत्तर आहे आपले की, आपण पोलंडमध्ये राहात नाही आहोत.

श्री. फ्रँक : चालले आहे हे सगळे ठीक आहे. मला बटाटे मिळाले म्हणजे मग दुसऱ्या कशाचीही गरज नाही. राजकारणात सुधारणा होते आहे. जरा धीर धरा आणि पाहा काय होईल ते. माझ्या वाटच्या बटाट्यातले थोडे बेप्साठी राखून ठेवा.

श्री. डसेल् : मी ठरवले आहे ते काम मला पूर्ण केले पाहिजे. कामे वेळच्या

वेळीच हातावेगळी झाली पाहिजेत. राजकारणात सुधारणा आहे आणि काही झाले तरी आपण पकडले जाणार नाही.

तुझी, ॲन.

गुरुवार १६ मार्च १९४४

प्रियतम किटी,

"अमूक एक गोष्ट घडली तर आपण संकटात सापडू, अमूक एक व्यक्ती आजारी पडली तर आपले हाल होतील", वगैरे वगैरे वाक्येच आज दिवसभर कानावर पडताहेत.

आतापर्यंत तुला आमच्या इथल्या सर्व मंडळींचे स्वभाव पुरते कळले आहेत असे धरून चालते मी. त्यामुळे ते काय काय बोलत असतील त्याचा तुला अंदाज येईलच.

आता ही 'जर तर' ची भाषा का चालली आहे माहीत आहे का? श्री. कुग्लरना सहा दिवस कामासाठी बोलावणे आले आहे. बेप्ला भयंकर सर्दी झाली आहे. त्यामुळे बहुतेक उद्या ती घरीच विश्रांतीसाठी राहील. मिएप् अजून आपल्या फ्ल्यूमधून पुरती बरी झालेली नाही. क्लीमन्च्या पोटात एवढा रक्तस्राव झाला की अखेर बिचारा बेशुद्ध पडला. आता आणखी काय व्हायचे बाकी आहे सांग?

आमच्या मते कुग्लरनी ताबडतोब एखाद्या विश्वासू डॉक्टरकडे जाऊन आजारी असल्याचा दाखला घ्यायचा व तो हिल्वरसम् येथल्या सिटी हॉलमध्ये दाखवायचा म्हणजे त्यांना जे कामासाठी बोलावणे आले आहे त्यातून त्यांची सुटका होईल. उद्या खालच्या गुदामातल्या कामगारांना सुट्टी दिली आहे. म्हणजे बेप् उद्या एकटीच ऑफिसात असेल. जर बेप्ला बरे वाटत नाही म्हणून विश्रांतीसाठी घरी राहिली तर ऑफिस बंदच राहील. अर्थातच शेजारच्या केग् कंपनीच्या लोकांना काही संशय येऊ नये म्हणून दिवसभर आम्हाला मांजराच्या पावलांनीच हालचाल करायला हवी. एक वाजता येऊन जॅन आमची विचारपूस करून जाईल.

आज जॅनने आम्हाला प्रथमच बाहेरच्या जगातल्या बातम्या दिल्या. आजीबाईच्या गोष्टी ऐकायला तिची नातवंडे सभोवार खेटून खेटून बसावी तसे आम्ही त्याच्या भोवती बसलो होतो.

आपल्या या श्रोत्यांना त्याने प्रथम खाण्यापिण्याच्या गोष्टी सांगितल्या. मिएप्ची एक मैत्रीण त्याचे जेवण बनवते. त्याने या दोनतीन दिवसात गाजरे, ओले वाटाणे, वाल, बटाटे वगैरेंचे पदार्थ खाल्याचे सांगितले.

मिएप्ची प्रकृती डॉक्टरने तपासली का नाही या आमच्या प्रश्नावर त्याने जे उत्तर

दिले ते फारच विनोदी होते. तो म्हणाला, "आज सकाळी मी डॉक्टरला फोन केला तर त्याच्या सेक्रेटरीने फोन घेतला. फ्ल्यूच्या तापावर औषध हवे असल्याचे मी सांगताच त्याने उद्या सकाळी ८ ते ९ च्या दरम्यान येऊन प्रिस्क्रिप्शन घेऊन जायला सांगितले आहे. तुमचा ताप फारच वाढला असेल तर मग डॉक्टर स्वत: फोन घेतो आणि म्हणतो, "हं जीभ बाहेर काढा!, 'आऽऽ' म्हणा. हां. आले ऐकू! तुमच्या घशाला इन्फेक्शन झाले आहे. मी आता प्रिस्क्रिप्शन लिहितो. ते नेऊन तुम्ही फार्मसीतून औषध आणा." अशा तऱ्हेने हल्ली डॉक्टर फोनवरूनच रोगी तपासतात. बाकी त्यांना तरी दोष कसा देणार? डॉक्टर एक आणि रोगी अनेक अशी परिस्थिती आहे आताशी."

जॅनने अशी डॉक्टरांची बाजू घेतली तरी आम्हाला त्या प्रकाराची फारच मजा वाटली. यावरून दवाखान्यातल्या प्रतिक्षागृहांची चांगली कल्पना आली. पूर्वी डॉक्टर गरीब रोग्यांकडे दुर्लक्ष करत. आता सर्दी खोकल्यासारखे साधे आजार झालेल्यांकडे दुर्लक्ष करतात.

तुझी, ॲन.

गुरुवार १६ मार्च १९४४

प्रियतम किटी,

हवा विलक्षण सुंदर पडली आहे. तिचे सौंदर्य चाखायला मी आता लगेच माळ्यावर जाणार आहे.

पीटरला स्वत:ची खोली आहे. तिथे तो काम, अभ्यास करू शकतो. झोपू शकतो, स्वप्ने पाहू शकतो. मला ते स्वातंत्र्य नाही म्हणून मी चुटपुटत असते. माझ्या असमाधानाचे मुख्य कारण ते आहे. मला सारखे माझ्या जागेवरून उठवून हाकलले जाते. मी एकटीच आरामात माझ्या खोलीत कधीच बसलेली नसते. तिथेच डसेल्‌ची स्वारी ठिय्या देऊन असते. माळ्यावर जाऊन बसायला मी उत्सुक असते त्याचे हेही एक कारण आहे. माळ्यावर मला जरा एकांत मिळतो. अर्थात मला स्वातंत्र्य मिळत नाही म्हणून गळाकाढून मी रडत तक्रार करत बसत नाही हं! मला तर धीट, शूर व्हायचेय.

देवदयेने माझ्या मनातले विचार कुणाला कळत नाहीत म्हणून बरे आहे. एवढे मात्र त्यांच्या लक्षात आले आहे की मी दिवसेंदिवस शांत होत चालले आहे, ममीविषयी माझ्या मनात जराही आदर नाही, डॅडींच्यावरचे प्रेम कमी झाले आहे आणि मारगॉटशी काही हितगूज करायची इच्छाच राहिलेली नाही. मी एकदम जणु मुकी झाले आहे आणि एवढ्या सगळ्यातून मला माझा आत्मविश्वास गमवायचाही

नाहीये. माझ्या मनात जे द्वंद्व चालू असतं ते इतरांना समजू नये म्हणूनही माझा प्रयत्न चालू असतो. आतापर्यंत तरी या द्वंद्वात विचाराचाच जय आणि मनाचा, हृदयाचा पराजय झाला आहे. पण कधी भीती वाटते की माझ्या भावनांची जीत आणि विवेकबुद्धीची हार होईल.

हे सगळे पीटरला मोकळेपणाने सांगावेसे वाटते. पण बोलण्याची सुरूवात त्याने करावी असेही वाटते. स्वप्नात मी जे त्याच्याशी बोलले असेन, वागले असेन ते सगळे खोटे होते असे मानायला मन तयार होत नाही. किटी, मी वेडीखुळी आहे का ग? पण मी ज्या परिस्थितीत, ज्या ठिकाणी येऊन पडले आहे ना, ती परिस्थितीच माझ्या अशा वागण्याला कारणीभूत आहे.

जमेची बाजू एकच आहे, आणि ती म्हणजे माझे विचार, कल्पना, राग, लोभ, सगळे मी तुझ्यापाशी सांगू शकते. या सर्व समस्यांविषयी पीटरला काय वाटत असेल? एक ना एक दिवस त्याच्याशी याबद्दल बोलता येईल असे मी मनाशी म्हणत राहाते. त्याला माझे मन, माझा खरा स्वभाव कळला असावा. कारण मी बाह्यता कशी वागते तेच नुसते त्याने विचारात घेतले असते तर त्याने माझा तिटकाराच केला असता. तो स्वत: स्वभावाने शांत गंभीर आहे. माझ्या खोडकर, बोलक्या, वांड स्वभावाआड लपलेले माझे संवेदनाक्षम मन ओळखायला त्याला बराच काळ लागेल का? प्रेम आणि दया ही जवळजवळ सारखीच आहेत म्हणतात. इथे तेच तर घडत नाहीये ना? कारण मला खूप वेळा त्याची दया येते.

मला स्वत:लाच मनातली गुंतागुंत त्याच्याशी बोलायला जड जाते, तर मग त्याच्यासारखा मुखदुर्बळ मुलगा माझ्याशी बोलायला येईल ही अपेक्षाच वेडेपणाची नाही का? जर त्याला पत्र लिहिले तर मग सगळे नीट सांगता येईल कारण बोलण्यापेक्षा ते सोपं.

तुझी, ॲन एम् फ्रँक.

शुक्रवार १७ मार्च १९४४

प्रिय किटी,

अखेर परत सगळे सुरळीत सुरू झाले. बेप्ला फ्ल्यू झाला नव्हता फक्त सर्दी खोकला होता तो. कुग्लरनी आजारीपणाचा दाखला देऊन म्युन्सिपालटीच्या कामातून सुटका करून घेतली. त्यामुळे इथल्या सर्वांनी सुटकेचा नि:श्वास टाकला. बाकी सगळे ठीक आहे. फक्त मी आणि मारगॉट आपल्या आईवडिलांना कंटाळलो आहोत.

गैरसमज करून घेऊ नकोस. अजूनही डॅडींच्यावर माझे प्रेम आहे आणि मारगॉट

डॅडी आणि ममी या दोघांवरही प्रेम करते. पण मुले मोठी झाल्यावर त्यांना स्वत:चे काही निर्णय घ्यावेसे वाटतात. आईबापांच्या पंखाखालून दूर जाऊन हवेत भरारी मारावी असे वाटते. मी जरा वर निघाले की लगेच ममी विचारते कशासाठी वरच्या घरी चालली आहेस? रोज रात्री आठ वाजले की मला ती नाईटड्रेस घालायला सांगते. आता मी काय लहान आहे का? मी कोणते पुस्तक वाचावे हेही तीच सांगणार. एक गोष्ट कबूल केली पाहिजे की माझ्यावर डॅडी कडक निर्बंध घालत नाहीत. मला बहुतेक सर्व पुस्तके वाचू देतात. पण सारा दिवसभर आमच्या वागण्यावर शेरे मारणे चालू असते आणि प्रश्नांचा भडिमार असतो.

आता मी रोज उठल्याबरोबर, दुपारी, रात्री, ममीडॅडींना मुके देत नाही. द्यावेसेच वाटत नाही मला. त्याचाही त्यांना खेद होतो. आता आम्हाला लाडिक लाडिक नावांनी हाका मारलेल्या आवडत नाहीत आणि डॅडींनी बाथरूमला 'जा' असे सांगणे ठीक वाटत नाही. थोडक्यात सांगायचे तर काही दिवसतरी त्यांच्यापासून दूर जावेसे वाटते. अर्थात मी किंवा मारगॉटने त्यांना हे काही सांगितले नाही. सांगून त्यांना समजणार नाही आणि सांगून उपयोगही नाही.

काल रात्री मारगॉट म्हणाली, "साधे डोके दोन्ही पंजात धरून बसले तरी लगेच चारचारदा विचारतात डोके दुखतंय का? बरे वाटत नाही का? वैताग नुसता."

आम्ही स्वत:च्या घरात होतो तेव्हा आमचे कुटुंब एकमेकांशी प्रेमाने बद्ध असे एक सुखी चौकोनी कुटुंब होते. ते एकदम उध्वस्त झाल्यासारखे वाटतंय. त्याचे एक कारण असे की आम्ही या अज्ञातवासात दीड दोन वर्षे कोंडले गेलो आहोत त्यामुळे आमच्या वयाच्या मुलींपेक्षा आम्ही फार प्रौढ झालो आहोत मनाने. आणि आमचे आईवडील अजून आम्हाला लहान मुलींसारखे वागवताहेत. मी फक्त चौदा वर्षाची आहे, पण माझी मते ठाम बनलेली आहेत. आपल्याला काय हवंय हे मला निश्चित ठरवता येतंय. काय बरोबर आहे, काय नाही हे कळतंय. मला स्वत:ची मते, तत्वे, कल्पना पक्की माहीत आहेत आणि इतरांपासून स्वतंत्र असे अस्तित्व मला आहे. वादविवाद, चर्चा मी ममीपेक्षा जास्त चांगल्या प्रकारे करू शकते. मी जास्त व्यवहारी आहे. अतिशयोक्ती करत नाही, नीटनेटकी, व्यवस्थित आहे, कामातही हुषार आहे. त्यामुळे मला, मी ममीपेक्षा जास्त योग्यतेची आहे असे वाटते. (हसू येईल ना तुला हे वाचून?) कुणावरही प्रेम करायचं तर तो माणूस आदरणीय कौतुकास पात्र असावा लागतो. ममीबद्दल मला आदरही वाटत नाही आणि कौतुकही वाटत नाही.

पीटरशी हे सगळे मनमोकळेपणाने बोलता येईल तर सगळ्या समस्या दूर होतील. कारण तो हुषार आहे, सज्जन आहे.

तुझी, ॲन एम् फ्रँक.

शनिवार १८ मार्च १९४४

प्रियतम किटी,

आजवर जगात कुणालाही सांगितले नाही ते सगळे, माझ्या भावना, विचार, स्वभाव मी तुला सांगितले आहे. मग लैंगिकबाबतीत (Sex विषयी) मला काय वाटते ते कशाला चोरून ठेऊ?

Sex हा विषय निघाला की साधारणपणे लोक (त्यात पालकही आलेच) विचित्रपणेच वागतात. बारातेराव्या वर्षी मुलांमुलींना, या विषयावर मोठ्यांच्यात काही बोलणी निघाली की त्या खोलीतून बाहेर हाकलले जाते. या विषयाची माहिती मुलामुलींनी आपली आपण करून घ्यावी अशी त्यांची अपेक्षा असते. पुढे मागे पालकांच्या लक्षात येते की आपल्या मुलांना या विषयाची माहिती झालेली आहे. मात्र प्रत्यक्षात त्यांना खूप माहिती नसली तरी पालक मात्र तसे धरून चालतात. त्यापेक्षा मुलांना सरळ सरळ ते सांगत का नाहीत या विषयी?

पालकांना वाटते की मुलांना सर्व काही कळले तर मग 'लग्न' त्यांना पवित्र गोष्ट वाटणार नाही. त्यातले शुचित्व त्यांना खुळचटपणाचे वाटेल. लग्नापूर्वी काही घडले एखाद्याच्या हातून तर त्यात काय वावगे? अपवित्र आहे? असे वाटेल.

मी अकरा वर्षाची झाल्यानंतर मला मासिक पाळीविषयी सांगितले. तरीपण हे रक्त येते कुठून आणि त्याचा स्त्राव का होतो हे मला माहीत नव्हते. मी साडे बारा वर्षाची झाले तेव्हा जॅकीकडून मला आणखी थोडी माहिती मिळाली. स्त्री आणि पुरूष एकत्र येऊन काय करतात याची कल्पना मला आली आणि ती कदाचित चुकीची असेल असेही वाटले. पण जॅकीने ती खरी असल्याचे सांगताच मला कल्पनेने आपण ती जाणू शकलो याचा अभिमान वाटला.

जॅकीने हेही सांगितले की मुले आईच्या पोटातून बाहेर येत नाहीत. तर जिथून कच्चा माल आत जातो तिथूनच तयार झालेला माल बाहेर येतो. मी आणि जॅकीनी, लैंगिक शिक्षणावरचे पुस्तक वाचून इतर सविस्तर माहिती करून घेतली. आपल्याला नको असल्यास मूल होऊ देणं टाळता येते हे कळले. मात्र ते शरीरातल्या कोणत्या प्रक्रियांमुळे टाळता येते हे मात्र नीटसे समजले नाही. इथे आल्यानंतर डॅडींनी एकदा मला वेश्यांविषयी सांगितले होते. पण एकूण मला अनेक प्रश्न पडतात. ज्यांची उत्तरे मला अद्याप मिळालेली नाहीत.

आयांनी आपल्या मुलांना स्वत:च नीट सगळे समजावून सांगितले नाही तर मग त्यांना कानावर पडलेल्या बोलण्यातून अर्धवट माहिती मिळते आणि ती कधी नीट रीतसर नसते.

आज शनिवार असूनही मला वैताग, कंटाळा आलेला नाही. कारण मी आज

पीटरबरोबर वरच्या माळ्यावर गप्पा मारत बसले होते आणि त्यामुळे फार छान वाटले.

तुझी, अॅन. एम्. फ्रँक.

रविवार १९ मार्च १९४४

प्रियतम किटी,

कालचा दिवस माझ्या दृष्टीने फार महत्त्वाचा झाला. जेवण झाल्यावर सर्व नेहमीप्रमाणेच झाले. पाच वाजता मी बटाटे आणून ठेवले. त्यानंतर ममीने मला पीटरकडे सॉसेज पोचवायला सांगितले. प्रथम मला जायचे नव्हते. पण मग शेवटी मी गेले. पीटर ते घ्यायला तयारच होईना. मला वाटले मधे एकदा विश्वासूपणा, प्रामाणिकपणा या विषयावर माझी त्याची वादावादी झाली होती. म्हणून तो सॉसेज घेत नाहीये. एकदम माझ्या डोळ्यात पाणीच आले. मी काही न बोलता ते आणून परत ममीजवळ दिले आणि न्हाणीघरात जाऊन खूप रडले. मग ठरवले की पीटरशी बोलून काय तो स्पष्ट उलगडा करून घ्यायचा. जेवणापूर्वी त्याला क्रॉसवर्डचे कोडे सोडवायला आम्ही चौघे मदत करत होतो म्हणून मी काही बोलू शकले नाही. पण जेवायला बसल्यावेळी मी त्याला हळूच विचारले, ''तू आज लघुलिपीचा अभ्यास करणार आहेस का?''

''नाही.'' त्याने उत्तर दिले.

''तर मग मला तुझ्याशी काहीतरी बोलायचंय.''

''ठीक आहे.'' त्याने कबूल करून म्हटले.

जेवणानंतर बशा घासून झाल्यावर मी त्याच्याकडे गेले. माझी त्याची वादावादी झाली होती म्हणून त्याने सॉसेज नाकारले का असे मी विचारले. नाकारण्याचे कारण ते नव्हते. मी दिल्याबरोबर सॉसेज स्वीकारले तर ते हावरटपणाचे आणि रीतभात नसल्याचे दिसले असते म्हणून तो ते नको म्हणाला होता. आम्ही जेवत होतो तेथे खाली खूप उकडत होते त्यामुळे माझा चेहरा अगदी लाल झाला होता. मारगॉटला पाणी हवे होते ते नेऊन दिल्यावर गार ताज्या वाऱ्यासाठी मी परत वर गेले. थोडा वेळ व्हॅनडॅनांच्या खिडकीजवळ उभी राहून मग मी पीटरच्या खोलीत गेले. तो खिडकीपाशी उभा होता. मीही खिडकीपाशी जाऊन उभी राहिले. आम्ही दोघांनी तिथे उभे राहून खूप गप्पा मारल्या. फार बरे वाटले. या ठिकाणी राहायला आल्यापासून एकही संध्याकाळ इतकी आनंदात गेली नव्हती. आम्ही अनेक विषयावर बोललो.

प्रथम मी इथे चाललेल्या भांडणांविषयी बोलले व सांगितले की पूर्वी पाहात

असे त्यापेक्षा वेगळ्या नजरेने आजकाल मी या कलहाकडे पाहाते. आपल्या आईवडिलांपासून मनाने हल्ली कसे दुरावत चाललो आहोत तेही सांगितले. मी, मारगॉट, डॅडी आणि ममी यांविषयीही बोलले. ऐकत असताना मध्येच त्याने विचारले, ''तुम्ही रात्री झोपण्यापूर्वी एकमेकांचे चुंबन घेता ना नेहमी?''

''एकदा नाही दहादा देतो. तुम्ही नाही देत, हो ना?''

''नाही. खरे तर आजवर मी कधी कुणाचे मनापासून चुंबन घेतलेले नाही.''

''तुझ्या वाढदिवशीसुद्धा नाही?''

''हा! वाढदिवशी घेतो!''

आम्ही दोघेही आपल्या आईवडिलांवर कसे विश्वास टाकत नाही. त्याचे आईवडील एकमेकांवर कसे गाढ प्रेम करतात. त्यांना विश्वासात घेऊन आपल्या मनीचे हितगूज सांगावेसे आपल्याला किती तीव्रतेने वाटते, पण आपण त्यांना काहीही सांगत कसे नाही वगैरे तो बोलला. मला खूप वाईट वाटले की मी जाऊन बिछान्यावर पडते आणि रडते. त्याउलट तो वरच्या माळ्यावर जाऊन बडबड करतो, शिव्या देतो, अशा रीतीने आपल्या भावनांना वाट करून देतो. मी आणि मारगॉट आत्ता कुठे एकमेकींना नीट ओळखायला लागलो आहोत तरी एकमेकींना जास्त गुपिते सांगत नाही. कारण दिवसभर आम्ही एकत्रच तर असतो.

एकूण खूप खूप विषयावर आम्ही गप्पा मारल्या. माझी जी त्याच्याविषयी कल्पना होती ना, तस्साच आहे तो किटी.

मग १९४२ या वर्षाविषयी आम्ही बोललो. त्या वेळी आम्ही किती निराळ्याप्रकारचे जीवन जगत होतो! सुरुवातीला माझे आणि पीटरचे मुळीच जमत नव्हते. मला तो अचरट वाटायचा तर मी त्याला फार बडबडी वाटायची. माझ्याशी मुळीच संबंध न ठेवण्याचे त्याने ठरवले होते तर त्याच्याकडे लक्ष देण्याच्या योग्यतेचा तो नाही असे मला वाटायचे. मनाविरुद्ध काही घडले की तो आपल्या खोलीत पळायचा. मी त्याला सांगितले की बाबा रे माझी बडबड आणि तुझे मौन या दोन्हीचा हेतू एकच! स्वत:च्या मनातले विचार लपवणे. मलाही शांत, गंभीर असायला आवडतं. पण त्याला जसे स्वस्थ, एकांतात बसायला त्याची स्वत:ची खोली आहे, तशी मला नाही. मला मनातले विचार व्यक्त करायला फक्त माझी रोजनिशी आहे. सर्वांना दिसते ती माझी काळी बाजू. मला एक शुभ्र, धवल बाजू पण आहे हे कुणाला कळतंच नाही. माझ्या वडिलांना आम्ही दोघी मुली आहोत हे त्याला बरे वाटले. तर आम्हाला पण तो असल्यामुळे सारख्या वयाचा एक मित्र मिळाल्याचा आनंद मला होतोय. त्याचे आईवडील आपसात भांडू लागले की त्याची समजूत घालावी, त्याला दिलासा द्यावा असे आता मला वाटते.

''पण तुझ्याकडून मला दिलासा मिळतोच.''

''तो कसा?'' मी विचारले.

''तू इतकी आनंदी, असतेस की ते पाहूनच बरे वाटते. मन प्रसन्न होते.''

त्याने माझी अशा तऱ्हेने वाखाणणी, स्तुती केल्याने मी फार खूष झाले. पूर्वी मी त्याच्याकडे गेलेले त्याला फारसे आवडत नसे. पण आता हवे तेव्हा यायचे त्याने आमंत्रणच दिले.

माझे आईवडील मला ज्या लाडक्या नावांनी हाका मारतात, सकाळी, दुपारी, रात्री, चुंबन घेतात ते सगळे अर्थहीन असल्याचे मी त्याला सांगितले.

अशा रीतीने मनातल्या गोष्टी एकमेकांना सांगण्यात संध्याकाळ फार सुंदर गेली. त्याला मी मैत्रिणीसारखी वाटले तरी खूप झाले. मला इतका काही आनंद या गप्पांमुळे मिळाला की मला त्याचे नीटसे वर्णन करता येत नाहीये. तूच बघ किटी आजचे माझे लिहिणे नेहमीसारखे ओघवते आहे का? नेहमीची शैलीही नाहीये. मन आनंदाने भरून गेल्यामुळे मी हवे तसे भरकटतेय. सुचेल तसे वेडेवाकडे लिहिते आहे.

पीटरमधे आणि माझ्यात काहीतरी खास गुपित असल्यासारखे मला वाटते. तो माझ्याकडे बघतो, हसतो, डोळा मारतो तेव्हा माझ्या अंगावर शिरशिरी येते. ही आमची मैत्री अशीच टिको आणि वरचेवर गप्पा मारायला मिळोत.

तुझी कृतज्ञ, सुखी, ॲन.

सोमवार २० मार्च १९४४

प्रियतम किटी,

आज संध्याकाळी परत गप्पा मारायला येशील का असे पीटरने विचारले. मी तिथे गेल्याने त्याला काही त्रास होणार नाही, माझी कटकट होणार नाही असेही त्याने सांगितले. मी म्हटले असे रोज येणे बरे दिसणार नाही आणि आपल्या पालकांना ते रुचणारही नाही. त्यावर त्याने मी इतरांची पर्वा करू नये असे म्हटले. म्हणून मग मी म्हटले, ''एखाद्या शनिवारी तुझ्या खिडकीतून चंद्र पाहायला येईन.''

''जरूर ये. नाहीतर आपण खालच्या मजल्यावर जाऊ आणि तिथून चंद्र पाहू.'' त्याने सांगितले. त्याला मी होकार दिला. कारण मला नाही चोरांची किंवा घरफोड्यांची तितकीशी भीती वाटत.

दरम्यान माझ्या आनंदावर एक सावट आले आहे. बऱ्याच दिवसापासून मारगॉटला पीटर आवडतो असे मला वाटत होते आणि ही कल्पना काही फारशी आनंददायक वाटत नव्हती. आता प्रत्येक वेळी पीटरकडे जाताना, नकळत मी तिला दुःखी तर करत नाही ना असे वाटत राहाते. पण मजेची गोष्ट म्हणजे असे काही ती चेहऱ्यावर मुळीच दाखवत नाही. आपण उगाचच तिचा मत्सर करत नाही ना असे मला

वाटते, पण मी मनाला काही लावून घेऊ नये व तिची कीव करू नये असे मारगॉट म्हणते.

"आपल्या या मैत्रीचा उगाचच त्रिकोण झाला आहे आणि तुला नको ती जागा मिळाली आहे, किंबहुना आपल्या जागेवरून तू ढकलली गेली आहेस." मी तिला म्हटले.

"मला सवय आहे त्याची." तिने कडवटपणे उत्तर दिले.

मी पीटरला याविषयी काही सांगितले नाही. पुढे मागे सांगेन. कारण आता आम्हाला बोलायला पुष्कळ गोष्टी आहेत.

काल रात्री ममीने मला झाडले. पण ते योग्यच झाले. अलीकडे मी तिच्याशी फारच अलिप्तपणे आणि आगाऊपणे वागायला लागले होते. ते सुधारले पाहिजे आणि स्वत:ची मते परखडपणे तिला न सांगता, स्वत:पाशीच ठेवली पाहिजेत.

आजकाल डॅडीही पहिल्यासारखे गोड वागत नाहीत माझ्याशी. मला लहान मुलीसारखे न वागवण्याचा प्रयत्न करताहेत. पण त्या भरात अगदी कोरडेपणाने, थंडपणाने वागतात. त्यांनी मला बजावले आहे की मी बीजगणितावर पुरेशी मेहनत घेतली नाही तर युद्धानंतर मला ते शिकवणार नाहीत. मला नवे पुस्तक मिळाले तर मी परत अभ्यास सुरू करेन.

पुरे करते आता. आजकाल मी सारखी पीटरकडे टक लावून पाहाते आणि मनातून खूप खूष होते.

तुझी, ॲन एम् फ्रँक.

मारगॉटच्या चांगुलपणाची साक्ष असे हे पत्र मला २० मार्च १९४४ ला मिळाले.

ॲन, काल मी जेव्हा तुला सांगितले की तुझा मला मुळीच हेवा, मत्सर वाटत नाही तेव्हा मी ते पूर्ण सत्य सांगितले नव्हते. तसा मला तुझा किंवा पीटरचा हेवा वाटत नाही. फक्त मला खेद एकाच गोष्टीचा होतो. मला माझ्या भावना आणि विचार व्यक्त करायला, हितगूज सांगायला कुणी नाही आणि नजीकच्या काळात असा कुणी भेटायचा संभवही नाही. म्हणूनच मी मनापासून इच्छा करते की तुम्ही दोघे एकमेकांवर पुरा विश्वास आणि भरवसा ठेऊन वागाल. आधीच आपण इथे अशा परिस्थितीत येऊन पडल्यामुळे बऱ्याच गोष्टींपासून वंचित झालो आहोत. इतरांना जे सर्व (मित्र मैत्रिणी) अगदी विनासायास मिळाले असते ते आपल्याला मिळत नाही.

तुझ्याप्रमाणे माझी पीटरशी दाट मैत्री होऊ शकली नसती. कारण एखाद्या माणसाची पुरी नीट ओळख झाल्यावाचून, त्याच्या स्वभावाचा पुरता अदमास

आल्यावाचून मी त्याच्याशी मनातल्या गोष्टी कधीच बोलले नसते. समोरचा माणूस आपले विचार, कोणत्याही तऱ्हेचा गैरसमज न करून घेता समजू शकतो, आपल्याला पुरेपूर ओळखतो याची खात्री झाली तरच माझी कुणाशीही मैत्री होईल, आणि हे साधण्यासाठी समोरचा माणूस माझ्याहून खूप बुद्धिवान, प्रौढ समजदार पाहिजे. पीटर असा नाहीये. तेव्हा माझी त्याच्याशी अशी मैत्री होऊ शकणार नाही. तुझी आहे हे मला दिसतेय.

तेव्हा तू माझे काहीतरी हिरावून घेतले आहेस अशी खंत करू नको. कारण असे काही झालेले नाहीये. तुझ्या आणि पीटरच्या मैत्रीतून तुम्हाला दोघांनाही खूप लाभ होईल आणि माझा काहीही तोटा होणार नाही.

माझे मारगॉटच्या पत्राला उत्तर

प्रियतम मारगॉट,

तुझे पत्र फारच प्रेमळ आणि तुझे मोठे मन दर्शवणारे होते. तरीही जे घडलेय त्याचे माझ्या मनाला फार दुःख होतेय. पीटरशी माझी चांगली मैत्री जमली आहे, याचा मला पुरेपूर आनंद होत नाही आहे.

तुला वाटतंय तेवढा आम्ही एकमेकांवर विश्वास टाकत नाही आहोत. भरंवसा ठेवत नाही आहोत. मात्र दिवसाढवळ्या मारलेल्या गप्पांपेक्षा तिन्हीसांजेच्या वेळी खिडकीपाशी उभे राहून मारलेल्या गप्पा जास्त मनमोकळ्या होतात. आपल्या भावना मोठ्याने ओरडून सांगण्यापेक्षा कुजबुजत्या, हळूवार आवाजात सांगणे जास्त सोपे जाते. मला वाटतं माझ्यासारखेच तुझ्याही मनात पीटरविषयी भगिनीप्रेम उत्पन्न झालेय आणि त्याला मदत करावी असे वाटतंय. तशी मदत (भावनिक) तू पुढे मागे करशीलही. बाकी विश्वास, भरवसा, श्रद्धा दोन्ही पक्षांना सारख्याच असाव्या लागतात. मला वाटते म्हणूनच माझी आणि डॅडींची खऱ्या अर्थी जवळीक झाली नाही. पण आता त्याबद्दल जास्त चर्चा नको. तुला आणखी काही विचारायचे असेल तर पत्र लिही. म्हणजे मला त्यावर काय म्हणायचे आहे ते मीही लिहीन. समोरासमोर बोलण्यापेक्षा मला लिहिणे जास्त सोपं वाटते. मला तुझे कौतुक वाटते हे तुला माहीतच आहे. तुझ्यातला आणि डॅडीतला थोडा तरी भाग माझ्यात यावा अशी माझी इच्छा आहे.

तुझी, ॲन.

बुधवार २२ मार्च, १९४४

प्रिय ॲन,

''काल तुझे पत्र वाचल्यापासून मला असे वाटून राहिलंय की पीटरशी गप्पा मारायला किंवा काही अभ्यास करायला तू गेलीस की तुझी सद्सद्विवेकबुद्धी तुला टोचत राहाते. असे काही वाटून घेण्याचे काहीच कारण नाही. मला मनातून तीव्रतेने असे वाटते आहे की माझा विश्वास संपादन करणारा, ज्याच्यावर माझी भक्ती, श्रद्धा जडेल असा कुणीतरी मला जरूर भेटणार आहे. पीटर तो पुरूष असेल असे मला स्वप्नातही वाटत नाही.''

तरीही तू लिहिले आहेस त्याप्रमाणे पीटर मला भावासारखा वाटतो, लहान भावासारखा! त्यालाही पुढे मागे मी बहिणीसारखी वाटेन. सांगायचा मुद्दा एवढाच की तू माझ्यासाठी बिलकुल वाईट वाटून घेऊ नकोस. सुदैवाने तुला एक मित्र मिळाला आहे तर यात आनंद मान.

प्रियतम किटी.

काल मारगॉटने पाठवलेले हे पत्र मला रात्री पोचले.

सध्या मी फार खुषीत आहे. मी आणि पीटर यांच्या मैत्रीविषयी जी चेष्टामस्करी इथे चालायची त्यात अगदीच तथ्य नाही असे नाही. पीटरवर माझे प्रेम जडले आहे. पण घाबरू नकोस. मी काही आत्ताच त्याच्याशी लग्न करायला नाही निघाले. तो लग्नाच्या वयाचा होईल तेव्हा कसा वागेल देव जाणे. शिवाय लग्न करण्याइतके दाट प्रेम आमच्यात निर्माण होईल का नाही हे तरी कुणास ठाऊक?

पीटर माझ्यावर प्रेम करतो हे माहीत झालंय मला आता. पण ते कशा तऱ्हेचे हे मात्र माहीत नाही. त्याला मी एक मैत्रिण म्हणून हवी आहे किंवा बहीण म्हणून, का मी एक विनोदी खेळकर वृत्तीची मुलगी आहे म्हणून तो माझ्याकडे आकर्षित झालाय?

परवा तो म्हणाला की त्याचे आईवडील भांडायला लागले की त्याला माझा आधार वाटतो. ते ऐकून बरे वाटले मला. याचाच अर्थ त्याच्या मनात माझ्याविषयी मैत्रीची भावना आहे. त्याला विचारलं ''जर तुझ्याभोवती माझ्यासारख्या बडबड करणाऱ्या डझनभर ॲन असत्या तर काय केले असतेस तू?'' त्याने उत्तर दिले, ''त्या सगळ्या तुझ्यासारख्या असत्या तर माझी काही हरकत नसती.'' आदरतिथ्याच्या बाबतीत तो फार चांगला आहे, आणि मला भेटायला, माझ्याशी बोलायला त्याला आवडतं.

आता तो फ्रेंच भाषा शिकण्याचा जारीने प्रयत्न करतो आहे. रात्री बिछान्यात

पडल्यावरही दहा, अकरा वाजेपर्यंत अभ्यास करत असतो. गंभीर असतो तेव्हाही देखणा दिसतो. हसत असतो तेव्हा तर दिसतोच, पण स्वस्थ बसलेला असतो तेव्हासुद्धा गोड दिसतो. मी वरवर दिसते तशी उथळ नाही, तर त्याच्यासारखीच स्वप्नाळू, विचारी, गंभीर आहे. हे कळल्यावर त्याला खूप आश्चर्य वाटले.

काल रात्री जेवणानंतर मी सर्व बशा घासून धुतल्या. मला वाटले तो म्हणेल, "थांब ना आणखी थोडा वेळ इथेच." पण तो म्हणाला नाही. तेव्हा मी खाली आले. पाठोपाठ तोही खाली आला आणि रेडियोवरच्या बातम्या ऐकण्याची वेळ झाली असे त्याने डसेल्‌ला सांगितले. आणि थोडावेळ नहाणीघराशी घोटाळत राहिला. पण डसेल्‌चे प्रसाधन लवकर आटपेना तेव्हा तो परत वर गेला. आपल्या खोलीत इथून तिथे फेऱ्या मारून अखेर झोपून गेला.

सारी संध्याकाळ मी इतकी बेचैन होते की वारंवार न्हाणीघरात जाऊन तोंडावर गार पाण्याचा हबका मारून घेत होते. मग थोडसं वाचन केलं, दिवास्वप्न पाहिले, वरचेवर घड्याळाकडे नजर टाकून वाट पाहात राहिले त्याच्या पावलांच्या आवाजाची. अखेर थकून झोपायला गेले.

आज मला स्नान करायचे आहे. आणि उद्या..? उद्या उजाडायला बराच अवकाश आहे.

तुझी, ॲन एम् फ्रँक.

माझे उत्तर,

प्रियतम मारगॉट,

उत्तम मार्ग म्हणजे थांबायचे आणि काय होईल ते पाहायचे. त्याला आता फार काळ प्रतिक्षा करावी लागेलसे वाटत नाही. लवकरच मला आणि पीटरला काहीतरी निर्णय घ्यावा लागेल. म्हणजे आजवर होती तशीच मैत्री पुढे ठेवायची का दुसरे काही करायचे. मला तर फार दूरचा भविष्यकाळ दिसतच नाहीये.

एका गोष्टीची मात्र मला खात्री आहे. माझी आणि पीटरची चांगली मैत्री झाली तर मी त्याला सांगणार आहे की तुलाही तो आवडतो आणि तू त्याला जरूर मदत लागली तर ती करणार आहेस. तुला मी असे सांगायला नको असेल हे मला माहीत आहे. तरीही मी सांगेन. पीटरच्या तुझ्याविषयी काय भावना आहेत ते मला माहीत नाही. पण विचारेन एखादे दिवशी. नक्कीच चांगले मत असेल त्याचे तुझ्याविषयी. आम्ही दोघे वरच्या माळ्यावर खिडकीच्या पडद्याच्या फटीतून दिसेल तेवढे बाहेरचे पाहात किंवा गप्पा मारत बसतो तेव्हा तूही आमच्यात येऊन बसलीस तर आम्हाला आवडेल. आमच्या गप्पात त्याने व्यत्यय येणार नाही. बाहेरचे दिसत नाही, अंधार होतो, तेव्हाच आम्ही गप्पा मारतो एरवी नाही.

धीर धर! तुला वाटतेय त्याहीपेक्षा लवकर तुला कुणी भेटेल.

तुझी, ॲन.

गुरुवार २३ मार्च १९४४

प्रियतम किटी,

हळूहळू परिस्थिती पूर्वपदावर यायला लागली आहे. आम्हाला रेशनची कुपने देणारी माणसे तुरुंगातून सुटली आहेत.

कालपासून मिएप् कामावर यायला लागली आहे, तर तिचा नवरा जॅन आजारी पडला आहे. सर्दी तापाने. लक्षणे फ्लूचीच दिसताहेत. बेप्‌ची प्रकृती ठीक आहे. फक्त थोडा खोकला शिल्लक राहिलाय. श्री. क्लिमनना मात्र बरेच दिवस घरी पडून राहावे लागणार आहे.

काल इथे जवळच एक विमान कोसळले. वैमानिकांना वेळीच पॅरॅशूटमधून खाली उडी मारता आली. नंतर ते विमान एका शाळेवर कोसळले. सुदैवाने त्या वेळी मुले नव्हती शाळेत. त्यामुळे थोडीशी आग आणि थोड्या माणसांचा मृत्यू एवढ्यावरच भागले. पण पॅरॅशूटच्या साहाय्याने उतरणाऱ्यांवर जर्मनांनी गोळ्या झाडल्या. ते पाहून ॲम्स्टरडॅमच्या लोकांना फार संताप आला. किती भेकडपणाचे होते हे त्यांचे कृत्य! आम्ही बायकापण हे पाहून थक्क झालो. तोफांचा आवाजसुद्धा मला अगदी तिरस्करणीय वाटतो.

आता थोडे स्वत:बद्दल.

काल मी पीटरबरोबर गप्पा मारत बसले होते आणि कसा कोण जाणे पण सेक्स हा विषय निघाला. बरेच दिवसांपासून त्याला काही गोष्टी विचारायचे मी ठरवले होते. त्याला सगळे माहीत आहे. मला आणि मारगॉटला याविषयी फारसे ज्ञान नाही हे समजताच तो चकित झाला. मग मी डॅडी, ममी, मारगॉट यांच्याविषयी बरेच सांगितले आणि शेवटी म्हटले आजकाल त्यांना काही विचारायचे मला धैर्यच होत नाही. तेव्हा पीटरने मला त्याविषयाची माहिती देण्याची तयारी दर्शवली. संततीप्रतिबंधक साधनांविषयी त्याने सांगितले. मीही मग धीटपणाने मुले वयात आलेले त्यांना कसे ओळखते हे विचारले. या प्रश्नाचे उत्तर देताना त्याला थोडा विचार करावा लागला. आज रात्री तो मला सांगणार आहे. जॅकीची काय अवस्था झाली ते त्याला सांगून मी म्हटले, "दणकट मुलांपुढे मुली दुबळ्या ठरतात. प्रतिकार करू शकत नाहीत." "असेल! पण माझ्यापासून मात्र तुला भीती नको मनात बाळगायला." त्याने आश्वासन दिले.

संध्याकाळी मी परत वर गेले तेव्हा त्याने माझ्या प्रश्नाचे उत्तर दिले. मला जरा

अवघडल्यासारखे झाले हे ऐकताना. पण माझ्या शंकेचे निरसन झाल्याचे समाधानही वाटले. इतक्या खाजगी विषयावर आपण एखाद्या मुलाशी किंवा मुलीशी बोलू शकू असे त्याला किंवा मला मुळीच वाटले नव्हते. आता मला सगळे कळले. गुप्तरोग टाळण्याविषयीही त्याने माहिती दिली.

त्या रात्री मारगॉटच्या ब्रॅम आणि ट्रीस या दोन स्नेह्यांविषयी आम्ही दोघी बाथरूममध्ये असताना बोलत होतो.

आज सकाळी पीटरने गैरसमज करून घेऊन उगाचच माझ्याशी भांडण काढले. नाश्ता झाल्यानंतर पीटरने मला वरती बोलावले आणि म्हणाला, ''काल तू आणि मारगॉट बाथरूममध्ये जे बोलत होता ते सगळे मी ऐकले. त्यावरून लक्षात आले की निरागसपणाचा भाव आणून तू मला Sex विषयी जे विचारत होतीस ते तुला आधीच माहीत होते. केवळ या बाबतीतल्या माझ्या ज्ञानाची परीक्षा घ्यायची व माझी फिरकी घ्यायची म्हणून तू मला विचारले होतेस. चांगलीच करमणूक झाली असेल तुझी.''

त्याचा हा आरोप ऐकून मी थक्कच झाले. त्याला मी खूप समजावण्याचा प्रयत्न केला. त्याला राग येणे साहजिकच होते. परंतू त्याला वाटले ते मुळीच खरे नव्हते.

''नाही रे पीटर, मी इतकी क्षुद्र मनाची नाही. तू माझ्याशी जे बोलतोस ते मी इतरांना जाऊन सांगत नाही. हे मी तुला केव्हाच सांगितले होते आणि ते शंभर टक्के सत्य आहे. तुझ्याकडून माहिती काढून घेऊन मग तुझी टिंगल करण्याचे माझ्या स्वप्नातसुद्धा येणार नाही. शपथपूर्वक सांगते की मी मारगॉटला काही एक सांगितलेले नाही. तुझा माझ्यावर इतके सांगितल्यानंतरही विश्वास बसत नाही का?'' इतके विनवणी करून बोलल्यावर तो म्हणाला की त्याचा माझ्यावर विश्वास बसतो आहे. त्याला माझे सांगणे पटते आहे. तरीसुद्धा परत एकदा मी त्याच्याशी या विषयावर बोलणार आहे. सकाळीच हे रामायण घडल्यावर सबंध दिवस मी काळजी करत राहिले. मनाला हुरहूर वाटत राहिली. एक गोष्ट मात्र चांगली झाली. गैरसमज मनात बाळगून कुढत न बसता त्याने मला सरळ सरळ विचारून टाकले.

आता कधीतरी मी त्याला सगळे स्पष्ट करून सांगेन.

तुझी, ॲन.

शुक्रवार २४ मार्च १९४४

प्रिय किटी,

जेवण झाल्यावर, पुष्कळ वेळा मी पीटरच्या खोलीत जाऊन बसते. फार छान ताजा गार वारा मिळतो तिथे. संधिप्रकाशात वाटेल त्या विषयावरच्या अर्थहीन गप्पा मारणे, ढळढळीत सूर्यप्रकाशात गप्पा मारण्यापेक्षा जास्त सोपे जाते. आरामशीरपणे खुर्चीत त्याच्या शेजारी बसून खिडकीबाहेर बघत राहाणे फार मजेचे वाटते. मी त्याच्या खोलीत जाते तेव्हा व्हॅनडॅन मंडळी आणि डसेल् मूर्खासारखे शेरे मारतात. 'ॲनचे दुसरे घर.' असे त्यांनी त्या खोलीचे नाव ठेवले आहे. किंवा "असे एखाद्या तरुण मुलाच्या खोलीत रात्रीच्या वेळी जाणे बरे दिसते का?" असा प्रश्नही विचारतात. असल्या कुचक्या बोलण्याला मार्मिक उत्तरे देणे पीटरला छान जमते. ममीलासुद्धा मी पीटरशी एवढे बोलते तरी काय असे विचारावेसे वाटते. पण मी एखादेवेळी उलट उत्तर देईन किंवा मुळीच उत्तरच देणार नाही अशी तिला भीती वाटते. पीटरच्या मते या सर्वांना आम्हा तरुण मंडळींचा हेवा वाटतो. तेव्हा त्यांच्या खवचट बोलण्याकडे आपण लक्ष देता कामा नये.

कधी कधी तो मला बोलवायला खाली येतो. पण इतका लाजतो की त्याच्या तोंडातून काही उद्‌गार बाहेर पडत नाहीत. मी नाही अशी लाजत!

पण असा तो मला बोलवायला आला की मला फार अवघड वाटते. कारण मी त्याच्याशी मजेत गप्पा मारत बसलेली असताना मारगॉटला बिचारीला एकटेच खाली बसावे लागते. पण त्याला मी तरी काय करणार? तीही आमच्यात येऊन गप्पा मारत बसली तर माझी काही हरकत नाही. पण ती काहीच बोलत नाही त्यामुळे सर्वांनाच अवघडल्यासारखे होते.

आमच्या अचानक जमलेल्या या मैत्रीवर अनेक खवचट, कुजकट शेरे मारलेले मला ऐकावे लागतात. हे युद्ध आणखी पाच-सहा वर्षं चालू राहिले तर मग या अज्ञातवासात एक लग्नकार्य साजरे होण्याच्या गप्पा जेवणाच्या वेळी अनेकदा होतात. आम्ही असल्या भाकडगोष्टींकडे काडीचेही लक्ष देत नाही. कारण आम्हाला त्या सगळ्या गप्पा खुळचटपणाच्या वाटतात. आमचे आईवडील आपणही एकेकाळी तरुण होतो हे विसरूनच गेलेत. जेव्हा आम्ही गंभीरपणे बोलतो, वागतो तेव्हा ते आमची टिंगल करतात आणि आम्ही मजेत काही बोलत असलो तर ते अगदी सीरीयसली, गंभीरपणे घेतात.

पुढे काय घडणार आहे? पण हे असेच चालू राहिले तर मला वाटते आम्ही एकमेकांशी बोलणे सोडून देऊ. मला वाटते मी सारखे त्याच्याकडे गेलेले, व्हॅनडॅन दांपत्याला आवडत नाही. मी आणि पीटर एकमेकांशी काय बोलतो ते कधीच

सांगत नाही. आम्ही खूप सलगीने बोलतो हे त्यांना कळले तर ते थैमान मांडतील.

तुझी, ॲन एम. फ्रँक.

शनिवार २५ मार्च १९४४

प्रियतम किटी,

तुम्ही किती बदललेले आहात ते तो बदल पूर्ण होईतो तुमच्या लक्षातही येत नाही. माझ्यात अगदी आमूलाग्र बदल झाला आहे. माझी मते, माझे विचार, कल्पना, चिकित्सक वृत्ती सगळेच बदलले आहे. अंत:र्बाह्य फरक पडला आहे. फरक म्हणजे सुधारणा याअर्थी म्हणतेय मी. वर्षानुवर्षे माझे लाड होत गेले. प्रशंसा होत गेली आणि मग एकाएकी कठोर सत्याला तोंड द्यावे लागले. येता-जाता मी आता मोठी झाले आहे म्हणून माझ्यावर होत असलेली टीका, रागाची बोलणी सहन करावी लागली. यात ममी डॅडींची बरीच चूक होती. आम्ही आमच्या घरी राहात होतो तेव्हा मी आनंदात, मजेत, निश्चिंत जीवन जगावे असे त्यांचे मत होते. मला ते आवडतही होते. इथे आल्यावर मात्र मला त्यांचा भांडकुदळपणा आणि टवाळखोरपणा कळला. प्रत्येक वेळी वादावादी होई तेव्हा चूक व्हॅनडॅन कुटंबाचीच असते असे मला प्रथम वाटे. आता कळते आहे की आपले आई-वडीलही चुकतात. एवढेच नव्हे तर प्रत्यक्षात नेहमी लहान मुलेच बोलून, रागवून घेत असली तरी मोठ्यांच्या हातूनही अपराध घडतात. व्हॅनडॅन कुटुंबाशी वागताना आमचे आईवडील कधीच प्रांजळ नसतात आणि त्यांच्याशी स्नेहभावाने वागतही नाहीत. (कारण त्यांच्या मनात व्हॅनडॅनविषयी स्नेहभाव मुळात नाहीच.) मला स्वत:ला शांतता आवडते. भांडायलाही आवडत नाही आणि टिंगल, टवाळी करायलाही आवडत नाही. मारगॉट आणि डॅडी यांना तर यासाठी प्रयत्नही करायला नकोत. जात्याच ते शांतताप्रिय आणि सज्जन आहेत. ममीला मात्र यासाठी फारच मेहनत घ्यावी लागेल. श्री. व्हॅनडॅन जे म्हणतील त्यात त्यांच्यासारखेच मत दर्शवले, त्यांचे म्हणणे शांतपणे ऐकून घेतले, त्यांच्या कधी साध्या तर कधी बोचऱ्या विनोदाला प्रतिसाद दिला की ते खूष होतात. सौ. व्हॅनडॅनशी मोकळेपणाने बोलले व आपली चूक असेल तर ती सरळ कबूल केली की झाले. मग तीही आपल्या चुका आणि दोष, उणीवा कबूल करते. बाईच्यात तसे दोष आणि उणिवा पुष्कळच आहेत. पूर्वी तिचे माझ्याविषयी फार वाईट मत होते. आता तसे नाही. कारण मी प्रामाणिक आहे आणि काय बोलायचे ते सरळ तोंडावरच बोलते. ते आपले मला बरे वाटते.

आम्ही श्री. क्लीमन्ना तांदूळ दिले त्याविषयी बाई काल बोलत होत्या. त्यांना

तांदूळ दिलेले मुळीच आवडले नव्हते. हे देणे कुठेतरी थांबवायलाच हवे असे त्यांचे मत होते. म्हणे क्लीमन्नी स्वत:चे तांदूळ स्वत:च कोणत्यातरी उपायाने का मिळवू नये? आम्ही आमचा साठा त्यांना काय म्हणून द्यावा? आम्हालाही तो लागतोच की.''

''नाही मिसेस व्हॅनडॅन! हे तुमचे म्हणणे मला मुळीच पटत नाही. तुमच्या म्हणण्याप्रमाणे श्री. क्लीमन् थोडेबहुत तांदूळ खटपट लटपट करून मिळवू शकतीलही. पण ते आपल्याला परोपरीची मदत करत असताना आपण त्यांची अशी टीका करणे योग्य नाही. आपणही त्यांना आपल्याकडून होईल तेवढी मदत केलीच पाहिजे. आठवड्यातून एकदा आपल्याला भात खायला मिळाला नाही म्हणून काही बिघडत नाही. आपण वाल, पावटे खाऊ शकतो त्याऐवजी.''

सौ. व्हॅनडॅनला माझे फारसे पटले नाही तरी या बाबतीत ती माघार घ्यायला तयार आहे. हाच तिचा गुण मला आवडतो.

बरं! कधीकधी मला स्वत:चे इथे काय स्थान आहे ते नेमके कळते, तर कधी त्याविषयी मनात संदेह उत्पन्न होतो. पण सर्व अडचणींवर मात करण्यासाठी मदत करायला पीटर तयार असतो.

खरोखर त्याला मी किती आवडते ते अजून समजत नाही. लाजरेपणा टाकून कधी तो माझे चुंबन घेईल का? काही असो मला याबाबतीत पुढाकार घ्यायचा नाहीये. मी खूप वेळा पीटरला भेटायला, गप्पा मारायला जाते त्याला, डॅडींची काही हरकत नाही ना असे विचारले. ते म्हणाले ''नाही.''

ज्या गोष्टी आजवर मी मनातच ठेवत असे त्या आता पीटरला सांगता येतात. उदाहरणार्थ– पुढे मी लेखिका व्हायचे ठरवले आहे आणि ते नाही जमले तरी जे काही काम करेन त्याबरोबरच थोडे लेखनही करेन हे मी त्याला सांगितले.

माझ्याजवळ फार पैसा नाही, मौल्यवान वस्तू नाहीत. मी सुंदर, हुषार किंवा बुद्धिमती नाही. तरीही मी आनंदी, सुखी आहे आणि कायम तसेच राहाण्याची माझी इच्छा आहे. मला लोकांविषयी प्रेम आहे. माझा स्वभाव विश्वासू आहे आणि 'सर्वे सुखिनः संतु' अशी माझी धारणा आहे.

तुझी निष्ठावान मैत्रीण, ॲन एम फ्रँक.

'एखादा सोनेरी, प्रकाशमान दिवस,
काही न करता फुकट दवडला,
तर तोही बनेल जणू काळीकुट्ट अवस.'

या ओळी मी काही दिवसांपूर्वी लिहिल्या. पण नंतर मी कविता फारच थोड्या लिहिल्या आहेत म्हणून या ओळींचा अंतर्भाव माझ्या लिखाणात केला आहे.

सोमवार २७ मार्च १९४४

प्रियतम किटी,

माझ्या या लिखाणात 'राजकारण' या विषयाला खूप प्राधान्य हवे. कारण या विचित्र राजकारणामुळे तर आम्हाला असे लपून-छपून अज्ञातवासात राहावे लागत आहे. पण मला हा विषयच मुळात आवडत नसल्यामुळे मी तो नेहमी टाळते. आज मात्र हे संपूर्ण पत्र राजकारणावरच लिहिणार आहे.

या विषयावर प्रत्येकाचे मत अर्थातच भिन्न असते आणि युद्ध सुरू असताना या विषयाची चर्चा वारंवार चालते ते साहजिकच आहे. पण या विषयावर वादावादी करणे मला अगदी मूर्खपणाचे वाटते. आता माणसांनी चर्चा केल्या, पैजा लावल्या, थट्टामस्करी केली दुसऱ्याच्या मतांची, तर आपण समजू शकतो. पण त्यावर भांडाभांडीपर्यंत मजल जाणे अगदी गैर वाटते. बाहेरून येणारी मंडळी खूप बातम्या आणतात. पुष्कळ वेळा अखेर त्या खोट्या ठरतात. पण रेडियोने मात्र अद्याप कधीही अशी लबाडी आमच्याशी केली नाही. जॅन, मिएप्, क्लीमन्, बेप् आणि कुग्लर या प्रत्येकाच्या बातमीत तिखटमीठ तर असतेच. शिवाय त्यांच्या वैयक्तिक विचारसरणीचे प्रतिबिंबही त्यात असते. त्यामानाने जॅनच्या बातम्या जास्त विश्वासार्ह असतात.

आमच्या या गुप्तनिवासातले लोक मात्र या विषयाला कधीही कंटाळत नाहीत. हवाई हल्ले, चढाया, प्रमुख व्यक्तींची भाषणे यावर अविरत मते प्रदर्शित केली जात असतात.

"अशक्य, बाप रे, देवा रे देवा, आता यापुढे त्यांनी सुरुवात केली, तर किती वेळ त्यांना लागेल? ग्रेट, छान प्रगती आहे त्यांची!" असे उद्‌गार सारखे निघत असतात.

आशावादी आणि निराशावादी सारखी आपली मते इतरांना न कंटाळता ऐकवत असतात. या विषयाचा आमच्याकडच्या लोकांना कंटाळा कसा येत नाही भगवान जाणे! गंमत म्हणून मी राजकारणावरचा एखादा प्रश्न किंवा वाक्य हवेत फेकते. ते त्यांच्या कानापर्यंत पोचायचाच अवकाश, की लगेच सर्वांची तोंडे चालू होतात. आपली सर्व शक्ती पणाला लावून ते बोलायला लागतात. आपण म्हणतो आहो तेच खरे, अशी तर त्यांची खात्रीच असते. ब्रिटिशांच्यावर आपल्या पतीचा संपूर्ण भरवसा आहे हे इथल्या एका बाईसाहेबांना मुळीच आवडत नाही. तर तिच्या पतिदेवांना आपल्या आवडत्या राष्ट्राविषयी पत्नीने अनुदार, टवाळीचे उद्‌गार काढणे बिलकूल सहन होत नाही. लगेच ते तिला टाकून बोलतात.

आणि अशा प्रकारे उजाडल्यापासून रात्रीपर्यंत अशाच प्रकारचे संवाद चालू

असतात आणि नवल म्हणजे त्यांना त्याचा मुळीच कंटाळा येत नाही.

जर्मन बातम्या आणि बी. बी. सी. वरच्या इंग्लिश बातम्या जणू कमी आहेत म्हणून आता हवाई हल्ल्याच्या खास बातम्या ऐकवल्या जातात. ब्रिटिश हवाई खात्यातर्फे तर चोवीस तास हल्ले होत आहेत आणि जर्मन लोक तेवढ्याच तत्परतेने त्याविषयी खोट्या बातम्या प्रसारित करताहेत.

त्यामुळे रोज सकाळी आठ वाजता (कधी त्या आधीही) रेडिओ सुरू केला जातो आणि रात्री अकरा वाजेपर्यंत सर्व जण तासातासाने येणाऱ्या बातम्या ऐकत राहातात. यावरून मोठ्या लोकांना केवढा पेशन्स (धीर, सहनशक्ती) आहे हे कळते. आणि आता त्यांची बुद्धी कशी कमी होत चाललीय (निदान त्यातल्या काहींची तरी नक्कीच) हे छान कळतेय. माझ्यामते दिवसांतून एकदा किंवा फारफार तर दोनदा बातम्या ऐकणे म्हणजे खूप झाले. पण झोपेचा आणि खाण्या-पिण्याचा वेळ सोडला तर बाकीचा दिवसाचा सारा वेळ मोठी माणसे रेडिओभोवतीच असतात आणि अन्न (जेवण) झोप आणि राजकारण याच विषयावर बोलत राहातात.

उदाहरणार्थ विन्स्टन चर्चिल या आमच्या लाडक्या पंतप्रधानांचे भाषण.

रविवार. रात्रीचे नऊ वाजले आहेत. टेबलावर टीकोझी खाली किटलीत गरम चहा तयार आहे. मंडळी आत येतात. डसेल् रेडियोच्या डाव्या बाजूस बसतो. श्री. व्हॅनडॅन रेडिओ समोरच ठाण मांडतात. पीटर शेजारी. ममी श्री. व्हॅनडॅन यांच्या बाजूला सौ. व्हॅनडॅन पतिराजांच्या पाठीशी. सर्वांच्या मागे मी आणि मारगॉट. डॅडी टेबलाशी. पुरुष मंडळी पाईप ओढत राहातात. पीटर जिवाचे कान करून ऐकत बसलेला. ममीच्या अंगावर रात्रीचा पोषाख. वरून जाणाऱ्या विमानांचा आवाज इतका जोरात येतोय की त्यामुळे सौ. व्हॅनडॅन घाबरून थरथर कापत आहेत. डॅडी चहा पीत बसले आहेत. मुशी मांजर माझ्या आणि मारगॉटच्या मांडीवर आडवे झोपलेले. मारगॉटने केसांना, कुरळे होण्यासाठी चाप लावलेले आहेत. माझा रात्रीचा पोषाख आता अगदी घट्ट आणि तोकडा झाला आहे. दुरून पाहाता वातावरण किती सुंदर, शांत, सुखी प्रेमळ कुटुंबाचे. पण मनातून प्रत्येक जण रेडिओवरचे भाषण किंवा बातम्या संपातहेत केव्हा आणि लगेच त्यावर आपण चर्चा करतो केव्हा, याचीच वाट पाहात असलेले.

तुझी, ॲन.

मंगळवार २८ मार्च १९४४

प्रियतम किटी,

राजकारण लिहिण्याजोगे आणखी खूप आहे. पण आज तुला इतर अनेक गोष्टी सांगणार आहे. ममीने मला पीटरकडे वरती जाऊन गप्पा मारत बसण्याची बंदी केली आहे. तिच्या मते सौ. व्हॅनडॅनना ते आवडत नाही. त्यांना हेवा वाटतो. दुसरी गोष्ट म्हणजे पीटरने मारगॉटला आमच्यासमवेत येऊन गप्पा मारत बसण्याचे आमंत्रण दिले आहे. अर्थात ते शिष्टाचार म्हणून का मनापासून ते मला कळलेले नाही. तिसरी म्हणजे सौ. व्हॅनडॅन यांच्या मताला मान देऊन मी वर जाणे सोडावे का असे डॅडींना विचारले तर त्यांनी सौ व्हॅनडॅनकडे लक्ष देण्याची गरज नाही असे सांगितले.

अशा परिस्थितीत मी काय करावे? ममी रागवलेली आहे. मी वरती पीटरकडे न जाता स्वत:च्याच खोलीत बसून अभ्यास करावा असे तिला वाटते. ममीला स्वत:लाच माझा मत्सर वाटत असेल. मी आणि पीटर वेळ आनंदात घालवतो, आमचे एकमेकांशी चांगले पटते याबद्दल डॅडींना काही वैषम्य वाटत नाही. मारगॉटलाही पीटर आवडतो. पण तिला वाटते एखाद्या विषयावर दोघांच्या गप्पा रंगतील तशा तिघांच्यात त्या रंगतीलच असे नाही.

शिवाय ममीला वाटते पीटर माझ्यावर प्रेम करतो आहे. खरं तर त्याने प्रेम केलेले मला आवडेल. कारण माझे त्याच्यावर प्रेम आहे आणि दोन व्यक्तींचे एकमेकांवर प्रेम असेल तर एकमेकांशी नीट, पुरती ओळख करून घेणे सोपे जाते. ममी म्हणते तो सारखा माझ्याकडे बघत राहातो. आता अधुनमधून आमची नजरानजर होते हे खरे आहे. माझ्या गालावरच्या खळ्या त्याला आवडतात हा काय माझा दोष आहे?

माझी अवस्था फार विचित्र झाली आहे. ममी आणि मी एकमेकींवर नाराज आहोत. माझ्यात आणि ममीत चाललेल्या या झगड्याकडे डॅडी काणाडोळा करतात. ममी खिन्न, उदास असते कारण तिची माझ्यावर खूप माया आहे. पण मी मात्र बेफिकीर राहाते. कारण आता माझ्या मनात तिच्याविषयी फार प्रेमभावना उरलेली नाही.

पीटर मला आवडतो. त्याच्याशी मैत्री करणे मला गैर वाटत नाही. मग मी काय म्हणून त्याची मैत्री तोडायची? मला सुदैवाने माझ्या मनातल्या भावना चेहऱ्यावर न दाखवता वागता येते. त्यामुळे तो मला किती आवडतो ते मी मनातच ठेऊ शकते. पण तो कधीतरी आपले प्रेम प्रकट करेल का? माझ्या गालाशी गाल लावून बसेल का? जसा माझ्या स्वप्नात लहानपणीचा दोस्त पीटेल बसला होता? तो

पीटर आणि हा पीटर सारखेच आहेत. आम्हाला एकमेकांच्या नुसत्या संगतीनेही बरे वाटते. पुष्कळदा आम्ही एकमेकांशी बोलतसुद्धा नाही. आम्ही एकमेकांकडे का ओढले गेलो आहो याची त्यांना कल्पनाही येत नाही. कधी आमच्यापुढचे अडचणींचे डोंगर दूर होतील? अर्थात असे डोंगर दूर करण्यातही एक तऱ्हेचे कौशल्य आहे, ज्याच्यामुळे शेवट अधिकच गोड वाटेल. दंडावर डोके टेकून, डोळे मिटून तो पडलेला असतो तेव्हा एखाद्या अर्भकासारखा दिसतो. मांजरीबरोबर खेळत असताना प्रेमळ वाटतो, बटाटे, वाटाणे वगैरे जड वस्तू सहजगत्या उचलतो तेव्हा बळकट, मजबूत वाटतो. बाहेर चाललेल्या गोळीबाराकडे पाहातो किंवा चोराच्या मागावर खुशाल अंधारात खाली जातो तेव्हा शूर, निर्भय वाटतो आणि लाजून, गोंधळून बोलतो तेव्हा तर फारच मोहक आणि गोड वाटतो. मी त्याला काही शिकवण्यापेक्षा त्याने मला शिकवावे, माझ्यापेक्षा सर्वच बाबतीत त्याने वरचढ असावे असे मला वाटते.

म्हणूनच दोघांच्याही आयांची नाराजी पत्करून मैत्री ठेवावीशी वाटते. पण तो का कधीसुद्धा काही बोलत नाही?

डॅडी नेहमी म्हणतात की मी अहंमन्य आहे. पण ते खोटे आहे. मी जरा बढाईखोर मात्र आहे. शाळेतल्या एका मुलाने मी हसले की गोड दिसते असे एकदा सांगितले होते. पण एवढा एक मुलगा सोडला तर बाकी कुणी मला कधी सुंदर दिसतेस असे म्हटलेले नाही. मग मी अहंमन्य कशाला बनेन? काल पीटरने मात्र माझी प्रशंसा केली.

पुष्कळ वेळा तो मला म्हणतो, ''हास ना.'' मला ते विचित्र वाटते म्हणून मी विचारले, ''नेहमी तू मला हसायला का सांगतोस?''

''मला आवडते तुझे हसणे. किती सुरेख खळ्या पडतात तुला. कशी पाडतेस तू त्या?''

''मी मुद्दाम नाही काही करत. माझ्या जन्मापासून पडताहेत. माझ्या हनुवटीलापण खळी पडते. सौंदर्याच्या बाबतीत गालावरच्या आणि हनुवटीवरची खळी एवढी एकच जमेची बाजू आहे माझी.''

''चल. काहीतरीच.''

''खरंच सांगते. मी सुंदर नाही हे मला पक्के माहीत आहे.''

''पण मला तरी तू सुंदरच दिसतेस. उगाच तोंडदेखलं बोलत नाही हं मी.''

एवढे त्याने ठासून सांगितल्यावर तो पण देखणा दिसतो हे मी त्याला सांगितले.

तुझी, ॲन एम. फ्रँक

बुधवार २९ मार्च १९४४

प्रियतम किटी,

लंडनहून प्रसारित होणाऱ्या डच् बातम्यात, इथले कॅबिनेट मंत्री श्री. बोल्केस्टीन म्हणाले की युद्धसमाप्तीनंतर, या काळातल्या रोजनिशा व पत्रे यांचे जतन केले पाहिजे. लगेच सर्वांची नजर माझ्या रोजनिशीकडे वळली. आमच्या या गुप्तनिवासावर एक कादंबरी मी लिहिली तर ती किती रोमांचकारी होईल याची तू नुसती कल्पना कर. नुसत्या शीर्षकावरून लोकांची कल्पना होईल की ती एक रहस्यकथा आहे.

आणखी दहा वर्षांनी, आम्ही आज कसे लपून राहात आहो, काय खात-पीत आहो, काय बोलतो आहो, ज्यू जमातीत जन्म घेतल्यामुळे आमची कशी आणि काय परवड झाली हे वाचून लोकांचे चांगलेच मनोरंजन होईल. मी तुला इतके सांगते आहे ना, तरी ते आमच्या इथल्या जीवनाचे एक शतांशसुद्धा वर्णन नाही. प्रत्यक्ष हवाई हल्ल्याच्या वेळी बायकांची इतकी घाबरगुंडी उडते म्हणून सांगू. गेल्या रविवारी साडेतीनशे ब्रिटिश विमानांनी साडेपाचशे टन वजनाचे बॉम्ब इजमुडेनवर टाकले. वाऱ्याने गवताची पाती थरथरावी तशी घरे हादरली. आता यातून नाना तऱ्हेची रोगराई सुरू होईल.

तुला याची काहीच कल्पना नाहीये आणि मी पुरते वर्णन करायचे ठरवले तर मला सबंध दिवस लिहीतच बसावे लागेल. भाजी विकत घेण्यासाठीसुद्धा रांगेत उभे राहावे लागते. डॉक्टरलोक रोग्यांना तपासायला जात नाहीत कारण त्यांची पाठ वळली की लगेच त्यांच्या मोटारी आणि सायकली चोरीला जातात. चोऱ्यामाऱ्यांना इतका उत आलाय की या डच लोकांना कुणी झपाटले तर नाहीना अशी शंका येते. आठ-दहा वर्षे वयाची मुलेसुद्धा सर्रास चोऱ्या करतात. क्षणभरही आपले घर सोडून जाण्याची हिंमत लोकांना राहिलेली नाही. कारण आपण परत घरी येईपर्यंत अर्ध्याअधिक वस्तू नाहीशा होणार हे त्यांना माहीतच असते. हरवलेले टाईपरायटर, विजेची यंत्रे, गालिचे, कपडे, यांच्या शोधाच्या जाहिराती रोज वर्तमानपत्रात येत असतात. रस्त्यावरची मोठी घड्याळे केव्हाच चोरीला गेली आहेत. सार्वजनिक टेलिफोन्सचे वाटोळे झाले आहे. एकूणच जनतेची नीतिमत्ता पार ढासळली आहे.

आठवड्याचे रेशन दोन दिवस पुरण्याजोगेही नसते. लोक ब्रिटिशांकडून होणाऱ्या हल्ल्याची वाट पाहात आहेत. डच पुरुषांना सक्तीने लढण्यासाठी जर्मनीत पाठवले जात आहे. मुले अर्धपोटी राहात आहेत. ज्याच्यात्याच्या अंगावर जुने, आखुड, तंग कपडे दिसतात. बूट नुसते दुरुस्त करायचे म्हटले तरी, काळ्या बाजारात त्याला साडेसातशे गिल्डर्स पडतात. चांभार मुळी बूट दुरुस्त करायला तयारच होत नाहीत आणि तयार झालेच तरी, बूट परत मिळण्याची आशाच नको.

या सर्वात एकच गोष्ट आनंदाची आहे. जो जो अन्न अपुरे व खराब मिळत आहे आणि डच् जनतेविरुद्ध कडक नियम जारी होत आहेत, तसा जर्मन अधिकाऱ्यांविरुद्ध असंतोष आणि बंडखोरीची कृत्ये, घातापाताची कृत्ये वाढताहेत. रेशन ऑफिसातले लोक, पोलिस, इतर अधिकारी जनतेलाच मदत करताहेत. पण काही डच अधिकारी मात्र डच लोकांविरुद्ध चुगल्या करून त्यांना तुरुंगाची हवा दाखवत आहेत.

तुझी, ॲन.

शुक्रवार ३१ मार्च १९४४

प्रियतम किटी,

कडाक्याची थंडी पडते आहे आणि महिना झाला, कोळसेच मिळत नाहीयेत, पण लोक जरासे आनंदात आहेत कारण रशियन सेना पोलंडच्या सरहद्दीवर येऊन पोहोचल्या आहेत. तशाच रुमानियातल्या प्रुट नदीकिनाऱ्यापर्यंतही काही सैन्य पोचले आहे. ओडेसाच्या जवळ येउन त्यांनी टर्नोपोलला वेढा घातला आहे. कुठल्याही क्षणी स्टॅलिन घोषणा करेल म्हणून आम्ही वाट पाहात आहोत.

रोजच्या रोज नवीन ठिकाणी जय मिळाल्याबद्दल मास्कोत इतके विजयोत्सव होत आहेत की त्यामुळेच मास्को शहर हादरुन जाईल. युद्ध अगदी दाराशी आले आहे, याचा मनावरचा ताण दूर करण्याकरता म्हणून ही आतषबाजी करतात की, त्यांना विजयाचा आनंद व्यक्त करायचा दुसरा मार्ग दिसत नाही म्हणून करतात ही आतषबाजी?

जर्मन सैन्याने हंगेरी व्यापली आहे. तेथे अद्याप लाखो ज्यू लोक राहात आहेत. त्यांच्याही नशिबी आता आमच्यासारखेच हाल येतील.

इथे सध्या काही खास घडत नाहीये. आज श्री. व्हॅनडॅन यांचा वाढदिवस आहे. त्यांना तंबाखूची दोन पाकिटे, त्यांच्या पत्नीने कसोशीने वाचवून ठेवलेली कॉफी, श्री. कुग्लरांकडून मद्य, मिएप्तर्फे सार्डिन मासे, आमच्याकडून यूडी कोलोन आणि फुले आणि रासबेरीचा केक. आट्याची व लोण्याची प्रत चांगली नव्हती तरीही केक चविष्ट झाला होता.

माझ्या आणि पीटरच्या मैत्री विषयीचा कोलाहल आता थांबला आहे जरा. आज रात्री तो मला बोलवायला येणार आहे. खरे तर त्याला असे येणे आवडत नाही तरी येतो बिचारा, आमची आता चांगली मैत्री जमली आहे. आम्ही आजकाल खूप वेळ एकत्र घालवतो आणि जगात असतील नसतील त्या सगळ्या विषयावर खूपच गप्पा मारतो. कोणताही विषय आम्ही वर्ज मानत नाही.

आता माझे आयुष्य थोडंफार सुखात आनंदात जातेय. कारण देव माझ्या पाठीशी आहे. तो माझी साथ कधीही सोडणार नाही.

तुझी, ॲन एम्. फ्रँक.

शनिवार १ एप्रिल १९४४

प्रियतम किटी,

देव पाठीराखा आहे म्हटले तरी तसे सगळे काही सुरळीत चाललेलं नाही. मला काय म्हणायचेय ते तुला कळले असेलच. त्याने माझे चुंबन घ्यावे असे मला तीव्रतेने वाटते. पण अजून काही तो सुयोग आलेला नाही. तो अजूनही मला फक्त मैत्रिणच मानतो का? त्याहून जास्त जवळिकीची भावना त्याच्या मनात येतच नाही?

किटी तू आता मला पुरती ओळखतेस. मी किती मनाने मजबूत आहे, आणि मनावरची ओझी किती निमूटपणे वाहाते तुला माहितीच आहे. माझ्या दुःखात मी कधी कुणाला वाटेकरी करून घेत नाही. ममी जवळ आपले दुःख हलके करण्याचेही माझ्या कधी मनात येत नाही. पण त्याच्या खांद्यावर मान ठेवून स्वस्थ बसावे त्याला सगळे सांगावे असे मात्र वाटते.

पीटरच्या गालाशी गाल लावून बसलेले जे मी स्वप्नात पाहिले होते, ते मला विसरता येत नाही. त्याला असे काही वाटत नाही का? की माझ्यावर आपले प्रेम आहे हे सांगायला तो लाजतो. मग मी त्याच्या जवळ बसावे असे त्याला का वाटते? तो हे सगळे मला सांगत का नाही?

पण मला धीर धरायला हवा. शांत राहायला हवे. मी जरा धीर धरला तर सगळे काही नीट होईल. पण दुःख एवढेच वाटते की मीच त्याच्या पाठीमागे लागल्यासारखी वाटते. मीच नेहमी त्याच्याकडे वरती जाते. तो कधी माझ्याकडे येत नाही. अर्थात त्याचे कारण असेही असू शकेल की त्याला वरती स्वतंत्र खोली आहे. पण माझ्या खोलीत डसेलूही असतो. माझ्या कल्पनेपेक्षाही तो जास्त समंजस विचारी आहे.

तुझी, ॲन एम. फ्रँक.

सोमवार ३ एप्रिल १९४४

प्रियतम किटी,

अन्नाचा प्रश्न दिवसेंदिवस बिकट होत चालला आहे. नुसत्या हॉलंडमधेच नव्हे, तर सर्व युरोपभर.

इथे, या गुप्तनिवासात रहायला आल्यापासून गेल्या एकवीस महिन्यांत आमच्या

अन्नपदार्थांची आवर्तने चालली आहेत. एकदा एक भाजी स्वस्त मिळायला लागली, म्हणजे न्याहारीत तीच, दुपारच्या जेवणात तीच, संध्याकाळी तीच. कधी तिचा रस्सा, कधी परतलेली तर कधी तळलेली किंवा उकडलेली. अशा प्रकारे काकडी, टॉमेटो, पालक, बटाटे वगैरे भाज्यांची कितीतरी आवर्तने झाली आहेत. फार कंटाळवाणी! पण भूक लागली म्हणजे मिळेल ते खाण्याशिवाय इलाजच नसतो. सध्या ताज्या भाज्याच मिळत नाहीयेत म्हणून एका परीने सुखी आहोत. बटाटे रोजच्या प्रत्येक वेळच्या आहारात असतातच. सरकारी रेशनमधून मिळणाऱ्या पिठाची यीस्ट घालून बनवलेली डंपलिंग्स! सरकारी रेशनमधून मिळालेल्या वस्तूंचा दर्जा इतका चांगला असतो की त्यापासून बनवलेली डंपलिंग्स दगडासारखी होतात. आठवड्यातून फक्त एकदा पावाला लावायला मुरंबा मिळतो. एवढे हाल सोसूनही आम्ही आपले जगतोच आहोत. एवढेच नाही तर असल्या या कदान्नाचा सुद्धा आनंदाने आस्वाद घेतो.

तुझी, ॲन एम्. फ्रँक,

बुधवार ५ एप्रिल १९४४

प्रियतम किटी,

मी अभ्यासाची एवढी खटपट का करते आहे, हेच मला कळत नाही. युद्धाचा शेवट अजूनही दृष्टीच्या टप्प्यात येत नाही. युद्धसमाप्ती ही एक परिकथेतील अद्‌भूत गोष्ट वाटते आहे. येत्या सप्टेंबरपर्यंत युद्ध संपले नाही तर मी परत शाळेत जाणार नाही. कारण वय वाढले आहे आणि शाळेत दोन वर्षे म्हणजे दोन इयत्ता मागे राहाणार.

पीटरविषयीच्या विचारात, स्वप्नात, शनिवार रात्रीपर्यंत माझा वेळ गेला, आणि मग मात्र फार रडू आले. पीटर बरोबर होता तेव्हा व्हॅनडॅन कुटुंबाबरोबर खूप हसले, खिदळले, लिंबाचे मद्य प्यायले, मजेत बोलले चालले. पण मग आसपास कुणी नसले की ढसाढसा रडावेसे वाटते. परवा रात्री नाईटगाउन घातला आणि नेहमीप्रमाणे प्रार्थना केली. मग गुढगे छातीजवळ घेतले, त्यावर हात ठेउन वरती डोके ठेवले आणि जमिनीवरच बसून मनसोक्त रडले, जेव्हा माझे हुंदके आणि आवाज वाढला तेव्हा एकदम भानावर आले. माझे रडणे ऐकून कुणी धावून येऊ नये म्हणून रडे थांबवले. बराच वेळ नुसत्या जमिनीवर बसल्याने हातपाय गारठून गेले होते. म्हणून पलंगाशी डोके ठेवून हळूहळू रडे आवरुन ताळ्यावर आले. अखेर साडेदहा वाजता उठून पलंगावर झोपले.

आता मात्र माझ्या लक्षात आले आहे की शाळेचा अभ्यास सुरू केला पाहिजे,

म्हणजे ज्ञानात तर भर पडेलच, शिवाय मला पुढे पत्रकारही व्हायचे आहे. मला चांगले लिहिता येते हे मला माहीत आहे. माझ्या काही कथा चांगल्या लिहिल्या गेल्या आहेत. 'गुप्तनिवासा' विषयीची माझी वर्णने विनोदी झाली आहेत. माझी रोजनिशी विविधदर्शनी आहे. पण माझ्यात लेखनकला खरोखरच आहे का हे पाहायला हवे.

'इव्हाचे स्वप्न' ही माझी परिकथा फारच छान वठली आहे. आणि नवलाची गोष्ट अशी की या कथेचे बीज मला कुठे सापडले याची मला यत्किंचितही कल्पना नाही. ''कॅडीचे जीवन'' या कथेतला काही भाग छान जमला आहे. पण एकंदरीत ही कथा खास अशी नाही. माझ्या कथांची टीकाकार, समीक्षक मीच आहे. कोणते माझे लिखाण चांगले जमले आहे आणि कोणते नाही मला बरोबर कळते. मला चित्रकला चांगलीशी अवगत नाही याचे मला फार दुःख व्हायचे. आता नाही होत! कारण मला लिहिता चांगले येते, याचा मला आनंद होतोय. फार तर मला वर्तमानपत्रातले लेख लिहिणे किंवा पुस्तके लिहिणे जमणार नाही. पण मला स्वतःला तर माझ्या लिखाणाचा आनंद उपभोगता येईल. अर्थात केवळ स्वतःसाठी, स्वतःपुरते लिहावे एवढ्यावरच मी समाधान मानत नाही. तर प्रसिद्ध, लोकप्रिय लेखिका होण्याची माझी महत्त्वाकांक्षा आहे. मला माझी आई, सौ. व्हॅनडन किंवा सर्वसामान्य स्त्रियांसारखे जन्म घ्यायचा, जगायचे, एक दिवस मरुन जायचे, कोणाच्याही आठवणीतसुद्धा राहायचे नाही, असले जीवन मुळीच नको आहे. पती आणि मुले याखेरीज मला स्वतःचा असा एखादा खास छंद जोपासायचा आहे. लोकांच्या उपयोगी पडावे, त्यांच्या जीवनात आनंद निर्माण करावा असे मला वाटते. मृत्यूनंतरही लोकांनी आपली आठवण ठेवावी, आपण अमर राहावे अशी माझी तीव्र इच्छा आहे. त्यासाठी देवाने ही जी साहित्यकला मला बहाल केली आहे त्याबद्दल मी परमेश्वराची अतिशय ऋणी आहे. लेखनरुपाने मी अमर राहू शकेन. देवाने दिलेल्या गुणाचा उपयोग करुन मी माझी स्वतःची प्रगती करुन घेऊ शकेन, आणि माझ्या मनातले सर्व विचार प्रगट करु शकेन.

मी लिहायला बसले की माझ्या चिंता, काळज्या, शल्ये सगळी दूर होतात आणि मन प्रफुल्लित होते. हे सगळे खरे असले, तरी मी खूप प्रसिद्ध लेखिका किंवा पत्रकर्ती होऊ शकेन का, माझ्याहातून भव्य दिव्य असे काही लिखाण होईल का?

लेखनामुळे मला माझे विचार, कल्पना, आदर्श यांची नोंद करुन ठेवता येतेय हा मोठाच फायदा आहे.

'कॅडीचे जीवन' ही कथा मी अर्धवटच ठेऊन दिली आहे. मनात तिची शेवटची रूपरेषा तयार आहे. पण लिखाण मनाजोगे उतरत नाहीये. कदाचित ती कथा मी

कधीच पुरी करणार नाही आणि ती कचऱ्याच्या टोपलीत किंवा शेगडीत टाकून देईन. कारण वयाच्या चौदाव्या वर्षी, अनुभव गाठी नसताना तत्वज्ञानाविषयी काही लिहिणे, काही खरे नव्हे.

आता ताज्या उत्साहाने आणि हुरुपाने 'लिखाण' सुरू करणार आहे.

तुझी, ॲन, एम, फ्रँक.

गुरुवार ६ एप्रिल १९४४

प्रियतम किटी,

माझ्या आवडीनिवडी आणि छंद याविषयी आज सांगते हं तुला. पण ते इतक्या मोठ्या संख्येने आहेत की तू वाचताना दमशील.

छंद नंबर एक, लेखन. पण माझ्या मते तो केवळ छंद नाही.

नंबर दोन मला राजघराण्याच्या वंशवृक्षांची माहिती करून घेऊन त्याचे तक्ते बनवण्याची फार हौस आहे. त्यासाठी मी वर्तमानपत्रे, पुस्तके आणि ऐतिहासिक दस्तऐवज नेहमी चाळत असते. सध्या माझ्याजवळ फ्रेंच, जर्मन, नॉर्वेजियन, रशियन, डच्, स्पॅनिश, इंग्लिश आणि ऑस्ट्रियन राजघराण्यांची बरीच माहिती जमली आहे. आत्मचरित्रे, चरित्रे आणि इतिहासाची पुस्तके वाचताना मी त्यातून टिपणे काढूनही माहिती जमवते. काही वेळा तर परिच्छेदच्या परिच्छेद लिहून घेते पुस्तकातले.

माझा तिसरा छंद म्हणजे ऐतिहासिक पुस्तके वाचणे. डॅडींनी माझ्यासाठी बरीच पुस्तके विकत आणलेली आहेत. केव्हा एकदा या अज्ञातवासातून बाहेर सुटून सार्वजनिक वाचनालयात जाऊन या विषयाचा भरपूर अभ्यास करेन आणि हवी ती माहिती जमवेन असे मला झाले आहे.

चौथा छंद म्हणजे ग्रीक आणि रोमन पुराणातल्या कथा वाचणे. या विषयावरची पण बरीच पुस्तके माझ्या संग्रही आहेत. विद्या आणि कला यांची स्फूर्ती देणाऱ्या नऊ देवता आणि ज्युपिटर या ग्रीक देवाच्या आवडीच्या सात गोष्टींची नावे मी तुला सांगू शकेन. हरक्युलिस वगैरेंच्या बायकांची नावेही मला तोंडपाठ येताहेत.

इतर छंदात सिनेमाच्या नट नट्यांचे आणि कुटुंबियांचे फोटो पाहात बसणे येते. पुस्तके वाचण्याचे जबरदस्त वेड आहे. कलेचा इतिहास, लेखक, कवी, चित्रकार, गायक, वादक वगैरे यांची पुस्तके वाचायला आवडते. अभ्यासक्रमातला 'इतिहास' हा तर आवडता विषय. इतर विषयही आवडतात. पण अंकगणित, बीजगणित, भूमिती हे अगदी भयंकर नावडते विषय.

तुझी, ॲन एम् फ्रँक.

मंगळवार ११ एप्रिल १९४४

प्रियतम किटी,

गेल्या गुरूवारी तुला पत्र लिहिले तेव्हा सर्व काही नेहमी प्रमाणे होते. शुक्रवारी आणि शनिवारी आम्ही तिसऱ्या प्रहरी मोनोपॉली खेळ खेळलो. दोन्ही दिवस कसे भरकन् गेले आणि मग शनिवारी दोन वाजण्याच्या सुमारास जोरात मशीनगन्सचा मारा सुरू झाला. आमच्याकडच्या पुरूषमंडळींना तरी असे वाटले.

रविवारी साडेचार वाजता पीटर माझ्या बोलावण्यावरून माझ्याकडे आला. सव्वा पाच वाजता आम्ही पुढच्या माळ्यावर गेलो ते सहा वाजेपर्यंत तिथेच बसलो. सहा ते सव्वासात पर्यंत रेडिओवर मोझार्टचे संगीत लागले. मला ते फार आवडले. उत्तम संगीत ऐकले की माझे मन हेलावून जाते. असे संगीत वाटेल तेथे बसून, त्यातल्या त्यात स्वयंपाकघरात बसून ऐकणे मला बिलकूल आवडत नाही. रविवारी संध्याकाळी पीटरला स्नान करता आले नाही; कारण कपडे धुण्याचे टब् खाली ऑफिसच्या स्वयंपाकघरात होते व त्यात धुण्याचे कपडे भरून ठेवले होते. मग आम्ही पुढच्या माळ्यावर गेलो आणि तिथे जरा आरामात बसता यावे म्हणून माझ्या खोलीत सापडलेली एकुलती एक उशी मी वर नेली. सामान भरून आणलेल्या एका लाकडी खोक्यावर आम्ही बसलो. खोका अरूंद होता आणि उशीही लहान होती म्हणून आम्ही अगदी चिकटून बसलो एकमेकांना. मुशी मांजरीही आमच्या सोबत होती म्हणजे आम्ही दोघं काही अगदीच एकांतात बसलो नव्हतो. पावणे नऊ वाजता अचानक श्री. व्हॅनडॅन यांनी शिटी वाजवली व डसेल्ची उशी आम्ही नेली आहे का असे विचारले. आम्ही ताडकन् उडी मारली आणि उशी, मुशी घेऊन खाली गेलो. आपली वापरती उशी घेतल्याबद्दल डसेल् फारच भडकला. माळ्यावरच्या पिसवा आता त्यात शिरल्या असतील म्हणून डसेल्ने घर डोक्यावर घेतले. त्यावर सूड म्हणून मी आणि पीटरने त्याच्या बिछान्यात दोन खरखरीत ब्रश ठेवले. पण अचानक डसेल्ने आपल्या खोलीत जाऊन बसायचे ठरवल्याने आम्हाला ते ब्रश तिथून काढावे लागले.

पण या प्रसंगाची मजा आम्हाला फार वेळ चाखता आली नाही. रात्री साडेनऊच्या सुमारास पीटर डॅडींकडे आला. त्याला म्हणे एका इंग्लिश वाक्याचा अर्थ समजत नव्हता. मी मारगॉटला म्हटले, “हा आपला उगाच काहीतरी बहाणा आहे.” आणि माझे ते म्हणणे खरे ठरले. खाली गुदामात चोर शिरले होते. लगेच डॅडी, श्री. व्हॅनडॅन आणि पीटर खाली गेले. आम्ही चौघीजणी धडधडत्या मनाने वर थांबलो. जाम घाबरलेल्या असल्याने आम्ही भीती घालवण्यासाठी गप्पा मारू लागलो. थोड्याच वेळात धाडकन दार आपटल्याचा आवाज ऐकू आला. मग सर्व शांत

झाले. पावणे दहा वाजल्याचा ठोका पडला. आमचे चेहरे अगदी पांढरे फटफटीत झाले होते. आम्ही घाबरलो होतो तरीही शांत बसलो. पुरूष मंडळी कुठे गेली होती? धाड्कन दार आपटण्याचा आवाज आला तो कुठला? हे चौघे चोरांशी मारामारी करताहेत का काय? आम्ही चौघी इतक्या घाबरलो होतो की विचार करण्याची शक्तीच उरली नव्हती. ही मंडळीवर येण्याची वाट बघणेच फक्त आमच्या हातात होते आणि तेवढेच आम्ही करत होतो.

दहा वाजता जिन्यावर पावले वाजली. डॅडी खूपच नर्व्हस झाले होते. ते आणि त्यांच्या पाठोपाठ व्हॅनडॅनही वर आले आणि म्हणाले, "दिवे मालवा आणि पावलांचा आवाज न करता वर चला. पोलिस येण्याची शक्यता आहे."

आता कशाला वेळच नव्हता. आम्ही लगेच दिवे बंद केले आणि वरती जाऊन बसलो.

"काय झालेय ते सांगा आम्हाला आधी." आम्ही म्हटले, पण सांगायला होतेच कोण तिथे? पुरुषमंडळी परत खाली गेली होती. त्यांच्यापैकी दोघे पीटरच्या खिडकीपाशी टेहळणी करत होते. जिन्याजवळच्या दरवाजाला कुलूप होते. पुस्तकाचे कपाट बंद होते. दिव्यावर आम्ही एक स्वेटर टाकला. मग त्यांनी आम्हाला काय झाले ते सांगितले.

पीटर जिन्यात असताना त्याने दार आपटण्याचा मोठा आवाज ऐकला. म्हणून तो खाली गेला तेव्हा गुदामाच्या दरवाजाची एक लाकडी बाजू नाहीशी झालेली पाहिली. त्याबरोबर तो तडक वर आला आणि मग ही चौघे खाली गेली. ते गुदामात शिरले तेव्हा चोर वस्तू उचलून नेत होते. भान न राहून श्री. व्हॅनडॅननी 'पोलिस' अशी आरोळी ठोकली. त्याबरोबर चोर पळाले, उचकटलेली दरवाजाची फळी त्यांनी परत होती तशी ठेऊन दिली. परंतु बाहेरून कुणीतरी लाथ मारून ती उडवून दिली. चोरांच्या या धिटाईचे या चौघांना फार आश्चर्य वाटले. पीटर आणि श्री. व्हॅनडॅन या प्रकाराने इतके संतापले की त्यांनी जमिनीवर काठी आपटली. मग शांतता पसरली. परत दरवाजाची फळी बसवली आणि ती फिरून एकदा खाली पडली. बाहेरुन एक स्त्री व एक माणूस यांनी फळी पडल्याने झालेल्या भल्या मोठ्या फटीतून विजेरीचा प्रकाश पाडून सगळे गुदाम उजळून टाकले." आता कोण आणखी आले?" या चौघांच्या भूमिका बदलल्या होत्या. बाहेरून प्रकाश पाडणाऱ्या त्या दोघांना, हेच चार चोर वाटत होते. ते लक्षात येताच हे चौघे वर धावत आले. डसेल् आणि श्री. व्हॅनडॅन यांनी डसेल्ची पुस्तके उचलली, पीटरने स्वयंपाकघराचे (खालच्या) दरवाजे, खिडक्या उघडून टाकल्या, फोन जमिनीवर टाकून दिला आणि मग हे चौघे पुस्तकांच्या कपाटामागून हळूच वर चढून आले.

भाग १ समाप्त

बहुधा विजेचा प्रकाश पाडणाऱ्या त्या स्त्रीने व माणसाने पोलिसांना खबर दिली असावी. ती रविवारची ईस्टरची रात्र होती. दुसऱ्या दिवशी ईस्टरच्या सुटीमुळे कचेऱ्या बंद राहाणार होत्या. याचा अर्थ म्हणजे मंगळवार सकाळपर्यंत आम्हाला काही हालचाल करता येणार नव्हती. आत्ता पोलिस येतील, मग येतील आणि, आले की आपल्याला पकडून नेऊन छलगृहात टाकतील ही भीती सतत मनात बाळगून आम्ही अंधारात बसून राहिलो होतो. अगदी कुजबुजत्या आवाजात बोलत होतो आणि बाहेरुन थोडासा जरी आवाज आला तरी एकमेकाला 'शूश्' करून दटावत होतो.

साडेदहा वाजले, अकरा वाजले. डॅडी आणि व्हॅनडॅन आळीपाळीने वर येऊन आम्हाला बातम्या देत होते. सव्वा अकरा वाजता परत खाली कसलासा आवाज झाला. वरती मात्र फक्त आमचा श्वासोच्छवासाचा आवाजच तेवढा ऐकू येत होता. त्याखेरीज कुणी बोटही हालवत नव्हतं. तेवढ्यात खालच्या खाजगी ऑफिसात, मग तिथल्या स्वयंपाकघरात आणि अखेर जिन्यावर पावलांचा आवाज ऐकू आला. आमचे श्वासोच्छवासाचे देखील आवाज थांबले. आत हृदयात धडधड होऊ लागली.

दरवाजापुढे ठेवलेले कपाट हलवण्याचे आवाज! त्या क्षणी आमची मन:स्थिती कशी झाली, ते वर्णन करण्यापलीकडचे आहे.

"संपले!" मी म्हटले. आम्हा सर्वांना गेस्टापोचे पोलिस पकडून फरफटत नेत असल्याचे दृश्य माझ्या नजरेसमोर तरळू लागले.

बाहेरच्या लोकांनी दोनदा कपाट हलवण्याचा प्रयत्न केला. मग आवाज थांबले आणि पावलांचा आवाज हळूहळू दूर गेला. निदान आजचे मरण टळले होते. सर्वांनी सुटकेचा निश्वास टाकला. कुणीही बोलत नव्हते पण काहींचे दात भीतीने कडकड वाजत होते. अशाच अवस्थेत आम्ही साडे अकरापर्यंत बसून राहिलो होतो.

त्यानंतर कसले आवाज ऐकू आले नाहीत, पण जिन्यातला दिवा मात्र चालूच होता. गेस्टापोचे लोक मुद्दाम दिवा जळत ठेऊन दबा धरून तर बसले नसतील? का दिवा बंद करायचे विसरून गेले? तसे असेल तर दिवा मालवायला परत येतील? काही वेळाने आमची वाचा परत आली. आता इमारतीत कुणी परकी माणसे नव्हती खरी, पण बाहेर पहारा देत उभी असली तर? आम्ही तर्क वितर्क करू लागलो पण भीतीमुळे प्रत्येकाचा असा थरकाप उडाला होता की संडासाला भेट देणे आवश्यक होते. खालच्या मजल्यावरच्या संडासात जाणे शक्यच नव्हते. बादल्या वापराव्या तर त्या पुढच्या माळ्यावर होत्या. त्या आणणार कशा? इथे हाताशी फक्त पीटरची कचऱ्याची बादली होती तिचाच उपयोग मग करावा

लागला. प्रथम श्री. व्हॅनडॅन आणि मग डॅडींनी ती वापरली. ममीला फारच लाज वाटत होती म्हणून डॅडींनी ती बादली तिला आतल्या खोलीत आणून दिली. तिच्यानंतर मी, मारगॉट आणि सौ. व्हॅनडॅननी ती वापरली. ममीने अगदी नाईलाजाने तिचा उपयोग केला. सुदैवाने माझ्या खिशात कागद होते. ते कामी आले, या मलविसर्जनाची भयंकर दुर्गंधी सुटली. मध्यान्हरात्र झाली होती आणि आम्ही मानसिक ताण पडल्याने फार थकलो होतो. अजूनही मोठ्याने बोलण्याची भीती वाटत होती.

"इथेच जमिनीवर पडा आणि झोप घ्या." डॅडींनी सांगितले. मला आणि मारगॉटला एकेक गरम पांघरूण आणि उशी दिली. मारगॉट कोठीच्या कपाटाशी आणि मी टेबलाच्या चार पायांमध्ये झोपलो. जमिनीवर झोपल्यावर बादलीची दुर्गंधी जरा कमी जाणवू लागली. कारण सौ. व्हॅनडॅनने त्या बादलीत क्लोरीन ओतले व वर एक टॉवेल टाकून ती बादली झाकली.

हलक्या आवाजातली कुजबूज, पकडले जाण्याची भीती, मधूनच परत कुणी त्या बादलीचा उपयोग करत असल्याने होणारा आवाज, आणि झोपेची आराधना, या संमिश्र भावनांच्या मन:स्थितीत, शेवटी पहाटे अडीच वाजण्याच्या सुमारास माझा डोळा लागला. माझ्या पायावर सौ. व्हॅनडॅननी डोके ठेवताच मला जाग आली. मी थंडीने कुडकुडत होते म्हणून मला वरून घालायला एक जर्सी, लोकरीचे स्लॅक्स, एक लाल स्वेटर, काळा स्कर्ट, पांढरे मोजे आणि जीर्ण झालेले गुढग्यापर्यंतचे सॉक्स दिले. जरा वेळाने सौ. व्हॅनडॅन उठून खुर्चीवर जाऊन बसल्या आणि माझ्या पायाशी डोके ठेऊन श्री. व्हॅनडॅन झोपले. एवढे कपडे घालूनही मी एवढी कुडकुडत होते की त्यामुळे श्री. व्हॅनडॅनना झोप येईना. मलाही झोप येत नव्हती. पोलिस येणार या भीतीने. ते आले तर त्यांना सांगावे की आम्ही नाझी लोकांच्या दहशतीमुळे इथे लपून राहिलो आहोत. ते लोक सज्जन असतील तर आम्हाला सोडून देतील आणि नाझी लोकांची बाजू घेणारे डच् असतील तर त्यांना लाच देऊन सुटका करून घेण्याचा प्रयत्न करावा, असे विचार माझ्या मनात घोळत होते.

"आपला रेडिओ लपवून ठेवायला हवा", सौ. व्हॅनडॅन. "हो. शेगडीत! कारण आपण त्यांना सापडलो, तर या घरातला रेडिओ सापडणार नाही का त्यांना?"

"मग त्यांना आपल्या ॲनची रोजनिशीही सापडेल". डॅडी म्हणाले

"तर मग ती आपण जाळून टाकू या." सर्वात जास्त भयभीत झालेल्या व्यक्तीने सुचवले,

"नको, नको. माझी रोजनिशी शेगडीत टाकली तर पाठोपाठ मीही शेगडीत उडी घेईन." मी कळवळून म्हटले. त्यावर डॅडी गप्प राहिले.

त्यानंतर आम्ही सर्वजण इतके काही बोललो की ते लिहायला बसले तर ग्रंथ होईल. सौ. व्हॅनडॅन फार घाबरल्या होत्या. त्यांची मी समजूत घातली. मग इथून निसटून जाण्याविषयी बोललो, गेस्टापोने आपल्याला पकडून आपली चौकशी सुरू केली, तर त्याला कसे तोंड द्यायचे याविषयी बोललो, श्री. क्लीमन्ना फोन करावा असाही एक विचार आला. अखेर काहीही होवो धीर सोडायचा नाही आणि असे गर्भगळीत न व्हायचे ठरवले.

"आपण शूर सैनिकांसारखे वागले पाहिजे मिसेस व्हॅनडॅन. त्यातूनही आपली वेळच आली असली तर मग आपण आपला देश, आपली राणी, स्वातंत्र्य, सत्य, न्याय यांसाठी आपले बलिदान करत आहो हे मनात धरायचे. सर्वात वाईट गोष्ट म्हणजे आपल्याबरोबर आपल्याला हरतऱ्हेने सहाय्य करणारे आपले साह्यकर्तेही बळी जातील."

त्यानंतर साधारण तासाभराने श्री. व सौ. व्हॅनडॅन यांनी परत आपल्या जागा बदलल्या. डॅडी येऊन माझ्या शेजारी बसले. पुरूषमंडळी अखंड सिगारेट ओढत होती. अधुनमधून कुणीतरी सुस्कारा टाकत होते. तर कुणी परत बादलीचा उपयोग करत होते.

चार वाजले, पाच वाजले, साडेपाच वाजले. मी उठून पीटरच्या खिडकीजवळ त्याच्या शेजारी बसून राहिले. आम्ही दोघेही थरथर कापत होतो आणि ते जाणवतही होते. मधूनमधून आम्ही एखाददुसराच शब्द बोलत होतो, आणि कान लावून बाहेरचा काही आवाज येतो का तेही पाहात होतो. शेजारच्या खोलीत बाकीची सर्व मंडळी बसली होती. उद्या श्री. क्लीमन् आले म्हणजे त्यांना कायकाय सांगायचे याची कागदावर नोंद करत होते. शेवटी सकाळी सात वाजता श्री. क्लीमन्ना फोन करायचा व 'कुणाला तरी इथे पाठवा', असे क्लीमन्ना सांगायचे ठरले. असा फोन करणे फार धोक्याचे होते. कारण पोलिस दाराशी उभे असले किंवा जर खालच्या गुदामात दबा धरून बसले असतील तर त्यांना इथून फोन केलेला कळला असता. पण त्याहून जास्त धोका पोलिस इमारतीत शोध घ्यायला घुसले असते तर झाला असता.

त्यांनी कागदावर अशी नोंद केली होती:–

घरफोडी:– पोलिस इमारतीत पुस्तकांच्या कपाटापर्यंत आले होते. पुढे नाही. पोलिस आल्याने घरफोडे गुदामाचे दार उघडून बागेतून पळाले. मुख्य दरवाजा बंद. श्री. कुग्लर बहुतेक दुसऱ्या दाराने गेले असावे.

टंकयंत्र आणि गणकयंत्र खाजगी ऑफिसातल्या काळ्या कपाटात सुरक्षित.

स्वयंपाकघरात धुण्याच्या टब्मधे मिएप् व बेप यांचे धुण्याचे कपडे.

श्री. कुग्रलर व बेप् यांच्याकडेच दुसऱ्या दरवाजाची चावी आहे. त्यामुळे कुलूप

तोडावे लागेल.

जॅनला सांगून चावी मिळवा. मांजराला खायला द्या व ऑफिसात सर्वत्र नजर टाका.

ठरवलेल्या बेताप्रमाणे सर्व काही पार पडले, श्री क्लीमन्‌ना फोन केला. टंकयंत्र परत कपाटात ठेवले. मग आम्ही सर्वजण टेबलाशी बसलो, जॅन किंवा पोलिस कुणीतरी येईल म्हणून वाट पाहात.

पीटरला झोप लागली. श्री व्हॅनडॅन आणि मी जमिनीवरच आडवे झालो होतो एवढ्यात खाली बुटांचा दाणदाण आवाज झाला. मी चट्‌कन उठून बसले ''जॅन असेल.'' मी म्हटले.

''छे! छे! पोलिस असतील''. इतर सर्वांनी म्हटले.

आमच्या पुस्तकाच्या कपाटावर टक्‌टक् आवाज झाला. मिएप्‌ने शीळ घातली. एकूण सर्व गोष्टींचा ताण असह्य होऊन सौ. व्हॅनडन खुर्चीत कोसळल्या. आणखी थोडा वेळ हा ताण असाच राहिला असता तर त्या बेशुद्धच झाल्या असत्या.

जॅन आणि मिएप् आल्याबरोबर सर्वांना अतिशय आनंद झाला. त्यांनी येताना 'सिनेमा' आणि 'रंगमंच'चे अंक, जॅमच्या दोन बाटल्या, पेक्टीन, ब्रेड रोल्स, एक आरसा, फणी कंगवा, काड्यापेट्या, सिगारेट्स, तंबाखू-पुस्तके, टॉर्च वगैरे आणले होते. त्या सामानांनी टेबल भरून गेले होते.

जॅन आणि मिएप्‌चे स्वागत ओरडाआरड्याने आणि आनंदाश्रूंनी झाले. जॅनने प्रथम तुटलेला दरवाजा एक फळी बसवून नीट केला आणि मग घरफोडी विषयी पोलिसांकडे तक्रार करायला तो गेला. गुदामाच्या दरवाजाच्या आतल्या बाजूस रात्रीच्या पहारेकऱ्याने एक चिठ्ठी ठेवली होती. स्लीगर्स या पहाटेकऱ्याला दरवाजाची फट दिसली होती व त्याने पोलिसांकडे तक्रार केली होती. जॅनने स्लीगर्सची भेट घेण्याचेही ठरवले.

आता अर्ध्या तासात आम्हाला सगळे आवरून घ्यायचे होते, मारगॉटने आणि मी आमचे, खालच्या आमच्या घरातले बिछाने नीटनेटके केले, दात घासले, केस विंचरले, प्रात:र्विधी आटोपले आणि परत वर व्हॅनडॅनच्याकडे गेलो. टेबल इतरांनी साफ केले होते. तेव्हा मग आम्ही चहा आणि कॉफी तयार केली. दूध उकळवले आणि टेबलावर तयारी केली. डॅडी आणि पीटर यांनी, आम्ही रात्रभर वापरलेली बादली साफ करून गरमपाण्याने धुऊन त्याच्यातब्लीचिंग पावडर टाकली.

अकरा वाजता जॅन परत आला आणि मग हळूहळू सर्वांच्या मनावरचा ताण कमी होऊ लागला.

जॅनने सांगितलेली हकिगत.

जॅन भेटायला गेला तेव्हा स्लीगर्स झोपला होता. त्याच्या बायकोने सांगितले की

स्लीगर्स रात्री पहारा करत असताना त्याला दरवाजाला मोठे भोक आढळले. तेव्हा त्याने पोलिसाला बोलावले व दोघांनी मिळून इमारतीची पाहाणी केली. दररोज रात्री आपल्या दोन कुत्र्यांसमवेत स्लीगर्स सायकलवरून त्या भागात गस्त घालत असे. ‘‘आता मंगळवारी येऊन माझे मिस्टर तुम्हाला सर्व काही सांगतील.’’ स्लीगर्सच्या पत्नीने सांगितले. पोलिस स्टेशनवर इथल्या घरफोडीची खबर कुणालाच नव्हती. मग त्यांनी मंगळवारी सकाळी येऊन पाहाणी करण्याचे कबूल केले.

तिथून परतत असताना जॅनला श्री. व्हॅन हॉवेन भेटले. हे व्हॅन हॉवेन आम्हाला बटाटे पुरवत असत. जॅनने त्यांना घरफ़ोडीविषयी सांगितले. तेव्हा हॉवेन शांतपणे म्हणाला, ‘‘मला माहीत आहे ते. काल रात्री मी आणि माझी बायको तुमच्या या इमारतीपुढून चाललो होतो तेव्हा मला दरवाजाच्या फळीत एक फट दिसली. माझ्या बायकोला तिथे थांबायचे नव्हते. पण मी विजेरीचा प्रकाश पाडून आत डोकावून पाहिले. बहुतेक त्याचवेळी ते घरफोडे पळाले असावे. परंतु आणखी काही आफत यायला नको म्हणून खबरदारी घेण्याच्या इराद्याने मी पोलिसांना बोलावले नाही. मला नक्की काही माहिती नाही, तरीही माझ्या मनात काही शंका आहेत.’’ त्याचे आभार मानून जॅन पुढे गेला. याचा अर्थ आम्ही इथे लपून राहिलो आहोत हे हॉवेनला माहीत आहे. बिचारा सज्जन आहे म्हणून तर गुदामातली माणसे जेवायला बाहेर जातात तेव्हाच नेमका तो बटाटे आणून देतो.

जॅन परत गेला तेव्हा एक वाजला होता. आमचे बशा धुण्याचे काम आटोपले. मग आम्ही आठहीजण जाऊन झोपलो, पावणे तीन वाजता मी उठले. पाहिलं तर डसेल् माझ्या आधीच उठला होता. मी तोंड धुवायला बाथरूममध्ये गेले तेव्हा पीटर खाली उतरून आला होता. आम्ही दोघांनी ऑफिसमध्ये भेटायचे ठरवले. मग तोंडबिंड धुऊन जरा ताजीतवानी होऊन खाली ऑफिसमध्ये गेले.

‘‘कालच्या सगळ्या प्रकारानंतर तू पुढच्या माळ्यावर यायचे धाडस करशील?’’ पीटरने विचारले.

मी मान डोलावली, उशी एका कापडात गुंडाळून घेतली आणि मग आम्ही दोघं मिळून वर गेलो. हवा फारच सुंदर होती आणि थोड्याच वेळात हवाई हल्ल्याची सूचना देणारा सायरन वाजू लागला, तरी आम्ही तिथेच बसून राहिलो. पीटरने माझ्या खांद्यावरून हात टाकला, मी माझा हात त्याच्या खांद्यावरून पलीकडे टाकला आणि आम्ही दोघे चार वाजेपर्यंत तसेच स्वस्थ बसून राहिलो. मग मारगॉट आम्हाला कॉफी घेण्यासाठी बोलवायला आली.

आम्ही ब्रेड खाल्ला, लेमोनेड प्यायलो आणि चेष्टा मस्करी केली आणि नेहमीप्रमाणे बोलू चालू लागलो. त्या दिवशी संध्याकाळी, मी, पीटरने आदल्या रात्री दाखवलेल्या त्याच्या शौर्यासाठी त्याचे आभार मानले.

त्या रात्री आम्हा सर्वांना जो भीतीचा अनुभव आला, तसा पूर्वी कधी आला नव्हता. देवाची कृपा म्हणूनच त्या दिवशी आम्ही वाचलो नाहीतर पोलिस आमच्या इमारतीत, आमच्या दारापर्यंत येऊनही आम्ही त्यांना सापडलो नाही असे झाले नसते. त्या क्षणी मला वाटले होते, "आता मात्र जगण्याची आशा नाही. संपले सगळे!" पण त्याही संकटातून आम्ही पार झालो होतो. बॉम्बहल्लाच झाला असता तर गोष्ट वेगळी होती. मग प्रत्येक जण आधी स्वत:चा जीव वाचवायला धडपडला असता. पण या प्रकारात आमच्याबरोबर आमचे चौघे हितकर्ते धोक्यात आले असते.

"देवा दयाघना या वेळी वाचवलेस तसेच नेहमी वाचव." अशी प्रार्थना करणेच तेवढे आमच्या हातात आहे.

या घटनेपासून बोध घेऊन आम्ही आमच्या दिनचर्येत बदल केले आहेत. पूर्वीप्रमाणे डसेल् खालच्या ऑफिसात काम करण्याऐवजी बाथरूममध्ये बसून आपले काम करतो. रात्री साडे आठ ते साडे नऊच्या दरम्यान पीटर सर्व इमारतीत गस्त घालून येतो. पीटरला त्याच्या खोलीची खिडकी उघडायला बंदी केली आहे कारण शेजारच्या केग् कंपनीतील एका कर्मचाऱ्याने ती उघडी असलेली पाहिली. रात्री साडेनऊनंतर संडासातली साखळी कुणीही खेचायची नाही असे ठरवलेय. स्लीगर्सला रात्रीचा पहारेकरी म्हणून नेमलाय. आज रात्री एक भूमिगत सुतार येऊन दरवाजा दुरूस्त करून देणार आहे.

आजकाल आमच्या या गुप्तनिवासात सारखे वादविवाद चालू आहेत. श्री. केग्लर आमच्या निष्काळजीपणाबद्दल आम्हाला रागावले. जॅननेही आम्ही तळमजल्यावर जाता कामा नये असे सांगितले. स्लेगर्स विश्वासू आहे का याची खात्री करून घ्यायला हवी, त्याचे कुत्रे आत काही हालचाल दिसली तर भुंकतील का? आणि आत येता येऊ नये म्हणून, आमच्यापाशी असलेल्या लाकडाचा उपयोग करून घेऊन अडथळे कसे करवून घ्यायचे, इत्यादी विषयावर सतत चर्चा चालू आहेत.

आम्ही ज्यू आहोत, साखळीने एका जागी बांधले गेलेले ज्यू! आम्हाला काहीही हक्क नाहीत, पण कर्तव्ये मात्र हजारो आहेत याचे सतत स्मरण ठेवले पाहिजे. आम्ही आपल्या भावना कधीही प्रकट करता कामा नयेत, बळकटपणा आणि शौर्य अंगी बाणले पाहिजे, वाटेल त्या गैरसोयी निमूटपणे सहन कराव्या, हातून होईल तेवढे करत राहावे, आणि देवावर हवाला टाकून स्वस्थ राहावे. एक दिवस हे युद्ध संपेल आणि मग आम्हाला केवळ ज्यू म्हणून नव्हे तर माणसे म्हणून जगता येईल.

कुणी आम्हा ज्यूंना इतरांपेक्षा वेगळे बनवले? कुणी आमच्यावर हे सर्व लादले आहे? आम्ही ज्यूंनी एवढे दु:ख, हाल, का सोसायचे? देवाने इतरांना जसे घडवले तसेच आम्हालाही घडवले. मग आमच्याच नशिबी हे हाल का? देवानेच आता

आमची यातून सुटका करावी. इतक्या तऱ्हेच्या हालअपेष्टांतून आम्ही जगून वाचून राहिलोच, तर अत्यंत कठीण परिस्थितीतून मार्ग काढून, तग धरून जिवंत राहिल्याबद्दल नमुनेदार माणसे म्हणून आम्हा ज्यूंकडे बोट दाखवायला हरकत नाही. कुणास ठाऊक कदाचित आमचा ज्यू धर्मच अखेर जगात श्रेष्ठ ठरेल. त्यासाठीच आम्हाला हे कष्ट भोगावे लागत असतील. आम्ही साधे डच्, इंग्लिश किंवा असेच एखाद्या देशाचे नागरिक नव्हे तर त्याचबरोबर ज्यूही आहोत.

आपले कर्तव्य लक्षात ठेऊन त्याचे बिनतक्रार पालन केले पाहिजे. यातून मार्ग निघेलच. आज पर्यंत देव आमचे रक्षणच करत आला आहे. शतकानुशतके ज्यू लोकांना छळ सोसावा लागला आहे आणि तरीही ते तग धरून राहिले आहेत. शतकानुशतके छळ सोसून ते आता अत्यंत शूर सहनशील झाले आहेत. असे शूर लोक कधीही हरणार नाहीत, टिकूनच राहातील उलट.

त्या रात्री पोलिस आपल्याला पकडून नेऊन ठार मारणार असेच मला वाटले होते. आणि सैनिक रणभूमीवर जाताना करतात तशी मी मनाची तयारी केलीही होती. माझ्या देशासाठी मरायला मी तयार होते. आता यातून वाचलेच आहे तर युद्धानंतर मी कायमची हॉलंड देशाची नागरिक होईन. मला हा देश आवडतो, हे लोक आवडतात, ही डच् भाषा आवडते. या देशासाठी काहीही करावेसे वाटते. त्यासाठी इथल्या राणीलाही पत्र लिहून विनंती करायला मी मागे सरणार नाही.

हल्ली मी, लहान असूनही स्वतंत्र वृत्तीची, पालकांवर अवलंबून न राहाणारी मुलगी बनले आहे. ममीपेक्षाही जास्त धैर्याने आल्या प्रसंगाला कणखरपणे, न्यायाने तोंड देते आहे. आपल्याला काय हवंय याची मला नेमकी जाणीव आहे, मला ध्येय आहे, स्वत:ची ठाम मते आहेत, माझा धर्म आहे आणि माझे प्रेमही. मला जसे व्हायचे आहे तसे होता आले तर मला समाधान वाटेल. मी एक स्त्री आहे, शूर, निग्रही, धैर्यवान!

देवाने मला जगण्याची संधी दिली तर मी ममीपेक्षा नक्कीच जास्त कर्तृत्व दाखवेन, मानव जातीची सेवा करेन, मोठे नाव मिळवेन. पण यासाठी मला धैर्य आणि सौख्य आधी मिळायला हवेय.

तुझी, ॲन एम. फ्रँक.

शुक्रवार १४ एप्रिल १९४४

प्रिय किटी,

वातावरण अद्यापही तंग आहे. डॅडींची सहनशक्ती संपत आली आहे. सौ. व्हॅनडॅन सर्दी खोकल्याने आजारी आहे. सतत कुरकुरते आहे. सिगारेट्स मिळत नसल्याने श्री. व्हॅनडॅनही खचला आहे. आपल्या अनेक सुखसोईंवर तिलांजली द्यावी लागल्याने डसेल् सर्वांवर चिडतो आहे. एकूणच सध्या ग्रहमान बिघडलेले आहे. संडास गळतो आहे. नळाची तोटी खराब झाली आहे. पण आमच्या इतक्या ओळखी आहेत की कुणीतरी मुकाटपणे दुरूस्ती करून देईल.

कधीकधी मी फार भावनाविवश होते. पण त्याला तशी कारणेही घडतात. परवा मी आणि पीटर माळ्यावर एकमेकांच्या खांद्याभोवती हात टाकून एका कडक लाकडी खोक्यावर बसलो होतो. आजूबाजूला अडगळ आणि धुरळा. बाहेर पक्षी सुस्वर गात होते, वृक्षांना सुंदर कोवळी पालवी फुटते आहे. आकाश कसे निळेभोर दिसत होते. पण हे सुंदर दृश्य मोकळ्यावर जाऊन पाहाण्याचे सुद्धा आपल्या नशिबात नाही म्हणून मला फार वाईट वाटले आणि रडू पण आले.

इथे घरात चोवीस तास त्रासिक, तिरसट चेहरे पाहायचे, उसासे आणि कुरकूर ऐकायची. एकूणच हल्ली सगळे काही बिघडलेय. कोणत्याही घटनेचा अर्थ आपण काढू तसा होतो. इथे आमच्या या निवासात काळा चष्मा लावूनच सर्व गोष्टींकडे पाहिले जाते. स्वत:च्या मूड्सवर ताबा मिळवण्याचा प्रयत्न का सर्वजण करत नाहीत?

"केव्हा एकदा हे सगळे संपेल?" हेच रोजरोज ऐकायला मिळते.

मला वाटते आज मी सगळे कडवटपणे कठोरपणे लिहिते आहे. का, ते माझे मलाच समजत नाहीये. माझे लिखाण काही आज सुसंगत जमत नाहीये. या विषयावरून त्या विषयावर मी आपली उड्या मारते आहे. कधीकधी मला वाटते माझे हे रटाळ लिखाण वाचावेसे कुणालाही वाटणार नाही. 'एका कुरूप बदकाचे मनोगत' हे नाव छान शोभेल माझ्या रोजनिशीला.

बोल्केस्टीन आणि मरब्रँडी या दोघा डच मंत्र्यांनाही माझ्या या रोजनिशीचा फारसा उपयोग होणार नाही.

तुझी, ॲन एम्. फ्रँक.

शनिवार १५ एप्रिल १९४४

प्रियतम किटी,

एकामागून एक अडचणी समोर उभ्या राहताहेत. "हे सगळे कधी संपेल?" हा प्रश्न सतत मनात घोळत असतो. आता ताजी घटना कोणती झाली असेल याचा तर्क करता येईल? पीटर काल दरवाजाचे कुलूप काढून ठेवायला विसरला (रात्री ते दार आम्ही आतून बंद करतो पण उजाडले की उघडून ठेवतो.) दुसऱ्या दरवाजाचे कुलूप जाम झालेय. त्यामुळे श्री. कुग्लर व गुदामातल्या कामगारांना आत शिरताच येईना. मग ते शेजारच्या केग यांच्या ऑफिसात गेले, तिथून ऑफिसच्या स्वयंपाकघराची खिडकी ढकलून तिथून आत उतरले. आमच्या गुप्तनिवासाच्या खिडक्या उघड्याच होत्या आणि ते श्री. केग् यांच्या लक्षात आले. त्यांना हे पाहून काय वाटले असेल? आणि व्हॅन मॅरेन? श्री. कुग्लरना फार संताप आला होता आमच्या या मूर्खपणाचा, पीटर एवढा खजिल झाला आहे म्हणून सांगू. ममी म्हणाली की पीटर एवढा ओशाळला आहे हे पाहून तिला त्याचीच दया येते आहे आणि तिने असे म्हणताच पीटरला रडायलाच आले. थोडी चूक आमचीही आहे. रोज आम्ही त्याला दरवाजाचे आतून कुलूप काढून ठेवले आहे ना ते विचारतो. श्री. व्हॅनडॅनही विचारतात. पण त्या दिवशी नेमके विचारायचे राहून गेले. आता वेळ होईल तेव्हा पीटरकडे जाऊन मी त्याला दिलासा देणार आहे. त्याला मदत करावी असे फार वाटते.

गुप्तनिवासात गेल्या काही आठवड्यात घडलेल्या घटनांचे हे अद्यावत बातमीपत्र.

एक आठवड्यापूर्वी बॉशे बोका अचानक आजारी झाला. स्वस्थ एका जागी बसून विव्हळू लागला. मिएप्ने त्याला चटकन उचलले, टॉवेलमध्ये गुंडाळले आणि आपल्या खरेदी करण्याच्या पिशवीत घालून पशुवैद्याकडे नेले. त्याच्या आतड्याला काहीतरी झाले होते. त्यासाठी पशुवैद्याने औषध दिले. पीटर ते त्याला अगदी वेळेवर देत होता. काही डोस देऊन झाल्यानंतर बॉशी वेळेवर सापडेनासा झाला. बहुतेक प्रियाराधनासाठी तो मधेच नाहिसा होत असावा. आता त्याला उचलला की कण्हतो आणि नाक सुजलेले आहे. कुठेतरी चोरून अन्न खातांना त्याला कुणी झोडपून काढले असावे. मुशी मांजरीपण मध्यंतरी आजारी होती. आता बरी झाली आहे.

हल्ली आम्ही माळ्यावरच्या खिडकीत एक फट किंचित उघडी ठेवतो. मी आणि पीटर संध्याकाळी पुष्कळदा तिथे जाऊन बसतो.

रबर, सिमेंट आणि ऑईलपेंट लावून आमचा गळणारा संडास दुरुस्त झाला. नळाची तोटी बदलली.

श्री. क्लीमन्‌ची प्रकृती आता सुधारते आहे. लवकरच ते स्पेशॅलिस्टला दाखवणार

आहेत. त्यांचे ऑपरेशन करण्याची पाळी येऊ नये अशी आमची इच्छा आहे. प्रार्थनाही आहे देवापाशी.

या महिन्यात आम्हाला आठ रेशनकार्डे मिळाली आहेत. पण दुर्दैवाने पुढील दोन आठवडे ओट्स व ग्रोट यांच्या ऐवजी बीन्स मिळणार आहेत. पक्वान्न म्हणजे पिकॅलिली. पण तुमचे दैव अनुकूल नसेल तर त्याऐवजी बरणीभर मोहरी आणि काकडी यांचे सॉस मिळते.

भाज्या मिळणे दुरापास्त असते. लेट्यूस तेवढे मिळते. आमच्या जेवणात फक्त बटाटे आणि कसलीतरी ग्रेव्ही असते.

रशियनांनी क्रिमियाचा अर्ध्याहून अधिक भाग जिंकला आहे. ब्रिटीश लोक अजून कॅसिनोपुढे सरकले नाहीयेत. पश्चिमेकडे विश्वास न बसण्याजोगे हवाई हल्ले होत आहेत. जन्म, मृत्यू आणि विवाह यांच्या नोंदी ठेवणाऱ्या हेगमधील ऑफिसवर बॉम्बहल्ला झाला आहे. डच् लोकांना आता रेशनसाठी नवीन दाखले दिले जाणार आहेत.

आता इथेच थांबते.

तुझी, ॲन एम्. फ्रँक

रविवार १६ एप्रिल १९४४

प्रियतम किटी,

कालचा दिवस माझ्या आयुष्यातला फार महत्त्वाचा दिवस मानला पाहिजे. प्रत्येक मुलीच्या जीवनात तिचे ज्या दिवशी प्रथम चुंबन घेतले जाते तो दिवस सोनियाचाच नव्हे का? ब्रॅमने माझ्या उजव्या गालाचे किंवा श्री वुड्रस्ट्रॉने माझ्या उजव्या हाताचे चुंबन घेतले या गोष्टी फारशा महत्त्वाच्या नाहीत. आता तुला नीट सांगते हं काय आणि कसे घडले ते!

काल रात्री आठ वाजता मी पीटरबरोबर त्याच्या दिवाणावर बसले होते. त्याने माझ्या खांद्यावरून पलीकडे आपला हात टाकला होता. शनिवार असल्याने त्याने कामाच्या वेळी घालण्याचा पायघोळ ड्रेस घातला नव्हता, माझे डोके वारंवार कपाटावर आपटत होते म्हणून मी म्हटले, "जरा बाजूला सरक ना," त्या बरोबर तो फारच कोपऱ्यात सरकला. मी माझा हात त्याच्या पाठीवरून पलीकडे टाकला. आणि त्याने आपला हात माझ्या एका खांद्यावरून दुसऱ्या खांद्यापर्यंत नेला होता. त्यामुळे मी थोडीफार त्याच्या मिठीत सापडले. अशा पोजमधे आम्ही कितीतरी वेळा बसलो असू. पण कालच्या इतके निकट कधी नाही. त्याने मला खूप जवळ घेतले. मी माझे डोके त्याच्या खांद्यावर टेकले. त्यावर त्याने आपले मस्तक टेकले. पाचेक

मिनिटांनी मी डोके वर केले पण ते त्याने परत आपल्या खांद्यावर टेकवले. मी अगदी खूष होऊन डोळे मिटले. त्याने माझ्या गालावरुन, केसावरून प्रेमाने हात फिरवला. माझ्यासारखाच तोही खूष झालेला दिसत होता.

साडे नऊ वाजता आम्ही उठलो. पीटरने टेनिसचे बूट पायात चढवले. इमारतीची गस्त घालायला जाताना बुटांचा आवाज होऊ नये म्हणून रोज रात्री तो कॅनव्हसचे टेनिस शूज घालतो. तो उभा राहिला. त्याच्या शेजारी मी ही उभी राहिले. त्याबरोबर एकदम त्याने माझ्या गालाचे व केसाचे चुंबन घेतले. मी एकदम खाली धावले. एकदाही मागे वळून न पाहाता.

रविवारचे सकाळचे अकरा वाजताहेत.

तुझी, ॲन एम्. फ्रँक.

सोमवार १७ एप्रिल १९४४

प्रियतम किटी,

कालचा प्रकार डॅडी ममींना समजला तर त्यांना काय वाटेल? माझ्या वयाच्या मुलीने साडेसतरा वर्षाच्या एका मुलाशी चुंबनाची देवाणघेवाण करणे त्यांना आवडेल? आपल्यावर कुणीतरी प्रेम करतोय या विचाराने मला मात्र बरे वाटले. त्याच्या बाहुपाशात विसावून, त्याच्या गालाशी गाल टेकवून, स्वप्न पाहाणे किती सुखाचे? पीटर हे कायमचे ध्यानात ठेवेल? का क्षणभराची मौज या दृष्टीनेच झाल्या प्रकाराकडे बघेल? तसे त्याने वचन दिले आहे. पण अखेर तो एक मुलगा आहे.

मला कळतंय की हे फार लवकर घडतंय. मी अजून पंधरा वर्षाची पण झालेली नाही. आणि एवढ्यात स्वतंत्रपणाने वागते आहे हे इथल्या लोकांना पचवायला जड जातंय. मला खात्री आहे की साखरपुडा किंवा लग्नाची निश्चित बोलणी झाल्याखेरीज मारगॉट एखाद्या मुलाला आपले चुंबन घेऊ देणार नाही कधीही. पीटरचे आणि माझे याविषयी काही बोलणेही झालेले नाही. आणि मला वाटते साऱ्या आयुष्यात ममीने कुणाला स्पर्श केला असेल तर तो फक्त डॅडींना. माझ्या मैत्रिणींनाही समजले की मी पीटरच्या बाहुपाशात, त्याच्या खांद्यावर मान टाकली व त्याला माझे चुंबन घेऊ दिले तर त्यांनाही धक्काच बसेल.

पण मला विचाराल तर त्यात धक्का बसण्याजोगे काही नाही. आम्ही इथे असे कोंडले गेलो आहो, जगाशी आमचा संपर्क तुटला आहे. आणि सारा दिवस भीती, काळजी, केव्हा पकडून मारले जाऊ अशी टांगती तलवार कायम डोक्यावर, अशा परिस्थितीत मी आणि पीटर एकमेकांवर प्रेम करायला लागलो तर काय बिघडलं? घेतलं चुंबन एखादे वेळेस तर असं काय आकाश कोसळणार आहे? योग्य वय

होईपर्यंत आम्ही वाट बघत राहायचं? आणि प्रेम करायला इतरांची परवानगी काय म्हणून घ्यायची?

आता माझं हित पाहायला लागणार आहे मला. पीटर मला कधीही दुखवणार नाही किंवा दु:खी करणार नाही. मग माझे अंतर्मन सांगते त्याप्रमाणे वागून आम्ही दोघांनी का नाही व्हायचं सुखी समाधानी?

असा विचार केला तरी मनात शंका येतेच. मला जे चोरटेपणाने लपून छपून करावे, वागावे, लागते ते माझ्या सरळ, सज्जन प्रामाणिक स्वभावाला पटत नाही. काय घडलं ते डॅडींना स्पष्टपणे सांगावं का? पण आम्हा दोघातलं गुपित तिसऱ्यापुढे सांगावे का? त्यामुळे त्यातले सौंदर्य नाही का नष्ट होणार? सौंदर्य नष्ट होईल पण माझ्या मनातली रुखरुख कमी होईल, सरळ पीटरलाच विचारुन काय ते करावे.

अद्याप पुष्कळ गोष्टींची त्याच्याबरोबर चर्चा करायची आहे. उगाच आपलं मिठ्या मारणं, मुके घेणं बरोबर नाही. एकमेकांना आपले विचार सांगायचे तर त्यासाठी एकमेकांवर पुरा विश्वास हवा. आणि तो विश्वास आणि श्रद्धा असली तर मनाला बळकटी आणि धैर्य येतेच.

तुझी, ॲन एम्. फ्रँक

ता.क.:- काल परत चोर शिरल्याचा संशय आल्याने आम्ही सर्वजण सहा वाजताच उठलो. या खेपेला बहुतेक शेजारच्या ऑफिसात चोरी झाली असावी. कारण आम्ही सात वाजता उठून पाहिले तो आमचे दरवाजे, खिडक्या, व्यवस्थित बंद होते.

मंगळवार १८ एप्रिल १९४४

प्रियतम किटी,

सध्या सगळं काही ठीक चाललं आहे. काल रात्री येऊन सुताराने दरवाजाच्या फळ्यांच्यावर लोखंडाचे आडवे गज बसवले आहेत.

२० मे च्या आधी रशिया आणि इटलीत मोठ्या प्रमाणावर युद्धाच्या हालचाली सुरू होतील असा डॅडींचा अंदाज आहे. युद्ध जेवढे लांबेल तेवढी आमची इथून सुटण्याची संधी कमी होत जाते आहे.

गेले दहा दिवस टाळत, लांबवत असलेल्या विषयावर अखेर मी आणि पीटर काल बोललो. मी त्याला मुलींविषयी सर्व माहिती (अगदी खाजगीही) दिली, निरोप घेताना आम्ही एकमेकांचे चुंबन (ओठाजवळचे) घेतले. छान वाटले.

मी माझ्या आवडीची पुस्तकातली वाक्ये माझ्या सुविचार वहीत लिहून ठेवते. ती वही एखाद्या दिवशी पीटरकडे नेऊन दोघांनी मिळून वाचावी असे वाटते. नेहमीच एकमेकांना खेटून बसणे, जवळीक साधणे फारसे आनंददायक नाही असे

मला वाटते. त्यालाही तसेच वाटो.

सौम्य शिशिरानंतर सुखद वसंतऋतू आता अवतरला आहे. एप्रिल महिन्यात फार थंडी नसते आणि फार उकाडाही नसतो. अधुनमधून पावसाच्या हलक्या सरीही येतात. आमच्या चेस्टनट्ला कोवळी पालवी फुटली आहे, आणि जिकडे तिकडे झाडांना बहर यायला लागलाय. बेप्ने परवा आम्हाला चार फुलांचे गुच्छ आणले होते. त्यातले तीन डॅफोडिल्सचे आणि माझ्यासाठी एक हायसिंथ फुलांचा. कुग्लर सध्या खूप वर्तमानपत्रे आणून देताहेत.

बराय किटी, आता माझी बीजगणिते सोडवायची वेळ झालीय म्हणून थांबते.

तुझी, ॲन एम् फ्रँक.

बुधवार १९ एप्रिल १९४४

प्रियतम लाडके,

हे एका सिनेमाचे नाव आहे. त्यात डॉरिट् क्रेस्लर, इडावूस्ट आणि हेराल्ड पॉलसेन यांनी काम केले आहे.

एखाद्या उघड्या खिडकीजवळ बसून बाहेरच्या निसर्ग सौंदर्याचा आस्वाद घेणे, पक्षांचे मंजुळ गाणे ऐकणे, सूर्यप्रकाश चेहऱ्यावर पडू देणे हे किती सौख्याचे! त्यातून सोबत लाडका मित्र, त्याचा हात आपल्या खांद्याभोवती, (त्यामुळे कसं शांत, सुरक्षित वाटतं) म्हणजे विचारायलाच नको. पुष्कळ वेळा आम्ही एक अक्षरही न बोलता शांत बसलेले असतो.

तुझी, ॲन एम्. फ्रँक

शुक्रवार २१ एप्रिल १९४४

प्रियतम किटी,

घसा सुजला होता म्हणून काल दिवसभर झोपून होते. पण त्या झोपून राहाण्याचा कंटाळा आला आणि तापही नव्हता अंगात म्हणून आज उठले आहे.

काल फ्यूररचा पंचावन्नावा वाढदिवस होता. आज यॉर्कची राजकन्या एलिझाबेथ, हिचा अठरावा वाढदिवस आहे. साधारणपणे राजघराण्यातील व्यक्ती अठरा वर्षांची झाली की तसे जाहीर करण्यात येते. परंतु बी. बी. सी. वरून सांगितले की ही राजकन्या वयात (राज्यारोहणास योग्य) आल्याची घोषणा अद्याप राजवाड्यातून झालेली नाही. आता तिचा विवाह कोणत्या राजकुमाराशी होईल याविषयी आम्ही तर्क करतो आहोत. पण आम्हाला कुणी योग्य तरुण आठवत नाहीये, तिची बहीण प्रिन्सेस मार्गारेट रोज, कदाचित बेल्जियमचा राजकुमार ब्यूडाईन याच्याशी विवाह करेल.

इथे एकामागून एक अडचणी आमच्यापुढे उभ्या राहात आहेत. गुदामाचे मुख्य दरवाजे दुरुस्त करून घेतले. पण आता गुदामातल्या व्हॅन मॉरेन या कामगाराला आमचा संशय आला असावा अशी भीती वाटायला लागली आहे. बहुतेक त्यानेच आमचे बटाट्याचे, आट्याचे पोते पळवले असावे. आणि आता तो सगळी चूक बेप्‌चीच असं म्हणतो आहे. साहजिकच ती भयंकर चिडली आहे. आम्हीही संतापलो आहोत. बहुतेक श्री. कुग्‌लर नक्की चूक त्याची आहे का ते शोधून काढणार आहेत. त्या मॉरेनचा आम्हा सर्वांनाच संशय येतोय.

'द प्रिन्स' या मासिकाकडे मी माझी एक परिकथा टोपणनावाने पाठवणार आहे. पण माझ्या परिकथा फार मोठ्या लांबलचक असतात. त्यामुळे माझी कथा स्वीकारली जाईल का नाही शंकाच आहे.

बराय.

तुझी, ॲन एम्. फ्रॅंक.

मंगळवार २५ एप्रिल १९४४

प्रियतम किटी,

गेले दहा दिवस डसेल्‌ने श्री. व्हॅनडॅन यांच्याशी अबोला धरला आहे. कारण घरफोडीनंतर खबरदारी म्हणून त्याला संध्याकाळी खाली जाऊन बसायला बंदी आहे. श्री. व्हॅनडॅन व पीटर रोज रात्री साडेनऊ वाजता इमारतीत एक फेरी मारतात. त्यानंतर कुणीही खाली जायचे नाही. रात्री आठनंतर संडासातली साखळी ओढायची नाही. आणि सकाळीही आठ वाजून गेल्यावर साखळी ओढायची नाही. मि. कुगलेर सकाळी ऑफिसात आल्यानंतरच त्यांच्या इथल्या खिडक्या उघडायच्या. रात्री उघडायच्या नाहीत. या शेवटच्या गोष्टीसाठी डसेल् चिडला आहे. त्याचे म्हणणे असे की श्री. व्हॅनडॅनने त्याला कुग्‌लरच्या ऑफिसातून बाहेर काढले. एक वेळ अन्न नाही मिळाले तरी चालेल पण ताजी हवा मिळालीच पाहिजे. आणि त्यासाठी खिडक्या उघड्या हव्याच! खिडक्या सरळपणे उघड्या ठेवता येणार नसल्या तर दुसरा मार्ग शोधायलाच हवा ही डसेल्‌ची मागणी आहे.

"आता मी सरळ कुग्‌लरनाच विचारतो," डसेल्‌ने मला म्हटले.

"असल्या गोष्टी आपण आपापसातच बोलून ठरवायच्या असतात. प्रत्यक्ष कुग्‌लरना विचारायच्या नसतात." मी उत्तर दिले.

"मी तुझ्या वडिलांशीच या विषयावर बोलणार आहे. तुम्ही नेहमी मी हजर नसताना चर्चा करता आणि परस्पर निर्णय घेता." तो कुरकुरत म्हणाला.

शनिवारी संध्याकाळी, आणि रविवारी डसेल्‌ने कुग्‌लर यांच्या ऑफिसात बसू

नये असे त्याला सांगण्यात आले आहे. कारण शेजारच्या ऑफिसातल्या केग् कंपनीच्या माणसांना मग आमच्या तिथे राहाण्याची कल्पना येईल. एवढे सांगूनही डसेल् सरळ जाऊन तिथे बसला. साहजिकच श्री. व्हॅनडॅन भडकले. आणि डॅडी चौकशी करायला कुग्लरच्या ऑफिसात गेले. डसेल्ने काहीतरी फुसके कारण सांगितले, पण ते डॅडींनाही पटले नाही. डसेल्ने त्यांचा अपमान केला म्हणून डॅडी त्याच्याशी अगदी जेवढ्यास तेवढेच बोलतात. नेमका तो डॅडींना काय बोलला हे कुणालाच माहीत नाही. पण फारच अपमानकारक बोलला असावा.

आणि आता या गृहस्थांचा पुढच्या आठवड्यात वाढदिवस आहे. असा घुश्श्यात असताना हा माणूस आपला जन्मदिवस कसा साजरा करणार आणि ज्यांच्याशी भांडण झाल्याने अबोला आहे, त्यांच्याकडून भेटी आणि बक्षिसे तरी कशी स्विकारणार!

श्री. व्हॉस्कुजिल्ची प्रकृती झपाट्याने खराब होते आहे. गेले दहा दिवस त्याचा ताप १०४ डिग्रीजपर्यंत चढतो आहे. डॉक्टरांनी परिस्थिती गंभीर असल्याचे सांगितले आहे. त्याचा कॅन्सर फुप्फुसापर्यंत पसरला आहे. बिच्चारा! त्याला मदत करावी अशी खूप इच्छा आहे. पण आता फक्त देवच त्याला मदत करू शकेल.

'संशोधक' नावाची एक विनोदी कथा मी लिहिली आहे. ज्या तिघांना ती वाचून दाखवली त्यांना तरी ती फार आवडली आहे.

अजूनही माझी सर्दी कमी झाली नाही. उलट आता मारगॉटलाही तिचा संसर्ग झाला आहे. ममी डॅडीपर्यंत ती पोचली आहे.

तुझी, ॲन एम्. फ्रॅंक.

गुरुवार २७ एप्रिल १९४४

प्रियतम किटी,

आज सकाळी सौ. व्हॅनडॅन जरा घुश्शात होती. सारा दिवसभर तिची कुरकूर चालू होती. तिला सर्दी, खोकला झाल्याबद्दल, त्यासाठी औषध म्हणून आवश्यक त्या गोळ्या न मिळाल्याबद्दल, आणि त्यामुळे नाक सारखे रुमालाने साफ करावे लागत असल्याबद्दल, सूर्याचा स्वच्छ प्रकाश न पडल्याबद्दल, इंग्रज लोक जर्मनांवर चढाई करत नसल्याबद्दल, आपल्याला खिडक्या उघड्या ठेवता येत नाहीत याबद्दल, इत्यादी. शेवटी शेवटी तर तिच्या तक्रारी ऐकून आम्हाला हसायला यायला लागले. आणि तशी ती खिलाडू वृत्तीची असल्याने, तीही मग आमच्या हसण्यात सामील झाली.

आम्ही बटाट्याचा कुगेल नावाचा पदार्थ बनवला आहे. त्याची कृती ऐक.

सोललेले बटाटे वाटून, कुस्करुन घ्या. त्यात सरकारकडून मिळालेले सुके पीठ थोडे मिसळा. मीठ घाला. एखाद्या साच्याला आतून पॅराफिन् किंवा चरबी लावा. मग ते ओव्हनमधे अडीच तासपर्यंत भाजा. खायला देताना बुरशी आलेल्या किंवा खराब झालेल्या स्ट्रॉबेरीच्या मुरंब्याबरोबर खा, कांदे मिळत नसल्यामुळे व तेलही मिळत नसल्याने ते या पदार्थात घालायचे नाहीत.

सध्या मी गॉटिंगन विद्यापीठातील एका प्राध्यापकाने 'सम्राट पांचवा चार्लस' याच्यावर लिहिलेले पुस्तक वाचते आहे. या प्राध्यापकाने हे पुस्तक लिहिण्यासाठी चाळीस वर्षे या विषयाचा अभ्यास केला होता. त्यातली पन्नास पाने वाचायला मला पाच दिवस लागले. त्याहून जास्त पाने माझ्याने वाचवत नाहीत. एकूण पुस्तक ५९८ पानांचे आहे. तूच कल्पना कर हे पुस्तक संपवायला मला किती दिवस लागतील. आणि हा नुसता पहिला खंड हं!

एका दिवसात मी काय काय अभ्यास केला ते सांगते हं तुला! प्रथम मी डच् भाषेतल्या, नेल्सनच्या शेवटच्या लढाईच्या उताऱ्याचे इंग्रजीत भाषांतर केले. मग 'पीटर द ग्रेट' ने नॉर्वेशी केलेल्या लढाईचे वर्णन वाचून काढले. त्यानंतर उतरले ब्राझीलमध्ये. तिथल्या, कॉफी, तंबाखूची पिके, त्यांची साओ पालो, रिओ-डी-जानिरोची लोकसंख्या आणि ती प्रसिद्ध अमेझॉन नदी. मग नीग्रो, मुलेटो मेस्टिझो, गोरे लोक, त्यांच्या साक्षरतेचे प्रमाण आणि मलेरिया. एवढे सर्व करूनही वेळ उरला होता म्हणून एक वंशावळीचा तक्ता पाहिला. जॉन, विल्यम लुईस, अर्नेस्ट कॅसिमीर, हेन्री कॅसिमीर ते थेट १९४३ साली ओटावात जन्मलेल्या छोट्या मारग्रिएट पर्यंत.

बारा वाजता माळ्यावर परत माझा अभ्यास चालू केला. प्रीस्ट्स, मिनिस्टर्स, पोप्स, डीन्स वगैरेंच्याविषयी वाचन केले ते संपेतोवर एक वाजला.

दोन वाजता बिचारी ॲन फिरून अभ्यासाला लागली. हिप्पापोटेमस, माकडे, एक अन् दोन.

मग वाचलं बायबल. ते झाल्यावर पीटर बरोबर ठॅकरेचे एक इंग्लिश पुस्तक.फ्रेंच भाषेची चाचणी परीक्षा. शेवटी मिसिसिपी आणि मिसूरी या दोन नद्यांची तुलना.

पुरे करते आता.

तुझी, ॲन एम् फ्रँक.

शुक्रवार २८ एप्रिल १९४४

प्रियतम किटी,

पीटर शिफ्‌विषयी पडलेले स्वप्न मी विसरलेली नाही. आतासुद्धा त्याचा गाल माझ्या गालावर टेकला होता तो स्पर्श मला आठवतो. आता कधीकधी या पीटरविषयी तशीच भावना मनात उद्भवते. पण त्याच्या इतकी उत्कट नाही. काल आम्ही नेहमीप्रमाणे दिवाणवर एकमेकांच्या खांद्याभोवती हात टाकून बसलो होतो. भावनेची एक लाटच्या लाट माझ्या अंगावर आल्यासारखे मला वाटले. माझ्या डोळ्यातून अश्रू झरू लागले. डाव्या डोळ्यातले आसू त्याच्या कपड्यावर सांडू लागले. त्याच्या ते लक्षात आले का नाही समजले नाही. त्याने काहीच हालचाल केली नाही. बोललाही नाही.

साडे आठ वाजता मी उठून खिडकीपाशी गेले. आम्ही नेहमी या ठिकाणी उभे राहून निरोप घेतो. मी अगदी भावनाविवश झाले होते. तो उठून माझ्याजवळ आल्यावर मी हात त्याच्या गळ्याभोवती टाकून त्याच्या डाव्या गालाचे चुंबन घेतले. त्यानंतर त्याच्या उजव्या गालाचे चुंबन घेण्याकरता तोंड त्या बाजूला वळवले तेवढ्यात त्यानेही आपले तोंड वळवले आणि आमचे ओठ एकमेकांच्या ओठावर टेकले. त्याचे हात आपोआप माझ्या मानेभोवती आले आणि मिठी मारून आम्ही एकमेकांचे प्रदीर्घ चुंबन घेतले.

पीटरला प्रेमाने, आपुलकीने वागविण्याची गरज आहे. आयुष्यात प्रथमच मुलगी म्हणजे काय हे त्याला कळले आहे. प्रथमच त्याला कळते आहे की प्रत्येकाला प्रेमाची, सहानुभूतीची गरज असते, आणि ती मिळाली की माणसाच्या स्वभावात फार चांगला बदल होतो. खत्रुड माणसेही गोड वागायला लागतात. आयुष्यात प्रथमच त्याने दुसऱ्या व्यक्तीवर प्रेम केले. आजवर त्याला कुणीही मित्र नव्हता, मैत्रिणही नव्हती. आता मात्र आमची दोघांची छान मैत्री जुळली आहे.

एक प्रश्न मात्र सतत माझ्या मनात उभा राहतो. "जे चाललं आहे ते योग्य आहे का? मी इतक्या अल्पावधीत त्याला वश झाले हे चांगलं दिसतं का? मी एक मुलगी आहे. मी असे वाहवून जाणं बरं दिसतं का?"

याला माझ्यामते एकच उत्तर आहे, किती दिवस, किती महिने झाले, माझं मन कुढते आहे. मी एकाकी पडले होते. आता कुठे माझ्या जीवनात थोडा प्रकाशकिरण आला आहे. मला साथ मिळाली आहे.

दिवसभर आणि संध्याकाळी आमचं दोघांचं वागणं अगदी साधंसुधं असतं. पण रात्र झाली की दिवसभर दडपलेली भावना उसळी मारून वर येते. आणि मग दोघांना एकमेकाखेरीज दुसरं काही दिसत नाही. सुचत नाही. रोज रात्री निरोपाचे चुंबन

घेतल्यानंतर मला मागे वळून त्याच्याकडे न पाहता दूर पळून जावेसे वाटते.

त्या चौदा पायऱ्या उतरुन मी खाली आले, की ही सगळी मंडळी दिसतात. मला पाहून हसतात आणि प्रश्नांच्या फैरी झडतात. मला काहीच घडलं नसल्याचा देखावा करावा लागतो. आणि त्यांना कसलाही संशय येऊ नये अशी तीव्र इच्छा असते.

माझं व्यक्तिमत्व दुहेरी आहे. एक ॲन म्हणजे बोलभांड, बंडखोर, हसरी व्यक्ती. तर दुसरी सालस, प्रेमळ, भावनाप्रधान. पीटरला ही सालस, प्रेमळ ॲन गवसली आहे. त्याने माझ्यावर ताबा मिळवून माझ्यातली छुपी प्रेमळ भावनाप्रधान ॲन प्रगट करायला लावली आहे.

या सगळ्याचा शेवट काय होणार आहे? आता मला बेप्च्या मनाची कल्पना येते. कारण मीही त्याच अवस्थेतून जात आहे. तिच्या मनात ज्या शंका येत त्या आता मी समजू शकते. समजा, मी वयाने मोठी असते, आणि त्याने मला मागणी घातली असती, तर मी काय उत्तर दिले असते? ॲन प्रामाणिकपणे सांग, काय उत्तर दिले असतेस तू? त्याच्याशी तुझे लग्न होणार नाही. पण तो हातचा घालवणेही कठीण वाटते. पीटरचा स्वभाव निश्चयी नाही, त्याच्यापाशी पुरेसे धारिष्ट्य, आणि निर्धार नाही. अजूनही तो लहान आहे, भावनाप्रधान आहे. त्याला फक्त सुखसमाधान आणि मन:शांती हवी आहे. तसे पाहिले तर मी फक्त चौदा वर्षाची आहे. शाळकरी मुलगी आहे. पण मी माझ्या वयाच्या इतर मुलींपेक्षा पुष्कळ अनुभव गाठी बांधला आहे.

आता माझी मला भीती वाटते आहे. कारण मी उतावळेपणाने काहीतरी करून तर बसणार नाही ना? आणि मग इथून सुटका झाल्यावर इतर मुलांशी संबंध येईल तेव्हा माझी प्रतिक्रिया काय होईल? माझं मन आणि हृदय यांच्यातलं हे अखंड द्वंद्व कधी संपेल? मी योग्य वेळ निवडली आहे, आणि योग्य तोच निर्णय घेतला आहे, हे कसे कळेल?

तुझी, ॲन एम् फ्रँक.

मंगळवार २ मे १९४४

प्रियतम किटी,

शनिवारी रात्री मी पीटरला विचारलं की मी डॅडींना आपल्या दोघांच्या मैत्रीविषयी कल्पना द्यावी का ? तो म्हणाला, "द्यावी," ऐकून मला बरे वाटले. या निर्णयावरून तो विचारी आणि भावनाप्रधान आहे हे ध्यानात आले. मी खाली आल्याबरोबर डॅडींच्याबरोबर पाणी आणायला गेले. जाताजाता म्हटले, "डॅडी, मी आणि पीटर

खूप वेळ एकत्र असतो. तेव्हा आम्ही एकमेकांच्या समोरासमोर लांब टोकाला असलेल्या खुर्च्यांवर काही बसत नाही. तुम्हाला त्यात काही चुकतंय असे वाटतं का?''

उत्तर देण्यापूर्वी डॅडी जरा वेळ थांबले. मग म्हणाले ''नाही, त्यात फार काही गैर आहे असे मला वाटत नाही. पण ॲन, तुम्ही दोघं आणि आपण चोवीस तास एकत्रच राहात आहोत. अशा स्थितीत तू फार काळजी घेऊन वागायला हवंस,'' मग आम्ही दोघं वर गेलो.

रविवारी सकाळी मला बोलावून डॅडी म्हणाले, ''ॲन तुझ्या बोलण्यावर मी बराच विचार केला. मला वाटलं होतं की तुमची फक्त मैत्री आहे. पीटर तुझ्यावर प्रेम करायला लागला आहे का?''

''अर्थात नाही,'' मी उत्तर दिले.

''हे पाहा मी तुम्हा दोघांनाही ओळखतो. तरीही माझ्या मते तू संयम दाखवला पाहिजेस. वरचेवर त्याच्याकडे जात जाऊ नको. आणि त्याला कसलेही उत्तेजन देऊ नको. अशा गोष्टीत नेहमी पुरुषच पुढाकार घेतो आणि स्त्रियांनाच लक्ष्मणरेषा कुठे आखायची ते ठरवावे लागते. तुम्ही जर बाहेरच्या खुल्या जगात राहात असता तर गोष्ट निराळी होती. मग तू इतर अनेक मुलामुलींच्यात वावरली असतीस, खेळात भाग घेतला असतास, बाहेर हिंडली फिरली असतीस. इथे तू जखडली गेली आहेस. चोवीस तास तुम्ही एकमेकांच्या सहवासात असता. तेव्हा तूच खबरदारी घ्यायला हवीस आणि ही गोष्ट फार सिरियसली, गंभीरपणे घ्यायची नाही.''

''पण पीटर सज्जन आणि प्रामाणिक आहे.''

''कबूल आहे मला. पण त्याचा स्वभाव निश्चयी नाही. त्याच्यावर चांगला, वाईट पगडा फार त्वरित बसू शकतो. त्याच्यावर चांगलाच पगडा बसावा अशी माझीही फार इच्छा आहे. कारण मुळात तो फार चांगला सत्शील मुलगा आहे.''

मी आणि डॅडी आणखी थोडा वेळ याचप्रकारचे बोललो आणि मग डॅडींनी पीटरशीही बोलायचे ठरवले.

रविवारी जेव्हा मी आणि पीटर पुढच्या माळ्यावर बसलो होतो तेव्हा त्याने विचारले, ''ॲन, तू तुझ्या वडिलांना सांगितलेस का?''

''हो. त्यांना आपल्या मैत्रीची कल्पना दिलीय. त्यात त्यांना काही गैर वाटत नाही. परंतु त्यांचे म्हणणे सतत एकत्र राहाण्याने भांडणे, संघर्ष निर्माण होतील.''

''पण आपण एकमेकांशी न भांडण्याचे आधीच ठरवलं आहे. आणि माझ्याकडून ते वचन मी पाळणार आहे.''

''मी पण न भांडायचं ठरवलंय पीटर. पण डॅडींना वाटतंय की आपण या बाबतीत फार गंभीरपणे विचार करत नाही आहोत. आणि आपली मैत्री वरवरची

आहे. पण खरी गोष्ट तशी नाही. माझा तुझ्यावर अगदी पूर्ण विश्वास आहे. जेवढा माझा स्वत:च्या डॅडींवर आहे तेवढा! आणि तू त्या विश्वासाला पात्र आहेस, होय ना?''

''हो,'' लाजत पीटर बोलला.

मी म्हटले, ''मला वाटते तुझ्यात पुष्कळ चांगले गुण आहेत. आणि तू पुढे चांगला प्रसिद्ध होशील.''

त्यानंतर आम्ही इतर विषयांवर बोललो. अखेरीस मी म्हटलं, ''एकदा या अज्ञातवासातून आपण सुटलो की मग तू माझी दखलसुद्धा घेणार नाहीस.''

त्यावर एकदम उसळून तो म्हणाला, ''वा ग वा! असे कसे बोलतेस? मी मुळीच असा वागणार नाही.''

मग मला कुणीतरी हाक मारली म्हणून मी खाली गेले.

डॅडी खरोखरच त्याच्याशी बोलले. सोमवारी पीटरने मला ते सांगितले, ''तुझ्या डॅडींना वाटतंय आपल्या मैत्रीचं रुपांतर प्रेमात होईल पण मी त्यांना सांगितलं की आम्ही दोघं संयमाने वागू. आणि स्वत:वर ताबा ठेऊ.''

मी पीटरकडे जाणे थांबवावे असे डॅडींचे मत आहे. पण तसे करायची माझी इच्छा नाहीये. केवळ मला त्याचा सहवास आवडतो म्हणून नव्हे, तर माझा त्याच्यावर पुरेपूर विश्वास आहे म्हणून. माझा त्याच्यावर विश्वास आहे हे मला त्याला पटवून द्यायचं आहे. पण मी त्याच्याकडे जाणं सोडलं तर त्याला कसं पटवून देणार?

नाही! काही झालं तरी मी त्याच्याकडे जाणारच!

हल्ली डसेल् ताळ्यावर आला आहे. त्याचे रागाचे नाटक संपलंय. शनिवारी संध्याकाळी जेवण्याच्यावेळी त्याने डच् भाषेत श्री. व्हॅनडॅन यांची माफी मागितली. श्री. व्हॅनडॅन यांनी त्याला लगेच क्षमा केली. आणि ते प्रकरण संपवले. डसेल् महाशयांनी या क्षमेच्या भाषणाचा दिवसभर सराव केला असावा.

रविवारी त्याचा वाढदिवस सुरळीत पार पडला. १९१९ सालचे मद्य आम्ही त्याला दिले. आता भांडण संपल्यामुळे श्री. व्हॅनडॅन मंडळींनी बरणीभर पिकॅलिली आणि दाढीची पाती दिली. श्री. कुग्लर यांनी लेमोनेड बनवण्यासाठी बाटलीभर लेमन सिरप् दिलं. बेप्ने 'एक रोप' आणि मिएप्ने 'लिट्ल् मार्टिन' नावाचे पुस्तक. त्याने परतभेट म्हणून सर्वांना एकेक अंडे दिले.

तुझी, ॲन. एम्. फ्रँक.

बुधवार ३ मे १९४४

प्रियतम किटी,

आधी साप्ताहिक बातम्या सांगते. राजकारणाच्या कटकटीतून सुट्टी मिळाली आहे. सांगण्यासारखी काहीही बातमी नाही. केव्हातरी हल्ला होईल असा विश्वास आता मला वाटायला लागला आहे. कारण हे काम ते सर्वस्वी रशियनांवर सोपवणार नाहीत. खरं तर रशियनही या घटकेला फारसे काही करत नाहीयेत.

आता श्री. क्लीमन् नेमाने ऑफिसला यायला लागलेत. त्यांनी पीटरच्या दिवाणसाठी नव्या स्प्रिंग्स आणल्या आहेत. तेव्हा पीटरला दिवाण खोलून नव्या स्प्रिंग्स बसवाव्या लागणार आहेत. आणि हे काम मोठे आनंददायक, मजेचे आहे असे नाही वाटत. त्यामुळे पीटर सध्या फारसा मूडमधे नाहीये. पिसवांसाठी औषधही श्री. क्लीमन् यांनी आणले आहे.

गुरुवारपासून बुशी मांजरी नाहीशी झाली आहे. बहुधा स्वर्गवासी झाली असावी. एखाद्या प्राण्याने तिच्यावर मेजवानी झोडली असेल आणि एखाद्या श्रीमंत मुलीच्या डोक्यावर तिच्या फरची बनवलेली टोपी झळकत असेल, पीटर मात्र त्यामुळे दु:खी झाला आहे.

हल्ली आम्ही शनिवारी दुपारचे जेवण अकरा वाजता घेतो. नाश्ता केवळ कपभर कोणत्या तरी कडधान्याच्या गरम सूपवर भागवावा लागतो. आता तर रोजच असा बेत आहे. त्यामुळे एका जेवणाचा खर्च वाचणार आहे. भाजीपाला मिळणे अजूनही दुरापास्त आहे. आज संध्याकाळी खराब लेट्यूस उकडून पानात वाढले होते. सोबत पालक आणि थोडे चांगले लेट्यूस, आणि उकडलेले कुजके बटाटे. असा जेवणाचा राजेशाही थाट होता.

गेल्या रविवारी दोन महिन्यानंतर परत माझी मासिक पाळी सुरू झाली. इतक्या अडचणी आणि गोंधळ चालू होता, त्यात पाळीही थांबते का काय असे वाटत होते. पण ती सुरू झाली हे पाहून मला आनंद वाटला.

कशासाठी ही युद्धे करायची? कशासाठी हा विध्वंस? लोक शांततेने, सुखाने का राहू शकत नाहीत?

असले प्रश्न वैतागाने मनात येणे अगदी साहजिकच आहे. पण तितक्याच सहजपणे या प्रश्नांची उत्तरे मात्र सापडत नाहीत. कशासाठी इंग्लंड अजस्त्र विमाने आणि बॉम्ब तयार करत आहे? आणि त्याच वेळी नव्या तऱ्हेची मजबूत घरे बांधायचा विचार करत आहे? गरिबांना, कलावंताना, वैद्यकीय उपचाराकरता मदत द्यायला पैसा नसतो पण युद्धासाठी, विध्वंसासाठी कोट्यावधी पैसे खर्चायला मात्र सरकार तयार असते. जगाच्या एका भागात अन्नाचे डोंगर कुजून वाया जात आहेत तर दुसऱ्या भागात

माणसे भुकेने मरताहेत, अशी का ही माणसे वेड्यासारखी वागतात?

माझ्यामते या अनर्थाला केवळ राजकारणी आणि भांडवलदार जबाबदार असतात असे नाही. सामान्य माणूसही तितकाच दोषी, गुन्हेगार आहे. तसे नसते तर ही जनता बंड करून उठली नसती का? मला वाटते मानवात विध्वंसक, वृत्ती असतेच मुळात, म्हणून तर ही माणसे खून, मारामाऱ्या करतात. ही वृत्ती समूळ नष्ट केल्यावाचून ही युद्धे, नाश आणि विध्वंस थांबायचे नाहीत. काळजीपूर्वक उभे केलेले, जोपासलेले, वाढवलेले, जतन केलेले तोडायचे मोडायचे, नष्ट करायचे आणि मग परत नव्याने उत्पादन सुरू करायचे.

पुष्कळ वेळा मी असल्या विचारांनी खिन्न, उदास होते. पण पुरती खचून जात नाही. आमचे हे असे अज्ञातवासात राहाणेसुद्धा मला एक रोमांचकारी साहस वाटते. यात धोका आहे, पण तसेच ते अद्भुतही आहे. जसे वेगवेगळे अनुभव येताहेत तसे त्यांच्या वर्णनाने माझी रोजनिशीही रोमांचकारक होते आहे. मी पक्के ठरवून टाकले आहे की, चारचौघींसारखे सामान्य आयुष्य तर आपण जगायचे नाहीच. पण यातून पुढे मागे सुटल्यानंतरही 'रांधा वाढा, उष्टी काढा' असे अतिसामान्य स्त्री सारखे वागायचे नाही. या युद्धजन्य परिस्थितीमुळे माझे बालपण इतर मुलींपेक्षा वेगळे आहे. मला येणारे अनुभव अगदी वेगळे आहेत. आणि म्हणूनच कोणत्याही प्रसंगी मी आनंदी राहू शकते. आणि कठीण प्रसंगातही विनोद शोधू शकते.

मी अद्याप लहान आहे. आणि माझ्यात अनेक गुण आहेत. माझे सध्याचे जीवन अडचणी, संकटे, यांनी भरलेले आहे. तरीसुद्धा मी सारा वेळ तक्रार न करता आल्या दिवसाशी मुकाबला करत आहे. तशा देवाने मला बऱ्याच देणग्या दिल्या आहेत. माझी प्रकृती सुदृढ आहे. माझा स्वभाव आनंदी, खेळकर आहे, आणि रोजच्या रोज माझे मनोबल वाढते आहे. लवकरच आम्ही मुक्त होऊ. माझ्या भोवतीचे लोक चांगले आहेत. निसर्ग चांगला आहे. असे गुप्तपणे राहाण्याचे आमचे धाडस केवढे थरारक आहे! मग काय म्हणून मी खचून जाऊ?

तुझी, ॲन. एम्. फ्रँक.

शुक्रवार ५ मे १९४४

प्रिय किटी,

डॅडी माझ्यावर नाराज झाले आहेत. रविवारी आमचे जे बोलणे झाले त्यानंतर मी रोज पीटरकडे जाणे थांबवेन असे त्यांना वाटले होते. त्याच्याशी मी फार सलगीने वागणे त्यांना बिलकुल नापसंत आहे. सलगीबद्दल त्यांचा नेमका शब्द काय आहे सांगू? 'गळ्यात गळे घालणे.' मला नेमका तोच त्यांचा शब्द आवडला

नाही. त्यामुळे आपण अगदी असभ्य वर्तन करतो आहोत असे मला वाटले. आज मी परत त्यांच्याशी बोलणार आहे. मारगॉटने पण मला उपदेशामृताचा एक डोस पाजला. मला त्यांना काय सांगायचे आहे ते ऐक हं.

''डॅडी, तुम्हाला माझ्या वागण्याचं स्पष्टीकरण हवं आहे ना? तर मग ऐका. मी समंजसपणे वागेन, संयम ठेवेन असे तुम्हाला वाटले होते. चौदा वर्षाची मुलगी जसे वागली असती, तसे मी वागायला हवे होते अशी तुमची अपेक्षा होती. तिथेच तुम्ही चुकताहात.''

१९४२ च्या जुलै महिन्यात आपण इथे राहायला आल्यापासून माझे दिवस फार मजेत, आनंदात जात आहेत, अशी तुमची कल्पना आहे का? मी कित्येक रात्री कशा रडून काढल्या आहेत, मला किती एकाकी वाटते, मी किती निराश झाले आहे, हे तुम्ही समजून घ्याल, तर माझे पीटरकडे जाणे तुम्हाला गैर वाटणार नाही. आता मी अशा स्थितीला येऊन पोचले आहे की, जेव्हा तेव्हा आईवडिलांचा आधार न घेता मला स्वत:च्या पायावर उभे राहायला यायला लागले आहे. पण डॅडी, ही स्वतंत्रवृत्ती माझ्यात एका रात्रीत नाही आलेली. त्यासाठी रात्रीच्या रात्री मी रडून काढल्या आहेत. अस मी लिहिलं याचं तुम्हाला हसू येईल. माझ्या बोलण्यावर तुमचा विश्वास बसणार नाही. पण त्याची आता मला पर्वा वाटत नाही. मी एक स्वतंत्र व्यक्ती आहे, आणि माझ्या वागण्याच्या बऱ्यावाईट परिणामांची, माझी मी जबाबदारी घेईन. हे तुम्हाला मुद्दाम सांगण्याचे कारण म्हणजे मी चोरून छपवून काहीएक करत नाहीये. मी कसे वागायचे ते माझे मीच ठरवणार आहे.

आपण इथे राहायला आलो तेव्हा परिस्थितीशी जमवून घेणे मला भारी जड जात होते. पण त्या वेळी तुम्ही वडीलमंडळींनी त्याकडे पूर्णपणे डोळेझाक केली. मदत करणे, सहानुभूती दाखवणे दूरच राहिले, पण वेळोवेळी मला कानपिचक्या मात्र मिळत राहिल्या. मी बंडखोर, मस्तीखोर आहे अशी माझी संभावना तुम्ही सर्वजण करत होता. मनात सतत घर करून राहिलेली भीती, या चोरट्या आयुष्याचा धाक, हे आत खोल गाडून टाकण्यासाठी मी वरून बंडखोरपणाचे आवरण घालत असे. आतला आवाज, भीती यांनी डोके वर काढू नये म्हणून मी धिटाई दाखवत असे. तसे केले नसते तर वेडी झाले असते मी! जवळजवळ गेली दोन वर्षे मी सुखी असल्याचे, आनंदात असल्याचे नाटक करते आहे. कोणत्याही गोष्टीची मी तक्रार, कुरकूर करत नाही, आणि चढवलेला मुखवटा उतरवलाही नाही. आता माझ्या मनातले द्वंद्व संपले आहे. मी जय मिळवला आहे. मनाने, देहाने, मी स्वतंत्र झाले आहे. आता मला आईच्या पांगुळगाड्याची आवश्यकता नाही.

मी मला भावेल त्या मार्गाने जाणार आहे. जो मार्ग मला योग्य वाटेल, तोच मी अनुसरणार आहे. मी एक फक्त चौदा वर्षांची अल्लड बालिका आहे असे समजू

नका, कारण अनपेक्षितपणे या गुप्त निवासात राहावे लागल्यामुळे आणि नाना तऱ्हेच्या अडचणींना तोंड द्यावे लागल्यामुळे मी मनाने चौदा वर्षांपेक्षा जास्त मोठी, प्रौढ झाले आहे. मला माझ्या वागण्याचा पश्चाताप होणार नाहीये. माझ्या मनाप्रमाणेच मी वागणार आहे.

माझी किती समजूत घातली तरी पीटरकडे जाणे मी थांबवणार नाही. एकतर तुम्ही माझ्यावर वर जाण्याची बंदी घाला किंवा माझ्यावर विश्वास ठेवा. कोणताही निर्णय तुम्ही घ्या. पण कृपा करून मला नीट जगू द्या.

तुझी, ॲन. एम्. फ्रँक.

शनिवार ६ मे १९४४

प्रियतम किटी,

काल तुझ्याशी बोलले त्या मजकुराचे पत्र लिहून रात्री जेवण्यापूर्वी ते डॅडींच्या खिशात ठेवले. मारगॉटने सांगितले की, माझे पत्र वाचून डॅडी खूप उदास झाले. मी त्या वेळी वरती जेवणाच्या बशा घासत होते. डॅडी किती भावनाप्रधान आहेत ते मला माहीत आहे. तेव्हा माझ्या पत्राचा त्यांच्यावर काय परिणाम होईल याची मला कल्पना यायला हवी होती. मी लगेच पीटरला सांगितलं की त्यांना काही विचारू नको आणि जास्त बोलूही नको. डॅडीपण माझ्याशी त्याविषयी काही बोलले नाहीत. बोलतील का नाही देव जाणे.

आता इथले जीवन नेहमीप्रमाणे चालू आहे. जॅन, कुग्लर, क्लीमन् बाहेरच्या ज्या गोष्टी सांगतात त्यावर विश्वास बसत नाही. महागाईने शिखर गाठले आहे आणि काळ्या बाजाराला ऊत आला आहे. अर्धा पौंड चहा ३५० गिल्डर्सला मिळतो आहे. व अर्धा पौंड कॉफीची किंमत ८० गिल्डर्स झाली आहे. एक पौंड लोण्याला ३५ गिल्डर्स पडताहेत. एक अंड्याला १.४५ गिल्डर्स मोजावे लागताहेत. लोक एक औंस बल्गेरियन तंबाखूसाठी १४ गिल्डर्स देताहेत. प्रत्येकजण काळाबाजार करतो आहे. रस्त्यावरच्या कोणत्याही पोरापाशी काहीतरी विकण्याजोगे असतेच. आमच्या पाववाल्याच्या मुलाने रफू करण्यासाठी एक छोटेसे रीळ आम्हाला ९० सेंटसना विकत दिले. गवळी जादा रेशनकार्डे आणून देतो. तर कुणी चोरून चीज विकतोय. घरफोडी, खून, मारामाऱ्या चालूच आहेत. अस्सल चोर, दरोडेखोर, खुनी यांच्याबरोबर तितक्याच उमेदीने पोलिस, रखवालदारपण यात भाग घेत आहेत. अखेर प्रत्येकाला आपल्या पोटाची काळजी आहेच. त्यातच पगार गोठवले आहेत. त्यामुळे लोक सापडेल त्या मार्गाने पैसा उभा करण्याचे प्रयत्न करताहेत. रोज वर्तमानपत्रात १५, १६, १७ वर्षे वयाच्या मुली हरवल्याच्या बातम्या येताहेत.

मी एलेनपरीची अर्धवट लिहिलेली गोष्ट पुरी करण्याच्या विचारात आहे. गंमत म्हणून मी ती डॅडींना वाढदिवसाची भेट म्हणून देणार आहे. त्याचप्रमाणे त्याच्या प्रकाशनाचे हक्कही त्यांनाच देणार आहे.

बरंय! परत लिहीनच तुला. तेव्हा उरलेली हकीकत सांगेन.

तुझी, ॲन. एम्. फ्रँक.

रविवार सकाळ ७ मे १९४४

प्रियतम किटी,

काल माझे आणि डॅडींचे बराच वेळ बोलणे झाले. मी खूप रडले. त्यांच्याही डोळ्याला पाणी आले. ते मला काय म्हणाले माहिताय? ''ॲन, आयुष्यात मला अनेक पत्रे आली. पण कालच्या तुझ्या पत्राइतके दुःख, मनाला वेदना देणारे पत्र, कधी नव्हते मिळाले. आम्ही दोघं तुला सर्व तऱ्हेची मदत करायला सदैव तयार असताना, वेळोवेळी तुझा कैवार घेत असताना, तू असे लिहावेस ना? वर लिहितेस, की तुझ्या कोणत्याही प्रकारच्या वागण्याविषयी आम्ही तुला विचारता कामा नये. तुझ्यावर आमच्याकडून फार अन्याय झाला आहे, तुला आम्ही एकाकी सोडलं आहे. नाही ॲन, असे लिहून खरोखर तूच आमच्यावर फार मोठा अन्याय केला आहेस.

कदाचित तुला असे म्हणायचे नसेल पण लिहिण्याच्या भरात तू लिहिले आहेस नेमके हेच! तू आमचा इतका निषेध करावयास इतके निर्दयपणाचे आमचे वागणे कधीच नव्हते.''

डॅडींशी बोलणे झाल्यावर मला माझी चूक कळून आली. फारच चुकले माझे. त्यांनी मला जाणती, समंजस मानावे या इच्छेने लिहायला गेले. माझे दिवस दुःखात, त्रासात, मनःस्तापात, गेले हे खरे. मी ममीबद्दल जे लिहिले तेही खरेच आहे. पण तरीही सतत माझ्या पाठीशी उभ्या राहाणाऱ्या डॅडींना मी दोष द्यायला नको होता, अगदी हीनपणाचे झाले माझे वागणे.

बाकी एक गोष्ट चांगली झाली. अलिकडे माझा आत्मविश्वास फार वाढला होता. त्याला असले रेचक हवेच होते. आपण करू, म्हणू, ती प्रत्येक गोष्ट बरोबरच असते, असा मला अभिमान वाटायला लागला होता. खात्री वाटू लागली होती.

डॅडींनी माझ्या अपराधाला ज्या सहजपणे क्षमा केली त्याने तर मला फारच लाजल्यासारखे झाले. ते माझे पत्र शेगडीत फेकून देणार आहेत. हल्ली ते माझ्याशी फारच गोड वागतात. जणू त्यांचीच काहीतरी चूक होती. मला अजून बरेच शिकायचे आहे या जगात, आणि जीवनात. आणि त्या शिकण्याची सुरुवात

आताच करायला हवी. लोकांचे दोष शोधून त्यांना बोलण्यापेक्षा स्वत:चेच दोष आधी घालवायला हवे.

जर्मनांच्या ज्यू द्वेषाचे दु:ख मला एकटीलाच सोसावे लागले आहे का? माझ्यासारख्या शेकडो मुलींना ते सोसावे लागले आहे. मला कित्येकदा एकाकी वाटले असेल. पण मी निराधार थोडीच होते? एकदा तर डॅडी इतके हताश झाले होते की जीव द्यायला निघाले होते. त्यांच्या इतके तर माझे दु:ख कधी तीव्र नव्हते.

माझ्या वागण्याची मला लाज वाटली पाहिजे. तशी ती मला वाटतेही आहे. आता जे झालं ते झालं. घडून गेलेली गोष्ट काही आता परत येणार नाही. पण अशी चूक परत होऊ नये म्हणून काळजी घेता येईल. आता मी माझे वागणे सुधारणार आहे. मदतीला पीटर आहेच. मी काही आता एकाकी नाही. पीटर माझ्यावर प्रेम करतोय. मी त्याच्यावर प्रेम करतेय. मला पुस्तकांची सोबत आहे. माझी मैत्रिण रोजनिशी आहे, आणि मला लिहायची आवड आहे. मी कुरूप नाही, खुळचट नाही. माझा स्वभाव आनंदी, खेळकर आहे. आणि चारित्र्यसंपन्न होण्याची माझी इच्छा आहे.

आता माझ्या ध्यानात येतंय, की माझे पत्र फार कठोर, कटु होते. त्यातले आरोपही खोटे होते. मी अहंमन्य होते, आणि लिहिलं होतं ते सगळं खरं मानत होते. यापुढे डॅडीना आदर्श मानून मी स्वत:ला सुधारणार आहे.

तुझी, ॲन. एम्. फ्रँक.

सोमवार ८ मे १९४४

प्रियतम किटी,

आमच्या घराण्याची माहिती तुला कधी सांगितली नाही मी. आज सांगते हं! डॅडींचा जन्म फ्रँकफुर्ट-आम-मेन या ठिकाणी एका धनाढ्य कुटुंबात झाला. मायकेल फ्रँक यांची स्वत:च्या मालकीची बँक होती, आणि ते लाखोपती होते. ॲलीस स्टर्न हिचे आईवडीलही श्रीमंत आणि नावाजलेले होते. डॅडींच्या वडिलांची संपत्ती स्वकष्टार्जित होती. डॅडींचे लहानपण आणि तरुणपण फारच ऐषआरामात गेले. राजवाड्यासारखे घर, घरात वरचेवर घडणाऱ्या मेजवान्या, नाचाचे कार्यक्रम, अवतीभवती सुंदर तरुणी अशा तऱ्हेने त्यांचे आयुष्य गेले. माझे आजोबा वारल्यावर बराच पैसा गेला, आणि पहिले महायुद्ध, त्यानंतर आलेली मंदीची लाट यात सगळेच गेले. युद्ध सुरू होईपर्यंत थोडे फार श्रीमंत नातेवाईक राहिले होते. श्रीमंतीत वाढल्यामुळे डॅडींना शिष्टाचार, रीतभात फार चांगली लावलेली होती. आणि अशा डॅडींना काल भांडी घासावी लागली. पंचावन्न वर्षाच्या आयुष्यात प्रथमच त्यांना

असले काम करावे लागले.

ममीचे कुटुंब सधन होते पण डॅडींच्या कुटुंबासारखे अतिशय धनाढ्य नव्हते. पण तिच्याही तोंडून, नृत्याचे कार्यक्रम, वाङनिश्चयाच्या भल्या मोठ्या मेजवान्या, साध्यासुध्या कारणाने दिलेल्या जेवणांनासुद्धा अडीचशेवर पाहुणे, वगैरेच्या गोष्टी ऐकताना आम्ही अगदी आश्चर्यचकित होत असू.

आता मात्र आम्हाला कुणी श्रीमंत समजणार नाही. परंतु युद्ध संपल्यावर पूर्वीचे दिवस येतील अशी आशा बाळगून आहे मी! मात्र ममी आणि मारगॉट यांच्यासारखे सरंजामी, सरदारी थाटाचे आयुष्य मला नाही फारसे पसंत. पुढे पॅरीस व लंडन येथे वर्षभर राहून त्या भाषा प्रथम शिकायच्या, आणि मग कलेच्या इतिहासाचा अभ्यास करायचा अशी माझी इच्छा आहे. मारगॉटच्या मनातून नर्सिंग शिकून पॅलेस्टाईनमधल्या नवजात बालकांची सेवा करण्याचे आहे. माझ्या डोळ्यासमोर मात्र उत्तमोत्तम कपडे, बडे लोक, त्यांच्यात आपली ऊठबस इत्यादी गोष्टी येतात. मला सर्व जग पाहायचे आहे. मजा करायची आहे आणि त्यासाठी पैसा पण हवा आहे.

काल मिएप् तिच्या नात्यात कुठेतरी वाङनिश्चय झाला, तिथे पार्टीला गेली होती शनिवारी. वधू आणि वर दोघेही खूप श्रीमंत! तिथल्या मेजवानीत जी चविष्ट पक्वान्ने होती त्यांच्या वर्णनानेच आमच्या तोंडास पाणी सुटले. मिएप्ने तर म्हणे छोटे दहा पेले मद्य घेतले आणि तीन सिगारेटस ओढल्या. आता मिएप्नेच एवढे घेतले तर तिच्या नवऱ्याने किती हाणले असेल कल्पना कर! पार्टीतल्या सर्वांनीच भरपूर मद्य घेतल्यामुळे साहजिकच सर्वजण झिंगले होते. लग्नाला दोन पोलिस ऑफिसर्स पण आले होते. मिएप्ने लगेच त्यांची ओळख करून घेऊन, त्यांचे पत्ते टिपून आणलेत. आमच्यावर संकट आले तर त्यांची मदत मागता येईल म्हणून. बिचारीच्या ध्यानीमनी आम्ही असतो.

हल्ली आमची न्याहरी म्हणजे कपभर गरम सार. अर्धवट शिजलेले पालक आणि नासके कुजके बटाटे, कच्चे लेट्यूस आणि उकडलेले लेट्यूस हे आमचे जेवण, मग मिएप्च्या वर्णनाने आमच्या तोंडाला पाणी सुटेल नाहीतर काय?

मिएप्ने त्या दिवशी मेजवानीला आपल्या सोबत आम्हालाही नेले असते तर आम्ही इतरांसाठी काहीही शिल्लक ठेवले नसते. सर्व पक्वानांचा आम्ही फडशा पाडला असता. जणु आम्ही कधी पक्वान्ने पाहिली नाहीत का खाल्ली नाहीत, अशा तऱ्हेने आम्ही तिच्याभोवती बसून तिचे वर्णन ऐकत होतो.

दोन्हीकडून लक्षाधीशांच्या नाती आम्ही! खाण्यासाठी एवढा जीव टाकत आहोत. दैवगती फार विचित्र असते. तिच्यामुळे या जगात काय चमत्कार घडतील त्याचा नेमच नाही.

तुझी, ॲन. एम्. फ्रँक.

मंगळवार ९ मे १९४४

प्रियतम किटी,

'एलन परीची' गोष्ट पुरी केली. सुंदर कागदावर सुवाच्य अक्षरात लिहून काढली. लाल शाईने वर नक्षी काढली आणि मग ते सर्व कागद एकत्र शिवले. एकूण सुंदर दिसतंय ते पॅकेट. मात्र वाढदिवसाला तेवढीच भेट ठीक होईल का नाही समजत नाही. ममी आणि मारगॉट यांनी कविता लिहिल्या आहेत.

आज श्री. कुगलेर वरती आले आणि त्यांनी एक सनसनाटी बातमी दिली. येत्या सोमवारपासून मिसेस ब्रॉक्स रोज दोन तास ऑफिसला येऊन बसणार आहेत. जरा कल्पना कर आमचे किती हाल होतील याची! म्हणजे आता ऑफिसातले लोक आमच्याकडे येऊ शकणार नाहीत, आम्हाला बटाटे, भाज्या, रेशन मिळणार नाही, बेप्ला दुपारी आमच्याकडे जेवायला यायला जमणार नाही. आम्हाला बाथरूम बंद. शिवाय दिवसा कोणत्याही तऱ्हेची हालचाल करता येणार नाही. एक न् दोन. मग त्या सौ. ब्रॉक्सने रोज ऑफिसात येऊ नये म्हणून आम्ही तऱ्हेतऱ्हेचे उपाय सुचवले. मि. व्हॅनडॅनने सांगितले की तिच्या कॉफीत जुलाबाचे औषध घालावे. "नाही नाही हा उपाय बरोबर नाही." श्री क्लीमन् त्यांचे बोलणे खोडून काढत म्हणाले, "अशाने ती बाई संडासातून बाहेर यायचीच नाही. आणि आपली पंचाईत होईल."

श्री. व्हॅनडॅन यांचा अलिकडचा विनोद

बायबलमधला अडॅम आणि ईव्ह यांच्यावरचा पाठ ऐकल्यावर तेरा वर्षाच्या एका मुलाने आपल्या वडिलांना विचारले, "बाबा, मी कसा जन्मलो?"

वडिलांनी सांगितले, "करकोचा पक्षाने तुला महासागरातून उचलले आणि तुझ्या आईच्या बिछान्यात आणून ठेवले. आणि तिच्या पायाचा जोरात चावा घेतला. त्यामुळे तिच्या पायातून इतका रक्तस्त्राव झाला की तिला आठवडाभर पडून राहावे लागले."

वडिलांच्या या बोलण्याने मुलाचे शंकानिरसन झाले नाही. म्हणून तो आईकडे गेला व त्याने तिला विचारले "आई तू कशी जन्मलीस आणि मी कसा जन्मलो ते सांग."

आईने त्याला तीच करकोच्याची गोष्ट सांगितली. त्यानेही समाधान न झाल्याने मुलगा आजोबांकडे गेला व म्हणाला "आजोबा, तुम्ही कसे जन्मला व तुमची मुलगी (माझी आई) कशी जन्मली ते सांगा".

आजोबांनीही त्याला तीच गोष्ट सांगितली.

त्या रात्री मुलाने आपल्या रोजनिशित लिहिले. नीटपणे चौकशी केल्यावर माझ्या असे ध्यानात आले आहे, की गेल्या तीन पिढ्या आमच्या कुटुंबात विवाहानंतर

पतिपत्नीत समागम झालेला दिसत नाही.

तीन वाजून गेलेत, आणि अजून माझं काम व्हायचंय.

तुझी, ॲन एम्. फ्रँक

ता.क. नवी झाडूवाली कामाला यायला लागलीय ती साठ वर्षांची विवाहित बाई आहे. ठार बहिरी. ते बाकी आमच्या सोईचंच आहे. कारण आम्ही आठ माणसे जो आवाज करतो, तो तिला ऐकू येत नाही हे बरंच आहे.

बाहेर इतकी छान हवा पडली आहे. पण आम्हाला काही बाहेर जाऊन तो आनंद लुटता येणार नाही.

बुधवार १० मे १९४४

प्रियतम किटी,

काल मी आणि पीटर फ्रेंच भाषेचा अभ्यास करत बसलो होतो. एवढ्यात पाणी ठिबकत असल्याचा अवाज ऐकू आला, म्हणून मी पीटरचे लक्ष तिकडे वेधले, लगेच तो माळ्यावर चढला आणि मुशी मांजरीला त्याने रागाने दूर ढकलले. तिनेच घाण करून ठेवली होती. ती खालच्या माळ्यावर ठिबकत होती. त्यामुळे जळणासाठी ठेवलेला लाकडाचा भुसा भिजला होता. आणि त्यातून ती लघवी खाली झिरपत होती. बटाट्याच्या पिंपाशेजारी गळले होते. तक्तपोशीला चिरा होत्या आणि माळ्यावरच्या जमिनीला पण भेगा गेल्या होत्या. त्यातून पिवळे थेंब खालच्या जेवणाच्या टेबलावरही आले होते. टेबलावर ठेवलेल्या पुस्तकापर्यंत ते पोचले होते.

ते विनोदी दृष्य पाहून मला फारच हसू आले. मुशी जाऊन एका खुर्चीखाली बसली होती. आणि पीटर हातात एक कापड, ब्लिचिंग पावडर व पाणी घेऊन एखाद्या योध्याच्या अभिनिवेशात उभा होता. श्री. व्हॅनडॅननी सर्वांना शांत केले आणि खोली नीट केली. पण मांजराच्या मुताचा वास इतका भयंकर घाणेरडा असतो की तो बराच वेळ येत राहिला. बटाट्यांना तो वास लागला तसाच लाकडाच्या भुशालाही. डॅडींनी तो भुसा एका बादलीत घालून जाळायला खाली आणला.

बिच्चारी मुशी!

ॲन,

गुरुवार ११ मे १९४४

प्रियतम किटी,

पीटरचे केस कापायला झाले आहेत. आणि नेहमीप्रमाणे त्याची आई ते काम करणार आहे. सात वाजून पंचवीस मिनिटांनी पीटर आपल्या खोलीत गेला, आणि साडेसात वाजता, निळा पोहोण्याचा पोषाख, व टेनीस शूज घालून बाहेर आला.

''येते आहेस ना?'' त्याने आपल्या आईला विचारले. ''येतेच एका मिनिटात; कात्री सापडत नाहीये.'' तिने उत्तर दिले.

तिच्या प्रसाधनाच्या वस्तूंच्या खणात कात्री शोधायला पीटर गेला.

''इथे धांडाळून उलट गोंधळ करून ठेऊ नकोस.'' आईने त्याला झापले.

यावर पीटर काय बोलला ते मला नीट ऐकून आले नाही, पण तो नक्कीच उर्मटपणे बोलला असणार, कारण तिने त्याच्या दंडाला चिमटा काढला. त्यानेही तिच्या दंडाला काढला. मग तिने अगदी जोराने परत चिमटा काढला त्याबरोबर त्याने आपला दंड तिच्या हातातून सोडवून घेतला. सौ. व्हॅनडॅन ठामपणे उभ्या राहिल्या. ''चल आई.'' त्याने म्हटले. पण त्या हलल्या नाहीत. तेव्हा पीटरने त्यांना दंडाला धरून खेचले. प्रथम सौ. व्हॅनडॅन हसल्या, पण मग त्याला रागावायला लागल्या, रडायला लागल्या, लाथा झाडल्या तरीही पीटरने त्यांना सोडले नाही. त्याने त्यांना माळ्याच्या पायऱ्यापर्यंत खेचत नेले आणि तेथे सोडले. सौ. व्हॅनडॅन परत खोलीत आल्या आणि उसासा टाकून धप्पकन एका खुर्चीत बसल्या. आणि म्हणाल्या ''दुखवलंन मला.''

मी मग त्यांच्याजवळ गेले आणि त्यांच्या गरम, लाल, झालेल्या मनगटावर गार पाण्याची धार धरली. पीटर अजूनही पायऱ्यांजवळच उभा होता. तो एखाद्या रिंग मास्तराच्या अविर्भावात हातात पट्टा घेऊन खोलीत आला. सौ. व्हॅनडॅन आपल्या लिहिण्याच्या टेबलापाशीच बसून राहिल्या रुमाल शोधत.

''प्रथम तू माफी मागितली पाहिजेस.''

''ठीक आहे, मागतो. नाहीतर मध्यानरात्रीपर्यंत आपण इथेच बसून राहू.''

सौ. व्हॅनडॅनला हसू आवरेना. ती उठून दारापर्यंत गेली. पण आमच्यापुढे काहीतरी स्पष्टीकरण करायला हवे असे तिला वाटले. खोलीत मी, डॅडी आणि ममी होतो. आम्ही बशा विसळत होतो.

''आम्ही घरी राहात होतो तेव्हा तो असा नव्हता. मी त्याला पट्ट्याने असा ठोकून काढला असता की तो गडगडत जिन्यावरून खाली गेला असता. आजपर्यंत तो कधी इतका उर्मटपणे बोलला नव्हता. हल्लीच्या नवीन पद्धतीने मुलांना वाढवण्याचा परिणाम असाच होणार. मी माझ्या आईचा दंड असा कधी पकडला

नव्हता. मि. फ्रँक तुम्ही तुमच्या आईला असं वागवलं होतं?''

सौ. व्हॅनडॅन इतक्या रागावल्या होत्या की तोंडाला येईल ते बोलत अस्वस्थपणे इकडे तिकडे फेऱ्या मारत होत्या. अखेर एकदाच्या त्या वर गेल्या.

पाच मिनिटात त्या परत खाली आल्या. आल्याबरोबर त्यांनी आपला ॲप्रन खुर्चीवर फेकला आणि वेगाने त्या खाली गेल्या. बहुतेक सरळ पतीच्या बाहुपाशात!

आठ वाजता त्या पतीसमवेतच वर आल्या. पीटरला माळ्यावरून खाली ओढून आणले आणि अत्यंत निर्दयपणे त्याला रागावल्या, शिव्यांची लाखोली वाहिली. अत्यंत मूर्ख, जराही रीतभात, शिष्टाचार नसलेला, ॲनही उर्मट आहे, मारगॉटला पण चांगली रीत नाही इ. शेवटी ऐकवेना ते वाक्ताडन.

आज सगळं काही शांत शांत आहे परत.

तुझी, ॲन एम् फ्रँक.

ता. क. मंगळवारी आणि बुधवारी आमच्या राणीने जनतेला उद्देशून रेडियोवर भाषण केले. ती रजेवर जात आहे. परत येईल तेव्हा तिची प्रकृती सुधारलेली असेल. ''मी लवकरच हॉलंडला परतेन, लवकरच स्वातंत्र्य मिळेल, अवजड बोजे तुमच्यावर पडत आहेत''. वगैरे ती बोलली.

तिचे भाषण झाल्यावर प्रधानमंत्री जेरब्रँडी बोलला, त्याचा आवाज लहान मुलासारखा, चिरका आहे. शेवटी एक फादर बोलला. त्याने प्रार्थना करून, तुरुंगात, छलगृहात व जर्मनीत असणाऱ्या ज्यूंचे देवाने संरक्षण करावे अशी विनंती करून भाषण संपवले.

तुझी, ॲन,

गुरुवार ११ मे १९४४

प्रियतम किटी,

माझे पेन वर राहिले आहे, अडीच वाजेपर्यंत मोठ्या लोकांची झोपेची वेळ. तेव्हा त्यांच्या झोपेत माझ्यामुळे व्यत्यय येऊ नये म्हणून मी पेन्सिलीने लिहित आहे. या क्षणी मी अतिशय कामात आहे. कसल्या कामात ते सांगते हं. वाचनालयातून आणलेल्या गॅलिलियो गॅलीलीच्या चरित्राचा पहिला खंड पुरा वाचून वाचनालयात परत करायचा आहे. काल मी हे पुस्तक वाचायला घेतले आणि तीनशेवीसपैकी दोनशेवीस पाने आतापर्यंत वाचून झाली आहेत. म्हणजे उद्यापर्यंत पुस्तक संपेल. पुढच्या आठवड्यात या पुस्तकाचा दुसरा खंड आणि 'पॅलेस्टाईन

ॲट द क्रॉसरोडस्' हे पुस्तक वाचायचे आहे. नुकतेच मी सम्राट पाचवा चार्लस हे चरित्र वाचून संपवले. आता त्यातल्या वंशावळीचा तक्ता बनवायचा आहे आणि त्याची माहिती लिहून काढायची आहे. माझ्या वेगवेगळ्या पुस्तकांतून आलेले परकीय शब्द माझ्या वहीत लिहून घेऊन पाठ करायचे आहेत. चवथे काम म्हणजे माझ्या नटनट्यांचे फोटो सर्व ठिकाणी विखुरले आहेत ते नीटपणे चित्रसंग्रहात चिकटवायला हवे आहेत. पण पंडिता ॲनबाईना वेळ होईपर्यंत थांबतील बिचारे. हरक्यूलीस, इडिपस, पेलियूस ऑरफियस, जेसन आणि थेसियूस यांच्या शूरपणाच्या कृत्यांचा माझ्या मनात मोठाच गोंधळ उडतो. एकाचा पराक्रम दुसऱ्याच्या नावावर टाकून मी मोकळी होते. सप्तवार्षिक युद्ध आणि नव वर्षाचे युद्ध याबाबतीतही माझी गल्लत होते. माझ्यासारख्या आठवणीचा खंदक असणारी मुलगी हे घोटाळे करेल नाहीतर काय! आताच ही तऱ्हा तर मग मी ऐंशी वर्षाची म्हातारी होईन तेव्हा विचारायलाच नको.

आणखी एक सांगायचं राहिलंच (–) बायबल! स्नान करणाऱ्या सुझानाच्या गोष्टीपर्यंत यायला मला किती वेळ लागणार आहे देव जाणे! आणि खरंच 'सोडोम' आणि 'गॉमोरा' म्हणजे काय? अजून कितीतरी वाचन, मनन अध्ययन करायचे आहे.

आता कळले ना मी किती कामात आहे ती?

मी मागेच तुला सांगीतले आहे त्याप्रमाणे मला लेखिका बनायचं आहे. वर्तमानपत्रातून ती लिहायाचे आहे. ती माझी इच्छा पुरी होते का नाही हे पाहायचे. पण सध्या तरी माझ्या लेखनाला विषयांचा तुडवडा पडत नाही. युद्ध संपल्यावर 'गुप्तनिवास' या नावाचे एक पुस्तक लिहायचा माझा बेत आहे. त्यासाठी माझी रोजनिशी खूप उपयोगी पडेल. आता हे पुस्तक माझ्या हातून लिहून होईल का नाही पाहायचे.

'कॅडीचे जीवन' या कथेचा शेवट कसा करायचा त्याबद्दल मी विचार करून ठेवला आहे. सॅनिटोरियम्‌मधून बरी होऊन कॅडी घरी जाते आणि हॅन्सशी पत्रव्यवहार चालू करते. हे १९४१ साल आहे. हॅन्सचा ओढा नाझी लोकांकडे आहे हे तिला समजून येते. ती स्वत:, तिची ज्यू मैत्रिण मरियन हिचे होत असलेले हाल पाहात असते. ज्यू लोकांबद्दल तिला सहानुभूती वाटत असते. साहजिकच हॅन्स व कॅडी यांच्यात दुरावा उत्पन्न होऊ लागतो. ते दोघे एकमेकांना भेटतात. परंतु नंतर हॅन्स दुसऱ्या मुलीशी मैत्री जुळवतो. ते पाहून कॅडी खचते आणि चांगली नोकरी मिळवण्यासाठी नर्सिंग शिकते. पदवी मिळवल्यानंतर वडिलांच्या मित्राच्या आग्रहामुळे, स्विट्झरलंड येथील एका क्षयाच्या सॅनिटोरियममधे नोकरी धरते. पहिल्या रजेत ती लेक कोमो या ठिकाणी जाते. तेथे तिला हॅन्स भेटतो. दोन वर्षापूवी त्याने लग्न

केलेले असते. परंतु नैराश्याच्या भरात त्या पत्नीने आत्महत्या केलेली असते. आता पुनर्भेट झाल्या नंतर त्याच्या लक्षात येते की आपले खरे प्रेम कॅंडीवरच होते. तो तिला लग्नासाठी मागणी घालतो. आपले त्याच्यावर अद्यापही प्रेम आहे हे तिच्या लक्षात येते. परंतु स्वाभिमान आड आल्यामुळे ती त्याला नकार देते. हॅन्स जातो. बऱ्याच वर्षानंतर कॅंडीला समजते की अखेर तो इंग्लंडला गेला आहे व त्याची प्रकृती खूप ढासळली आहे.

सत्ताविसाव्या वर्षी कॅंडी आपल्या देशातल्या एका सधन माणसाशी लग्न करते. त्याचे नाव असते सायमन. ती सायमनवर प्रेम करते पण हॅन्स इतके नाही. तिला लिलियन आणि ज्यूडिथ नावाच्या दोन मुली व निको नावाचा मुलगा असतो. तिचा व सायमनचा संसार सुखाचा असतो. पण मनातून हॅन्सची आठवण काढत राहाते. शेवटी एक दिवस तिला हॅन्सविषयी स्वप्न पडते, आणि ती सायमनला सोडून जाते.

ही एक भावनाप्रधान मुलीची काल्पनिक खुळचट कहाणी नाहीये. डॅडींच्या जीवनावरच ती आधारलेली आहे.

तुझी, ॲन एम् फ्रँक.

शनिवार १३मे १९४४

प्रियतम किटी,

काल डॅडींचा वाढदिवस आणि डॅडी-ममींच्या लग्नाचा एकोणीसावा वाढदिवस. मोलकरीण कामाला आली नव्हती. आजवर कधी पडलं नव्हतं एवढं सुंदर स्वच्छ उन पडलं होतं. आमच्या चेस्टनट्ला गेल्या वर्षीपेक्षा फारच छान बहर आला आहे.

श्री. क्लीमन्नी डॅडींना लीनायूसचे चरित्र तर कुग्लरने निसर्गावरचे एक पुस्तक दिले. डसेल्ने 'ॲम्स्टरडॅमचे कालवे' हे पुस्तक दिले. व्हॅनडॅन कुटुंबाने तीन अंडी, बियरची बाटली, बरणीभर योघर्ट, आणि एक हिरवा टाय दिला. या शर्व वस्तू एका पेटीत घालून पेटीचे वरचे आवरण अतिशय सुंदर रीतीने सजवून दिले. त्याच्या पुढे आम्ही दिलेली काकवीची बरणी अगदीच क्षुद्र वाटली. मिएप् आणि बेप् यांनी दिलेल्या लाल कार्नेशनच्या फुलांपेक्षा मी दिलेल्या गुलाबांचा वास अधिक सुंदर होता. डॅडी खूप खूष झाले. सीमेन्स बेकरीतून चवदार असे केक आले. डॅडींनी आम्हा सर्वांना मसाल्याचे केक्स. पुरुषांना बियर आणि बायकांना योघर्ट दिले. एकूण कार्यक्रम छान झाला.

तुझी, ॲन एम् फ्रँक

मंगळवार १६ मे १९४४

प्रियतम किटी,

जरासा बदल म्हणून (गेल्या कित्येक दिवसात कसला म्हणून बदल नव्हता) श्री व सौ. व्हॅनडन यांच्यातला सुखसंवाद सांगते हं तुला कालचा.

सौ. व्हॅनडॅन : जर्मनांना अटलांटिक महासागराच्या बाजूची आपली फळी भक्कम करायला भरपूर अवधी मिळाला आहे. आणि इंग्रजांना थोपवण्यासाठी शक्य तितका प्रयत्न केल्यावाचून जर्मन राहाणार नाहीत. खरोखर जर्मनांचे शौर्य आणि मुत्सद्दीपणा कौतुकास्पद आहे.

श्री. व्हॅनडॅन : हो! आहे खरा!

सौ. व्हॅनडॅन : आहे म्हणजे काय? आहेच.

श्री. व्हॅनडॅन : तुझं म्हणणं काय, की जर्मन लोक इतके शूर आणि हुषार आहेत की अखेर या युद्धात त्यांचाच जय होणार हो ना?

सौ. व्हॅनडॅन : हो! लक्षण तर तसंच दिसतंय.

श्री. व्हॅनडॅन : बरं! आता पुरे झाला हा विषय.

सौ. व्हॅनडॅन : असं म्हटलंत, तरी तुम्ही या विषयावर बोलालंच. कारण विरोध करण्याची किंवा माझे म्हणणे खोटे ठरवण्याची संधी, तुम्ही कधीच वाया जाऊ देणार नाही.

श्री. व्हॅनडॅन : ''मुळीच नाही. मी शक्यतो कमी बोलतो.''

सौ. व्हॅनडॅन : नाही काय? तुम्ही नेहमीच माझ्या उलट बोलता. तुम्हाला वाटते नेहमी तुमचेच म्हणणे बरोबर असते. आता तुमची भविष्यवाणी कधीच खरी ठरत नाही ते सोडा.

श्री. व्हॅनडॅन : खोटं! आतापर्यंत माझेच अंदाज खरे ठरले आहेत.

सौ. व्हॅनडॅन : हे मात्र बरोबर नाही हं! तुमच्या म्हणण्याप्रमाणे मागच्याच वर्षी इंग्रजांकडून हल्ला व्हायला हवा होता. आतापर्यंत फिनलंडचे लोक युद्धातून बाहेर पडायला हवे होते. गेल्या हिवाळ्यापर्यंत इटालियन लोकांची मोहिम संपायला हवी होती. रशियनांनी आतापर्यंत लेबर्ग, काबीज करायला हवं होतं. यातलं काय खरं झालं? तुमचे अंदाज नेहमी चुकीचेच असतात. निदान मी तरी ते खरे मानायला तयार नाही.

श्री. व्हॅनडॅन : जरा बदल म्हणून तू आपलं थोबाड बंद ठेवशील का? आज ना उद्या, कधीतरी तुला पटेल की अखेर माझेच अंदाज खरे ठरले. आणि तुझे सर्व बोलणे खोटे आणि मूर्खपणाचे ठरले.

हा सुखसंवाद ऐकून मला आणि ममीला हसू आवरेना. पीटरलाही हसू आवरत

नव्हतं, म्हणून तो ओठ घट्ट मिटून उभा होता.

लहान मुलांच्या वागण्यावर सतत टीका करत राहाणाऱ्या मोठ्यांना स्वत: जरा समंजसपणे वागावे हे कधी कळायचे?

शुक्रवारपासून परत आम्ही रात्री खिडक्या उघड्या ठेवायला लागलो आहोत.

तुझी, ॲन एम् फ्रँक.

आमच्या अज्ञातवासातल्या या कुटुंबात प्रत्येक जण कोणत्या गोष्टीत रस घेतो, त्याची पद्धतशीर पाहाणी करून काढलेला निष्कर्ष.

श्री. व्हॅनडॅन : रहस्यकथा, वैद्यकीय पुस्तके, प्रेमकथा वाचायची आवड. वाचन चालू असतांना नाउरचा व लेक्सिकनचा शब्दकोश चाळत असतात.

सौ. व्हॅनडॅन : चरित्रात्मक व कधीकधी इतर तऱ्हेच्या कादंबऱ्या वाचायचा नाद. पत्रव्यवहारद्वारा इंग्लिश भाषा शिकणे चालू आहे.

श्री. फ्रँक : पत्रव्यवहारद्वारा इंग्लिश व लॅटिन भाषा यांचा अभ्यास. डिकन्सच्या कादंबऱ्या शिवाय इतर कादंबऱ्या वाचत नाहीत. परंतु रुक्ष प्रवासवर्णने व देशोदेशीच्या लोकांची माहिती वाचण्यात रस.

सौ. फ्रँक : पत्रव्यवहारद्वारा इंग्लिश भाषा शिकते. रहस्यकथेशिवाय बाकी सर्व वाचते.

श्री डसेल् : इंग्लिश, स्पॅनिश, डच् भाषा शिकतोय. पण त्यात फारशी प्रगती केलेली दिसत नाही. काहीही वाचतो. आणि इथल्या बहुसंख्य माणसांचे जे मत असते तेच त्याचेही असते.

पीटर व्हॅनडॅन : पत्रव्यवहारद्वारा इंग्लिश व फ्रेंच भाषेचा अभ्यास. डच्, इंग्लिश आणि जर्मन भाषेत लघुलिपी, व्यापार व्यवसाय विषयी इंग्लिशमधील अभ्यासक्रम, सुतारकाम, कधी अर्थशास्त्र, कधी गणित, कधी भूगोल. वाचन कमी.

मारगॉट फ्रँक : पत्रव्यवहारद्वारा इंग्लिश, फ्रेंच, लॅटिन भाषांचा अभ्यास, इंग्लिश, डच् जर्मन या भाषांत लघुलेखन, इंग्लिश, फ्रेंच, जर्मन आणि डच् साहित्यकृतींचे वाचन व अभ्यास. धार्मिक आणि वैद्यकीय पुस्तकांचे वाचन, आणि इतिहास, भूगोल, गणित, जीवंशास्त्र, अर्थशास्त्र, भौतिकशास्त्र, रसायनशास्त्र, बीजगणित, भूमिती इत्यादी शालेय विषयांचा अभ्यास.

ॲन फ्रँक : फ्रेंच, इंग्लिश, जर्मन आणि डच् भाषेत लघुलिपी शिकते. भूमिती, बीजगणित, इतिहास, भूगोल कलेचा इतिहास, पुराणे, जीवशास्त्र, बायबल, डच् साहित्याकृती इत्यादींचा अभ्यास. कोणतीही चरित्रे मग ती मनोरंजक असोत वा रुक्ष, इतिहासाची पुस्तके आणि क्वचित कादंबऱ्या आणि इतर हलकेफुलके वाचन.

शुक्रवार १९ मे १९४४

प्रियतम किटी,

काल माझी प्रकृती बिघडली होती. उलट्या, पोटदुखी, डोकेदुखी इत्यादींनी मी अगदी हैराण झाले होते. आज जरा बरे वाटते आहे. भुकेने व्याकुळ झाले आहे, पण आज नेहमीचे वाल खाता येणार नाहीत.

पीटरचे आणि माझे चांगले जमलेय. माझ्यापेक्षा त्यालाच सहानुभूतीची गरज जास्त आहे. अजूनही 'गुडनाईट' म्हणून माझे चुंबन घेताना लाजतो आणि मग हळूच आणखी एका चुंबनाची मागणी करतो. किटी, मी म्हणजे त्याच्या लाडक्या मांजरीपेक्षा जरा बरी मुलगी! असे तर त्याला वाटंत नाही ना? त्याच्यावर कुणीतरी (मी) प्रेम करते हे समजल्याने तो खूप खूष दिसतो.

प्रथम मी जेवढ्या मेहनतीने जय मिळवला. पण आता मात्र मी जराशी त्या जोषातून बाहेर पडली आहे. याचा अर्थ त्याच्यावरचे माझे प्रेम कमी झाले आहे असे मानू नको हं. मला तो खूप आवडतो.

तुझी, ॲन एम् फ्रँक.

शनिवार २० मे १९४४

प्रियतम किटी,

काल रात्री मी पीटरशी गप्पा मारून खाली उतरले आणि पाहिले तर कार्नेशियन फुले ठेवलेली मोठी फुलदाणी खाली पडली होती. ममी गुढगे टेकून जमिनीवर सांडलेले पाणी, फडक्याने पुसून काढत होती. मारगॉट त्या पाण्यात पडलेले, भिजलेले, कागद बाजूला काढत होती.

"काय झालं?" मी विचारले. आणि त्यांनी उत्तर देण्याच्या आधीच माझे किती नुकसान झाले आहे ते माझ्या ध्यानात आले. माझी पुस्तके, वह्या, राजघराण्याच्या वंशावळींची टिपून घेतलेली माहिती, काळजीपूर्वक काढलेल्या आकृती सगळे पाण्यात तरंगत होते. ते पाहून मला रडूच आले. आणि रागाच्या भरात मी जर्मन भाषेत बोलायला लागले. काय बोलले ते आता आठवतसुद्धा नाही. पण नंतर मारगॉटने सांगितले मला. "माझे कधी न भरून येण्याजोगे अगणित नुकसान झाले," वगैरे मी बोलले होते. डॅडी तर माझे बोलणे ऐकून हसायलाच लागले. आणि मग ममी आणि मारगॉटपण त्यात सामील झाल्या. मला मात्र रडू येत होते कारण खूप मेहनतीने मी काढलेली टिपणे व अभ्यास यांचे पुरे वाटोळे झाले होते.

पण मग नीट, बारकाईने पाहिल्यावर अगणित, कधीही भरून न निघण्याजोगे नुकसान झाले नसल्याचे ध्यानात आले. मी ते ओले झालेले, चिकटलेले सर्व

कागद वेगळे काढले आणि कपडे सुकत टाकण्याच्या माळ्यावरच्या दोरीवर टांगून ठेवले. ते दृष्य इतके मजेदार दिसत होते म्हणून सांगू! हसायलाच आले मला. मेरी अँटॉयनेटजवळ पाचवा चार्लस टांगलेला! वृद्ध व्हिक्टोरियाराणीजवळ ऑस्ट्रियाचा तरुण राजपुत्र! त्याकडे पाहून दिवसभर सर्वांनाच हसू येत होतं.

"हे पावित्र्याला घातक आहे. कुणीही इतकं कुणाच्या निकट असणं!" श्री. व्हॅनडॅन म्हणाले

पीटरवर त्या टांगलेल्या कागदांची जबाबदारी टाकून मी परत खाली गेले.

"कोणती पुस्तके भिजली आहेत?" मी मारगॉटला विचारले.

"बीजगणित."

बीजगणिताचे पुस्तक भिजून त्याचा लगदा झाला असता तरी मला चालले असते. इतका मला त्या विषयाचा तिटकारा आहे. पण माझ्या दुदैवाने तेही पुस्तक वाचले. पहिल्या पुठ्ठ्याच्या आत, माझ्यापूर्वी ते पुस्तक वापरलेल्या कमीत कमी वीस मुलींची नावे लिहिलेली होती. पुस्तक जुनं होऊन पिवळं पडलं होतं. ठिकठिकाणी त्यावर असंख्य खुणा होत्या. असे ते पुस्तक शाबूत राहिले. कधीतरी राग आला म्हणजे मीच त्याचे फाडून तुकडे करून फेकून देणार आहे.

तुझी, ॲन. एम्. फ्रँक.

सोमवार २२ मे १९४४

प्रियतम किटी,

अजूनही चढाई सुरू झालेली नाही. त्यामुळे सौ व्हॅनडॅनशी लावलेली पैज डॅडी हरले. आणि त्यांना योघर्टच्या पाच बरण्या तिला दंड म्हणून द्याव्या लागल्या. सारे ॲम्स्टरडॅम, सबंध हॉलंड किंबहुना स्पेनपर्यंतचे युरोपच्या पश्चिम किनाऱ्यावरचे सर्वच देश, रात्रंदिवस इंग्रजांकडून होणाऱ्या हल्ल्याची वाट पाहात आहेत. त्यासाठी पैजा लावत आहेस. आता मनावरचा ताण अगदी शिगेला पोचला आहे, बहुतेक डच लोकांचा इंग्रजांवर भरवसा आहे. अजूनही इंग्रज लोक हल्ला करत नाहीयेत त्याला काही राजकीय कारण असेल किंवा तो एक युद्धातला डाव असेल. पण डच लोकांना आता नुसती युद्धनीती नको आहे तर प्रत्यक्ष कृती हवी आहे.

प्रत्येक जण स्वत:पुरते पाहातो आहे. इंग्रजांना स्वत:च्या देशासाठी युद्ध करायचे आहे हे कोणी ध्यानातच घेत नाहीये. प्रत्येकाला वाटते आहे की हॉलंडला वाचवणे हे ब्रिटिशांचे कर्तव्य आहे आणि ते त्यांनी लवकरात लवकर केले पाहिजे. कुणी असा विचार करत नाहीये की काय म्हणून इंग्रजांनी आपल्याला वाचवावं? डचांनी असं कोणतं महाकार्य केलं आहे की ज्यामुळे इंग्लंडने आपले संरक्षण करावे

अशी अपेक्षा ते ठेवतात? अगदी चुकतंय डचांचे या बाबतीत! जेव्हा जर्मनांनी युद्धाची गेल्या सात आठ वर्षापासून तयारी सुरू केली तेव्हा इंग्लंड झोपले होते काय? असे विचारण्याचा आम्हाला काय अधिकार आहे? आता जर्मनांनी व्याप्त केलेली त्यांच्या आजूबाजूची लहानथोर राष्ट्रे तेव्हा काय करत होती? ती सुद्धा झोपलेलीच होती ना? मग त्यावेळच्या गाफिलपणाची शिक्षा आता इंग्लंडसकट सर्व राज्यांना भोगायला हवी.

कोणताही देश आपले सैन्य इतर देशांच्या संरक्षणासाठी फुकट मरू देणार नाही. इंग्लंडही तेच करत आहे. इंग्रज लोक जर्मनीवर चढाई करून त्यांना हरवून, डच लोकांना मुक्त करतीलही. पण डच् लोक म्हणतील तेव्हा नाही. इंग्रज केव्हाही ती वेळ आपल्या सोईनेच ठरवणार.

याहूनही दु:खाची गोष्ट म्हणजे डच लोकांचा आम्हा ज्यू लोकांकडे पाहाण्याचा दृष्टिकोन हल्ली बदललेला आहे. सहानुभूतीची जागा आता आमच्या विषयी तिरस्काराने घेतली आहे. हे कळल्यापासून आम्ही जरा खचलो आहोत. ह्या तिरस्कारामागचे कारण समजण्याजोगे आहे. ते मानवी स्वभावाला धरून आहे तरीही बरोबर नाही, योग्य नाही. ख्रिश्चनांची सर्व रहस्ये, गुपिते जर्मनांना सांगितल्याबद्दल लोक ज्यू लोकांना दोष देतात. ज्यू लोकांनी आपल्या उपकारकर्त्या ख्रिश्चनांचा विश्वासघात करून, त्यांना कडक शासन भोगायला लावले आहे. त्यांचे वाटोळे केले आहे. या साऱ्या गोष्टी खऱ्या आहेत. पण या नाण्याची दुसरी बाजूसुद्धा आपण पाहिली पाहिजे. आमच्या जागी ख्रिश्चन असते तर त्यांनी काय केले असते? जर्मनांच्या दडपणापुढे, ख्रिश्चन लोक अनंत हाल सोसत तोंड मिटून राहिले असते का? ते जर्मन छळापुढे नमलेच असते ना? मग ज्यूंच्याकडून जगावेगळ्या वागण्याची अपेक्षा कशी करतात हे लोक?

सध्या इथे असे बोलले जात आहे की जे ज्यू लोक जर्मनीतून स्थलांतर करून हॉलंडमधे राहायला आले युद्धापूर्वीच, आणि ज्यांना आता पोलंडमधे पाठवलं आहे, त्यांना परत इथे आसरा देता कामा नये. त्यांना पूर्वी हॉलंडमधे आश्रय दिला, पण एकदा हिटलरचा पाडाव झाला की त्यांनी परत जर्मनीतच जायला हवे.

हे सगळे ऐकले की प्रश्न पडतो की हे युद्ध कशासाठी चालले आहे? आपण स्वातंत्र्य, न्याय आणि सत्य यांसाठी लढत आहोत असे सांगितले जाते. युद्ध अजून पुरते संपलेलेही नाही तेवढ्यातच या तीन तत्त्वांची पायमल्ली होते आहे. झगडे बखेडे सुरू झालेत आणि ज्यू लोकांना इतरांपेक्षा कमी दर्जाचे समजताहेत. 'एखाद्या ख्रिश्चन माणसाचे काही चुकले तर ती त्याची जबाबदारी, त्याचा दोष त्या माणसाकडे! पण एखाद्या ज्यू माणसाने काही चूक केली तर त्याचा बोल, ठपका साऱ्या ज्यू जातीवर.' अशी एक प्रचलित म्हण आहे. ती परत एकदा खरी ठरतेय.

डच लोक फार सरळ, प्रामाणिक न्यायी समजत होते मी. त्यांनी आमच्यासारख्या दुर्दैवी, जुलमाखाली चिरडल्या गेलेल्या, दु:खी लोकांविषयी असा समज करून घ्यावा याचा फार खेद होतो. सध्या डच लोकही घाबरले आहेत म्हणून कदाचित त्यांची न्याय-अन्याय, बरे-वाईट ओळखण्याची शक्ती लोपली असेल. म्हणून ते ज्यू लोकांविषयी अनुदार उद्गार काढत असतील. पण त्यांच्यावरचे संकट टळले की लक्षात येईल त्यांची चूक त्यांच्या!

ज्यू लोकांबद्दलचे त्यांचे हे मत कायमचे, पक्के असेल तर मात्र इथे आसरा घेणाऱ्या आम्हा लोकांना हॉलंड सोडून जावे लागेल. आतापर्यंत या देशाने आमचे प्रेमाने स्वागत करून आम्हाला सहानुभूतीने वागवले होते. पण आता त्यांनी आमच्याकडे पाठ फिरविली तर मात्र आम्हाला इथून जावे लागेल.

मला फार आवडतो हा देश. माझ्या स्वत:च्या मातृभूमीला मला अंतरावे लागले. तेव्हा हॉलंडलाच आपली मातृभूमी मानायची असे मी ठरवले होते. अजूनही हा देश मला हाकलून देणार नाही अशी आशा आहे मला.

तुझी, ॲन एम् फ्रँक.

गुरुवार २५ मे १९४४

प्रियतम किटी,

बेप्‌चा वाङ्‌निश्चय ठरला आहे. त्याचे आम्हाला फारसे आश्चर्य वाटलेले नाही. पण फारसा आनंदही झाला नाही कुणाला. बर्टूस हा एक चांगला, तालीमबाज तरुण आहे. परंतु बेप्‌चे त्याच्यावर प्रेम जडलेले नाही. म्हणून मी तरी तिला या लग्नाला नकार द्यायलाच सांगेन.

बेप् हौशी आहे, जगात पुढे यायची तिची इच्छा आहे आणि बर्टूस तिला मागे खेचतोय. तो एक मजूर आहे. आपण काही कर्तृत्व दाखवावं, मोठं व्हावं अशी कोणतीच महत्वाकांक्षा त्याला नाही. आणि म्हणूनच बेप् या लग्नाने सुखी होईल असे मला वाटत नाही. कोणता तरी एक निर्णय घेऊन मोकळे व्हावे व ही दोलायमान अवस्था संपवावी असे बेप्‌ला वाटत होतं. महिन्यापूर्वी त्याला पत्र लिहून नकार कळवणार होती ती. पण त्या विचारानेही ती खिन्न झाली. शेवटी तिने त्याला होकाराचे पत्र लिहिले, आणि आता तिचा साखरपुडा झाला.

तिच्या या साखरपुड्यामागे अनेक गोष्टी आहेत. पहिली म्हणजे बेप्‌च्या आजारी असलेल्या वडिलांना बर्टूस खूप आवडतो. दुसरी गोष्ट म्हणजे बेप् ही घरातली सर्वांत मोठी मुलगी आहे. ती आतापर्यंत लग्नाचा विचार करत नव्हती म्हणून तिची आई तिच्यावर फार नाराज आहे. तिला वाटतंय अशाने या मुलीचे लग्न राहून

जाईल, कारण आता तिचे चोवीसावे वर्ष उलटले आहे.

आमच्या ममीच्या मते बेप्ने फक्त बर्टूसशी प्रेमप्रकरण ठेवावे. मला बेप्विषयी फार सहानभूती वाटते आणि तिचा एकाकीपणा समजतो मला! एवीतेवी युद्ध संपेपर्यंत तिला काही लग्न करता येणार नाही. कारण सध्या तो भूमिगत आहे. शिवाय बेप् आणि बर्टूस यांच्याजवळ पैसाही नाही किंवा कुठलं घबाड मिळण्याची आशाही नाही. बेप् सुखी व्हावी अशी आम्हा सर्वांची फार इच्छा आहे. पण तिचं भवितव्य काही फारसं आशादायक वाटत नाही. मात्र माझी अशी तीव्र इच्छा आहे की बेप्च्या सहवासाने बर्टूसही थोडा महत्वाकांक्षी, कर्तृत्ववान व्हावा, किंवा तिला साजेसा दुसरा तरुण तिला भेटावा, जो तिच्या गुणांची, उत्साहाची कदर करेल.

तुझी, ॲन एम् फ्रँक.

गुरुवार २५ मे तोच दिवस.

रोज काहीतरी नवीन घडत असतं. आज सकाळी व्हॅन होएव्हॅन् पकडला गेला. त्याने आपल्या घरात दोन ज्यूंनी लपवले होते. त्या सापडलेल्या ज्यूंचे तर अपरिमित हाल होतीलच. पण बिचारा व्हॅन होएव्हॅन् पण संकटात सापडेल.

सगळं जगच उलटं पालटं झाल्यासारखं वाटतंय. चांगली सज्जन माणसे छलगृह, तुरुंग किंवा एकांत कोठडीत पाठवली जात आहेत, तर मवाली, धटिंगण गावचा कारभार पाहात आहेत, वृद्ध -तरुण, श्रीमंत-गरीब सर्वांवर सत्ता गाजवत आहेत. कोणाला काळाबाजार केल्यासाठी पकडत आहेत. तर दुर्दैवी ज्यूंना आसरा दिल्याबद्दल आणखी कुणाला पकडत आहेत. तुम्ही नाझी असलात तरच तुमची धडगत आहे. नाहीतर पुढच्या क्षणी तुमचे काय होईल हे सांगता येत नाही.

व्हॅन होएव्हन्च्या अटकेमुळे आमचीही फार पंचाईत होते आहे. पोतंभर बटाटे काही बेप् आणू शकणार नाही. तेव्हा कमीतकमी बटाटे खाणे तेवढे आमच्या हातात आहे. आता आमच्या मनात काय करावे असे आहे ते सांगते. पण ते फारसे सुखावह होणार नाहीये. ममीच्या मते रोज सकाळी नास्ता करायचाच नाही. दुपारच्या जेवणात गरम सूप (कडधान्ये) आणि ब्रेड, रात्रीच्या जेवणात तळलेले बटाटे आणि भाजी, आठवड्यातून एकदोनदा लेट्यूस आम्ही अशा तऱ्हेच्या जेवणाने उपाशी, भुकजलेले राहाणार आहोत. परंतु पकडले जाण्यापेक्षा ते बरे.

तुझी, ॲन एम् फ्रँक

शुक्रवार २६ मे १९४४

प्रियतम किटी,

अखेर मी आज खिडकीच्या फटीसमोर टेबल ठेऊन बसू शकले आहे. मला तुला काय सांगायचे आहे ते सगळे आज सांगणार आहे.

गेल्या कित्येक महिन्यात वाटले नव्हते एवढे खिन्न, उदास वाटते आहे. घरफोडीनंतर सुद्धा असे वाटले नव्हते. 'ज्यू' हा सारा दिवसभर चर्चिला जाणारा विषय, व्हॅन होएव्हॅनच्या दुदैवी अटकेची बातमी. इंग्रजांकडून हल्ल्याला होणारा उशीर. अपुरे, निकृष्ट दर्जाचे अन्न, इथले वातावरण, मनावर अष्टौप्रहर असणारा ताण आणि पीटरच्या बाबतीतला हिरमोड, निराशा याने मन खचून गेले आहे. आमची स्थिती अशी, तर तिकडे बेप्चा साखरपुडा, कुग्लरचा वाढदिवस , मेजवान्या, नाच सिनेमा आणि नाटकांचे कार्यक्रम. केवढी भयंकर तफावत! एखाद्या दिवशी असे लपून राहाण्यात ज्या गमती घडतात त्याची मजा वाटते तर एखाद्या दिवशी (असे दिवस पुष्कळ असतात) भीती, निराशा याने आक्रसून गेल्यासारखे वाटते. मनावरचा प्रचंड ताण चेहऱ्यावर स्पष्ट दिसत असतो सर्वांच्या.

आम्हा आठ जणांच्या या लपून राहाण्याचा सारा भार मिएप् आणि क्रेलर सहन करताहेत, कधी कधी क्रेलर या जबाबदारीमुळे एवढे खचून गेलेले असतात की एक शब्दही न बोलता बसून राहातात. क्लीमन् आणि बेप्सुद्धा खूप करतात आमच्यासाठी. पण त्यांना स्वत:च्याही काळज्या आहेत. श्री क्लीमन्ची प्रकृती ठीक नसते. बेप्चा साखरपुडा झाला आहे पण या युद्धपरिस्थितीत, ही आनंददायक गोष्टसुद्धा कशी पार पडेल याची चिंता आहे. पण त्यातूनही आपल्या नियोजित वराबरोबर हिंडूनफिरून ती गप्पा करते व घटकाभरासाठी का होईना आमच्याविषयीच्या काळजीचा ताण जरा दूर करू शकते. ही दोघं आपल्या मित्रमंडळींकडे जातात, येतात. पण आम्ही या दोन वर्षात इथून कुठेही बाहेर पडू शकलो नाही, कुणाला भेटू शकलो नाही. मानसिक ओढाताणीतून, ताणातून क्षणभरही मुक्त झालो नाही. आणि हे सर्व कधी संपणार, आम्ही कधी मुक्त होणार कळत नाही.

ड्रेनेज परत नादुरुस्त झाले आहे त्यामुळे तुंबले आहे. पूर्वीसारखी संडासातली साखळी ओढता येत नाही. तिथे जातांना संडास साफ करण्याचा ब्रश नेऊन आपल्यालाच सर्व सफाई करावी लागते. आज कसंतरी आम्ही भागवलं आहे काम. पण उद्या प्लंबरने येऊन ते दुरुस्त केले नाही तर काय करायचे? म्युनिसिपालिटीचा प्लंबर मंगळवारपर्यंत येणार नाही.

मिएप्ने आम्हाला बेदाण्यांची व 'Happy Pentecost' असे लिहिलेली केक पाठवली होती. सध्याची आमची मन:स्थिती अशी आहे की आम्हाला हा सण सुखाचा

जाओ असे म्हणणे म्हणजे शुद्ध चेष्टा वाटते आहे. खिजवल्यासारखे वाटते आहे. भाजीवाल्या व्हॅन होएव्हॅनचे उदाहरण समोर असल्याने आम्ही फार भेदरलो आहो. जरा कुणाचा आवाज चढला की "शू-श्श" अशी दटावणी सुरू होते. आम्ही सर्वजण हल्ली अगदी हळू बोलतो, चालतो. भाजीवाल्याचे घर फोडून पोलिस आत घुसले व त्यांनी तिथे लपून राहिलेल्या ज्यूंना पकडून नेले. तसे इथेही घडू शकेल. पोलिस इथे आले तर. . . छे! छे! मी असले काही लिहिताही कामा नये. पण लिहिले नाही तरी ते मनावेगळे थोडेच करता येणार आहे? उलट त्या भीतीने माझे मन सतत पोखरले जाते आहे.

मला रात्री आठ वाजता एकटीलाच खालच्या मजल्यावरच्या बाथरुममधे जावे लागले. बाकीची सर्वजण रेडियोपाशी कोंडाळे करून बसली होती. मी घट्ट धैर्य करून एकटीच कशीतरी गेले. खालच्या मोठ्या अगदी शांत असलेल्या घरापेक्षा मला वरचे घर सुरक्षित वाटते. खाली गेलं की रस्त्यावरच्या मोटारींचे कर्कश कर्णे, वरच्या मंडळींची चोरटी हालचाल, दबलेल्या स्वरातले बोलणे, खालच्या भयाण शांततेत इतकी विचित्र वाटतात, की मनाचा आणि शरीराचा थरकाप होतो. आणि मी पट्कन वर येते.

आजकाल मिएप् आमच्याशी जास्तच गोड वागते आहे. एक दिवशी तिने येऊन सरळ डॅडीनी विचारले, "तुम्हा लोकांना आम्ही ज्यू विरोधी बनत आहे असा तर संशय येत नाहीये ना? कारण आजकाल ज्यूविरोध वाढू लागला आहे" तिचे हे बोलणे ऐकून डॅडी अवाक् झाले. मग त्यांनी तिची समजूत घालून तिला सांगितले की असे काही आमच्या मनात आलेले नाही. पण तिचा संशय पुरता फिटला नसावा. कारण आजकाल हे चौघे आमची खूप कामे करतात. आमच्या अडचणी, दु:खे दूर करायचा प्रयत्न करतात. अर्थात आम्हीही त्यांना सारख्याच आमच्या तक्रारी ऐकवणे बरोबर नाही. बिच्चारे चौघे! किती सज्जन, प्रेमळ आहेत!

राहून राहून वाटतं की असे लपून छपून राहायला इथे आलो नसतो तर बरे झाले असते. फार तर एव्हाना मरून गेलो असतो. पण आता जिवंतपणी ज्या मरणयातना केवळ भीतीने भोगाव्या लागताहेत त्या तरी सोसाव्या लागल्या नसत्या. आणि मुख्य म्हणजे आमच्यामुळे या चौघांना जो त्रास सहन करावा लागतो आहे तो तरी टळला असला. बरं असे मी सर्व लिहिले आहे ना, तसे प्रत्यक्ष मरण यावे आणि हा सगळा त्रास, दु:ख, मानसिक ताण संपावा असेही नाही वाटंत ग! जगण्याची आशा कुठेतरी मूळ धरून राहिलेलीच आहे, काहीतरी चमत्कार घडेल आणि आपण यातून सुटू असे अजूनही वाटते.

लवकर काहीतरी घडावं! बॉम्बहल्ला झाला तरी चालेल. या भीतीपेक्षा सरळ मरण बरे. कितीही क्रूर असला तरी जो काय शेवट व्हायचा, तो एकदा होऊन जाऊ दे मग त्यातून आपण नष्ट होऊन जाणार आहो का वाचणार आहो ते तरी कळेल.

तुझी, ॲन एम् फ्रँक,

बुधवार ३१ मे १९४४

प्रियतम किटी,

शनिवार ते मंगळवार हे चार दिवस इतकं उकडत होतं की हातात पेनसुद्धा धरवत नव्हतं. म्हणून तुला लिहिलं नाही. शुक्रवारी तुंबलेल्या मोऱ्या शनिवारी दुरुस्त केल्या. सौ. क्लीमन् भेटायला आल्या होत्या त्यांनी जॉपीविषयी खूप सांगितले. ती आणि जॅकी व्हॅन मारसेन एकाच हॉकी क्लबात जातात. रविवारी घरफोडी वगैरे झाली नाही ना हे पाहायला बेप् आली होती. ती नाश्ता घ्यायला थांबली. सोमवारी पेन्टेकॉस्ट सणाची सुटी होती, आमच्या गुप्तानिवासाची रखवाली करायला श्री गाईस आला होता. शेवटी मंगळवारी आम्हाला खिडक्या उघडायची परवानगी मिळाली. पेन्टेकॉस्ट सणासाठी मिळालेली सुटी सुंदर आणि उबदार वाटली. उबदार म्हणण्यापेक्षा 'गरम' 'उष्ण' हे जास्त योग्य शब्द आहेत. या निवासात उकाड्याचे दिवस अति त्रासदायक असतात.

शनिवारी सकाळी आम्हा सर्वांना सकाळची हवा फार आल्हादकारक वाटली. दुपारी खिडक्या बंद कराव्या लागल्या तेव्हा जरा जास्त गरम वाटली.

रविवारी उकाडा असह्य होता. लोणी वितळून गेले. साऱ्या घरात जरा थंड वाटेल असा एक कोपराही नव्हता. ब्रेड सुकून कोरडा झाला. दूध नासले. खिडक्या उघडता येत नव्हत्या. गरीब बिचारे आम्ही तडीपार ज्यू! उन्हाने, उकाड्याने जीव घाबरा होत होता आणि बाहेर लोक पेन्टेकॉस्ट सण आनंदाने साजरा करत होते. (असे सौ. व्हॅनडॅनचे म्हणणे आहे)

सोमवार : माझ्या तळपायांची आग होते आहे उकाड्यामुळे, आणि अशा हवेत बशा, भांडी धुणे मला करता येत नाहीये. सर्वजण सारखी तक्रार करत आहेत.

मला उन्हाळा सहन होत नाही. जरासे वारे सुटल्यामुळे बरे वाटते आहे. पण सूर्य वर तळपतोच आहे.

तुझी, ॲन एम् फ्रँक

शुक्रवार २ जून १९४४

प्रिय किटी,

मुशीला वर्तमानपत्रांवर किंवा तक्तपोशीतल्या फटीमधे मूत्रविसर्जन करायची सवय लागली आहे. त्याचे इकडे तिकडे उडणारे शिंतोडे व दुर्गंधी यांना भितो आम्ही. खालच्या गुदामातल्या नव्या मूर्जीचा हाच उद्योग चालतो. ज्यांनी मांजरे पाळली आहेत त्यांना त्या दुर्गंधाची कल्पना येईल.

तोफांचा मारा सुरू झाला की भीती वाटते त्यावर मला एक छान उपाय सुचलाय. अशा वेळी म्हणजे तोफांचा गडगडाट फार मोठ्यांदा व्हायला लागला की जवळच्या लाकडी जिन्यापाशी जायचे व खाली वर पायऱ्या उतरायच्या व चढायच्या. हे करत असताना धडपडायचे म्हणजे एक दोन वेळा तरी पायऱ्या चुकून पडायला होतेच. मग धडधड खाली उतरण्याचा, धडपडण्याचा आवाज, त्यातून लागलेल्या ठेचा, ओरखडे या गोंधळात वरून चाललेल्या गडगडाटाकडे मुळीच लक्ष जाणार नाही आणि त्याची भीतीही वाटणार नाही. अस्मादिकांनी हा उपाय करणे सुरू केला आहे आणि त्याला यशही मिळालेलं आहे.

तुझी, ॲन एम् फ्रँक

सोमवार ५ जून १९४४

प्रियतम किटी,

गुप्तनिवासात एक नवीच समस्या! लोण्याच्या वाटणीवरून डसेल् आणि फ्रँक कुटुंबात भांडण. अखेर डसेल् महाशयांची शरणागती. सध्या डसेल् आणि सौ. व्हॅनडॅन यांचे भारीच मेतकूट जमले आहे. अखेर महाशयांना स्त्री सहवासाची भूक लागलेली दिसते एकमेकांकडे पाहून हळूच हसणे, क्वचित चुंबनाची देवाणघेवाण चाललेली दिसते.

श्री. कुग्लरांच्या वाढदिवसासाठी आम्ही मसालेदार केक बनवली होती ते सौ. व्हॅनडॅनला आवडले नाही. किती क्षुद्र मनाची आहे बाई. तिच्या या बोलण्यामुळे श्री व चि. व्हॅनडॅनचा मूड खराब झालाय. सौ. व्हॅनडॅनला सर्दी झाली आहे. आम्हा कुणाजवळ नसलेल्या यीस्टच्या गोळ्या डसेल् जवळ आहेत.

पाचव्या तुकडीने रोम घेतले आहे. रोमवर बॉम्ब हल्ला न करता, गावाचा नाश न करता! त्यामुळे हिटलरचा मतप्रचाराचा गाजावाजा जोरात चालू आहे.

भाज्या आणि बटाटे फारच कमी मिळताहेत. शार्मिकेल्टला (गुदामातल्या नव्या मांजरीचे नाव) गुदामातल्या मिरपुडीचा वास अजिबात सहन होत नाही. ती एका पेटीत झोपते आणि सगळे विधी लाकडाच्या भुशा व ढलप्या यांच्यावर करते. तिला बाळगणं कठिणच आहे.

हवा फार खराब आहे. फ्रान्सच्या पश्चिम किनाऱ्यावर व कॅलेवर सतत बॉम्बवर्षाव चालू आहे. कुणी डॉलर्स घेत नाहीयेत. सोनेही विकले जात नाहीये. आमची पैशाची पेटी रिकामी होत चालली आहे. पुढचा महिना पैशाशिवाय आम्ही कसा काढणार आहो?

तुझी, ॲन एम् फ्रँक

मंगळवार ६ जून १९४४

प्रियतम किटी,

आजचा दिवस सोनियाचाच मानला पाहिजे. कारण B.B.C. ने इंग्रजांनी चढाई सुरू केल्याचे जाहीर केले.

आज सकाळी आठ वाजता ब्रिटीशांनी कॅले, न्यूलॉन, ली-हार्वे, आणि चेरबुर्ग या ठिकाणी जोरदार बॉम्बवर्षाव केल्याची बातमी दिली. किनाऱ्यावर पस्तीस किलोमीटरच्या आसपास राहाणाऱ्यांना बॉम्ब हल्ल्यासाठी सिद्ध होण्याचा इशारा दिला आहे. जमेल तेथे, हल्ल्या आधी एक तासभर ब्रिटीश पत्रके टाकून सुचना देणार आहेत.

जर्मन बातम्यानुसार इंग्लिश सैन्य छत्रीच्या सहाय्याने फ्रान्सच्या किनारपट्टीवर उतरले आहे व जर्मन आरमाराशी लढत आहे.

नऊ वाजता नाश्ता घेत गुप्त निवासातल्या लोकांनी काढलेला निष्कर्ष असा - किनारपट्टीवर ब्रिटीश सैन्य उतरले आहे ते एक प्रयोग म्हणून– जसा त्यांनी दोन वर्षापूर्वी डि एप् या ठिकाणी केला होता.

'चढाई सुरू झाली' अशी बातमी B.B.C. वरून जर्मन, फ्रेंच, डच् वगैरे भाषांतून सकाळी दहा वाजता दिली. म्हणजे खरोखर चढाई सुरू झाली म्हणायची. अकरा वाजता सरसेनापती ड्वाईट आयसेनहॉवर यांनी फ्रेंच लोकांना उद्देशून भाषण केले व सांगितले की शेवटी विजय आपलाच होणार आहे. १९४४ हे साल आपल्याला संपूर्ण विजय मिळवून देणारे ठरणार आहे.

एक वाजता बी.बी.सी. वरून इंग्रजीत बातम्या - अकरा हजार विमाने सैनिकांची ने-आण करत आहेत. सैनिकांना उतरवून परत जाताना शत्रूवर बॉम्बवर्षाव करत आहेत. चार हजार बोटी, चेरबुर्ग व ली हार्वे दरम्यान सैनिकांना आणून उतरवत आहेत. इंग्लीश व अमेरिकन सैन्याने लढाई सुरू केली आहे. या पाठोपाठ, बेल्जियमचे पंतप्रधान जेरब्रँडी, नॉर्वेचे राजे हॅकॉन, फ्रान्सचे द गॉल, इंग्लंडचे राजे आणि शेवटी चर्चिल यांची भाषणे रेडियोवरून प्रसारित केली.

या बातम्या ऐकून आमच्या गुप्तनिवासात भलतेच चैतन्य संचारले आहे. खरोखरच इतके दिवस वाट पाहात असलेल्या आमच्या मुक्ततेला सुरुवात झाली आहे? पण खरे तर आमची सुटका, मुक्तता म्हणजे एक परिकथा वाटते. वास्तवात तसे काही घडेल असे नाही वाटत. १९४४ हे साल खरोखरच विजयी ठरेल का? अजून तरी काही कळत नाहीये. पण जिथे आशा आहे तिथे जीवन आहे. आमच्या आशा आता पालवल्या आहेत. त्या आम्हाला धैर्य देत आहेत. आम्हाला बळकट बनवत आहेत. अजूनही संकटे येतील, त्रास सोसावा लागेल, ते सर्व सहन

करण्यासाठी आम्हाला शूर व्हायला हवंय. आजवर खूप सोसलं. आता शांत, धीरगंभीर राहायला हवं. फ्रान्स, रशिया, इटली आणि जर्मनीलासुद्धा त्रागा व ओरड करता येईल. पण आपल्याला अद्याप तो हक्क नाहीये.

किटी, आपले दोस्त आपली सुटका करण्यासाठी येत आहेत हे ऐकूनच किती आनंद झाला आहे म्हणून सांगू! फार सोसली जर्मनांची जुलमी राजवट! सतत इतकी वर्षे टांगत्या तलवारीखाली काढली आहेत की, मित्रराष्ट्रांच्या आगमनाच्या बातमीनेच खूष झालो आहो. केवळ ज्यू लोकांचेच नव्हे तर हॉलंड आणि युरोपातील इतर देशांचेही नष्टचर्य आता संपणार आहे. मारगॉट तर म्हणते की येत्या सप्टेंबर ऑक्टोबरमध्ये मला शाळेलासुद्धा जाता येईल.

तुझी, ॲन मेरी फ्रँक.

ता.क. : तुला ताज्या बातम्या सांगत राहीन.

काल रात्री आणि आज सकाळी गवत व रबर यांच्या बाहुल्या विमानातून खाली टाकल्या जर्मनांच्या हद्दीत. त्या जमिनीवर पडताक्षणीच त्यातून स्फोट झाला. त्याचप्रमाणे काळोखात दिसू नये म्हणून तोंडाला काळं फासलेले अनेक सैनिकही उतरले आहेत. रात्री फ्रान्सच्या किनाऱ्यावर ५,५०० टनाचे बॉम्ब टाकले आणि मग सकाळी सहा वाजता एका जहाजातून पहिली तुकडी किनाऱ्यावर उतरली. आज २०,००० विमाने कार्यरत होती. जर्मनांची किनारपट्टीवरची फळी केव्हाच नष्ट करून टाकली. सगळी हवा खराब असूनही सगळं शिस्तीत चाललंय. जनता आणि सैन्य यांची इच्छा आणि आशा एकच आहे आता.

शुक्रवार ९ जून १९४४

प्रियतम किटी,

चढाईच्या छान बातम्या येताहेत. दोस्तराष्ट्रांनी फ्रान्सच्या किनाऱ्यावरचे बेउकस हे खेडे घेतले आहे, आणि आता ते केनसाठी लढताहेत. जिथे चेरबर्ग वसले आहे तिथल्या द्विपकल्पाचा संबंध तोडून टाकण्याची त्यांची इच्छा दिसते. रोज रात्री युद्धभूमीवरच्या बातम्या (सैनिकांना ओलांडाव्या लागणाऱ्या अडचणी, त्यांची लढण्याची जिद्द, त्यांचे शौर्य) इत्यादी सांगितल्या जातात. सैनिकांच्या बातम्या मिळवण्याकरता हे बातमीदार नव्या नव्या युक्त्या काढतात. जखमी झाल्यामुळे परत इंग्लंडला गेलेले सैनिकही रेडियोवर मुलाखती देतात. हवा खराब आहे, तरीही विमाने बेधडक ये जा करत आहेत. चर्चिलच्या मनात तर, पहिला हल्ला केला त्यादिवशीच सैनिकांबरोबर इथे येऊन उतरायचे होते. पण आयसेन हॉवर आणि

इतर सरसेनापतींनी त्यांना कसेबसे थोपवून धरले. सत्तरीला आलेल्या या वृद्धाच्या अंगातली धमक आणि धडाडी पाहून फार कौतुक वाटले.

प्रथम हल्ला झाला त्यादिवशीचा उत्साह आता ओसरला आहे. पण या वर्षअखेर युद्ध नक्की संपेल अशी आशा वाटायला लागली आहे.

सौ. व्हॅनडॅनच्या सतत चालणाऱ्या कुरकुरीने आता अगदी वैताग आणला आहे. इतके दिवस इंग्रज हल्ला का करत नाहीयेत म्हणून बाई बडबडायची. आता हल्ला सुरू झाला आहे तर हवाच किती वाईट पडते म्हणून बाईची पिरपीर चालू. कधीकधी वाटतं की बाईला गार पाण्याच्या बादलीत बसवून बादली उंच माळ्यावर ठेऊन द्यावी.

फ्रांझ लिझ्ट् या पियानो वादकाचे Hungarian Rhapsody हे चरित्र आमच्या इथल्या, पीटर व त्याचे वडील श्री. व्हॅनडॅन यांच्याखेरीज सर्वांनी वाचले आहे. या फ्रान्झने फार लहान वयात पियानो वादनात प्राविण्य मिळवले. तो स्वत: वादनाच्या रचनाही करत असे. तो आपल्या काळातला अतिशय प्रसिद्ध वादक तर होताच, पण वयाच्या सत्तरीतही अतिशय स्त्री लंपट होता. त्याची, राजकन्या कॅरोलिन सिन् विट्जेन्स्टीन, नर्तकी लोला मॉन्टेझ, पियानो वादिका ॲगनेस किंगवर्थ आणि सोफी मेन्टर, राजकन्या ओल्या जॅनिना, सरदारपत्नी ओल्गा मेइनडॉर्फ, नटी लिला वगैरे अनेक स्त्रियांबरोबर प्रेमप्रकरणे होती. संगीत आणि कला यावरचे त्यातले लेख बरेच मनोरंजक आहेत. त्यात ब्राह्मस, बीयोव्हेन, जोआकिम, रिचर्ड वॅगनेर, चॉपिन, व्हिक्टर ह्यूगो, ओनोरे बलझॅक, रोझिनी वगैरे अनेक प्रसिद्ध लोकांचे उल्लेख आहेत.

लिझट् खूप उदार, नम्र आणि एरवी चांगला माणूस होता. इतरांना खूप मदत करायचा, कलेला सर्वात श्रेष्ठ मानायचा, कॉनॅक मद्य आणि स्त्रिया यांची अतिशय आवड, कुणाचे अश्रू त्याला बघवत नसत, तसा सभ्य. कुणी काही मागितले तर कधीही नकार देत नसे. पैशाची त्याला पर्वा नव्हती आणि धार्मिक स्वातंत्र्य प्रिय होते.

तुझी, ॲन एम् फ्रँक.

मंगळवार १३ जून १९४४

प्रियतम किटी,

आज मी पंधरा वर्षाची झाले. नेहमीप्रमाणे भेटी मिळाल्या. 'कलेचा इतिहास' या स्प्रिंगरच्या पुस्तकाचे पाच खंड, दोन कंबरपट्टे, अंडरवेअर्सचा संच, रुमाल, दोन योघर्टच्या बरण्या, जॅम, मधाची केक, डॅडी ममीकडून वनस्पतीशास्त्राचे पुस्तक,

मारगॉटकडून सोन्याचे ब्रेसलेट, व्हॅनडॅन कुटुंबाकडून चित्रसंग्रह, डसेल्कडून टॉनिक आणि बेदाणे, मिएप्कडून 'मारिया थेरेसा' पुस्तक व चीजची तीन पाकिटे. पीटरकडून पियोनी फुलांचा गुच्छ! बिचाऱ्याने काय प्रेझेंट द्यावे या विषयी खूप मेहनत घेतली, पण अखेर काही न सुचल्याने फुलांचा गुच्छ दिला.

सागरी वादळे, धुवांधार पाऊस, गारांचा वर्षाव आणि खराब हवा अशा प्रतिकूल अवस्थेतही दोस्तराष्ट्रांची चढाई सुरूच आहे.

जिंकून ब्रिटिशांनी मुक्त केलेल्या फ्रेंच खेड्यांना चर्चिल, जनरल स्मट्स, आयसेन हॉवर आणि आरनॉल्ड यांनी भेट दिली. शत्रूंची जहाजे फोडणाऱ्या जलतीरावरून चर्चिल आला. पण भीती म्हणजे काय ते त्याला माहितच नाही! हेवा वाटतो मला त्याच्या धैर्याचा!

इथे या गुप्तनिवासात बसून डच लोकांची इंग्रजांनी केलेल्या या हल्ल्याविषयी काय प्रतिक्रिया आहे ते समजायला कठीण. पण बहुधा लोकांनी सुटकेचा निश्वास टाकून म्हटले असेल, "चला, शेवटी हे आळशी (?) इंग्रज अस्तन्या वर सारून लढायला उतरले म्हणायचे." ज्यांना इंग्रजांनी आपला देश व्यापावा असे वाटत नाही ते फार मोठी चूक करताहेत. हा विचार करताना त्यांना असं वाटतंय की इंग्लंडने युद्ध करावे, ते करताना आपली मुले बळी गेली तरी चालतील पण हॉलंड आणि त्यासारख्या इतर देशांची मुक्तता करावी. आणि त्यानंतर मात्र इंग्रजांनी हॉलंडमध्ये राहाता कामा नये! त्यांनी सर्व देशांना स्वातंत्र्य मिळवून द्यावे, डच ईस्ट इंडिज बेटे डचांना प्राप्त करून द्यावी, आणि मग एवढे केल्यावर थकल्या भागल्या इंग्रजांनी स्वदेशी निघून जावे. वा रे वा! काय पण विचारसरणी! इंग्रजांनी जर्मनांबरोबर शांतता तह केला असता तर या हॉलंडची आणि त्याच्या शेजारच्या देशांची काय हालत झाली असती? मग हॉलंडचे भवितव्य नष्ट झाले असते.

ब्रिटीश लोकांकडे हेटाळणीच्या नजरेने पाहाणाऱ्या, त्यांची शासनसंस्था म्हणजे म्हाताऱ्यांची संस्था मानणाऱ्या, इंग्रजांना भेकड समजणाऱ्या आणि जर्मनांचा तिरस्कार, द्वेश करणाऱ्या डच लोकांना दंडाना धरून गदागदा हलवले पाहिजे म्हणजे त्यांचे मेंदू ताळ्यावर येतील.

इतरांकडून बोलून, रागवून घेणं, नसते आरोप लादून घेणं यांनी माझं डोकं भणाणून गेलंय. लोक समजतात तितकी मी अहंमन्य नाहीये. माझ्यात दोष आहेत, उणीवा आहेत हे इतरांपेक्षा मलाच जास्त माहीत आहे. पण त्याचबरोबर मला हेही माहीत आहे की मला ते दोष घालवायचे आहेत, स्वतःला सुधारायचे आहे. आणि मी हळूहळू सुधारते आहेच. नव्हे सुधारलेच आहे बरीचशी.

मला सर्वजण आगाऊ, ढालगज का समजतात? मी खरंच का उर्मट आहे? बाकी कुणीही उर्मट नाही? सौ. व्हॅनडॅन आणि डसेल् हे माझे मुख्य विरोधक! हे

दोघेही माझ्यामते मुळीच बुद्धिमान नाहीत. किंवा स्पष्ट सांगायचं तर मूर्ख आहेत. आणि मूर्ख माणसांचा असा स्वभावधर्म असतो की त्यांना इतरांनी आपल्यापेक्षा काही चांगले केलेले पटत नाही. सौ. व्हॅनडॅनला मी खुळचट वाटते कारण ती माझ्यापेक्षाही खुळचट आहे. तिला वाटतं मी ढालगज आहे. कारण ती माझ्यापेक्षाही जास्त ढालगज आहे. माझे कपडे तिला आखुड वाटतात पण ती तर माझ्यापेक्षाही जास्त आखुड आणि फॅशनेबल कपडे घालते. मी स्वत:ला सर्वज्ञ समजते असे तिला वाटते. पण ती स्वत: एखाद्या विषयाचा गंध नसला तरी त्यावरची आपली मते ठोकून सांगत असते. जे सौ. व्हॅनडॅनचे तेच डसेल्चे वागणे असते. अर्थात पराचा कावळा होतो तिथे मुळात पर असतेच तसे मी थोडी ज्यात त्यात बोलते हे खरे आहे.

इतर कुणी करत असतील त्यापेक्षा जास्त टीका माझ्यावर मीच करत असते. त्यात आणखी ममी उपदेशाचे डोस पाजू लागली की मला मग ते असह्य होते. मग मी चिडते आणि उर्मटपणे उत्तरे देते, आणि शेवटी "मला कुणी समजूनच घेत नाही" या माझ्या ठराविक तक्रारीपर्यंत येऊन पोचते. ही माझी तक्रार खुळेपणाची असेल पण त्यात तथ्य आहे. कधीकधी मी स्वत:ला खूप बोल लावून घेत असते, स्वत:ची निर्भर्त्सना करून घेत असते. अशा वेळी कुणी सांत्वनाचा, धीराचा शब्द बोलेल तर बरे अशा अवस्थेला मी येऊन पोचलेली असते. त्याऐवजी लोकही मला टाकून बोलायला लागले की मी चिडते, आपल्या दोषांची, चुकीची जाणीव राहाते बाजूला आणि मी उलट बोलायला लागते. तूच विचार कर किटी, माणसाच्या हातून एखादे काचेचे भांडे फुटले, तर त्याला त्याबद्दल खेद होत असतोच. अशा वेळी इतरांनीही येऊन रागवणे सुरू केले तर तो माणूस चिडून, "मी मुद्दाम ते फोडले का?" असा प्रश्न विचारेल का नाही? नेमके तेच होते माझे!

तुला वाटेल अशा प्रसंगी पीटर नाही का माझी बाजू घेत? त्याचे उत्तर असे. पीटर माझ्यावर मित्रासारखे प्रेम करतो, प्रेमिकासारखे नाही. त्याची आपुलकी दिवसेंदिवस वाढते आहे. तरीही आमच्यामधे कसला तरी अंतराय आहे खरा, कधीकधी वाटतं मला तो हवासा वाटतो ही उगीच अतिशयोक्ती आहे. पण हे खरे नाही. कारण दोन दिवस जर मला त्याच्याकडे जाता आले नाही, त्याच्याशी गप्पा मारता आल्या नाही तर फार बेचैन होते मी! पीटर चांगला आहे. गोड आहे पण पुष्कळ गोष्टीत त्याने माझा अपेक्षाभंग केला आहे. तो धर्म मानत नाही हे मला पटत नाही. त्याचे बोलणे, संभाषण, मला पुष्कळ वेळा आवडत नाही. अर्थात त्यावरून आमची भांडणे होत नाहीत कारण आम्ही तसे ठरवले आहे. पीटर जात्या सहनशील, गरीब आहे. त्याची आई त्याला बोलली तर तो ऐकून घेणार नाही अशा कित्येक गोष्टी मी बोलले तर तो ऐकून घेतो. पण एकंदरीत तो अबोल, आतल्या गाठीचा

आहे. माझ्यासारखा भडाभडा बोलून टाकणारा नाही. पण मी अनुभवाने सांगते की अत्यंत अबोल, लाजऱ्याबुजऱ्या स्वभावाच्या व्यक्तीलासुद्धा कुणाजवळ तरी आपले हितगुज सांगावे, कुणाला तरी विश्वासात घ्यावे असे वाटतेच.

मी आणि पीटरने आमच्या आयुष्यातली फार महत्त्वाची वर्षं या गुप्तनिवासात घालवली आहेत. पुष्कळ वेळा आम्ही भूतकाळ, वर्तमानकाळ आणि भविष्यकाळ या विषयी चर्चा करतो. तरीही मला वाटत राहाते की हा काही आपले खरे हृद्गत सांगत नाही.

मला वाटते, गेल्या दोन वर्षात मला घराबाहेर जायला मिळालेले नाही म्हणून मला बाहेरच्या जगाचे आणि निसर्गाचे एवढे आकर्षण वाटत असावे. एक काळ असा होता की जेव्हा सुंदर निळेभोर आकाश, पक्षांची गाणी, चांदणे, कळ्यांचे बहर, मोहोर (झाडांचे) याचे मला मोठे कौतुक वाटत नव्हते. आणि ओढही वाटत नव्हती. पण या गुप्तनिवासात राहायला आल्यापासून सगळेच बदलले आहे. उदाहरणार्थ परवा पेंटेकॉस्ट सणाच्या दिवशी केवळ निरभ्र आकाशातले सुरेख चांदणे पाहाण्यासाठी मी साडेअकरा वाजेपर्यंत जागले. पण माझे हे जागणे वाया गेले. कारण चांदणे एवढे स्वच्छ, टिपूर होते की, मी खिडकी उघडी ठेऊन त्यातून पाहात बसले असते तर रस्त्यावरच्या लोकांना मी सहज स्पष्ट दिसले असते. अशीच काही महिन्यांपूर्वी मी वर गेले होते. खिडकी उघडी होती. गडगडणारे मेघ, मुसळधार पडणारा पाऊस, वादळी वारे यांची मला एवढी अपूर्वाई वाटली, की मी ते दृश्य पाहात कितीतरी वेळ उभी राहिले. या गुप्तनिवासात राहायला आल्यापासून प्रथमच मी खिडकी संपूर्ण उघडी ठेऊन बाहेर पाहू शकले होते. त्यानंतर परत तसले दृश्य पाहाण्याची मला एवढी अनिवार ओढ लागली आहे की त्यापुढे घरफोडीची भीतीही वाटत नाही. त्यानंतर मी एकटीच खाली गेले व खाजगी ऑफिस व तेथले स्वयंपाकघर यातल्या खिडक्यातून बाहेर पाहात राहिले. निसर्गाचे वेड पुष्कळांना असते. उन्हाळ्यात मोकळ्या आकाशाखाली उघड्यावर झोपणारी पुष्कळ माणसे असतात. म्हणूनच इस्पितळातली आणि तुरुंगातली माणसे सुटका होऊन बाहेर येण्याची वाट पाहात असतात. आमच्यासारखी, निसर्गापासून तोडलेली, त्याच्या सौंदर्याला वंचित झालेली, दुर्दैवी माणसे फार थोडी असतील.

गर्द निळे आकाश, काळेपांढरे मेघ, चंद्र, चांदण्या यांच्याकडे पाहून माझे मन शांत होते. ब्रोमाईड किंवा व्हॅलेरियन घेऊन मन शांत करण्यापेक्षा हा उपाय फार चांगला. निसर्गदेवता मला नम्र आणि कोणतेही घाव सोसायला शूर बनवते. पण माझे दुर्दैव असे की या निसर्गाकडे मी फक्त मळक्या पडद्याआडून कधीमधीच पाहू शकते. त्यामुळे त्यातला खरा आनंद लोपतो. सृष्टीचे स्वरूप तरी निदान निर्भेळपणे, मोकळेपणे पाहायला मिळावे तरच त्यापासून खरा आनंद मिळेल.

एक प्रश्न मला नेहमीच पडतो तो हा की स्त्रियांना नेहमी पुरुषांपेक्षा कमी दर्जाचे का मानले जाते? हे मानणे योग्य नाही एवढ्या खुलाशावर मी तृप्त होत नाही. या अन्यायाचे खरेखुरे कारण मला कळायला हवे आहे.

सुरुवातीपासूनच पुरुषांनी स्त्रियांवर आपला दाब ठेवला. कारण ते बळकट होते. कमावते होते. मुले जन्माला घालत होते, आणि मनास येईल तसे वागत होते. आतापर्यंत स्त्रिया ते सगळे मूकपणे सहन करत होत्या, अर्थात स्त्रियांचे हे वागणे खुळचटपणाचेच होते, जितका काळ त्या हे सहन करत राहिल्या, तितका तो मूळ धरत गेला खोलवर. सुदैवाने शिक्षणामुळे, प्रगतीमुळे स्त्रियांचे डोळे उघडले. पुष्कळ देशात स्त्रियांना समान हक्क दिले गेले आहेत. आता स्त्रियांना, व बऱ्याच पुरुषांनासुद्धा कळले आहे की इतका दीर्घकाळ स्त्रिया मुकाट्याने अन्याय सहन करत राहिल्या हे चुकीचे होते. आधुनिक स्त्रिया आता संपूर्ण स्वातंत्र्याचा हक्क मागत आहेत.

पण नुसता हक्क, अधिकार मिळाला म्हणजे पुरेसे नाही. स्त्रियांना मान, आदर पण मिळाला पाहिजे. साधारणपणे जगभर पुरुषांना मानाने वागवले जाते. मग स्त्रियांनाही तसेच का वागवले जाऊ नये? सैनिक व शूर वीरांचा सत्कार केला जातो, संशोधकांना अमर किर्ती मिळते, हुतात्म्यांना सन्मान मिळतो पण स्त्रियांच्या शौर्याची कोण दाद घेतो?

घरच्या आघाडीवरचे सैनिक (Soldiers on the Home Front) नावाचे पुस्तक मी वाचले. त्यात लिहिलंय की युद्धभूमिवर सैनिक जेवढा त्रास सहन करतात त्यापेक्षा जास्त दु:ख, वेदना, त्रास स्त्रिया बाळंतपणात सहन करतात. आणि हा 'पण' जिंकल्यानंतर तिला काय बक्षीस मिळते? तर अपत्य जन्मानंतर तिचा बांधा, सौंदर्य पहिल्यासारखे दिसत नाही. म्हणून तिला बाजूला लोटले जाते. ज्या मुलांसाठी ती एवढे कष्ट सोसते, ती मुलेही पुढे तिला सोडून जातात. मानव वंश टिकून राहावा, मानवजातीची साखळी खंडित होऊ नये म्हणून धडपडणाऱ्या, वेदना सहन करणाऱ्या स्त्रिया स्वातंत्र्यासाठी, देशासाठी लढणाऱ्या सैनिकांपेक्षा हजार पटीने जास्त शूर असतात.

याचा अर्थ असा नव्हे की आपला मानसन्मान होत नाही म्हणून स्त्रियांनी अपत्यांना जन्म देणे थांबवून टाकावे. उलट निसर्गाने त्यांच्याकडे सोपवलेली ही जबाबदारी उत्तम पार पाडावी. माझ्या टीकेचा रोख आहे तो स्त्रियांच्या या अवघड, कष्टप्रद कामाची जाणीव न ठेवणाऱ्या पुरुषांवर. समाज जीवनात स्त्रियांच्या कर्तृत्वाचा केवढा मोठा वाटा आहे हे पुरुषवर्गाने ओळखून त्याची जाण ठेवायला हवी.

या पुस्तकाचा लेखक पॉल डी क्रुफ् म्हणतो की आता सुधारलेल्या जगात अपत्यजन्म ही एक न टाळता येणारी गोष्ट राहिलेली नाही. हे पुरुषांनी ध्यानात

घ्यायला हवे. पुरुषांना बोलायला काय जाते? स्त्रिया जे सोसतात ते त्यांना कधीच सोसावे लागणार नाहीये.

पुढील शतकापर्यंत, स्त्रियांना मुले झालीच पाहिजेत, ती वाढवणे हे स्त्रियांचे कर्तव्यच आहे वगैरे विचार मागे पडतील, आणि मूकपणे आपली जबाबदारी पार पाडणाऱ्या स्त्रियांचे कौतुक होईल. त्यांचा आदर आणि प्रशंसा केली जाईल, असे मला वाटते.

तुझी, ॲन एम् फ्रँक.

शुक्रवार १६ जून १९४४

प्रियतम किटी,

एक नवीनच संकट उभे राहिलेय. सौ. व्हॅनडॅन मनाने इतकी खचली आहे की सारखी तुरुंग, फाशी, आत्महत्त्या असलेच काहीतरी बोलत राहते. पीटर मला आपली गुपिते सांगतो, तिला नाही, याचा तिला मत्सर वाटतो. तिच्या लडिवाळ बोलण्याला आणि लाडिक हावभावांना डसेल् दाद देत नाही हा तिला तिचा अपमान वाटतोय. फरकोट विकून मिळालेले पैसे श्री. व्हॅनडॅन सिगारेटवर उधळतो आहे, याचा तिला राग आलाय म्हणून ती त्याला अपशब्द बोलते, भांडते, रागावते, मग पश्चात्ताप वाटून रडते. स्वत:चीच कीव करते. मग हसते, खिदळते आणि परत नव्या जोमाने भांडण सुरू करते.

आता अशा या खुळचट बाईशी वागायचे तरी कसे? तिच्या वागण्यात जरासुद्धा समंजसपणा, गांभीर्य, प्रौढपणा नाही. त्यामुळे तिची कुणी फारशी दखलच घेत नाही. सारखीच कशा ना कशाविषयी तक्रार चालू असते. एखाद्या शाळकरी पोरीसारखी वागते. ती अशी उथळपणे वागायला लागली की पीटर चिडतो आणि तिला उर्मटपणे बोलतो. श्री व्हॅनडॅन तिरसटपणा करतात आणि आमची ममी उपहास, चेष्टा करते. एकंदरीत तिच्या वागण्यामुळे सर्वांचेच मूड बिघडतात आणि वातावरण विचित्र होतं. सर्व गोष्टी थट्टेवारी न्यायच्या आणि विसरून जायचं, एवढाच उपाय राहातो मग.

श्री. कुग्लरना चार आठवडे अल्कमार येथे वेठबिगारीला जायचे आहे. ऑप्टेका कंपनीकडून पत्र आणि डॉक्टरचे सर्टिफिकेट देऊन त्या कामातून सुटका करून घेण्याच्या प्रयत्नात ते आहेत. श्री. क्लीमन् यांच्या पोटावर लवकरच शस्त्रक्रिया व्हायची आहे. काल रात्री अकरा वाजता सर्व खाजगी टेलिफोनच्या तारा तोडून टाकल्या आहेत.

तुझी, ॲन एम फ्रँक.

शुक्रवार २३ जून १९४४

प्रियतम किटी,

इथे खास काही घडत नाहीये. इंग्रजांनी चेरबुर्गवर हल्ला सुरू केला आहे. डॅडी आणि श्री. व्हॅनडॅन यांच्या मते दहा (१०) ऑक्टोबरपूर्वी नक्कीच आमची मुक्तता होणार. रशियनही या मोहिमेत भाग घेत आहेत. त्यांनी काल व्हिटेबिस्कवर चढाई केली. बरोबर तीन वर्षापूर्वी याच दिवशी जर्मनांनी रशियावर हल्ला केला होता.

बेप् आता फारच नर्व्हस झाली आहे. आमचा बटाट्याचा साठा जवळजवळ संपला आहे. यापुढे मोजून दर माणशी बटाटे वापरणार आहो. या सोमवारपासून मिएप् एक आठवड्याची रजा घेणार आहे. क्लीमन्‌च्या डॉक्टरांना एक्स रे तपासणीत काही आढळले नाही. ऑपरेशन करावे का नाही याविषयी क्लीमन्‌चा ठाम निश्चय होत नाहीये.

तुझी, ॲन एम् फ्रँक.

मंगळवार २७ जून १९४४

प्रियतम किटी,

वातावरण आता बदलले आहे. चेरबुर्ग, व्हिटबिस्क आणि स्लॉबेन यांचा पाडाव झाला आहे. त्यांना बरेचसे कैदी व लूट मिळाली आहे. चेरबुर्गजवळ पाच जर्मन सेनापती मेले आणि दोघांना पकडले आहे कैदी म्हणून. आता बंदर काबीज केल्यामुळे ब्रिटीश लोक फ्रान्समधे काहीही आणून उतरवू शकतील. हल्ला केल्यापासून फक्त तीन आठवड्याच्या अवधीत द्वीपकल्पाभोवताचा सारा भाग इंग्रजांनी जिंकून घेतला आहे. खरोखरच ग्रेट आहेत हे लोक.

हल्ला केल्यापासून या तीन आठवड्यात एक दिवस काही मुसळधार पाऊस, वादळ वारा काही थांबलेला नाही. इथे आणि फ्रान्समधेही! पण त्यामुळे ब्रिटीश आणि अमेरिकन सैन्य जराही खचले नाही. अर्थात जर्मनांनी प्रतिकार सुरू केला आहे, पण तो म्हणजे नगाऱ्यापुढे टिमकीसारखा. आता त्यामुळे इंग्लंडचे थोडेसे नुकसान झाले असेल पण जर्मन वर्तमानपत्रातून त्याचा फारच मोठा गाजावाजा चालला आहे. क्राउटलँडमध्ये जेव्हा लोकांना समजेल की बोल्शेव्हिक सैन्य पुढे पुढे येतंय तेव्हा मात्र घाबरतील.

ज्या जर्मन स्त्रिया सैन्यात किंवा सैन्यासाठी काही काम करत नाहीयेत त्यांना, मुलाबाळांसकट किनारपट्टीवरील प्रदेशातून ग्रोनिन्जेन, फ्रिसलँड, जेल्डरलँड या प्रांतात पाठवले जात आहे. मूसेर्ट या डच नॅशनल सोशालिस्ट पार्टीच्या पुढाऱ्याने जाहीर केले आहे की हॉलंडवर चढाई झाली तर तो सैन्यात दाखल होणार आहे.

खरेच का या लठ्ठोबांना लढायला जायचे आहे? मग राजेश्री यापूर्वीच रशियात का नाही गेले लढायला? फिनलंडने तहाची बोलणी फेटाळून लावली आहेत यापूर्वीच. आताही त्यांनी परत तेच केले आहे, पण या मूर्खांचे डोळे उघडतील लवकरच. २७ जुलैला दोस्त राष्ट्र कुठपर्यंत आले असेल बरे?

तुझी, ॲन एम् फ्रँक.

शुक्रवार ३० जून १९४४

प्रियतम किटी,

आता मला इंग्लिश भाषा थोडीथोडी यायला लागली आहे. आणि ते सिद्ध करण्याकरता शब्दकोशाची मदत घेऊन मी 'आदर्श पति' An Ideal Husband हे पुस्तक वाचते आहे. युद्धाची प्रगती जोरात आहे. बॉब्रिस्क, मॉजिलेव्ह आणि ऑर्गाचा पाडाव झाला आहे. खूप युद्ध कैदी मिळालेत.

इथले सगळे ठीक चालले आहे. सर्वजण खुशीत आहेत. आमच्यातले आशावादी लोक जिंकले आहेत. व्हॅनडॅन मंडळी साखर लपवून ठेवताहेत, बेप्ने केसाची तऱ्हा बदलली आहे. मिएप् आठवड्याच्या रजेवर आहे. या ताज्या बातम्या!

माझ्या पुढच्या दाताच्या मुळांना उपचार करायला हवे आहेत. भयंकर वेदना होताहेत. डसेल्ला तर वाटले मी बेशुद्ध पडणार आहे. आणि मी जवळजवळ पडलेच होते. आता सौ. व्हॅनडॅनने पण लगेच आपलाही दात दुखत असल्याची तक्रार केली.

तुझी, ॲन एम् फ्रँक.

ता.क. : बेसल्ने सांगितले की आमच्या चुलतभावाने 'मिना व्हॅन बार्नहेम्' नाटकात खानावळवाल्याचे काम केले. ममी म्हणते त्याच्यात नाट्यगुण आहेत.

गुरुवार ६ जुलै १९४४

प्रियतम किटी,

पीटरच्या बोलण्याने कधीकधी धडकीच भरते मला. जुगारी, सहेबाज, गुन्हेगार बनण्याच्या गोष्टी तो बोलतो. तो अर्थात चेष्टेतच बोलतो. पण मला वाटते स्वतःच्या मनातली भीती दडपून टाकण्यासाठी तो असले अचाट बोलतो. तो आणि मारगॉट नेहमी मला म्हणतात, ''ॲन, आमचा स्वभाव जर तुझ्यासारखा हट्टी, दृढनिश्चयी, उत्साही असता तर ...?''

म्हणजे मी लोकांच्या बोलण्याने वाहून, भारून जात नाही, स्वतःच्या मनाला

पटते तेच करते, हे चांगलं, कौतुकास्पद आहे का?

"मी कमकुवत मनाची आहे, दुबळी आहे." असं कुणी सांगायला लागले की नवल वाटते मला. अरे आपण दुबळे, कमकुवत आहो असं वाटतंय तुम्हाला, तर निश्चयी, बळकट व्हायचा प्रयत्न करा की! बदला आपला तो स्वभाव! सुधारा स्वतःला! पण मला वाटते कमकुवत राहाणेच आवडते या लोकांना. कारण तसे वागणेच सोपे असते. त्यात त्रास नसतो. म्हणजे केवळ स्वतःला त्रास पडू नये म्हणून वाटेल ते सहन करायचे, स्वतःची फसवणूक करून घ्यायची? माणसे आराम करायला, स्वतःला तसदी पडता कामा नये या विचाराला इतकी सोकावलेली असतात? पीटर थोडा माझ्यावर अवलंबून राहायला लागलाय आणि नेमकं तेच नकोय मला. पीटरला खंबीरपणे स्वतःच्या पायावर उभे राहायला शिकवायला पाहिजे. तसा प्रयत्न मी करते आहे. पण तो योग्य मार्गाने आहे की नाही हे समजत नाहीये.

कोणी माझ्यावर विश्वास टाकून मला आपल्या मनातली गुपिते सांगितली तर किती छान होईल! असे मला नेहमी वाटायचे. पण आता खरेच तसे घडायला लागले आहे. तेव्हा मला कळतेय की लोकांच्या जागी आपल्याला कल्पून त्यांच्या अडचणी अत्यंत योग्य रीतीने सोडवणं किती कठीण असते. कारण माझ्या मते कोणतीही गोष्ट सोपी असणे व पैशाच्या मागे असणे हे अत्यंत विचित्र विचार आहेत. स्वतःच्या पायावर उभे राहाणे हे मुळात तसे कठीण असते. पण ते करताना स्वतःचे चारित्र्य आणि सदसद्विवेक बुद्धीशी प्रामाणिक राहाणे जास्तच कठीण आहे.

'आळस' आणि कोणतीही गोष्ट 'चलता है' या वृत्तीने करणे या दोषांवर योग्य इलाज मी केव्हाचा शोधते आहे. पीटरला कसे पटवून द्यायचे की सर्व गोष्टी सोप्या जाव्या म्हणून तो स्वतःच्या मनाशी प्रतारणा करत राहील तर शेवटी ते त्याला अधोगतीला नेईल. आपण सर्वजण जगतो ते का? कशासाठी? याचा विचारच करत नाही. फक्त सुखाने जगायचे एवढीच इच्छा असते आपली. मी, मारगॉट आणि पीटर चांगल्या सुखवस्तू घराण्यात जन्मलो. आम्हाला शिक्षणाची चांगली संधी मिळाली. कर्तृत्व दाखवायला आम्हाला हवा तेवढा वाव होता. आणखी जास्त सुखाची हाव आम्ही खुशाल धरावी पण ती स्वतःच्या मनगटाच्या जोरावर. आरामात आईवडिलांच्या पैशावर आणि मेहनतीवर नव्हे. सुख, चांगलं वागून, आणि कष्ट करून मिळते. नुसतं कविकल्पना करण्याने आणि आळशीपणाने नाही. खरे समाधान स्वतःच्या मेहनतीमुळेच मिळते, आळसाने नाही.

काम करण्याचा कंटाळा असणाऱ्या माणसांचे तत्त्वज्ञान मला समजतच नाही. तसा पीटर आळशी नाही. पण त्याच्यासमोर मुळी कसले ध्येयच नाही. त्याला

वाटते आपण इतरांपेक्षा कमी हुषार आणि कर्तृत्ववान आहो. त्यामुळे आपल्या हातून काही होणारच नाही. वेडाच आहे! इतरांना सुख देण्यात काय आनंद असतो हे त्याला माहीतच नाही. आणि ते त्याला समजावून देता येणार नाही मला. त्याची देवाधर्मावर श्रद्धा नाही, येशु ख्रिस्ताची तो चेष्टा करतो. आणि मी स्वत: सनातनी विचाराची नसले तरी तो देवाचा तिरस्कार करत असलेला पाहिला की मला त्याची कीव येते. खूप वेळा तो निराश झालेला, एकलकोंडेपणाने बसलेला दिसला की वाईट वाटते मला.

ज्यांचा देवाधर्मावर विश्वास आहे, श्रद्धा आहे ते भाग्यवान म्हटले पाहिजेत. देवाधर्मावर विश्वास ठेवायचा म्हणजे स्वर्ग-नरक, यमपुरी, पापपुण्याचा हिशोब इत्यादी गोष्टी मानायच्या असे नव्हे. पण धर्म (मग तो कोणताही असो) माणसाला योग्य मार्गावर राखतो हे मात्र खरे. सारा दिवस देवाची भीती बाळगून पापपुण्याचा विचार करत बसावे असे नाही. पण माणसाने स्वत:च्या सदसद्विवेक बुद्धीला अनुसरून वागावे. प्रत्येकाने रोज रात्री झोपण्यापूर्वी दिवसभरात आपल्या हातून कोणत्या चांगल्या, कोणत्या वाईट गोष्टी घडल्या याचा मनाशी विचार केला तरी खूप झाले. तेवढ्यानेही दुसऱ्या दिवशी तुम्ही स्वत:चे वर्तन सुधारण्याचा नकळत प्रयत्न कराल, आणि अशा रीतीने दिवसेंदिवस सुधारत जाल. कुणीही एवढे करू शकेल. त्याला पैसा थोडाच लागतो? आपल्याला खरे बळ, शांत, समाधानी वृत्तीच देते.

तुझी, ॲन एम् फ्रँक.

शनिवार ८ जुलै १९४४

प्रियतम किटी,

इथल्या ऑफिसचा मालक ब्रॉकस बेव्हरविक गावी गेला होता. तिथून त्याने लिलावात खूप स्ट्रॉबेरीज घेतल्या. त्यातल्या चोवीस पेट्या आम्हाला आणि ऑफिसच्या लोकांना दिल्या आहेत. त्याच रात्री आम्ही सहा बरण्या भरून ठेवल्या आणि आठ बरण्याभरून जॅम केला. दुसऱ्या दिवशी सकाळी ऑफिसात आल्यावर मिएप्ने ऑफिससाठी जॅम करायला घेतला.

साडेबारा वाजता बाहेरचा दरवाजा बंद केला. स्वयंपाकघरात खोके आणून ठेवले. पीटर, डॅडी आणि श्री. व्हॅनडॅन यांनी जिन्यावरून धडपडत ते वर आणले. ॲनने गरम पाणी आणले, मारगॉटने बादली आणली. प्रत्येकजण काम करत होते. ऑफिसच्या स्वयंपाकघरात मिएप्, बेप्, श्री. क्लीमन्, जॅन, डॅडी, पीटर सगळ्यांची गर्दी झाली होती. पडदे आणि खिडक्या उघड्या. मोठमोठ्याने बोलण्याचे आवाज,

दारे उघडल्या-मिटल्याचे आवाज लोकांना ऐकू जातील म्हणून माझ्या पोटात भीतीने गोळा आला होता. वाटत होते खरंच का आम्ही गुप्तनिवासात लपून राहिलेले आहोत? उद्या इथून बाहेरच्या जगात जाताना कसे वाटेल? एक भांडे भरले म्हणून मी वर गेले. तिथे जेवणाच्या टेबलाशी बसून उरलेले लोक स्ट्रॉबेरीच्या बियांची टरफले काढत होते. म्हणजे ते टरफले काढत असतील असा समज होता. पण प्रत्यक्षात बादली ऐवजी स्ट्रॉबेरीज साफ करून तोंडातच जात होत्या. पीटर आणखी एक बादली आणण्याकरता खाली गेला, तेवढ्यात दोनदा दाराची घंटा वाजली. त्याबरोबर बादली तिथेच सोडून पीटर वर धावत आला आणि त्याने पुस्तकाचे कपाट बंद केले. आम्ही आवाज न करता स्वस्थ बसून राहिलो. स्ट्रॉबेरीज धुवायला हव्या होत्या पण खाली कुणी परकी माणसे आलेली असतील तेव्हा नळाचा आवाज होता उपयोगी नाही. म्हणून त्या तशाच बादलीत ठेऊन आम्ही बसून राहिलो.

एक वाजता जॅन वर आला तेव्हा त्याने सांगितले की पोस्टमन आला होता. मग पीटर परत खाली गेला तेव्हा परत घंटा वाजली. कुणी वर येत आहे की काय हे ऐकण्यासाठी प्रथम मी पुस्तकाच्या कपाटाजवळ आणि नंतर वरच्या पायरीवर उभी राहिले. शेवटी मी आणि पीटर चोरट्यांसारखे जिन्याच्या कठड्याला कान लावून उभे राहिलो. पण परका आवाज ऐकू आला नाही. अगदी हळू पावले टाकत पीटरने अर्ध्या जिन्यात जाऊन 'बेप्' अशी हाक मारली. परंतु स्वयंपाक घरातल्या गडबडीत त्याचा आवाज लुप्त होऊन गेला. म्हणून तो स्वत:च खाली उतरून गेला व मी वरून घाबरत नजर ठेऊन उभी राहिले.

''पीटर, हिशोबनीस आला आहे, चटकन वर पळ.'' श्री कुग्लरनी सांगितले, पीटर लगेच वर आला आणि त्याने पुस्तकाचे कपाट बंद केले.

शेवटी दीड वाजता श्री. कुग्लर वर आले. ''बाप रे! मी आज नाश्त्याला स्ट्रॉबेरीज खाल्ल्या, जॅन जेवताना त्याच खातोय. क्लीमन् चहाबरोबर त्या घेतोय, मिएप् त्या उकळवते आहे, बेप् त्यांची डेखे आणि टरफले काढते आहे आणि सर्वत्र स्ट्रॉबेरीचाच वास घुमतोय. त्यातून सुटका म्हणून मी वर तुमच्याकडे आलो. तर इथे तुम्ही स्ट्रॉबेरीच धुताय.''

उरलेल्या स्ट्रॉबेरीज आम्ही डब्यात हवाबंद करून ठेवल्या. त्यानंतर दोन बरण्या नीट सील केल्या नाहीत असे आढळले. म्हणून डॅडींनी त्यांचा जॅम बनवला. दुसरे दिवशी सकाळी आणखी दोन झाकणे वर उडाली म्हणून आणि त्यानंतर परत चारांची झाकणे उडाली म्हणून डॅडींनी त्यातल्या स्ट्रॉबेरीजचा मुरंबा केला. बरण्या आणि डबे हवाबंद करत असताना श्री व्हॅनडॅननी बरण्या पुरेशा गरम केल्या नव्हत्या. त्यामुळे रोज काही बरण्याची झाकणे उडायची आणि मग डॅडी त्यांचे मुरंबे

बनवायचे. आम्ही कडधान्याच्या गरम साराबरोबर स्ट्रॉबेरी खाल्ली, ताकाबरोबर खाल्ली, ब्रेडबरोबर खाल्ली, जेवणानंतरचा गोड पदार्थ म्हणून, साखर घालून, हे घालून आणि ते घालून. दोन दिवस सतत आम्ही स्ट्रॉबेरी खाल्ली आणि मग सीलबंद, हवाबंद केलेले डबे आणि बरण्या कुलपात गेले.

त्यानंतर एक दिवस मारगॉट म्हणाली ''ऐकलंस ॲन, आपल्या भाजीवाल्या सौ. व्हॅन होएव्हनने आपल्याला वीस पौंड वाटाणे दिले आहेत.''

''चांगली आहे बिचारी! पण आता परत आलं काम–''

टेबलाशी बसल्यावेळी ममीने सांगितले ''शनिवारी सर्वांनी वाटाणे सोलायचे आहेत.''

ममीने म्हटल्याप्रमाणे आज नाश्ता आटोपल्यानंतर आमचे एनॅमलचे सर्वांत मोठे भांडे शिगोशीग भरून टेबलावर आले. वाटाणे सोलणे जर कंटाळवाणे वाटत असेल तर त्याच्या आतले आवरण काढायचा प्रयत्न करून पाहावा. ते आवरण काढले की वाटाणे मऊ, गोड आणि जीवनसत्व भरलेले, चवदार लागतात. शिवाय निव्वळ वाटाण्यापेक्षा तिप्पट ऐवज त्यायोगे आपल्याला मिळतो.

वाटाणे सोलणे एखाद्या दंतवैद्याला किंवा मसाल्याचे सामान विकणाऱ्याला ठीक वाटत असेल. पण माझ्यासारख्या चंचल वृत्तीच्या मुलीला ते फारच कंटाळवाणे वाटत होते. आम्ही सकाळी साडेनऊ वाजता सुरुवात केली. मी साडेदहाला बसले ती अकराला उठले. साडेअकरा वाजता परत बसले. माझ्या कानात हे काम करत असताना एकच गाणे ऐकू येत होते.''शेंग टोकाजवळ दाबा, दोर काढा, मग शेंग पुरी उघडा, वाटाणे काढून भांड्यात टाका, परत शेंग टोकाजवळ दाबा, दोर काढा शेंग पुरी उघडा, वाटाणे काढून भांड्यात टाका.'' माझ्या डोळ्यासमोर हिरव्या हिरव्या शेंगा, त्यांचे काढलेले दोर, कुजलेले खराब झालेले दाणे, अधुनमधून अळ्या (त्याही हिरव्या) या सर्वांचा हिरवा गार समुद्र पसरला होता. शेंगा सोलताना कंटाळा घालवण्याकरता मी मूर्खासारखी मनाला वाटेल ती बडबड करत होते, आणि सर्वांना हसवत होते. आणि त्याच वेळी मनाशी निश्चय करत होते की आपण कध्धी कध्धी नुसती संसारी बाई बनायचे नाही.

अखेर बारा वाजता आम्ही न्याहारी घेतली. ती आटपल्यावर परत शेंगा सोलायला बसलो. मी तर कंटाळले होतेच पण इतर माणसेही कंटाळली होती. मग मी जी जाऊन झोपले ती चार वाजेपर्यंत. मला झोपेतसुद्धा जिकडे तिकडे हिरवे वाटाणे दिसत होते.

तुझी, ॲन मेरी फ्रँक.

शनिवार १५ जुलै १९४४

प्रियतम किटी,

वाचनालयातून एक पुस्तक आम्हाला वाचायला आणून दिलंय. पुस्तकाचे नावच आव्हानात्मक आहे. "आधुनिक मुलींविषयी तुमचे मत काय आहे. What do you think of the Modern young girl?" आज हा विषय मी चर्चेला घेणार आहे.

लेखकाने आधुनिक तरुणीवर पायाच्या बोटांपासून डोक्यापर्यंत टीका केली आहे. अर्थात त्यांना सर्वांना अगदी कुचकामी ठरवलं नाहीये. उलट लेखिकेने म्हटले आहे की या तरुणींमधे नवे, मोठे, सुंदर विश्व उभारायची ताकद आहे. परंतु त्या आपली ही सगळी ताकद वरवरच्या, उथळ गोष्टीत खर्चत आहेत. खरे सौंदर्य, शुचित्व कशात आहे याकडे त्या लक्ष देत नाहीयेत एवढेच नव्हे, तर त्यासंबंधी विचारही करत नाहीत.

काही काही ठिकाणी तर लेखिका माझ्यावरच टीका करते आहे, नाराजी दर्शवते आहे असे मला वाटले. म्हणून तुझ्यापाशी मन मोकळे करावे आणि तिने जी टीका केली आहे त्याला माझ्या बाजूने बचावाचे उत्तर द्यावे असे मला वाटले.

माझ्या स्वभावात एक विशेष गुण आहे आणि तो म्हणजे मी स्वत:ला पुरी ओळखते. स्वत:च्या प्रत्येक कृत्याकडे अलिप्त नजरेने पाहाते, आणि वागण्यात काही चूक आढळली तर ती कोणतीही खोटी कारणे न काढता, प्रांजलपणे कबूल करते स्वत:शी. माझ्या बऱ्यावाईट वागण्याकडे माझे पूर्ण लक्ष असते, आणि त्याची मी नि:पक्षपातीपणाने छाननी करू शकते. पुष्कळ वेळा मी काहीतरी बोलते, आणि मग मला वाटते 'हे मी वेगळ्या तऱ्हेने बोलायला हवे होते.' मी स्वत:वरच इतकी टीका करत असते की अखेर मला डॅडींचे म्हणणे पटायला लागले आहे. ते म्हणतात की प्रत्येकाने स्वत:ची वाढ, स्वभाव चांगला व्हावा यासाठी स्वत:च प्रयत्न केले पाहिजेत. पालक आपल्या अपत्याला फार तर उपदेश करतील किंवा योग्य मार्ग दाखवू शकतील. पण अखेर त्याप्रमाणे वागणे व स्वत:त सुधारणा करून घेणे ज्याच्या त्याच्या हातातच असते. याखेरीज मी आयुष्याला फार धैर्याने तोंड देते आहे. कसलीही जबाबदारी मी यशस्वीरीत्या पेलू शकेन, कारण मी तरुण आहे, सशक्त आहे असा मला विश्वास वाटतो.

पण हे सगळं यापूर्वी मी तुला सांगितलं आहेच. आता मी माझ्या नेहमीच्या तक्रारीकडे वळते. "ममी आणि डॅडी मला समजूनच घेत नाहीत." ममी डॅडींनी माझे लाड खूप केले आहेत, मला प्रेमळपणाने वागवले आहे, व्हॅनडॅन्स माझ्यावर उखडायचे तेव्हा माझी बाजू घेऊन त्यांच्याशी वाद घातला आहे. माझा बचाव केला

आहे. थोडक्यात पालकांनी जे जे करायचं असतं ते सगळं त्यांनी केलं आहे. आणि तरीही कितीतरी दिवसापासून मला एकाकी, दुर्लक्षित वाटतं. हे लोक मला नीट समजून घेत नाहीत असे वाटत राहाते. माझ्या बंडखोरपणाला आळा घालण्याचा डॅडींनी खूप प्रयत्न केला. पण त्याचा उपयोग झाला नाही. माझे वागणे दुर्बिणीखाली ठेऊन त्याची नीट तपासणी करून मीच स्वत:ला सुधारते आहे.

या माझ्या स्वयंशिस्तीच्या कामात डॅडी मला आधार का देत नाहीत? या कामात ते थिटे का पडले? याचे उत्तर असे की त्यांनी योजलेले उपाय किंवा पद्धत चुकीची होती. ते मला फार अजाण मूल समजत. आता मी असे म्हणणे वेडेपणाचे वाटेल, कारण माझ्यात आत्मविश्वास जो आहे तो डॅडींच्यामुळेच. मी एक विचारी समजुतदार मुलगी आहे असा विचार मनात ठेऊनच ते माझ्याशी वागत. पण एका गोष्टीकडे त्यांचे दुर्लक्ष झाले. माझ्या समस्या, अडचणी यावर मात करणे मी जास्त महत्त्वाचे समजत होते. यौवनावस्थेतल्या ठराविक साच्याच्या समस्यांची मला पर्वा नव्हती. माझे प्रश्न हे खास माझे प्रश्न, आणि माझ्या अडचणी वैयक्तिक होत्या. मला इतर चार चौघींचे जे प्रश्न असतात व ते ज्या तऱ्हेने सोडवले जात तसे काही नको होते. डॅडींनी माझे प्रश्न म्हणजे खास ॲनचे प्रश्न असे समजून ते सोडवायला हवे होते. तसे त्यांनी केले नाही. जे माझ्याशी मोकळेपणाने वागतात, मला आपले हितगूज सांगतात, त्यांनाच मी माझ्या मनातले सांगणार ना! डॅडी नेहमी माझ्याशी प्रौढपणेच वागतात. तेही एकेकाळी तरुण होते, त्यांच्याही मनात भावनांचा कल्लोळ माजत होता, पण आज प्रयत्न करूनही त्यांना सर्व गोष्टी खुलेपणाने मला सांगता येत नाहीत. त्यामुळे मलाही त्यांच्याशी मनमोकळेपणाने बोलता येत नाही. साहजिकच विचारांती मी बनवलेली तत्त्वे, जीवनविषयक माझे तत्त्वज्ञान, माझा दृष्टिकोन मी फक्त माझ्या या रोजनिशीतच लिहीते आणि कधीमधी मारगॉटला सांगते. डॅडींच्यापासून माझे आदर्श, माझे विचार मी चोरूनच ठेवले आहेत. त्यांना ते कधी सांगावे असे मला वाटलेच नाही. उलट डॅडींविषयी एक परकेपणाची भावनाच माझ्या मनात ठाण मांडून राहिली आहे.

माझी मनोदेवता सांगेल त्याप्रमाणेच मी आजवर वागत आलेली आहे. असं म्हणणं अहंकाराचे आहे. पण मनाप्रमाणे वागून मी मन:शांती मिळवली आहे. सतत लोकांनी माझ्यावर टीका केली असती तर आज मी मोठ्या कष्टाने मिळवलेला आत्मविश्वास आणि मन:शांती घालवून बसले असते. मला डॅडींनी केलेली टीकासुद्धा सहन होत नाही. एकतर मी त्यांना माझी गुपितं सांगत नाही, शिवाय उर्मट वागण्याने मी त्यांच्याशी दुरावाच राखला आहे.

एक प्रश्न मला नेहमी पडतो की डॅडी मला नेहमी वैतागायला का लावतात? ते प्रेमाने वागायला जातात, ते मला ओढूनताणून आणलेलं प्रेम वाटतं, आणि ते

मला शहाणपण शिकवायला जातात, ते मला असह्य वाटतं. त्यापेक्षा त्यांनी मला स्वस्थ, एकटं राहू द्यावं, माझ्या वाटेला जाऊ नये अशी माझी इच्छा असते. मी त्यांना एक मूर्खपणाने भरलेले पत्र लिहिलं होतं त्याची मला अजूनही फार शरम वाटते. सर्वतोपरी मजबूत, दृढ मनाचं होणं किती कठीण आहे!

एवढ्यानेच भागले आहे असे नाही. पीटरनेही माझी खूप निराशा केली आहे. मी डॅडींविषयी विचार करते त्याच्यापेक्षा किती तरी जास्त विचार पीटरविषयी करते. आमच्या या मैत्रीत मीच पुढाकार घेतला आहे. माझ्या मनात त्याच्याविषयी एक प्रतिमा मी तयार केली. त्यात तो शांत, गरीब, गोड, भावनाप्रधान, मैत्रीसाठी आणि सहानुभूतीसाठी आसुसलेला असे त्याचे चित्र मीच रंगवले. कुणाला तरी आपलं हितगूज सांगावं असे मला तीव्रतेने वाटत होतं. मला एक स्नेही हवा होता. म्हणून मी प्रयत्न करून त्याला माझ्याकडे हळूहळू वळवून, ओढून घेतले. एकदा त्याच्याशी मैत्री झाल्यावर मग सलगी जास्त झाली. आता वाटतं, मी फार ढालगजपणे वागले का? त्याला फार खाजगी गोष्टी सांगितल्या का? अजूनही मला त्याच्या स्वभावाचा थांग लागलेला नाही. तो लाजाळू आहे का उथळ आहे? पण एक चूक मात्र मी केली आहे. त्याची मैत्री करण्याकरता मी थोडीशी शारीरिक सलगी केली. त्याच्यावर कुणीतरी प्रेम करावं असे त्याला वाटतं. आणि तोही स्वत: माझ्यावर हळूहळू प्रेम करायला लागला आहे. आम्ही दोघं एकत्र असतो तेव्हा तो खुशीत असतो. मीच त्याला माझ्यावर प्रेम करायला भाग पाडलं आहे. त्याच्या संकुचित जगातून बाहेर काढून त्याला त्याचे क्षितिज रुंदावायला लावले आहे मी!

''अगदी खोलवर जाऊन विचार केला तर वृद्ध मंडळींपेक्षा तरुण माणसेच जास्त एकाकी असतात,'' असं मी एका पुस्तकात वाचलं होतं, ते माझ्या मनात रुतून बसलं आहे. मला ते अगदी पटतं, खरं वाटतं.

म्हणूनच इथल्या (या गुप्तनिवासातल्या) मोठ्या माणसांपेक्षा लहानांनाच इथे जास्त त्रास होतोय. मोठ्या लोकांना सर्व बाबतीत मते असतात. आणि त्यांना स्वत:बद्दल व स्वत:च्या वागण्याबद्दल ठाम खात्री व विश्वास असतो. आदर्शाचा नाश झालेला दिसतोय, मानवाच्या स्वभावातल्या वाईट गुणांचाच जय होतोय, देव, न्याय, सत्य, या कल्पनाच भंगताहेत. अशा स्थितीत आमच्यासारख्या लहानांना आपल्या मतांशी ठाम असणं किती कठीण जातंय ते तुला कसं सांगू?

या इथे गुप्तनिवासात राहाणाऱ्या आम्हा लहानांना फार मोठ्या कसोटीला उतरावं लागतंय, आमच्या मनात आदर्श निर्माण होताहेत, आम्ही उद्याच्या सुखी जीवनाची स्वप्ने पाहत आहोत, आशा बाळगतो आहोत आणि त्या सगळ्यांचा चक्काचूर होतोय वास्तवाने. आजच्या या जगात आम्ही अजूनही आदर्शवाद मनात

बाळगतो आहोत हे खरोखर अव्यवहारीपणाचं, मूर्खपणाचंच आहे! पण मला खरंच वाटतं की माणसे मुळात फार चांगली असतात.

हळूहळू जग विनाशाकडे चाललं आहे हे कुणालाही कळतंय. पण तरीही निळ्याभोर आकाशाकडे पाहिलं की मला वाटतं की हे सगळं बदलेल, हा क्रूरपणा संपेल आणि परत एकदा शांतता, सुख, समाधान जगात नांदेल. पण तोवर मी माझ्या मतांना, आदर्शवादाला धरून राहिलं पाहिजे.

तुझी, ॲन एम् फ्रँक.

शुक्रवार २१ जुलै १९४४

प्रियतम किटी,

आता मात्र सुटकेची आशा वाटायला लागली आहे. चांगल्या बातम्या ऐकायला यायला लागल्यात. कुणा एका अभिमानी जर्मन सैन्याधिकाऱ्याने हिटलरला ठार करण्याचा प्रयत्न केला. लक्षात घे हं किटी, की हा प्रयत्न कुणा ज्यू माणसाने किंवा इंग्लिश भांडवलशहाने केला नसून, जर्मन माणसानेच केला. केवळ दैवी चमत्कारामुळेच हिटलर त्यातून वाचला. त्याच्या बरोबरचे काही लोक मारले गेले तर काही जखमी झाले. गुन्हेगाराला लगेच गोळी घालून ठार केले.

यावरून एवढे मात्र लक्षात येते की, सैन्यातले अधिकारीसुद्धा आता युद्धाला कंटाळले आहेत. केव्हा एकदा हा हिटलर खड्ड्यात जाईल याची वाट पाहाताहेत. एकदा हिटलर खलास झाला की लष्करातल्या एखाद्या हुकुमशहाला ते त्याच्या जागेवर आणतील. तो इंग्रजांशी, दोस्तराष्ट्रांशी तह करेल. मग पुढची वीस वर्षे परत सैन्य उभारणे, बंदुका तोफा आणि दारू गोळ्यांचे कारखाने जोरात सुरू करील आणि पुरेशी तयारी झाली की फिरून युद्ध सुरू करेल. कदाचित दरम्यानच्या काळात जर्मन लोक आपापसातच यादवी मांडतील. म्हणजे दोस्तराष्ट्रांना आपली उद्ध्वस्त झालेली गावे, शहरे बांधून काढायला वेळ मिळेल. पण हिटलर मरण्याचा सुवर्णक्षण अजून तरी आलेला नाही.

हिटलरने आपल्या प्रेमळ, राजनिष्ठ अनुयायांना जाहीररीत्या सांगितले आहे की यापुढे लष्करातल्या सर्व लोकांनी गेस्टापोच्या आज्ञा पाळल्या पाहिजेत. तसेच एखाद्या शिपायाला, आपल्या वरचा अधिकारी हिटलरला मारायच्या कटात सामील होता असे कळले तर त्या शिपायाने खुशाल त्या अधिकाऱ्यास गोळी घालावी. कोर्ट मार्शलची वाट पाहू नये.

छान आहे का नाही हा कायदा? म्हणजे आता कोणताही अधिकारी आपल्या हाताखालच्या शिपायाला रागवला की शिपाई लगेच बंदूक उचलून अधिकाऱ्याला मारून टाकेल आणि वर सांगेल, "हा अधिकारी हिटलरला मारायचा कट करत

होता.'' मला वाटते यापुढे कोणताही अधिकारी आपल्या हाताखालच्या शिपायाला रागवायला धजायचा नाही. नुसतं शिपायांना पाहूनही अधिकारी आता थरथर कापायला लागतील.

किटी, आणखी एक दोन महिन्यांनी या वेळी मी शाळेतल्या माझ्या बाकावर बसून अभ्यास करत असेन, आजूबाजूला माझ्या मैत्रिणी-मित्र असतील. हा विचारच मला वेडावून टाकतो आहे. मग सांग बरे, माझ्या लिहिण्यात तुला काही असंबंद्धता आणि विसंगती आढळली तर माझा दोष आहे का तो? अग, माझं मन मुळी एका विषयावर ठरतच नाहीये. ते सारखे या विषयावरून त्या विषयावर उड्या मारतंय. म्हणून तर मी हिटलर आणि त्याचे सैनिक या विषयावरून थेट माझ्या शाळेत उडी मारली आहे. म्हणून तर सर्वजण मला 'विसंगतीचे बोचके, (Bundle of contradictions) म्हणतात.

तुझी, ॲन एम् फ्रँक.

मंगळवार १ ऑगष्ट १९४४

प्रियतम किटी,

'विसंगतीचे बोचके' हे माझ्या मागच्या पत्रातले शेवटचे वाक्य होते. आता या पत्राची सुरुवात त्याच वाक्याने करते. विसंगती म्हणजे काय? मला वाटते या शब्दाची फोड दोन तऱ्हेनी करता येईल एक विसंगती आतून आलेली म्हणजे मनातली. आणि दुसरी बाहेरून लादलेली. पहिली विसंगती म्हणजे लोकांच्या मतांना न जुमानणारी, स्वत:चेच म्हणणे योग्य, बरोबर असे मानणारी, स्वत:ला सर्व काही समजतं असे धरून चालणारी, थोडक्यात माझ्यासारखी. दुसरा अर्थ आहे, तशीही मी आहे. पण लोकांना ती मी माहीतच नाही आहे. लोक मला ओळखतात ती बंडखोर ॲन म्हणून.

मी तुला मागेच सांगितले आहे की माझे व्यक्तिमत्त्व दुहेरी आहे. एक म्हणजे खूप आनंदी, हसरी, सर्व गोष्टींची चेष्टा करणारी, उत्साही, सर्व गोष्टींकडे खिलाडू वृत्तीने पाहाणारी मी. म्हणूनच कुणी कुणाशी प्रेमाचे चाळे केले, चुंबन, अलिंगन घेतले, दिले, चावट विनोद केले तर मला फार मोठा उत्पात घडल्यासारखे नाही वाटंत.

हे माझे व्यक्तिमत्त्व माझ्या दुसऱ्या शांत, पवित्र गंभीर व्यक्तिमत्त्वाला नेहमी मागे सारायला पाहाते. इतर लोकांना माझी शांत, सुशील, सुवृत बाजू माहीतच नाही. म्हणून तर ते मला उथळ समजतात.

'घटकाभर करमणूक' म्हणून लोकांना मी आवडते. अतिविद्वान, गंभीर प्रवृत्तीच्या

माणसांना घटकाभर विरंगुळा म्हणून हलक्या फुलक्या प्रेमकथा, रोमँटिक सिनेमे आवडतात, तरी हे विद्वान लोक त्या प्रेमकथा, सिनेमे थोड्या वेळाने विसरून जातात, तसेच लोकही मला विसरतात, असे तुला सांगायची माझ्यावर पाळी यावी याची मला खरंच लाज वाटते. पण ते सत्य आहे. माझ्यातली आनंदी, खोडकर वृत्ती नेहमीच माझ्या सुशील स्वभावावर जय मिळवते. या ॲनला बाजूला सारायचा मी खूप वेळा प्रयत्न करते, पण ते साध्य होत नाही आणि त्याचे कारण मला माहीत आहे.

माझ्या स्वभावातला कोमलपणा, हळवेपणा, निसर्ग सौंदर्याची आवड लोकांना कळली तर ते माझी टिंगल करतील अशी मला भीती वाटते. मनातून मी फार भावनाप्रधान आहे. ती माझी बाजू प्रकाशात आली की लगेच लाजाळूच्या झाडाप्रमाणे पाने मिटून घेते.

म्हणूनच ती गुणी ॲन कधी कुणाला दिसतच नाही. मी एकटी असताना ती प्रकट होते.

तुला मागे सांगितल्याप्रमाणे मी जे बोलते ते माझ्या मनात नसतंच मुळी. म्हणून तर लोकांना वाटतं की मी प्रेमकथा वाचणारी, मुलांच्या मागे लागणारी उल्लू मुलगी आहे. असे कुणी मला तोंडावर सांगितलं की मी हसते, खांदे उडवते आणि गंमतीचे उत्तर देते. त्यांचे बोलणे माझ्या मनाला लागले आहे असे दाखवून देत नाही. पण खरीखुरी आतली छुपी ॲन याच्या विरुद्ध प्रतिक्रिया दाखवते. कारण लोकांच्या बोलण्याने मला खरंच वाईट वाटलेले असते. आणि मी स्वत:चा स्वभाव बदलण्याचा कसोशीने प्रयत्न करत असते. पण तो फारसा सफल होत नाही.

अंतर्यामी मी रडत असते. माझ्या भोवतालची माणसे मला कवडी किंमत देत नाहीत, माझी टिंगल करतात याचे मला दु:ख होते. पण मी शांत गंभीर राहिले तर सर्वांना वाटते मी नाटक करते आहे. किंवा माझी प्रकृती बिघडली आहे म्हणूनच मी इतकी गप्प, शांत आहे. मग ते माझ्यावर औषधांचा मारा करतात, मला ॲस्परिन् देतात, माझा गळा, मान चाचपून मला ताप तर नाही ना आलेला हे पाहातात, माझा कोठा साफ आहे ना याची चौकशी करतात. इतके सगळे सोपस्कार सुरू झाले की साहजिकच मी वैतागते, मग खिन्न, उदास होते आणि शेवटी माझी द्वाड बाजू वर येते.

तुझी, ॲन एम फ्रँक.

ॲनची रोजनिशी इथे संपते.

उपसंहार

४ ऑगष्ट १९४४ रोजी सकाळी दहा साडे दहाच्या सुमारास २६३ प्रिन्सेनग्रॉट या ठिकाणी एक गाडी येऊन थांबली. तिच्यातून अनेक व्यक्ती उतरल्या. कार्ल जोसेफ सिलबरबॉयर नावाचा एस. एस. सार्जंट अगदी संपूर्ण गणवेषात होता. सुरक्षा पोलिस दलाचे तीन डच् सभासद सशस्त्र पण साध्या वेषात. कुणीतरी त्यांना खबर दिली असावी.

त्यांनी गुप्तनिवासात राहाणारे आठ जण, व व्हिक्टर कुग्लर आणि जोहॅन्स क्लीमन् या त्यांच्या सहाय्यकर्त्यांनाही पकडले. त्यांनी मिएप् गाईज व एलिझाबेथ (बेप्) व्हॅस्कुजिल् या दोघींना मात्र पकडले नाही. परंतु त्या गुप्तनिवासात सापडलेल्या सर्व मौल्यवान वस्तू व पैसे लुटून नेले.

अटकेनंतर कुग्लर व क्लीमन् यांना ॲम्स्टरडॅम येथील तुरुंगात नेले. त्यानंतर त्यांची चौकशी न करता त्यांना हॉलंडमधील ॲमर्सफूर्ट येथील कॅंपमधे ११ सप्टेंबर १९४४ रोजी हलवले. १८ सप्टेंबर १९४४ ला प्रकृती अतिशय खालावल्यामुळे क्लीमन् यांची सुटका केली. शेवटी १९५९ साली मृत्यू होईपर्यंत ते ॲम्स्टरडॅम येथेच राहिले.

वेठबिगारीसाठी जर्मनीत इतर कैद्यांबरोबर पाठवले जात असताना २८ मार्च १९४५ रोजी श्री कुग्लर यांनी निसटून जाऊन स्वत:ची सुटका करून घेतली. पुढे १९५५ मधे त्यांनी कॅनडाला स्थलांतर केले व १९८९ साली टोरोंटो येथे ते मरण पावले.

एलिझाबेथ (बेप्) व्हॅस्कुजील् विज्क ॲम्स्टरडॅम येथे १९८३ साली वारली.

मिएप् सॅंट्रोपिटझ् गाईज अद्याप ॲम्स्टरडॅम येथे राहात आहे. तिचे पती जॅन १९९३ साली मरण पावले.

अटकेनंतर गुप्तनिवासात राहाणाऱ्या आठ जणांना प्रथम ॲम्स्टरडॅम येथील तुरुंगात आणले. तिथून मग वेस्टरबोर्कला हलवले. तेथे ज्यू लोकांच्यासाठी एक ठिकाण होते उत्तर हॉलंडमधे. ३ सप्टेंबर १९४४ रोजी वेस्टरबोर्कहून त्यांना हलवले. ते तीन दिवसांनी पोलंडमधील ॲशविटझ गावी पोचले,

गॅस चेंबर तोडून टाकण्यापूर्वी, ऑक्टोबर किंवा नोव्हेंबर १९४४ मधे ॲशविट्झ येथे श्री हरमान व्हॅन पेल्स (व्हॅन डॅन) यांना विषारी वायूच्या खोलीत कोंडून मारले, असे फ्रॅंक यांच्या जबानीवरून कळले.

ऑगष्टा व्हॅन पेल्स (पेट्रोनेला व्हॅन डॅन) या वारल्या हे नक्की. पण कुठे आणि

कोणत्या दिवशी हे कळलेले नाही. कारण त्यांना ॲशविट्ढ येथून बर्जेन-बेल्सेन, तिथून बुशेनवॉल, मग पुढे थ्रेसिनस्टॅडट्, तिथून ९ एप्रिल १९४५ साली आणखी एका छलगृहात असे अनेक ठिकाणी नेले होते. त्यातल्याच एखाद्या कँपमधे त्यांना मृत्यू आला असावा.

१६ जानेवारी १९४५ ला एक मोठी तुकडी मारण्यासाठी पायी चालवत ॲशविट्झ येथून मॅथामेन येथे नेली. त्या तुकडीतून पीटर व्हॅन पेल्स, (पीटर व्हॅन डॅन) याला जबरदस्तीने नेले. तेथे ऑस्ट्रियातल्या त्या कँपमधे, कैद्यांची सुटका होण्याच्या आधी तीनच दिवस म्हणजे ५ मे १९४५ रोजी पीटर मृत्यूमुखी पडला.

फ्रिट्झ फेकर (अलबर्ट डसेल्) २० डिसेंबर १९४४ रोजी न्यूएन्गॅमे येथील छलगृहात वारले. बहुधा त्यांना बुशेनवाल्ड किंवा सॅशेनहॅसेन येथून त्या ठिकाणी नेले असावे,

उपासमार व कष्ट यामुळे एडिथ फ्रॅंक (ॲनची आई) ६ जानेवारी १९४५ रोजी ॲशविट्झ-बर्केन येथे मरण पावली.

जर्मनीतील हॅनोव्हर जवळच्या बर्जेन-बेल्सेने येथील छलगृहात मारगॉट व ॲन यांना ॲशविट्झ येथून नेऊन, ऑक्टोबर महिन्याच्या अखेरीस ठेवण्यात आले. अत्यंत अपुऱ्या स्वच्छतेच्या सोईमुळे १९४४-४५ च्या शिशिरऋतूत टायफॉईडची मोठी साथ आली. त्यात हजारो कैदी मेले, मारगॉट त्यातच गेली. तिच्या नंतर काही दिवसांनी ॲनही त्या साथीला बळी पडली. बहुतेक ती फेब्रुवारीच्या अखेरीस, किंवा मार्च १९४५ च्या सुरुवातीस वारली असावी. बर्जेन-बल्सेन येथे जे सामुदायिक दफन झाले त्यातच या दोघींनाही पुरले असावे. या दोघी मृत्यू पावल्यावर थोड्याच दिवसात १२ एप्रिल १९४५ रोजी ब्रिटीश सैन्याने त्या छळगृहातल्या लोकांची मुक्तता केली.

त्या लपून राहिलेल्या आठजणांपैकी फक्त ऑटो फ्रॅंक वाचले त्या छळगृहातून. त्यानंतर रशियनांनी ॲशविट्झ मुक्त केले तेव्हा, श्री. ऑटो फ्रॅंक यांना ओडेसा व मार्सेल मार्गे परत ॲम्स्टरडॅमला पाठवले. ते ३ जून १९४५ ला ॲम्टरडॅमला आले व १९५३ पर्यंत तेथे राहिले. त्यांची बहीण आपल्या कुटुंबासह स्विट्झरलंडमधील बॅसेल या गावी राहात होती. तिथे त्यांचे भाऊही नंतर राहात असत. १९५३ नंतर ऑटो फ्रॅंकही बॅसेल येथे राहायला गेले. त्यांनी एलफ्रिड् मार्कोव्हिटस् गेरिंजर या मूळच्या व्हिएन्ना येथील एका महिलेशी विवाह केला. ही पण ॲशविट्झ येथल्या छळगृहातून जगून वाचून परत आली होती. तिचा पती व पुत्र मॉटहॉसेन येथील कँपात मृत्यूमुखी पडले होते. बॅसेशहराबाहेर बर्सफेल्डेन येथे श्री. ऑटो फ्रॅंक शेवटपर्यंत राहिले. ते १९ ऑगस्ट १९८० रोजी वारले. तोपर्यंत आपली मुलगी ॲन हिने आपल्या रोजीनिशीतून दिलेला संदेश त्यांनी जगाच्या कानाकोपऱ्यापर्यंत

पोचवण्याचे कार्य केले.

ॲन फ्रँकचा जन्म १२ जून १९२९ रोजी झाला. तिला सोळावे वर्ष लागण्यापूर्वी तीन महिने बर्जेन-बल्सेनच्या तुरुंगात तिला मृत्यू आला. तिच्या कुटुंबातल्या चारापैकी फक्त तिचे वडील ऑटो फ्रँक या भयंकर संहारातून वाचले. ते १९८० साली वारले. मिरजॅम प्रेस्लर ही एक लोकप्रिय लेखिका असून ती तरुण वाचकांसाठी पुस्तके लिहिते. जर्मनीत राहाते.

विसाव्या शतकातील अक्षर वाङ्मयात ॲन फ्रँकच्या रोजनिशीचा प्रामुख्याने समावेश करावा लागेल, १९४७ साली या पुस्तकाचे प्रथम प्रकाशन झाले व तेव्हापासून आजतागायत जगभरच्या कोट्यावधी लोकांनी ते वाचले आहे. हे अत्यंत लोकप्रिय, प्रशंसनीय पुस्तक म्हणजे मानवाच्या अविनाशी आत्म्याच्या गौरवाचे प्रमाणपत्र आहे.

पूर्वीच्या आवृत्तीत काही उल्लेख, काही परिच्छेद गाळले होते. या आवृत्तीत त्या सर्व मजकुराचा समावेश केलेला आहे. हा नव्याने समाविष्ट केलेला मजकूर पूर्वीच्या आवृत्तीतल्यापेक्षा तीस टक्के जास्त आहे. ॲन ही एक कोवळी बालिका होती. तिच्या वयाच्या मुलीच्या मनात येतील असेच विचार तिने व्यक्त केले आहेत. तिच्या मनात तारुण्यसुलभ लैंगिक विचार येऊ लागले, त्यांच्याशी तडजोड करण्याचा तिने प्रयत्न केला. तिच्या वयाच्या मुलींचे आईशी खूप वेळा पटत नाही. तसे तिचेही पटत नव्हते. ती धड मोठी नव्हती आणि अगदी अजाण बालिकाही नव्हती. अशा वाढत्या वयाच्या मुलींना होतो तो त्रास तिलाही सहन करावा लागला. पण यातून तावून सुलाखून ती दृढनिश्चयी झाली. कोणत्याही प्रसंगाला तोंड द्यायला बळकट, मजबूत झाली.

'एक तरुण मुलीची रोजनिशी' हे अक्षर वाङमयात जमा होणारे पुस्तक आहे. याची बरोबरी करणारे, एवढ्या लहान वयाच्या मुलीचे पुस्तक शोधूनही सापडणार नाही. या मुलीने अत्यंत क्रूर संहारातही आपल्या मनाचा मोठेपणा, सौहार्द आणि प्रेमळपणा वगैरे मूल्ये जपली. त्यामुळे लहान-थोर सर्वच वाचकांपुढे, ती एक सहनशील, उमलत्या मनाची मुलगी म्हणून उभी राहाते.

ज्यांना ही बालिका माहीत आहे, ज्यांचे तिच्यावर प्रेम आहे, त्यांना ही नवी आवृती वाचून तिच्याबद्दल जास्त माहिती मिळेल आणि जे वाचक प्रथमच तिचे हे पुस्तक (रोजनिशी) वाचणार आहेत त्यांनाही ते फार आवडेल.

OOO